நடுநிசி எல்லைகள்

சுசித்ரா விஜயன்

தமிழ்நாட்டைச் சேர்ந்தவர். சென்னையில் பிறந்து வளர்ந்தவர். பாரிஸ்டராக பயிற்சி பெற்றுள்ளார். விருதுபெற்ற புகைப்படக் கலைஞர். கெய்ரோவில் ஈராக் அகதிகளுக்கான மீள்குடியேற்ற சட்ட உதவிகள் வழங்கும் திட்டத்தை இணை-நிறுவனராக உருவாக்கினார். ஐக்கிய நாடுகளின் போர்க்குற்றத் தீர்ப்பாயங் களுக்காக யுகோஸ்லோவியா, ருவாண்டா நாடுகளில் பணி யாற்றினார். ஆராய்ச்சியுடன்கூடிய இதழியல் அமைப்பான 'Polis Project' (2017) இன் நிறுவனராகவும் நிர்வாக இயக்குந ராகவும் விளங்குகிறார். இவரின் கட்டுரைகள், நேர்காணல்கள், புகைப்படங்கள் ஆகியன The Washington post, GQ, The Nation, The Boston Review, Foreign Policy, Lit Hub, Rumpus, Electric Literature, NPR, NBC, BBC போன்ற முக்கியமான இதழ்களில் வெளிவந்துள்ளன.

இவர் எழுதிய Midnight's Borders: A People's History of Modern India (2021) நூல் வெளியாகி பரவலான கவனத்தையும் பாராட் டையும் பெற்றது. ஃப்ரான்செஸ்கா ரெச்சியாவுடன் இணைந்து How Long Can the Moon Be Caged? (2023) என்ற நூலையும் எழுதியுள்ளார்.

தற்போது அமெரிக்காவின் நியூயார்க்கில் வாழ்ந்துவருகிறார்.

தொடர்புக்கு: suchitrav@gmail.com

ஞான. வித்யா

மயிலாடுதுறையில் பிறந்து, வளர்ந்து, கணிணியியலில் முதுகலை பட்டப்படிப்பை முடித்த ஞான. வித்யா ஒரு கவிஞர், எழுத்தாளர், மொழிபெயர்ப்பாளர். சமூகம், குழந்தைகள், கல்வி எனப் பல பொருண்மைகளில் வெகுசன இதழ்களில் எழுதி வருபவர். அறிவியல் விழிப்புணர்வைப் பரவலாக்குவதில் ஆர்வம் கொண்டு நண்பர்களோடு இணைந்து பல்வேறு முன்னெடுப்புகளில் ஈடுபட்டு வருபவர். அரசியல், சமூகம், கல்வி, பெண்களுக்கான சட்டப் பாதுகாப்பு, பொருளாதாரம் போன்ற தலைப்புகளில் இணையவழிக் கருத்தரங்குகளை ஒருங்கிணைப்பதில் முக்கியப் பங்காற்றியுள்ளார். தற்போது இங்கிலாந்தின் ஹார்பென்டென் நகரில் தொடக்கப்பள்ளித் துணையாசிரியராகப் பணிபுரிந்துவருகிறார்.

தொடர்புக்கு: gnanavidhyaa@gmail.com

நடுநிசி எல்லைகள்

நவீன இந்தியாவின் மக்கள் வரலாறு

சுசித்ரா விஜயன்

தமிழில்

ஞான. வித்யா

சீர்மை

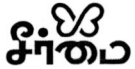

Nadunisi Ellaigal

Author: Suchitra Vijayan

Tamil translation of:
Midnight's Borders: A People's History of Modern India

English to Tamil: Vidhya Gnanasekaran

Editing: A.B. Ramachandran

First Edition: December 2024

Size: Demy; Binding: Paperback; Pages: 344

Cover Design: www.dynamisigns.com

Published by

Seermai,
New No.280, Old No.238/2, 2nd Floor,
Quaid-E-Millath Road, Triplicane, Chennai - 600005
e-mail: seermainoolveli@gmail.com
Phone: +91 80721 23326
Website: www.seermai.com

Printed at CommonPress, Chennai 600 001

ISBN: 978-93-91593-76-6

Price: ₹460

□□□

பாராட்டுரைகள்

‘ஒவ்வொரு தேசத்தின் ஒவ்வொரு குடிமகனுக்கும் அறிவூட்டும் ஒரு நூல். நடுநிசி எல்லைகள், ஒரு பகுதி புலனாய்வாகவும், மறுபகுதி, இந்தியாவை அதன் அண்டை நாடுகளிடமிருந்து பிரிக்கும் நிலத்தில் அல்லது நீரில் வரையப்பட்ட எல்லைக்கோடுகள் பற்றிய சிந்திப்பாகவும் இருக்கிறது. தற்போதைய எல்லைகள் எவ்வாறு நடைமுறைக்கு வந்தன என்பது பற்றிய சுருக்கமான வரலாற்றுக் குறிப்புகளையும்; அதிகரித்துவரும் இராணுவமயமாக்கல், போர்கள், “சிறு படுகொலைகள்”, மறக்கப்பட்ட இனப்படுகொலைகள், யாருக்குமற்ற நிலங்கள், முள்வேலிபோல எல்லைக்கோடுகளால் ஊடறுக்கப்படும் மக்கள் ஆகியவை பற்றிய பதிவுகளையும் நூல் வழங்குகிறது. நூலாசிரியர் சொல்வதுபோல, அழகும் வன்முறையும் இங்கு இணைந்தே இருக்கின்றன, ஆனால் எதிரிணைகளாக அல்ல.’

— **ஆனி ஸைதி**, *Prelude to a Riot நூலின் ஆசிரியர்.*

‘உயரும், ஒளிரும் இந்தியா என்று திட்டமிட்டு உருவாக்கப்பட்ட பிம்பத்தை தோலுரித்துக் காட்டும் சுசித்ரா விஜயன், அடிப்படைக் குடியுரிமைகளும், பெரிதும் பீற்றிக்கொள்ளப்படும் “மதச்சார்பற்ற ஜனநாயகத்தின்” நற்பேறுகளும் மறுக்கப்பட்ட நிலையில் வாழும் எல்லையோர மக்களின் சொல்லப்படாத, கவனத்தையீர்க்கும் கதைகளைப் பேசுகிறார். நாம் அறியாத இந்தியாவையும், பிரச்சினைகள் மிகுந்த அதன் எல்லைகள் வழியிலான தன் 9,000 மைல் பயணத்தையும், பாரபட்சமாக நடத்தப்படும் விளிம்புநிலை மக்களின் அன்றாட வாழ்வாதாரச் சிக்கல்களையும் நுண்ணுணர்வு மிக்க உணர்ச்சிபூர்வச் சித்தரிப்பின் மூலம் காட்சிப்படுத்தியிருக்கிறார். தெளிவானதும் அணுக்கமானதுமான இந்நூல், தெற்காசியாவின் கடந்த-நிகழ்-எதிர் காலங்கள் மீது ஆர்வமுள்ள எவருக்கும் அவசியமான வாசிப்பு என்பேன்.’

— **ஆயிஷா ஜலால்**, *மேரி ரிச்சர்ட்ஸன் வரலாற்றுப் பேராசிரியர், டஃப்ட்ஸ் பல்கலைக்கழகம்*

‘இந்திய வரலாற்றைப் பற்றி மட்டுமல்லாது அதன் எல்லைகள், புலப்பெயர்வு, தேசங்களின் மாயத் தன்மை ஆகியவை பற்றிய சிந்தனைகள் என்று பார்த்தால், இதுபோன்ற வேறொரு இடையீடு

இல்லை. கூர்ந்த அரசியல் பகுப்பாய்வுடனும், செறிந்த வரலாற்று ஆய்வுகளுடனும், கவித்துவமும் சித்திரங்களும் நிறைந்த உரைநடை யுடனும், வரலாற்றின் விளிம்புகளில் பிழைத்துக் கிடக்கும், அவசரமாகப் பிரதிநிதித்துவம் தேவைப்படும் "சிறு மனிதனின்" நுண் வரலாற்றின் மீது கரிசனை கொண்டுள்ள விஜயனின் இந்த எழுத்து, உணர்வூட்டும் இதழியல் அறத்தை வெளிப்படுத்தியுள்ளது.

— **பக்தி ஷ்ரிங்காபுரி**, Cold War Assemblages: Decolonization to Digital நூலின் ஆசிரியர்

'இந்தியாவிலும் சரி, உலகம் முழுவதிலும் சரி, எல்லைகள் மீண்டும் வலுவாக வலியுறுத்தப்பட்டு, தேசியவாதம் மறுமலர்ச்சி அடையும் வேளையில், தனித்துவமும் இலட்சிய வேட்கையும் கொண்டு செயல்படும் சுசித்ராவின் பணி அவசரமும் முக்கியத்துவமும் பெறுகிறது.'

— **கைத்ரா பகதூர்**, Coolie Woman நூலின் ஆசிரியர்

'நூலின் பக்கங்களில் விரியும் வாழ்வும் அனுபவமும்தான் எத் தகையது! நெஞ்சத்தைப் பதறடிப்பவையாக இருந்தாலும், நாம் சிலவற்றைக் கட்டாயம் கவனித்துப் புரிந்துகொள்ளத்தான் வேண்டும்.'

— **மாஸா மெங்கிஸ்டே**, The Shadow King நூலின் ஆசிரியர்

'தன்னை ஒரு தேசமாக நிலைநிறுத்திக்கொள்ளப் போராடும் மாபெரும் நாடொன்றின் நரகையொத்த எல்லைகளில் இருந்து, வன்முறை மிகு அரசியல் நடவடிக்கைகளால் தம்முடைய பூர்விக இல்லங்களும் வாழ்விடங்களும் சிதைவுறும் நிலையிலுள்ள மக்க ளின் வாழ்வுகள் பற்றி விவரிக்கும் அத்தியாவசியமானதும் அருமை யாக எழுதப்பட்டதுமான ஆய்வறிக்கை.'

— **மிர்ஸா வஹீத்**, The Collaborator நூலின் ஆசிரியர்

'இந்தியாவிற்கும் அதன் அண்டை நாடுகளுக்கும் இடையேயான வரையறுக்க இயலாத, மாற்றமடைந்துகொண்டேயிருக்கும் எல்லை கள் வழியேயான தன்னுடைய பயணங்கள் பற்றிய சுசித்ராவின் விவரணை விறுவிறுப்பானதும், அச்சமூட்டுவதும், நேர்மை யானதும், அழகானதுமாக உள்ளது. ஆஃப்கானிஸ்தானிலும், காஷ்மீரிலும், இந்தியாவிலும் அபாயம் நிறைந்த யுத்த பூமிகளூடே

மக்களிடம் பேசியும், உண்டும், கதைத்தும், கதை கேட்டும் பயணித்திருக்கிறார். கனப்படுப்பைச் சுற்றியமர்ந்து அற்புதமான கதைசொல்லிகளிடம் கதை கேட்டு வளர்ந்த நாடோடியாகச் சொல்கிறேன், அவர் கதைசொல்லும் பாங்கு என்னை நிகழிடத்திற்கே இழுத்துச் சென்றுவிட்டது. இது தீவிரமும் எள்ளலும் நிறைந்த, ஆழமான புரிதலைத் தரும் ஓர் நூலாகும்.'

— **மொஹமது வுல்து ஸலாஹீ**, *Guantánamo Diary* நூலின் ஆசிரியர்

□□□

மதிப்புரைகள்

'தேசத்தின் விளிம்புகளில் வாழ்பவர்களின் சிக்கல்களையும் துயரங்களையும் அறியாமல், ஒவ்வொரு நாளும் பள்ளிக்கூடப் பிரார்த்தனை நேரத்தில் நாட்டின் பெருமைகளைக் கொண்டாடி வளர்ந்த இந்தியர் பலரில் ஒருவரின் சுயம்-கண்டடையும் தேடல்தான் நடுநிசி எல்லைகள் எனும் இந்த முக்கியமான நூல். மேலும் அது, நம்முடைய சமகாலம் பற்றிய ஆவணமும் நினைவூட்டலும்கூட. மேற்குலகில் சுயமாக அகதிகளாக்கிக்கொண்டு, இன்பநாட்டத்தில் சீரழிந்து வாழும் நமக்கு, மோசமான பூகோள அரசியல் மாற்றங்களின் காரணமாக வெறும் குப்பைகள்போல் மாற்றப்பட்டுள்ள நமது சக உயிர்கள் பற்றிய ஆவணமாகவும் உள்ளது. பாதுகாப்பான, வலியில்லாத நாளையைப் பற்றிய நம்பிக்கையே கூட அவர்களுக்கு அபாயகரமான தாக்கப்பட்டுள்ளது.'

— *The Los Angeles Review of Books*

'ஒரு "மறந்துவிட்ட கதைகளின் அருங்காட்சியகத்தை" உருவாக்க, வரைபடங்களுக்கு அப்பால் கண்டு தெளிந்து, விளிம்புகளில் வாழும் அலி, சாரி போன்றவர்களுக்காக குரல் எழுப்புகிறார் விஜயன். உடன் இணைக்கப்பட்டிருக்கும் கருப்பு-வெள்ளைப் புகைப்படங்கள் மேலும் ஆயிரம் வார்த்தைகள் பேசுகின்றன.'

— *The Hindu*

'இந்தக் கதைகள், படித்து முடித்த வெகுநேரத்திற்குப் பின்னரும் நம்மை துரத்திக்கொண்டேயிருப்பன. உணர்வூட்டவும், அதே நேரத்தில் ஆத்திரமூட்டவும் அநேக நூல்களால் முடிவதில்லை.

இந்நூல் அதைச் செய்கிறது. பெருங்கோபத்துடனும், கடுங்கசப்புடனும், உணர்ச்சிகரமாகவும் இது எழுதப்பட்டிருக்கிறது.'

— *The Tribune (India)*

'மனதை உருக்கும், மிக நேர்மையான புலனாய்வு இதழியல் ஆக்கம்... ஒவ்வொரு பிரதேசத்திலும் செயல்படும் சிக்கல்கள் மிகுந்த, குழப்பங்கள் நிறைந்த, சமூக-அரசியல்-மத இயங்கியல்களைத் தெளிவாக வெளிக்கொணர்வதில் விஜயனின் நிபுணத்துவம் தெரிகிறது. சூழலுக்கு ஏற்ப மாறிக்கொள்ளும் இந்தியாவின் பூகோள அரசியல் எல்லைகளால், கடும் பாதிப்புக்குள்ளான மக்களின் வலிமையானதும் மனதுக்கு நெருக்கமானதுமான டஜன் கணக்கான கதைகள்.'

— *Kirkus*

'நடுநிசி எல்லைகள் நூல், தேச உருவாக்கத்தின் இருண்ட பக்கங்களைத் துணிச்சலுடன் சித்தரிக்கும், அகப்பார்வைகளில் ஆற்றல் மிகுந்த பிரமாதமான ஆக்கம்.'

— *Booklist, Starred Review*

'சுசித்ரா விஜயனின் முதல் நூலான நடுநிசி எல்லைகள், அபுனைவு இலக்கிய வகைமையையே புரட்டிப்போடும் திறன்மிக்கது. இருப்பிடம், உரிமை, இடப்பெயர்வு பற்றிய கதைகள், நேர்காணல்கள், சிறு முகப்புரைகள், மேற்கோள்கள், புகைப்படங்கள் ஆகியவற்றாலானது.'

— *Electric Lit*

'நூலில் உள்ள கதைகள் இந்தியத் துணைக்கண்டத்தின் இரத்தம் தோய்ந்த காலனிய வரலாற்றுக்குச் சான்று. நூலாசிரியர் கண்டறிந்து கூறியுள்ள "அசாதாரணமான நெருக்கடியின் நடுவில் இருக்கிற ஒரு தேசத்தை" பார்க்கும்படி நம்மைக் கேட்டுக்கொள்கிறது. இந்தியாவை அதன் மக்களின் வழியாகப் புரிந்துகொள்ள விழைபவர்களுக்கும் காலனிய வரைபட முயற்சிகள் ஏற்படுத்திய பேரழிவுகளின் நீடிக்கும் தாக்கத்தைப் புரிந்துகொள்ள விழைபவர்களுக்கும் இந்நூல் சிறப்பாக உதவக்கூடியது.'

— *The Book Review (India)*

‘நூலின் கதைகள் துல்லியத்துடனும் பரிவுணர்வுடனும் ஆவணப் படுத்தப்பட்டு, ஆற்றல்மிக்க வகையில் விவரிக்கப்பட்டுள்ளன... இந்தியாவை அதன் மக்களின் வழியாகப் புரிந்துகொள்ள விழை பவர்களுக்கும் காலனிய வரைபட முயற்சிகள் ஏற்படுத்திய பேரழிவு களின் நீடிக்கும் தாக்கத்தைப் புரிந்துகொள்ள விழைபவர்களுக்கும் இந்நூல் சிறப்பாக உதவக்கூடியது.’

— *South Asia Books Review*

‘தேசத்தையும் அதன் கற்பனையான எல்லைக்கோடுகளையும் கடந்து சுதந்திரத்தைக் குறித்துச் சிந்திப்பதற்கு மிகமிகத் தேவையான ஓர் உரையாடல்.’

— *Southern Review of Books*

‘நடுநிசி எல்லைகள், சரியான நேரத்தில் வெளிவந்துள்ள முதல் தர இதழியல் ஆக்கம். காலனியமும், திணிக்கப்பட்ட தேசிய அடையாளமும் உண்டாக்கியுள்ள ஆழமான தனிமனித பாதிப்பு களை விவரிக்கிறது.’

— *Foreword Reviews, Starred Review*

‘அற்புதமான இதழியல் ஆக்கம்... எல்லைப்பகுதிகளில் உள்ள மறக்கப்பட்ட மனிதர்களையும் இடங்களையும் ஆழ்ந்த கரிசனத் துடனும், விவரங்களை அணுகும் புதுப் பார்வையுடனும் நமக்குக் காண்பிப்பதுடன்; காலனிய மரபையும், அதீத வன்முறையையும் ஊழலையும் நம்முன் கொண்டுவந்து நிறுத்தியுள்ளார். காணாமல் போன நவீன இந்தியாவின் நுணுக்கமான சித்திரம் இதிலிருந்து கிடைக்கிறது.’

— *British Muslim Magazine*

❒❒❒

விருதுகள்

எலக்ட்ரிக் லிட்ரேச்சர் (ஃபேவரிட் அபுனைவு, 2021)

புக்லிஸ்ட் (சிறந்த வரலாற்றுப் புத்தகம், 2021)

மீரா, அம்மா மற்றும் அப்பாவிற்கு

காலனியாதிக்க அரசின் வரைபடம் இது; அவர்களுக்கு எங்கள் மண்மீது எந்த மரியாதையுமில்லை. அவர்களுடைய எல்லைக் கோடுகளை நாங்கள் ஏன் மதிக்க வேண்டும்?

— கமாண்டர் மஹ்மூது, ஆஃப்கான் காவல்துறை,
பக்திகா மாகாணம், ஆஃப்கானிஸ்தான்

உள்ளடக்கம்

பதிப்புரை	17
முன்னுரை	19
நன்றி	26
முகவுரை	29
அறிமுகவுரை	35
பகுதி I. ஆஃப்கானிஸ்தான் – பாகிஸ்தான் எல்லை	68
1. சர் ஹவ்ஸா	73
பகுதி II. இந்திய – வங்கதேச எல்லை	87
2. பனித்தர்	90
3. ஜல்பாய்குரி அருகே	123
பகுதி III. இந்திய – சீன எல்லை	141
4. தவாங்	143
பகுதி IV. இந்தியா – மியான்மர் எல்லை	159
5. நாகாலாந்து	161
6. நெல்லி	186
7. குவஹாத்தி	204
பகுதி V. இந்தியா – பாகிஸ்தான் எல்லை	240
8. காஷ்மீர்	243
9. இன்றைய காஷ்மீர்	290
10. ராஜஸ்தான்	297

11.	ஃபாஜில்கா	306
12.	ஸ்ரீ கங்காநகர்	314
13.	அமிர்தசரஸும் நியூயார்க்கும்	321

பதிப்புரை

இந்தியா ஒரே நாடாக வரலாற்றில் இருந்ததா, இந்து மதம் என்பது காலம் கடந்ததா ஆகிய அரசியல் கூருணர்ச்சிமிக்க வினாக்களை இந்திய தேசிய உருவாக்கத்தின் மீது தமிழ்நாடு வெகு காலமாகவே தொடர்ந்து எழுப்பிவந்துள்ளது. அதேசமயம், இந்திய தேசிய உருவாக்கத்திற்கு வலுவூட்டிய இந்திய எல்லைப் பிரச்சினைகள் குறித்து முறையான, சீரான ஆர்வம் தமிழ் அறிவுச் சூழலில் வெளிப்படவில்லை என்றே தோன்றுகிறது.

இந்நிலையில் சுசித்ரா விஜயனின் நடுநிசி எல்லைகள் நூல் தமிழுக்கு முன்னோடியான பங்களிப்பை வழங்கும் என்று நம்புகிறோம். நாடுகளின் வெளியுறவுக் கொள்கைகள் எனும் நோக்கில் அணுகி எல்லைப் பிரச்சினைகளை மதிப்பிடுவது ஒரு வகையென்றால், சுசித்ரா விஜயனுடைய நூல் வேறுவிதமானது. அது இந்தியாவின் எல்லைப் பிரச்சினைகள் பற்றிய உணர்வார்ந்த சித்திரத்தை முன்வைக்கும் கள-ஆய்வு நூலாகும்.

ஏதோ பழைய விஷயங்களைத் திரும்பக் கூறுவதல்ல, நூல் நம்முடைய சமகாலத்தைப் பற்றியது. 2013ஆம் ஆண்டிலிருந்து தொடங்கி எட்டாண்டுகள் (2013-2020) அவர் செய்த பயணங்களின் பயனே இந்நூல். ஆஃப்கானிஸ்தான், வங்கதேசம், சீனா, மியான்மர், பாகிஸ்தான் ஆகிய இந்தியாவுடனான எல்லைப்பகுதிகளில் நேரடியாகப் பயணம் மேற்கொண்டு இருபுறங்களிலும் வாழும் மக்களிடையே நடத்தப்பட்ட விரிவான உரையாடல்களால் இது உருவாகியுள்ளது.

தேச எல்லைகள் என்பவை நவீன காலத்தில் தோன்றி வளர்ந்தவை. அவை நிரந்தரமானவையும் அல்ல, தற்காலிகமானவையே என்ற வாதங்களின் மீதும், அவற்றைவிடக் கூடுதலாக, எல்லைகளின் மக்கள்விரோதத் தன்மையின் மீதும் சுசித்ரா விஜயன் கவனம் செலுத்தியுள்ளார். எல்லைகள் உருவாக்கப்பட்ட வரலாற்றைப் பார்த்தால், அவை அதர்க்கங்களால் உருவாகியுள்ளதை கச்சிதமாக எடுத்துக்காட்டியுள்ளார். எல்லைகள் தமது உண்மை உருவைக் காட்டுவது மக்களிடம்தான். அவை மக்களை பலிகடாக்கள்

ஆக்கியே உருவாகின்றன. அவர்களின் வாழ்வைச் சிதைக்கின்றன. அவர்களின் வரலாறு, மரபு எல்லாவற்றிலிருந்தும் அவர்களைப் பிரித்து, தீவிர உணர்விழப்பை ஏற்படுத்துகின்றன. எல்லைகள், உண்மையில் அவர்களுக்கு சிறைகள். ஆனால், மக்கள் எல்லைகளின் இந்தக் குணாதியசங்களுக்கு எதிர்த் திசையில் பயணிப்பவர்களாக இருக்கின்றனர் என்று கூறும் சுசித்ரா விஜயன், 'நிறைவேறா இந்திய தேசிய உருவாக்கத்தை'யும் சுட்டிக் காட்டுகிறார்.

தெற்காசியா பற்றி, குறிப்பாக, இந்தியா-பாகிஸ்தான் பற்றி தீவிர ஆய்வுகளில் ஈடுபட்டுவரும் பிரெஞ்சு ஆய்வாளர் கிறிஸ்தோஃப் ஜாஃப்ரிலா, இந்துத்துவம் பற்றிய தனது ஆய்வுகளின் மூலம், 2014இல் தொடங்கிய நரேந்திர மோடியின் தலைமையிலான பாரதிய ஜனதாவின் ஆட்சியில் இந்தியா, 'இந்து தேசியமாகவும் இந்து இன ஜனநாயகமாகவும்' மாறிவிட்டது (2021) என்ற தீர்மானத்திற்கு வருகிறார். ஜாஃப்ரிலா இந்தியாவின் மையத்தில் இருக்கும் அரசியல் சூழலைக் கருத்தில் கொண்டு அந்த முடிவுக்கு வந்தார் என்று கொண்டால், சுசித்ரா விஜயன் அதே காலத்தில் இந்தியாவின் விளிம்புகளை ஆய்வு செய்ததன் வழியாக அதே முடிவுகளுக்கு (2021) வந்தடைந்துள்ளார் எனத் தெரிகிறது.

இந்தக் காலங்களில் தமிழ்நாட்டின் அறிவுச் சூழல் மோடியின் ஆட்சியை பாசிசம் எனலாமா, கூடாதா என்ற வாதப்பிரதிவாதங்களுக்குள் தடுமாறிக்கொண்டிருந்தது. நடுநிசி எல்லைகள் நூல், நம்முடைய சூழலை நெருக்கமாகப் புரிந்துகொள்ளவும் காத்திரமாக விவாதிக்கவும் ஏராளனமானவற்றை வழங்குகிறது.

முன்னோடியில்லாத இந்நூலை தமிழுக்குக் கொண்டுவர விரும்பி நூலாசிரியர் சுசித்ராவை அணுகியபோது, தயக்கமின்றி அனுமதியளித்ததுடன், நூலை மொழிபெயர்க்கவிருந்த வித்யாவையும் சீர்மைக்கு அறிமுகம் செய்துவைத்தார். இப்போதுவரை எல்லா விதங்களிலும் பொறுமையுடன் ஒத்துழைப்பு நல்கிவரும் சுசித்ராவுக்கு சீர்மையின் இதயங்கனிந்த நன்றிகள்.

ஆங்கிலத்தில் வெளிவந்தவுடனேயே நூலைப் படித்துவிட்டு கடும் தாக்கமுற்ற வித்யா, தமிழில் வாசிக்கவிருக்கும் வாசகர்களுக்கும் அதேவிதமான அனுபவத்தைக் கொடுக்கும் வகையில் வெகு சிறப்பாக மொழிபெயர்த்துத் தந்திருக்கிறார். அவருக்கு எம் மனமார்ந்த நன்றிகள்.

— சீர்மை

முன்னுரை

இன்று நாம் காணும் எல்லைகள் யாவும் அண்மைக் கால வரலாற்றில் தோன்றி உருப்பெற்றவையே. இப்போதும்கூட அந்த எல்லைகளில் சில மாற்றமடைகின்றன — ஒவ்வொரு நூற்றாண்டிலும் எல்லைகள் மாற்றமடைந்து வந்துள்ளதைப் போலவே. எஞ்சியவை பழைய வடிவிலேயே தொடர்ந்தாலும், அந்நிலை நீடிக்குமா என்பதற்கு எந்த உத்திரவாதமும் இல்லை. இராஜ்ஜியங்கள், அரசுகளின் வரலாற்றில், அவற்றின் எல்லைகள் கடந்த சில நூற்றாண்டுகளில் அடைந்திருக்கும் மாற்றமே இந்த நிலையற்ற தன்மைக்கு மிகச் சிறந்த உதாரணம். கடந்த காலங்களில் எல்லைகள் என்பவை, வரைபடங்களில் உள்ள சிவப்புக் கோடுகளாலோ, நிலத்தில் அவை மீது பிரயோக்கிக்கப்படும் கடுமையான கண்காணிப்புகளாலோ அறியப்படவில்லை. தேசவரைபடங்கள் நிலைபெற்று, ஒரு அரசின் கட்டுப்பாட்டிலுள்ள ஆட்சிப் பிரதேசம் இன்னதுதான் என கவனமாக வரைபடத்தில் குறிக்கப்பட்ட பிறகுதான் எல்லைகள் பற்றிய இந்தப் பிற்காலக் குறியீடுகள் வடிவம் பெற்றன.

இவ்வாறு நுணுக்கமாக வரையறுக்கப்பட்ட எல்லைகள், நிலப் பகுதியின் உரிமை யாருக்குச் சொந்தம் என்பதில் சச்சரவுகளை உண்டாக்குவதுடன், சில சமயங்களில் பகையில் சென்று முடிகின்றன. எல்லைக்கோடுகள் இரண்டு விதமாக உருவாக்கப் படுகின்றன: ஒன்று, துராந்து-மெக்மஹான் கோடுகள் போல, குறிப்பிட்ட பகுதியில் நிலவும் நகர்வுகளையும் நடமாட்டத்தையும் அவதானித்து அவற்றின் அடிப்படையில் உருவாக்கப்படுபவை; இவை முழுமையாகவும் துல்லியமாகவும் வரையப்படுவதில்லை. இரண்டாவது விதத்தில், 1947 பிரிவினைக்கு அடிப்படையாக அமைந்த ராட்க்ளிஃப் கோடுபோல அவசர கதியில் வரையப்படுபவை. ஆனால், உண்மையில் நீண்ட காலம் எடுத்துக்கொண்டு மிகவும் கவனத்துடன் செய்திருக்க வேண்டிய காரியம் இது.

இவ்வாறு வரையறுக்கப்பட்ட ஆட்சிப் பிரதேசங்கள் போர்களுக்குப் பிறகு, அதில் வெற்றிபெற்ற தரப்பின் உரிமை கோரல்களுக்கு ஏற்ப மாற்றியமைக்கப்படலாம். அல்லது, எல்லையானது அதனருகே

வாழும் சமுதாயங்களின் மதம் உள்ளிட்ட பிற அடையாளங்களைச் சார்ந்ததாக இருக்கும் பட்சத்தில், அங்கு தீர்மானிக்கும் காரணியாக மக்கள் தொகைக் கணக்கு வரலாம். 1947இல் இந்தியத் துணைக்கண்டப் பிரிவினையின் விவகாரத்தில் நடந்தது அதுதான். சிலவிடங்களில், எல்லையானது திறந்தவெளியின் ஊடாகச் செல்லக்கூடும்; வேறு சிலவிடங்களில் அது ஒரு கிராமக் குடியிருப்பின் வழியாகச் செல்லக்கூடும்; அல்லது, அடையாளங்களில் மாறுபடும் இருவேறு சமுதாயங்கள் அடுத்தடுத்த பகுதிகளில் வாழும் பட்சத்தில், எல்லைக் கோடு அந்தக் குடியிருப்பை ஊடறுத்துச் செல்லக்கூடும். ஆனால், எல்லைகள் என்பவை வெறும் கோடுகள்தாமா?

எல்லைகளின் அடிப்படை ஆவணங்களாக வரைபடங்கள் இல்லா திருந்த காலங்களில், அங்கே சிவப்புக் கோடுகள் இருக்கவில்லை, எல்லை என்பது எதைக் குறிக்கிறது என்ற புரிதலும் நெகிழ் வாகவே இருந்தது; மேலும், எல்லை அல்லது எல்லைப்பகுதி என்பது இரண்டு நாடுகளுக்கு இடையே உள்ள பரந்துபட்ட நிலப் பரப்பு என்பதாகவே புரிந்துகொள்ளப்பட்டிருந்தது. ஏதோ ஒரு புவியியல் அல்லது சூழலியல் அம்சத்தின் இருபுறங்களிலேயே நாடுகள் பெரும்பாலும் அமைந்திருக்கும். ஆறுகள், மலைகள், காடுகள், பாலைவனங்கள், கடல்களும், அவை போன்றவையும்தாம் நாடுகளைப் பிரிப்பவைகளாக இருந்தன.

வரைபடங்களில் உள்ள சிவப்புக் கோடுகளுக்கு மூதாதையான ஆறுகள்தாம், திட்டவட்டமான பிரிப்பான்களாக இருந்தன. நதி யின் ஒருபக்கம் 'நாம்', மறுபக்கம் 'அவர்கள்'. மலைகள் கடப் பதற்கு கடினமானவை என்பதால், கணவாய்கள் முக்கியத்துவம் பெற்றன. ஆனால், உலகம் முழுக்க, மனிதர்களும் விலங்குகளும் மிகப் பெரிய மலைகளைத் தாண்டி கூட்டம் கூட்டமாகப் புலம் பெயர்ந்த அதிசயம்தான் நம்பவியலாததாக இருக்கிறது. சவால்கள் அதிகமிருந்தாலும், மற்ற நிலப்பகுதிகளைக் காட்டிலும் தொலைவு களைக் கடப்பதற்கு பாலைவனப் பகுதிகளே சிறந்த நேர்ப் பாதைகளாக இருந்தன. பயணம் செய்வோருக்கு ஊறுவிளைவிக்கும் அபாயங்கள் நிறைந்தவையாக இருந்ததால், பெரும்பாலும் காடுகள் தவிர்க்கப்பட்டன. கடல்வழிப் பாதைகள் அனைவருக்குமாய் திறந்திருக்க, கடலோர மக்களுக்கு மட்டுமேயாக கடலோர எல்லைகள் இருந்தன. உயிர்ச்சூழலும் எல்லைகளைப் பாதித்தது. அது பாலைவனங்களின் மணற்குன்றுகள் இடம் மாறுவதைப் போல சிறு நகர்வாகவோ, அல்லது கடல் மட்டம் உயரும்போதெல்லாம்

சுந்தரவனத்தின் சிறிய தீவுகள் மறைந்துவிடுவதுபோன்ற பெரு நகர்வாகவோ இருக்கலாம்.

இத்தகைய எல்லைகள் அல்லது எல்லைப்பகுதிகளின் இயல்பே, அவை வெறும் கோடுகளாக இல்லாமல், 'யாருமற்ற காணியாக', பெரும் இடப்பரப்பாக இருப்பதுதான். ஒருபக்கத்திலிருந்து மறு பக்கத்திற்கு மாறிக்கொண்டேயிருக்கக்கூடிய இந்த இடங்களின் மீதான உரிமை குறித்து கூடுதல் குழப்பங்களும் எழுந்தன. இயல்பில் நேர்க்கோட்டு எல்லைகளாக இல்லாமல் எல்லை மண்டலங்களாக விளங்கும் இவை, நிலத்தின் மீதான கூடுதல் பொறுப்புகளையும் சேர்த்தே சுமக்கின்றன. இப்பகுதிகளை தங்கள் கட்டுக்குள் வைத்திருக்க அரசியல் மோதல்கள் ஒருபுறம் அரங்கேறினாலும், இரு நாட்டு மக்களுக்கிடையே நடைபெறும் போக்குவரத்தும் வர்த்தகமும் இவ்விடங்களை தீவிர வர்த்தகப் பரிமாற்ற மையங்களாகவும் மாற்றிவிடுகின்றன. இதனால் விளைந்த பொருளாதார அனுகூலங்களை இந்தியத் துணைக்கண்டத்தின் வடக்கு மலைத்தொடர் வழியே நடைபெற்ற வணிகத்தின் அளவைக் கொண்டு புரிந்துகொள்ள முடியும். ஹிந்துகுஷ் மற்றும் வட இமாலய மலைப்பகுதிகளோ, தார் பாலைவனத்தின் வழி சென்ற பாதைகளோ, கிழக்கிந்தியாவின் அடர் காட்டினூடே செல்லும் வழிகளோ, அல்லது, இவற்றிலிருந்து முற்றிலும் மாறுபட்ட மேற்கு கடற்கரையோர எல்லைகளோ, ஒவ்வொன்றும் ஒவ்வொரு விதத்தில் தகவல் தொடர்புக்கும் வர்த்தகப் பரிமாற்ற முறைமைகளுக்கும் வழிகோலின.

இன்றைய உலகின் நவீன எல்லைகள், தடைகளாகச் செயல்பட, எல்லையைக் கடக்குமிடங்கள் கடும் கண்காணிப்பின் கீழ் இயங்கும் சோதனைச்சாவடிகளாக இருக்கின்றன. கடந்த காலங்களில் இது போல இல்லை. கடந்த காலங்களில் எல்லைகள் எவ்வளவு தற்செயலானவையாக இருந்தன என்பதைப் புரிந்துகொள்ள வட இந்தியாவிற்குள் நடந்த பல புலப்பெயர்வுகளின் வரலாறு களைப் புரட்டினாலே போதும். மத்திய ஆசியாவிலிருந்து சிறிதும் பெரிதுமான குழுக்களாக இந்தியாவிற்குள் வந்த மேய்ச்சல் சமூ கங்கள், உதாரணத்திற்கு, ஆரியர்கள் அல்லது பிறகு வந்த குஜ்ஜார்கள். நாடு முழுவதும் பயணம் செய்த அவர்கள், மேய்ச்சல் நிலமும் நீராதாரமும் இருக்குமிடங்களில் எல்லாம் தங்கள் குடில்களை அமைத்துக்கொண்டனர். வெவ்வேறு அளவுகளில் மற்றவர்களும் உள்ளே நுழைந்தனர்: உதாரணமாக, சாகர்கள், சத்ரபதிகள்,

குஷாணர்கள், ஹூணர்கள், ஷாஹிக்கள், துருஷ்கர்கள் ஆகியோரை படையெடுப்புகள் கொண்டுவந்தன. அவர்கள் தங்களுடன் கொண்டுவந்த பல்வேறுபட்ட மதங்களையும் கலாச்சாரங்களையும் கொண்டு (சில சமயங்களில் தாம் மாற்றமடைந்தும், வேறு சில சமயங்களில் பிறவற்றை மாற்றியமைத்தும்), எல்லைப்புறப் பகுதிகளிலும் உள்நாட்டிலும் வாழ்ந்துவந்த மக்களின் வாழ்க்கையை மாற்றியமைத்ததன் மூலம் வடக்கெல்லைகளை அர்த்தமிழக்கச் செய்தனர். வாழ்வியல்முறை இரண்டு பக்கங்களிலும் மாற்றங்களுக்கு ஆளானது. வடக்கு எல்லைகளுக்கு அப்பாலிருந்து வந்த கடவுள்கள் இறுதியில் இந்தியப் பலதெய்வ வழிபாட்டின் பகுதிகளாக மாறிவிட்டனர்; ஸூஃபிப் பிரிவுகள் இந்திய மத நிலப்பரப்பின் பகுதிகளாக மாறிவிட்டன; இந்தியாவில் பௌத்தம் வட இந்தியாவை விட்டு வெளியேறி, மத்திய ஆசியாவின் முக்கிய மதமாக மாறி, சீனாவரை பரவியது. எனில், இரண்டு தேசங்களையும், இரண்டு கலாச்சாரங்களையும் பிரித்திருந்தது, வெறும் எல்லைக்கோடு அல்ல — எல்லைப்பகுதி அது. இரண்டு பக்கங்கள் மீதும் அது செலுத்திய தாக்கத்தையும் நாம் கணக்கிலெடுத்துக்கொள்ள வேண்டும்.

எண்ணற்ற வரலாற்றுத் தரவுகளுக்குள் புகாமல், சாதாரணமாக நான் கூற விரும்புவது: நவீன காலத்திற்கு முன்னர் எல்லைப்பகுதிகள் இரு நாட்டு மக்களுக்கிடையேயான உரையாடல்களை மேம்படுத்தவும், புதிய கலாச்சாரங்களை வார்த்தெடுக்கவும் பயன்பட்டன என்பதைத் தான். அதற்காக, சர்ச்சைகளும் வன்முறைகளும் இல்லவேயில்லை என்று அர்த்தமில்லை. தேசங்களின் பெருந்தேவைகளுக்காக நடந்த சர்ச்சைகள் தேசம் முழுவதிலும் தாக்கம் ஏற்படுத்தியதே அன்றி, குறிப்பிட்ட இடங்களில் மட்டும் குவித்து வைக்கப்படவில்லை. கூடவே, சர்ச்சைகளையும் மீறி இரண்டு நாடுகளுக்கிடையே எல்லை கடந்த போக்குவரத்து நிகழ்ந்துகொண்டுதான் இருந்தது. தொலைவான இடங்களுக்கு ஆன்மீகப் பயணங்கள், இருபுறமும் கொண்டாடப்பட்ட பண்டிகைகள், இரத்த சம்பந்தமுள்ள உறவுகளும் கூட எல்லை கடந்து தொடர்ந்தன; எல்லைப்புறத்தின் அண்மையில் சர்ச்சைகள் இருந்தபோதிலும், இருபக்கங்களுக்கும் இடையே தொடர்பு அறுந்துபோய்விடவில்லை.

ஆக, ஒரு காலத்தில், எல்லைப்பகுதிகள் வேறுபட்ட கலாச் சாரங்களின் ஒருங்கிணைவு உருவாகும் இடங்களாகவோ, சந்திப்பு மையங்களாகவோ, கலாச்சாரப் பரிமாற்றம் நிகழும் இடங்களாகவோ இருந்தன. எல்லைக்கோடுகளைக் கொண்டு ஏற்படுத்தப்பட்ட நவீன

எல்லைகள், தீவிரவாதமும் வன்முறையும் செழிக்கும் குறுகிய பாதைகளாகிவிட்டன. நான் காச்சாவின் மேற்கு எல்லையில் பயணம் செய்தபோது, இன்று வெறிச்சோடியிருந்த 'லக்பத்' நகருக்குச் சென்றிருந்தேன். அதனுடைய பெயரைப் போலவே ஒருகாலத்தில் வர்த்தக நகரமாக செழித்துக்கொழித்திருந்த நகர் அது.[1] எதனால் இந்த மாற்றம் நிகழ்ந்தது? ஒருமுறை ஏற்பட்ட இயற்கை இடரான பூகம்பம் இதற்கு ஒரு காரணமாக இருந்தாலும், பிரிவினை அரசியலும், அதைத் தொடர்ந்து வர்த்தகப் பரிமாற்றம் நின்றுபோனதுமே அந்த ஊரை மரணிக்கச் செய்துவிட்டது. எல்லை அதன் மீது இடப்பட்டதுதான் அந்நகரை முழுவதுமாகக் கொன்று போட்டது.

எல்லைகள் தற்காலிகமானவை. அவை ஒவ்வொரு நூற்றாண்டிலும் மாற்றமடைந்தே வந்துள்ளன — பெருமளவு ஆக்கிரமிப்புகளால். சில சமயங்களில் தொடர்படியான உள்நாட்டு நடவடிக்கைகளாலும் அவை மாற்றமடைகின்றன. நடுவேயுள்ள இடைத்தடுப்புப் பகுதிகள், தங்களைத் தாங்களே காப்பாற்றிக்கொள்ள வேண்டிய சூழலில் தள்ளப்பட்டன. தற்போது இப்பகுதிகள் அனைத்தும் இரு புறத்திலிருந்தும் எழும் கடும் கட்டுப்பாடுகளால் — பகையை ஏற்படுத்தவல்ல கடும் கட்டுப்பாடுகளால் — நெருக்கப்படுகின்றன.

இந்த நிகழ்காலச் சூழலை உணர்வுபூர்வமாகவும் மிகுந்த வாஞ்சை யுடனும் அணுகி, நீண்ட, நெடிய இந்திய எல்லைகளூடாக தான் மேற்கொண்ட பயணங்களின் வழி விவரிக்கும் சுசித்ரா விஜயனின் நூல், எல்லையை, அதன் உணர்வுகளை மதிப்பிடுவதில் புதிய அணுகுமுறையைக் கையாண்டிருக்கிறது. சுசித்ரா விஜயன், தான் சென்ற இடங்கள், அங்கு சந்தித்த மக்களுடன் நடத்திய உரையாடல் கள் வழியே பெற்ற அனுபவங்கள் ஆகியவற்றை உயிர்ப்புடனும் உணர்வுபூர்வமாகவும் நடுநிசி எல்லைகள் நூலில் பகிர்ந்துள்ளார். இது எல்லைப்பகுதிகளில் வாழும் மக்கள் எல்லையை எப்படி அணுகுகிறார்கள் என்பது பற்றிய நெருக்கமான பார்வையை நம்முன் வைக்கிறது. பல வழிகளிலும் அது ஊகிக்க முடியுமானதுதான் என்று தோன்றலாம். ஆனால், இந்த நூல், எல்லைப் பகுதிகள் பற்றிய அரசாங்கங்களின் பொதுவான கண்ணோட்டத்திலிருந்தும், தற்காலத்தில் மங்கலாகவும் அலட்சியமாகவும் புரிந்துகொள்ளப்படும்

---

1. லக்பதி என்ற இந்திமொழிச் சொல்லிலிருந்து வந்த 'லக்பத்' என்ற சொல்லிற்கான பொருள் செல்வந்தன், கோடீஸ்வரன். (ப.ஆ).

விதத்திலிருந்தும் முற்றிலும் மாறுபட்ட புதிய கோணத்தை அறிமுகப் படுத்துகிறது.

அவர் நூலில் குறிப்பிடும் இடங்களை நான் நாற்பதாண்டுகளுக்கு முன்பு சென்று பார்த்திருக்கிறேன். ஜீப் செல்லும் பாதையின் இருபக்கமும் பனிமலைகள் சூழ்ந்திருக்க, ஒரு கோடைக்காலத்தில் கிஷன்கங்கா பள்ளத்தாக்கிற்கு வண்டியோட்டிச் சென்றேன். இந்திய-பாகிஸ்தானிய எல்லைக் காவல்நிலையங்கள் இரண்டும் சிறு தொலைவு இடைவெளியில் ஒன்றையொன்று பார்த்தபடி அமைந்திருந்தன. இந்தியப் புறக்காவல்நிலையத்தில் தேநீர் பருகிய படி அமர்ந்திருந்தபோது, தொலைபேசி ஒலித்தது. வந்திருப்பவர்கள் யார் என்று விசாரிக்க பாகிஸ்தானிய காவலர்கள் அழைத்திருந்தனர். சிறு அரட்டைக்கும் சிலபல ஜோக்குகளுக்கும் பிறகு, எங்களுக்குத் தங்கள் வாழ்த்துகளைத் தெரிவித்துவிட்டு அழைப்பைத் துண்டித் தனர். அப்பகுதிவாழ் மக்கள்பற்றிய செய்திகளும் அடங்கிய சகஜமான உரையாடல் அது. இது நடந்து சில மாதங்களில்தான், 1965ஆம் ஆண்டு எதிர்ப்புகள் வெடித்தன.

ஜவஹர்லால் நேரு பல்கலைக்கழகத்தின் துணை நிறுவனம் ஒன்று மணிப்பூரில் அமைந்திருந்தது. தற்பொழுது முழுநேரப் பல்கலைக்கழகமாகிவிட்ட அதற்கு அந்நாளில் தில்லியில் இருந்து பேராசிரியர்கள் பாடத்திட்டங்கள், நிர்வாகம் பற்றி ஆலோசனை வழங்குவதற்காகத் தொடர்ந்து வருகை புரிவோம். அவ்வாறு ஒரு சந்தர்ப்பத்தில், இந்திய-மியான்மர் எல்லையில் உள்ள டமு என்ற ஊருக்குச் சென்றேன். அந்த ஊர் பார்ப்பதற்கு விரும்பத்தகாமலும், இருள் சூழ்ந்தும், சில சாலையோர மதுக்கடைகளை மட்டுமே கொண்டு, தூங்கி வழிவதாகவும் தோன்றியது. அங்கு காவி உடையில் பர்மிய புத்த பிக்குகள் உலவிக்கொண்டிருந்தனர். அவர்களில் சிலர் மியான்மர் மடங்களைச் சேர்ந்த துறவிகள் என்றும், மற்ற சிலர் இந்தியர்கள் என்றும் எங்களுக்குக் கூறப்பட்டது.

தற்பொழுது முற்றிலும் மாறுபட்ட கோணத்தில் பார்க்கப்படும் இந்த எல்லைச் சூழலில், நட்பைத் தவிர அனைத்தும் சாத்தியமாக இருக்க, இப்பகுதியின் இயற்கையான அமைப்பு, எல்லைகளின் உண்மைத்தன்மை, அவை கடந்த காலங்களில் அடைந்துள்ள மாற்றங்கள் பற்றி கேள்வி எழுப்புவது அவசியமாகிறது. இங்குதான், எல்லாவற்றையும் தாண்டி எழும் முக்கியமான கேள்விக்கு பதிலளிக் கிறார் சுசித்ரா விஜயன்: தற்போதைய அரசியல் சூழலுக்கேற்ப மாற்றமடைவது அவசியமாக இருந்தாலும், எல்லைகளால் விளையக்

கூடிய நேர்மறை அம்சங்கள் சிலவற்றையேனும் மறுஅறிமுகம் செய்வது பற்றி நாம் ஆலோசிப்பது எத்துணை தூரம் பயனுள்ளதாக இருக்கும்? எல்லைகளின் பயன், பகைமையை வளர்த்தெடுப்பது மட்டுமேயாக இல்லாமல், அவை பரஸ்பர நன்மைக்கான ஆதாரமாக விளங்கக்கூடிய சாத்தியமுள்ளவை என்பதை அது உறுதிப்படுத்தக் கூடும்.

அக்டோபர் 2022
தில்லி

ரொமிலா தாப்பர்

நன்றி

ராம்: இதுவரை வாழ்ந்த, இப்போது வாழ்ந்துகொண்டிருக்கிற எந்தவொரு எழுத்தாளருக்கும் உன்னைப் போன்ற இணையர் அமைந்திருக்க வாய்ப்பேயில்லை. நான்கு கண்டங்களுக்கும் பல்வேறு நகரங்களுக்கும் எனக்காகப் பயணித்தாய். தொலைவு களைத் தவிர்க்கவியலாதபோதும், பயணங்களின் காலம் முடிவற்று நீண்டபோதும் நான் திரும்பி வருவதற்கென்று ஓர் இல்லம் செய்திருந்தாய். நூலின் தொடக்க அத்தியாயங்களிலேயே நான் தடுமாறி நின்றபோதும், அதன் பல வரைவுகளைப் படித்திருந்த நீ, அட்டகாசமாக வந்திருப்பதாக அழகான பொய்கள் சொல்லிப் புன்னகைத்தாய். வாழ்வின் எட்டு வருடங்களை மொத்தமாய் எடுத்துக்கொண்ட புத்தகத்திற்கான வெளி, நீ உருவாக்கிக் கொடுத்தது. நான் நானாக இருக்க, வளர இடம் செய்தாய்.

அம்மா: அம்மா இல்லாத உலகம் மிகக் கொடூரமானது. அளவில்லாத அன்பைக் கொடுக்க, எனக்காகச் சண்டையிட, என்னருகே எப்போதும் நீங்கள் இருந்திருக்கிறீர்கள். நான் ஆசீர்வதிக்கப்பட்டவள் அம்மா! சமரசம் செய்துகொள்ளாமல், உறுதியாக, ஒழுக்கத்துடன் வாழக் கற்றுக்கொடுத்தீர்கள். என்னிடமுள்ள நல்லவை அனைத்தும் உங்களிடமிருந்து பெற்றவையே.

அப்பா: அப்பா! பதினான்கு வயதாகும்போது, ஒரு கட்டுரையின் வரியை எனக்குப் படித்துக் காண்பித்தீர்கள்: 'பெறுபவர்கள் அல்ல, கொடுப்பவர்கள்தாம் இவ்வுலகின் மீதான வாரிசுரிமை உடையவர்கள்' என. பொன்மொழிகளுக்கென நான் வைத்திருந்த நோட்டுப்புத்தகத்தில் இந்த வரிகளை உடனே குறித்துக்கொண்டேன். 'இவ்வுலகின் மீதான வாரிசுரிமையைப் பெறுவதற்கு' என்ற வரிகளால், வீட்டின் நான்கு சுவர்களே உலகமாக இருந்த பதினான்கு வயது சிறுமிக்குள் எத்துணை பிரம்மாண்டச் சிந்தனையை விதைத்தீர்கள்! புத்தகத்தின் இறுதி வரைவைப் படித்து முடித்த அந்த நள்ளிரவில் எனக்கு ஒரு குறுஞ்செய்தி அனுப்பினீர்கள்: 'உன்னை நினைத்து மிக கர்வமாக உணர்கிறேன்' என்று. எந்த விருதோ, சாதனையோ ஒருபோதும் அந்த ஐந்து வார்த்தைகளுக்கு நிகராகாது அப்பா!

ஷ்ருதி: உன் சுயநலமற்ற அபரிமிதமான அன்பையும், எங்களுக்காக நீ செய்யும் அனைத்தையும் வெறும் வார்த்தைகளால் எப்படி அளவிட முடியும்? அப்பா, அம்மாவை அக்கறையுடன் கவனித்துக் கொள்வதாகட்டும், மற்றவர்களுக்காக உன்னைப் பின்னுக்குத்தள்ளி நீ செய்யும் செயல்களாகட்டும், நம் சிறு உலகின் இணைப்புக் கண்ணியாக நீ இருப்பதை, எல்லோரையும் ஒற்றைச் சங்கிலியில் பிணைத்திருப்பதை, எந்தச் சொற்களால் விவரித்துவிட முடியும்?!

லூசி: இப்புத்தகம் வெளிவந்திருப்பது உங்களால்தான் லூசி! இது உங்களால்தான் சாத்தியமானது. முதல்முறை புத்தகம் வெளியிட ஆசைப்பட்டு, நாலா பக்கமும் வேரோடிக் கிளைவிரித்திருந்த குழப்பமான யோசனையுடன் உங்களை அணுகிய ஓர் அறிமுக எழுத்தாளரை உங்கள் கைகளுக்குள் எடுத்துக்கொண்டு இன்னும் இன்னும் சிறப்பாக எழுதப் பழக்கினீர்கள். என் கருத்துகளைப் போஷித்து, எனக்கான சவால்களைப் பெரிதாக்கி, எல்லைகளற்ற, மேம்பட்ட ஓர் எழுத்தாளராக வளர்த்தெடுத்தீர்கள். லூசி! நீங்கள் மிகத்தேர்ந்த கைவினைஞர் (Lucy: il miglior fabbro).

அஜிதா, ரையன்: இந்தப் பிரதியின் மீது நீங்கள் வைத்த அன்பு, கருணை மற்றும் பெருந்தன்மைக்காக. இந்தப் புத்தக யோசனைக்கு உருவாக்கம் கொடுத்து வெற்றிகரமாகச் செயல்படுத்தியமைக்காக.

கார்ல்: இந்நூல் வெளியீடு நெடுகவும், அதற்கப்பாலும் உங்கள் வழிகாட்டுதலுக்காகவும் விஷய ஞானத்திற்காகவும்.

பக்தி: என் தோழியாக, என் தொகுப்பாளராக, என் யோதாவாக, பலவுமாக இருப்பதற்கு நன்றி தோழி!

நாச்சியப்பன்: என் நெருங்கிய, நெடுநாளைய நண்பன்; இந்த நூலின் ஒவ்வொரு வரைவையும் படித்து, என்னை உந்தித் தள்ளியவன்.

இந்த நூலைச் சாத்தியப்படுத்திய என் பழைய, புதிய நண்பர்களுக்கு, உங்களை நண்பர்களாகப் பெற்றது என் வாழ்வின் ஆகப் பெரிய வரம்:

> ஜி.க்யூ.வில் என்னுடைய தொகுப்பாளர் டேவ் பெஸ்ஸலிங், குறிப்பாக அந்த ஒரு தொலைபேசி அழைப்புக்கு;
>
> ராஷா சட்டா, கெய்ரோ எப்போதும் நம் உடனிருக்கும்;
>
> மைக்கேல் ப்ரோன்னர், மைக்கேல் பஷ், அசீம் ரஃபீக்கி;

கையுத்ரா பஹதூர், எனக்கு முன்மாதிரி எழுத்தாளராக விளங்குவதற்காகவும், லூசியை அறிமுகப்படுத்தி வைத்ததற்காகவும்;

பர்வேஸ் புஃகாரி, என்னில் ஏற்படுத்திய அளவில்லா தாக்கத்திற்கு;

நவாஸ் குல் கானுங்கோ, உங்கள் அளவில்லா அன்பிற்கு;

தானிஷ் ஹுசைன், உங்கள் கவிதைக்கு;

ஃப்ரான்செஸ்கா ரெச்சியா, பதுங்கு குழியில் என்னுடன் இருந்ததற்கு;

மோனா பன், அருகிருந்து அத்தியாயங்களைப் படித்ததற்கும், உங்கள் உதவித்தொகைக்கும், அசாத்திய தன்னம்பிக்கைக்கும்;

அத்ஹர் ஸியா, உங்கள் கவிதைக்கும் அன்பிற்கும்.

ரித்தேஷ் உத்தம்சந்தானி, சுக்மன் தாமி, சர்ஃபராஸ், நடாஷா ஜாவீத்: பாணர்களாக இருந்து உங்கள் வாழ்வைப் பகிர்ந்து கொண்டமைக்கு.

நீங்களில்லாமல் பெரும்பாலான பயணங்களோ, பேட்டிகளோ சாத்தியமேயில்லை:

உதய் த்ரிபாதி, ஜே.கே.சி.சி.எஸ்., குர்ரம் பர்வேஸ், சலீம் பின் அஹ்மது, அனில் ப்ரார், இம்ருல் இஸ்லாம், ஜம்ஷீது, ஆசிம் பாய், லெஃப்டி, சாரி பேகம், திரு 'என்' மற்றும் புத்தகத்தின் பக்கங்களில் இடம்பெறாத மேலும் பலருக்கு

இறுதியாக, மரியம் ரஸா, என்.ஆர்.சி.யால் இறந்தவர்களின் பட்டியலைத் தொகுத்தளித்தமைக்கு.

முகவுரை

(என்) இஸ்மாயில்

உன் பெயரென்ன என்று சிலர் கேட்கும்போது, குடியிருக்கும் வீட்டைப் பல முறை தொலைத்தவன் என்றே சொல்கிறேன்.

— களஆய்வுக் குறிப்புகள்,
இந்திய-வங்கதேச எல்லை

தன் ஊரின் பழைய வரைபடம் ஒன்றைத் தவிர, தன் வாழிடம் குறித்துச் சொல்லிக்கொள்ள வேறொன்றும் இல்லை இஸ்மாயிலிடம். அவர் சிறுவனாக இருந்தபோது மனதில் பதியவைத்திருந்த வரைபடத்திற்கும் இப்போதுள்ள வரைபடங்களுக்கும் எந்தச் சம்பந்தமும் இல்லை. சற்றே சாய்ந்த முக்கோணம்போலிருந்த அந்தப் பழைய வரைபடத்தை அவர் முழு வரைபடத்தின் ஒரு பாதிதான் என்றார். உள்ளூர் ஜாம் ஃபாக்டரியும் அவர் படித்த பள்ளியும் முகாம்களாக மாறியிருந்தன. ஊர் முற்றிலும் உருமாறியிருந்தது; அவருடைய நாடு இல்லாமலே போயிருந்தது. ஒருமுறை நாடு கடத்தப்பட்டும், இருமுறை அகதியாகவும் நாள்களைக் கழித்த அவர், எப்பொழுதும் அநாதையாகவே வாழ்ந்திருந்தார்.

இந்நாட்டிற்கு வந்தவுடன் தன் பெயரை 'இஸ்மாயில்' என்று மாற்றிக்கொண்டார். கடவுளுக்குப் பலியாக இருந்து, பிறகு உயிர்பிழைத்து வாழ்ந்த ஆபிரகாமின் மகனுடைய பெயர் அது.[1] வாழ்வைப் புதிதாகத் தொடங்கத் தேவையான எல்லாவற்றையும் செய்த இஸ்மாயில், தான் எதிர்கொண்ட வன்முறையை மட்டும் தன்னிலிருந்து துடைத்தழிக்க முடியாமல் தடுமாறினார். வீட்டையும் குடும்பத்தையும் இழந்த துக்கம், அவரை விடாமல் அழுத்தியது; போர் அவரைவிட்டு வெளியேறவேயில்லை. காலம் அவருக்கு ஒரு பொருட்டாகவேயில்லை. அவரைப் பொறுத்தமட்டில் அது நகர்வதில்லை, என்றோ உறைந்துபோய்விட்டது!

---

1. ஆபிரகாமின் முதல் மகன் இஸ்மாயில். ஆபிரகாமிய மதங்களான யூதம், கிறிஸ்தவம், இஸ்லாம் ஆகிய மூன்றின் புனித நூல்களிலும் இஸ்மாயில் பற்றிய பதிவுகள் உள்ளன. (ப.ஆ).

இஸ்மாயிலுடனான சந்திப்பின் போது, போர்க்காலங்களில் வெளியான செய்தித் துணுக்குகளைச் சேகரித்து நோட்டுப்புத்தகங்களாக்கி வைத்திருந்ததைக் குறிப்பிட்டார். அவர் அச்சேகரிப்பை 'மறந்துவிட்ட உண்மைகளின் அருங்காட்சியகம்' என்று அழைத்தார். நீங்கள் அந்த நோட்டுகளைப் புரட்டினால்: சீருடை வீரர்களின் பாதுகாப்பில் இருக்கும் வீதிகளைக் காட்டிலும் தடுப்பு முகாம்களின் பாதுகாப்பு மேலென, தாமாகவே கைதாகி உள்ளே சென்றவர்களின் கதைகளை அறிய முடியும்; முற்றுகையின் உச்சத்தில், பொதுமக்களைத் தாக்குவதற்காக ஒவ்வொரு வீதியின் மூலையிலும் ஒரு ஸ்னைப்பர் நிறுத்தப்பட்டிருக்கும்போது, துக்க வீடுகளின் இறுதிச் சடங்குகளில் செல்லோ கலைஞர் (Cellist) இலவசமாக இசைத்துக் கொடுப்பதைக் காண்பீர்கள்; பிறகு, சாரயேவோவின் (Sarajevo) கழிப்பறைகளைச் சுத்தம் செய்யும் பத்திரிகையாளரைச் சந்திப்பீர்கள், அவர் இருபது நாள்களாகத் தொடர்ந்து நடந்த படுகொலைகளுக்கு சாட்சியாக இருந்து, இறந்தவர்கள் மற்றும் கொலையாளிகளின் பெயர்களடங்கிய நூறு நோட்டுப்புத்தகங்களைப் பதிவுசெய்து வைத்திருந்ததைத் தெரிந்துகொள்வீர்கள்; அடுத்து, தொடர் பட்டினியால் தன் சுவைக்கும் திறனை இழந்த பெண், சிறையின் குளிர்ந்த மண்தரைகளின் சுவையைத் தவிர வேறெந்தச் சுவையும் அறியாமல் போனதுபற்றி படித்துக் கடப்பீர்கள். ஒருமுறை திருடப்பட்டு, பறிக்கப்பட்டு, ஒடுக்கப்பட்ட சுதந்திரத்தைப் பிறகு மீட்க முடிவதேயில்லை!

இஸ்மாயிலிடம் ஓர் எளிய கேள்வியிருந்தது. அவருடைய வீடு ஏன் இல்லாமல் போனது, அது ஏன் உருவாக்கப்படாமல் அழிக்கப்பட்டது? பதில்களைத் தேடுகையில், அவர் நவீன கால இப்னு பதூதா[2]வாக மாறுவேன் என்று கூறினார். மக்களைப் பிரிக்கும் அருவருப்பான எல்லைகள், வேலிகள்; தேசமாக மாற மறுத்து உடைபடும் எல்லைக்கோடுகள்; இன-ஒதுக்கலும் ஆக்கிரமிப்பும் இணைந்த சமன்வரைகளில் அவர் பயணிப்பார். தேசங்கள் பிரகடனம் செய்த கோடுகளுக்கும் அவருடைய மனதிலிருந்த கோடுகளுக்கும் எந்தவொரு தொடர்புமில்லை.

இஸ்மாயில் இறுதியாக தஞ்சமடைந்த ஊரைவிட்டுக் கிளம்பவேயில்லை. தங்கி, காத்திருந்து, கொஞ்சம்கொஞ்சமாக சிதைந்தும் போனார்.

---

2. பதினான்காம் நூற்றாண்டைச் சேர்ந்த பிரசித்தி பெற்ற நாடுகாண் பயணி. (ப.ஆ).

இறுதி ஆளாக இருப்பதை எப்படி உணர்வீர்கள்?
எங்கள் இருப்பை அவர்கள் மறுதலித்தபோதுகூட அல்ல,
நான்தான் கடைசி ஆளென உணர்ந்தபோதுதான்
நான் வாழ விரும்பவில்லை.

இஸ்மாயிலின் தளர்ந்த உடலின் அருகே இந்தக் குறிப்பு கண்டெடுக்கப்பட்டது. இருபது வருடங்களாக அகதியாக, அநாதையாக, நாடுகடத்தப்பட்டு வாழ்ந்தவரின் குறிப்பு.

வாழ்வதற்கான விருப்பமோ, வாழ்விற்குப் பிறகான உயிலோ, அதை நிறைவேற்றுவதற்கான நபர்களோ எதுவுமில்லாத வாழ்வு அவருடையது. ஓர் அட்டைப்பெட்டிக்குள் அடங்கிவிட்ட அவருடைய உடைமைகளை இஸ்மாயிலின் வீட்டு உரிமையாளரான ஆர்மீனியர், அருகிலிருந்த பழைய பொருட்கள் விற்கும் கடைக்குக் கொடுத்துவிட்டார் — அவருடைய 'மறந்துவிட்ட உண்மைகளின் அருங்காட்சியகம்', செய்தித் துணுக்குகள், பெயர்கள், தேதிகள், மற்றும் இல்லாமல் போய்விட்ட அவருடைய ஊரின்/நாட்டின் பழைய வரைபடங்கள் அடங்கிய நோட்டுகள் அனைத்தும் கொடுக்கப்பட்டுவிட்டன.

யூத இனப்படுகொலையில்[3] உயிர்பிழைத்திருந்த (Holocaust survivor) வேதியியலாரும் எழுத்தாளருமான ப்ரிமோ லெவி[4] (Primo Levi) 1987ஆம் ஆண்டு உயிரிழந்தார். இதுகுறித்து எழுதிய எல்லி வெய்ஸல் (Elie Wiesel), 'ப்ரிமோ லெவி நாற்பது வருடங்கள் கழித்து ஆஷ்விட்ஸில் இறந்துபோனார்'[5] என்றார். லெவியைப் போல இஸ்மாயிலும் அழிக்கப்பட்ட அவருடைய ஊரில் இருபது வருடங்கள் கழித்து இறந்துபோனார். தன் வாழ்வை முடித்துக்கொள்ளும் முடிவை அவர் ஏன் தேர்ந்தெடுத்தார் என்பது எனக்கு விளங்கவேயில்லை. அவருக்கு வாழ்வதே மிகக் கொடுமையான விலையாக இருந்திருக்கக்கூடும்.

---

3. இரண்டாம் உலகப் போரின் போது ஜெர்மனியில் நாஜிக் கட்சி அரசாங்கம் முறைசார் நடவடிக்கையாக யூத மத மக்களை படுகொலை செய்ததை இது குறிக்கிறது. (ப.ஆ).

4. ப்ரிமோ லெவி (1919–1987) இத்தாலியில் பிறந்தவர். வேதியியலாளர். நாஜி வதை முகாமிலிருந்தவர். சிறுகதைகள், கவிதைகள், நாவல் உள்ளிட்ட பல நூல்களை எழுதியவர். கொலை முகாமிலிருந்தபோது இவர் எழுதிய *Survival in Auschwitz* (1947) நூல் மிக முக்கியமானது. (ப.ஆ).

5. Elie Wiesel, 'Con l'incubo che tutto sia accaduto invano', *La Stampa*, Turin, 14 April 1987, p. 3.

பத்து வருடங்களுக்கு முன்பு முதல்முறை நாங்கள் சந்தித்தபோது இஸ்மாயில் தன் வாழ்வுபற்றி, ‘கடுமையான பெருஞ்சுமை’ என்ற சொல்லைப் பயன்படுத்தினார்.

போர், வன்முறை, அது தரும் வலியைப் பற்றிப் பேசும்போது தேர்ந்த பேச்சாளரைப் போல பேசும் இஸ்மாயில், ஒரு குழந்தைபோல வெகுளியாகத் தோன்றினார். போரில் அனைவரையும், அனைத்தையும் இழந்தபோது அவர் சிறுவனாக இருந்தார். வன்முறையுடனான சமரசத்திற்கு ஒருபோதும் ஒப்புக்கொள்ளாத அந்தச் சிறுவனுக்கு தன் நாடு இல்லாமல் போனதன் அர்த்தத்தை விளங்கிக் கொள்ளவே இயலவில்லை.

இஸ்மாயில் ஒருமுறை, ‘நான் எந்த நாட்டைச் சேர்ந்தவன்?’ எனக் கேட்டார். மண்மீதான தன் உரிமை குறித்த இந்தக் கேள்விக்கு பதில் இல்லாமல் அவர் இறந்துவிட்டதுதான் என்னை விடாமல் அழுத்துகிறது. அவர் இத்தேசத்தையும் காலத்தையும் சேர்ந்தவரா, அல்லது மௌனத்திற்கும் மறத்தலுக்கும் உரியவரா?

யுகோஸ்லோவியாவின் போர்க்குற்றத் தீர்ப்பாயத்தில் நான் பணிபுரிந்தபோது, பாதிக்கப்பட்ட, உயிர்பிழைத்த சாட்சியங்கள் அடங்கிய தொகுப்புகளை மாதக்கணக்கில் படித்திருக்கிறேன். மிகக் கொடிய குற்றங்களிலிருந்து தப்பிப் பிழைத்தவர்கள், அவற்றை நேரில் பார்த்தவர்கள் அல்லது, இன அழிப்பு மற்றும் இனப்படுகொலையால் குடும்பத்தை இழந்தவர்கள் ஆகியோர் தீர்ப்பாயத்தின் முன் தங்களது அனுபவங்களைப் பகிர்ந்தார்கள். உணவின்றிப் பட்டினி கிடந்ததை, தங்கள் வீடும் சுற்றமும் தகர்க்கப்பட்டதை, குடும்ப உறுப்பினர்களை இழந்ததை, யாருமின்றித் தனிமைப்படுத்தப்பட்டதை, உடல்ரீதியான சித்தரவதைகள், பாலியல் வன்முறைகள், கொலை, நாடுகடத்தல் எனத் தாங்கள் அனுபவித்த கொடுமைகளை விவரித்தவர்கள், தங்கள் இழப்பின் வீரியத்தை உணர்த்த முடிவதையே தாங்கள் ஏங்கிக் கிடந்த நீதியென கருதினார்கள். தீர்ப்பாயத்திற்கு சாட்சி சொல்ல வந்த மக்கள் தங்கள் இழப்பைத் தெரிவிக்கும் ஏதோ ஓர் அடையாளச்சின்னத்தை தங்களுடன் கொண்டுவந்திருந்தனர். வெறும் சாட்சிகளின் வாக்குமூலமாகவோ, வெற்று எண்ணிக்கையாகவோ கடந்து செல்லாமல் உணர்வுள்ள மனிதர்களாகத் தங்களைப் பதிவுசெய்துகொள்வதற்கான முயற்சி அது. எல்லாவற்றிற்கும் மேல், தங்கள் குடும்பத்தில் இறந்தவர்களின் பாவமன்னிப்புப் பிரார்த்தனைகள் நினைவுகூர்ந்து, அங்கீகரிக்கப்பட்டு, பதிவு செய்யப்பட வேண்டுமென நினைத்தார்கள். விசாரணை அதிகாரி

களிடமும் வழக்குரைஞரிடமும் தருவதற்காக இழந்த குடும்பத் தினரின் புகைப்படங்களைக் கொண்டுவந்திருந்தனர். அநேக மக்களுக்கு, அவர்கள் மறக்கப்படாமலிருப்பதே நீதியாக இருந்தது.

இஸ்மாயிலும் இதற்கு விதிவிலக்கில்லை. மறந்த நினைவுகளின் அருங்காட்சியகம் என்று அவர் குறிப்பிட்ட நோட்டுப்புத்தகத்தில், தன் ஊரின் பழைய புகைப்படங்களையும் வரைபடங்களையும் உணர்வுபூர்வமாகச் சேகரித்துப் பதிவுசெய்திருந்தார் — செய்தித் தாள்களில் வெளியான புகைப்படமாக இருந்தால் கூட. அவருடைய ஊர் வெறும் கற்பனைச் சித்திரமல்ல, அவரின் நினைவுகளைப் போல ஊரின் இருப்பும் மெய்யானது என்பதற்கான ஆதாரங்கள் அவை. ஆனால், அந்த வரைபடங்கள் அவருடைய மொழியைப் பேசுவன அல்ல. தேசத்தின், அரசாங்கத்தின், இராணுவத்தின், அரசியலின் மொழியைப் பேசுபவை; அதிகாரத்தின் கைப்பொருள். தொலைவுகள், மைல்கள், நீர்வழித்தடங்கள், தேசங்கள் தொடங்கு மிடம், முடியுமிடம் என தேசங்களின் அறிவுப்புலத்தைக் காத்து நிற்பவை; அவை மக்களுடையதல்ல.

என்றாவது ஒருநாள் அவை தன் மொழியைப் பேசக்கூடும் என்ற நம்பிக்கையில் வரைபடங்களை தன் மனம்போலச் சிதைத்தும் திருத்தியுமிருந்தார் இஸ்மாயில். அவர் 'இந்த உலகை புதிய எல்லைக்கோடுகளுடன் மீண்டும் வரைவதே என் மிக முக்கியப் பணி' என்று பலமுறை சொல்லியிருந்தார். உத்தரவுகளை நிறை வேற்றும் கோடுகளை அழித்து, எல்லைகளை உடைத்து, கட்டுக் கடங்காத வளைவுகளை உருவாக்க வேண்டும். இழந்த இடங்கள் — அவற்றை விட்டுவைத்திருந்தால் இன்று எப்படி இருந்திருக்கும் என்பதையும்கூட சில சமயங்களில் வரைந்து வைத்திருந்தார்.

அவர் திருத்திய வரைபடங்கள் தேசதுரோகமிழைத்தன. அவரின் நினைவுகள் அரசாங்க விசுவாசமற்று இருந்தன.

நிலவியலின் மீதும், நம் எல்லைகளை வரையறை செய்வதற்கும் வரலாறு முழுவதும் ஏராளமான சண்டைகள் நடந்திருக்கின்றன. ஆனால், ஏகாதிபத்தியம், காலனித்துவம் ஆகியவற்றின் ஆயுதக் களமாக வரைபடங்கள் இருக்கும்போது, மக்கள் வெறும் கணக் கெடுப்பிற்காகவும் புள்ளிவிவரத்திற்காகவுமே மதிப்பிடப்படு கிறார்கள். இன்றைய உலகின் வரைபடங்களை உண்மை என நம்ப வைப்பதற்கு நிறைய கதைகள் தேவைப்பட்டன. அக்கதைகள் உருவாக்கப்பட்டு உண்மையென நமக்குக் கற்பிக்கப்பட்டன. இல்லவே இல்லாத எல்லைக்கோடுகளிலிருந்து நாம் நாடுகளைக்

கற்பனை செய்கிறோம் — சில நேரங்களில் சமூகங்களையும் முழு கலாச்சாரத்தையும்கூட துண்டித்துவிட்டு, ஒரு நாடு உருவாக வழிகாணப்படுகிறது — மேலும், அவை முற்றிலும் இல்லாமல் போகும் வகையில் வன்முறையை வலுப்படுத்துகின்றன. எல்லைகள் சமமற்ற மனிதர்களை உருவாக்குகின்றன.

கிகலி, கார்த்தூம், காஷ்மீர், இலண்டன், ஹேக், பெர்லின், அரூஷா, கெய்ரோ, காபூல், கர்பலா, மார்தின், நீலின் போன்ற பல இடங்களில் பல இஸ்மாயில்களை இதுவரைச் சந்தித்துவிட்டேன். இந்த இஸ்மாயில்கள் நாடுகடத்தப்பட்டு அகதிகளாக, கைதிகளாக வாழ்பவர்கள்; சிலர் நாட்டைவிட்டுத் தப்பியோடியவர்கள்; சிலர் அகதி வாழ்வில் நாடுகடந்து பிறந்தவர்கள்; சிலர் குண்டுகளால் தகர்க்கப்பட்டு வெறிச்சோடியிருந்த தங்கள் ஊர்களுக்குத் திரும்பியவர்கள். அவர்கள் இடையே முகாம்கள், பதுங்கு குழிகள், சோதனைச்சாவடிகள், துப்பாக்கிமுனைகள் என முழுவதுமாக உருமாறிய நகரங்களில் வாழ்பவர்கள் உள்ளனர். அவர்களது ஒவ்வொரு அசைவும் கண்காணிக்கப்பட்டன; அவர்களின் மனிதம் முதலில் கேள்விக்குறியாக்கப்பட்டு, பின்பு நிராகரிக்கப்பட்டது.

இஸ்மாயிலைப் போல பலமுறை நாடுகடத்தப்பட்டு, ஆக்கிரமிப்பால் விளைந்த வன்முறை வரலாற்றின் அங்கமாகவே ஆகிவிட்ட இவர்கள், தங்கள்மீது இழைக்கப்பட்ட அநீதிகளை, ஏற்றத்தாழ்வுகளை உலகிற்கு விளக்கிச் சொல்லும் மிகச் சிறந்த கதைசொல்லிகளாகவும் கவிஞர்களாகவும் இருக்கின்றனர். அமைதியின்மைக்கும் விரக்திக்கும் நடுவேயான பயணத்தில் அவர்களுடைய தேடல் எல்லாம் தங்களைப் பற்றிய உண்மைகள் மட்டும்தான். வரலாறு, காலம், எல்லைக்கோடு இவற்றின் இடையே அகப்பட்டுக் கொண்ட இம்மக்கள், நாடுகளை நிர்ணயிக்கும் துவண்ட கோடுகளுக்கிடையே சிக்கிக்கொண்டிருக்கிறார்கள். தன்னிச்சையான அந்தக் கோடுகள் சிறிதளவே நகர்ந்தாலும், அதற்கு இவர்கள் அங்கீகாரமற்ற இரையாகிவிடுகின்றனர்.

அறிமுகவுரை

இந்தியாவின் எல்லைகளின் ஊடான என் 9000 மைல் நீளப் பயணத்தை 2013ஆம் ஆண்டு தொடங்கினேன். அது மாறுதலுக்கு உள்ளாகிக்கொண்டேயிருக்கும் ஒரு வரைபடத்தின் எல்லைக்கோடு களைக் கடக்க நினைக்கும் முட்டாள்தனமான முடிவென்பதை அப்போது நான் உணரவில்லை.

என் மண்ணை நோக்கிய பயணம் இது. ஆனால், பத்து வருடங்களுக்குப் பின், என்னால் அடையாளம் கண்டுகொள்ள முடியாத ஓரிடத்திற்குத் திரும்பியிருந்தேன்! நான் 'என் நாட்டை' புரிந்துகொள்ள விரும்பினேன்; அதன் எல்லைகளில் நிகழும் வன்முறைகள்; தேசியவாதம், குடியுரிமை பற்றிய விவாதங்கள்; உரிமை சார்ந்த பதிலற்ற கேள்விகள் ஆகியவற்றைப் புரிந்துகொள்ள எண்ணினேன். இந்தியக் குடியரசின் கலவரம் மிகுந்த விளிம்புகளில் வாழும் மக்களைச் சந்திப்பதற்கும், பல ஆண்டுகளாகத் தொடரும் முரட்டுத்தனமான பிராந்திய தேசியவாதத்தைப் புரிந்துகொள் வதற்கும் இந்தப் பயணத்தைத் திட்டமிட்டேன்.

இந்தியாவை அதன் எல்லைகள் வழியே புரிந்துகொள்ள முயன்றபோது, அசாதாரணமான பிரச்சினைகளுக்கிடையே சிக்கிக்கொண்டிருக்கும் தேசத்தைப் பார்க்க முடிந்தது. பெரும் வாக்குறுதியான வளர்ந்துவரும் 'உலகளாவிய சக்தி' என்ற இந்தியா வின் பிம்பம் சிறிதுசிறிதாகத் தேய்ந்துவிட்டது. வரலாறு துரித கதியில் திருத்தி எழுதப்பட்டுக்கொண்டிருந்தது.

இந்திய எல்லைகள் வழியேயான என்னுடைய பயணத்தை முடிவு செய்தபோது, நான் அப்பொழுதுதான் ஆஃப்கானிஸ்தானிலிருந்து திரும்பியிருந்தேன் — ஆஃப்கானிஸ்தான் வெகு நாள்களாக நான் பார்த்து, படித்து, ஆராய்ந்து, புரிந்துகொள்ள விரும்பிய ஊர். 9/11 தாக்குதல் நடந்து முடிந்த சில வாரங்களுக்குள் என் கல்லூரிப் படிப்பிற்காக சென்னையிலிருந்து இங்கிலாந்து புறப்பட்டு

இடையில் துபாயில் இறங்கினேன். எல்லோரிடத்திலும் மெல்லிய பதற்றம் விரவிக் கிடந்தது. புறப்பாட்டு முனையத்தில் சி.என். என். செய்திகள் ஓடிக்கொண்டிருக்க, செய்தியாளர்கள் காபூலை 'பயங்கரவாதத்தின் விளைநிலம்' எனக் குறிப்பிட்டுப் பேசிக் கொண்டிருந்தனர். டிஸ்டோபியன்[1] யுகத்தில் என் இளம் பருவம் தொடங்கியது. சில வாரங்கள் கழித்து அமெரிக்க அரசு 'நிரந்தர சுதந்திரத்திற்கான இயக்க'த்தை (Operation Enduring Freedom) தொடங்கியது. தொடர்ந்த வருடங்களில், அமெரிக்க உள்நாட்டுப் பாதுகாப்புத் துறையின் 'போக்குவரத்துப் பாதுகாப்பு நிர்வாகப் பிரிவு' (Transportation Security Administration), அமெரிக்காவிற்குள் வந்திறங்கியவர்களை பாதுகாப்புப் பரிசோதனை என்ற பெயரில் உடைகளைக் களைந்து சோதனையிடத் தொடங்கியது. பழுப்பு மற்றும் கறுப்பு நிறத்தவர்களுக்குப் பயணம் என்பதே பயமும் பதற்றமும் நிறைந்ததாக மாறியது. 'தீவிரமயமாக்கல்', 'இஸ்லாமிய வெறுப்பு', 'பயங்கரவாதத்தின் மீதான போர்' ஆகிய சொற்க ளெல்லாம் நடைமுறை வாழ்வில் புழங்கும் நிலையில், மக்கள் அனைவரும் கண்காணிப்பு வளையத்திற்குள் வாழ ஆரம்பித்தனர்.

முடிவேயில்லாத போருக்குள் அமெரிக்கா நுழைந்தது.

ஆஃப்கானின் டோரா போரா மலைப்பகுதிக்கு மேல் அமெரிக்க ப்ளாக்-ஹாக் போர் விமானங்கள் பறந்ததையும் 15,000 பவுண்டு எடையுள்ள டெய்சி-கட்டர் குண்டுகள் வீசப்பட்டதையும் நான் நேரில் பார்த்தேன். ஆஃப்கானிஸ்தானின் நவீன உலகப் போர் வரலாறு, கணக்கில்லாமல் குவிந்த வெளிநாட்டு உதவித்தொகை, போர்ப் பொருளாதாரம் உருவாகிய சூழல், இதற்கு அமெரிக்க ஏகாதி பத்தியம் உடந்தையாக இருந்தது ஆகிய எதுவும் எந்தச் செய்தியிலும் இடம்பெறவில்லை. அமெரிக்க வீரர்களின் புகைப்படங்கள், அவர்களின் டாட்டூகள், அடுத்தகட்டச் செயல்பாடுகளுக்குத் தோதாக அமைக்கப்பட்ட இராணுவச் செயல்பாட்டு முகாம்கள் ஆகிய அனைத்தும் பதிப்பிக்கப்பட்டு புலிட்சர் விருதும் பெற, 'ஆஃப்கானியர்கள் என்ன ஆனார்கள்' என்று என்னையே நான் கேட்டுக்கொண்டேன்.

ஆஃப்கானுக்குள் மறுபடியும் வர எனக்குப் பத்து ஆண்டுகள் பிடித்தன. அந்தப் பத்து ஆண்டுகளில் ஆக்கிரமிப்புக்குள்ளான நிலங்கள், போர்க்களங்கள், இடங்கள், 'சர்ச்சைக்குரியவை'

---

1. பிரச்சினைகள் மலிந்த வாழத் தகுதியற்ற யுகம். (ப.ஆ).

எனப்படும் பிரதேசங்களில் வாழ்ந்தேன். யுகோஸ்லோவிய போர்க் குற்றங்கள் தீர்ப்பாயத்திற்காக ஹேக்; ருவாண்டாவிற்கான சர்வதேச நீதிமன்றத்தில் பணிபுரியும்போது தான்சானியாவின் அரூஷா என எல்லா இடங்களிலும் வாழ்ந்திருந்தேன். ஃபலஸ்தீனத்திலும் சூடானிலும் பயணம் செய்திருந்தேன். அறபு வசந்தம் (Arab Spring) என்றழைக்கப்பட்ட அறபுப் புரட்சியின் போதான ஒரு வருடத்தைக் கெய்ரோவில் கழித்தேன் – இவை அனைத்தும் என் இந்தியக் கடவுச்சீட்டுடன் மேற்கொண்ட பயணங்கள். 2008ஆம் ஆண்டு, ஈராக் ஆக்கிரமிப்பைத் தொடர்ந்து அங்கிருந்து வெளியேறி எகிப்தில் தஞ்சமடைந்த 5,000 ஈராக்கியக் குடும்பங்களுக்கான உதவிகளை, மீள் குடியேற்ற சட்ட உதவித் திட்டத்தின் (Resettlement Legal Aid Project) மூலம் செயல்படுத்தினேன். எகிப்திய உளவுத்துறை அதிகாரிகளின் கண்காணிப்பு, எந்நேரமும் உதவி மையம் மூடப்படும் என்கிற அபாயம் ஆகியவற்றுக்கு இடையிலும் சுமார் 600 குடும்பங்களுக்கு உதவினோம். வேறொரு நாட்டில் அவர்களைக் குடியேற்ற நான் போராடிக்கொண்டிருக்க, கெய்ரோவில் என்னுடைய இருப்பே கேள்விக்குறியாக இருந்தது.

அமெரிக்கர்களைப் போலவோ, ஐரோப்பியர்களைப் போலவோ அவ்வளவு சுலபமாக இந்தியர்களுக்கு நீண்ட நாள்களுக்கான விசா கிடைக்காது. கெய்ரோவின் தஹ்ரீர் சதுக்கத்தில் உள்ள கடவுச்சீட்டு, குடியேற்றம், நிர்வாக அலுவலகங்கள் ஆகியவை அமைந்துள்ள பழைய சாம்பல் நிறக் கட்டடமான மகம்மாவிற்கு (Mogamma el Tahrir) ஒவ்வொரு மாதமும் சென்று நான் என் விசாவைப் புதுப்பிக்க வேண்டும்.

ஒவ்வொரு முறையும் விசாவைப் புதுப்பிப்பதென்பது பெரும்பாடு! அதிகாலையில் வரிசையில் நிற்பதில் தொடங்கி, ஒவ்வொரு கவுன்டராக நின்று கையெழுத்து, முத்திரை, சான்றிதழ் என ஒவ்வொன்றாக வாங்கி வர வேண்டும். ஒவ்வொரு முறை மகம்மா செல்லும்போதும், இங்கு அகதிகளாக இருக்கும் என் கட்சிக்காரர்கள் யாரையாவது சந்திப்பேன். அவர்களும் சில மாதங்களுக்கு ஒருமுறை விசா புதுப்பித்தாக வேண்டும். அதிகாரத்திலுள்ள கடவுளர்களை தரிசிக்க, இங்கு கதவு திறப்பதற்கு முன்பே வரிசையில் நிற்க வேண்டும். கடவுள் இவர்களை நோக்கிச் சத்தமிடலாம், வசை பாடலாம், அவமானப்படுத்தலாம், அல்லது இதில் ஏதாவது ஒரு புள்ளியில் விசாவை நீட்டிக்க மறுத்து நிராகரிக்கவும் செய்யலாம்.

ஒரு நாள் இப்படியான நீண்ட காத்திருப்புக்குப் பின் மகம்மாவில் என் ஆவணங்கள் நிராகரிக்கப்பட, நான் காக்க வைக்கப்பட்டேன். என்னை நோக்கி வந்த உதவியாளர் ஒருவர், விசா அதிகாரியை கெய்ரோவின் நகர்புறத்திலுள்ள தலாத் ஹர்பு தெருவின் ஹோட்டல் ஒன்றில் சந்தித்து, 'பேசித் தீர்த்துக்கொள்ளுமாறு' அறிவுறுத்தினார். நம்பமுடியாமல் கத்தத் தொடங்கிய என்னைக் கிளம்பச் சொன்ன காவல் அதிகாரி, 'நாளைக்கு காலைல திரும்ப வாங்க' என்றார். மறுநாள் வெறும் ஆறு நாள்களுக்கு என் விசா நீட்டிக்கப்பட்டிருந்தது. ஆறு நாள்களுக்குப் பிறகு மறுபடியும் இங்கு வந்து நிற்க வேண்டும். அவமானமாக இருந்தாலும், நான் அதிர்ஷ்டம் செய்தவள் என்பதை உணர்ந்திருந்தேன்: என் கட்சிக்காரர்களைப் போலில்லாமல், என்னிடம் ஒரு கடவுச்சீட்டு இருந்தது; நான் திரும்பிச் செல்ல எனக்கென ஒரு நாடிருந்தது. மேலும், இப்போதைக்கு என் கடவுச்சீட்டால் சிறிது சிரமம் என்றாலும், என் வருகையையும், புறப்படும் இடத்தையும், சூழலையும், நேரத்தையும் நான் முடிவு செய்ய முடியும்.

நீங்கள் பிறந்த இடமும், உங்கள் கைகளில் இருக்கும் கடவுச்சீட்டும் உங்கள் உலகைச் சுருக்கலாம், முடக்கலாம். ஏன், சமயங்களில் உங்களைக் கொன்றுகூடப் போடலாம்.

ருவாண்டாவிலிருந்தும் போஸ்னியாவிலிருந்தும் நான் படித்த சாட்சியங்களும் சரி, என் ஈராக், சோமாலியா, சூடான், எரித்திரிய கட்சிக்காரர்கள் பகிர்ந்த கதைகளும் சரி, ஒரு விஷயத்தைத் தெளிவாக உணர்த்தின: உலகெங்கிலும் அரசியல் எல்லைகள் தளர்ந்துவருகின்றன. குடியுரிமை குறித்தும், உரிமைப்பாடு குறித்தும் பெரும் குழப்பங்கள் நிலவும் காலத்தில் நாம் வாழ்கிறோம். தேசங்கள், அதன் எல்லைகள், குடியுரிமை குறித்து மேலதிகச் சிந்தனைகளுக்கு இடமில்லாத புள்ளியில் நாம் நிற்கிறோமா?

இத்தனை காலத்துக்குப் பிறகும், தன் குடிமக்களுக்கு குறைந்தபட்ச கண்ணியமும் கௌரவமும் அளிக்கத் தவறிய தேசங்களின் செயல்களுக்கான நோக்கம்தான் என்ன?

தேசம் என்ற கட்டமைப்பினுள் பல்வேறு குடியரசுகள் நொறுங்கிக் கொண்டிருக்கின்றன. சுதந்திரமும் நீதியும் கொண்டு முற்றிலும் மீளுருவாக்கம் செய்யப்பட்ட புதிய உலகை நம்மால் கற்பனை

செய்ய இயலுமா என்று நான் பலமுறை சிந்தித்திருக்கிறேன். இந்தக் கேள்விகள் என்னைக் குடைந்தெடுத்த சூழலில், ஆஃப்கான்–பாகிஸ்தான் எல்லையில் நடைபெறும் கிளர்ச்சிக்கெதிரான நடவடிக்கைகளை ஆராய்வதற்காக ஆஃப்கான் சென்றிருந்தபோது, இத்தனை ஆண்டுகளாக நான் சேகரித்து வைத்திருந்த படங்கள், கதைகள், வாதங்கள், சிந்தனைகளனைத்தும் ஒரு திட்டமாக மனதில் ஒருங்கிணையவும், அதற்கான பதில்களை இந்தியாவில் தேடத் திட்டமிட்டேன்.

9000 மைல் நீள இந்திய எல்லையினூடான என்னுடைய பயணம் என்பது சற்றேறக்குறைய ஒரு சாகசம்தான். இதற்குமுன் யாரும் செய்ததில்லை. அப்படியொரு பயணம் என்ன விளைவுகளை ஏற்படுத்தும் என்று எனக்குத் தெரியாது. ஆனால், இதைப் பற்றிச் சிந்திக்கத் தொடங்கியவுடன் அது என்னை முழுமையாக ஆட்கொண்டுவிட்டது.

அடுத்த ஆறு மாதங்கள் என்னால் இயன்ற அனைத்தையும் படித்தேன். அந்தச் சமயம் என் நூல் பட்டியலில் 113 புத்தகங்களும், 150 கட்டுரைகளும் இருந்தன. ஆனால், என் ஆறுமாத ஆராய்ச்சி, சேமிப்பு, திட்டக்குறிப்புகள் எதுவும் என் முன் காத்திருந்த கடும் பணிக்குப் போதுமானதாக இல்லை.

சில மாதங்களே ஆகும் என்று நான் நினைத்திருந்த பயணம் முழுவதுமாக நிறைவடைய எட்டு ஆண்டுகள் பிடித்தன.

எல்லையில் பத்து இடங்களைத் தோராயமாக தேர்வுசெய்து, அங்கெல்லாம் சென்று இறங்கி, நிலைமையை விவரித்துவிட்டுக் கிளம்பிவிடலாம். அதுதான் மிகச் சுலபமான வழியாகவும் இருந்திருக்கக்கூடும்; ஆனால், அதில் உண்மை இருந்திருக்காது. நான் இந்தியாவின் கடைக்கோடி எல்லைச்சாவடிகளிலிருந்து, இந்திய ஆட்சியதிகாரத்தின் கீழ் வராத இடங்கள், முன்பு இந்தியப் பகுதியாக இருந்த இன்றைய அயலகப் பகுதிகள் என மாறுபட்ட வரலாற்றுத் திரிபுகளால் உருவான இடங்கள்வரை எல்லா இடங்களுக்கும் பயணித்தேன். எல்லைகளில் நேரடியாக நான் மேற்கொண்ட பயணம் எனக்குப் பல புதிய கதவுகளைத் திறந்துவைத்தது. அனுமதி பெற பல நாள்கள் தொடர்ச்சியாகக் காத்திருந்தது, முக்கிய ஆவணங்களைக் குடைந்தெடுத்தது, மக்களை அவர்களின் இருப்பிடத்திற்கே சென்று சந்தித்துப் பேசியது ஆகிய என்னுடைய அனுபவங்கள் இப்பயணத்தின் தவிர்க்கவியலாத பகுதிகளாக மாறின. ஏழு வருடங்களில் தொடர்ந்து அப்பகுதிகளுக்குச் சென்ற

நான், முடிவில்லாத குறிப்பேடுகள், ஆயிரத்துக்கும் மேற்பட்ட புகைப்படங்கள், 300 மணிநேர பதிவு செய்யப்பட்ட உரையாடல்கள் ஆகியவற்றைச் சேகரித்தேன்.

இந்த அனுபவங்களை ஒரு நூலினுள் எப்படித் தொகுப்பது?

நான் பயணம் செல்லச் செல்ல, எழுதி, திருத்தியெழுதி, தொகுத்து, சேர்த்து, அழித்து, இவ்வாறு பலமுறை பல்வேறு மாற்றங்களைச் சந்தித்த இந்த நூலைப் படிக்கும் வாசகர்களுக்கு என் தரப்பிலிருந்து சொல்லிக்கொள்ள விரும்புவது: வரைபடங்கள், சிலரின் கவிதைகள், பட்டியல்கள், உரைகள், புகைப்படங்கள் வழியாகச் சொல்லப் பட்ட; சமூக, அரசியல், தனிநபர் ஆவணங்களால் ஆன ஒரு வெட்டியொட்டப்பட்ட புத்தகமாக (scrapbook) நினைத்து வாசி யுங்கள் என்பதுதான். என்னுடைய முகவுரையில் நீங்கள் சந்தித்த இஸ்மாயிலைப் போல, இந்நூல் நான் உருவாக்கிய 'மறந்துவிட்ட பொருட்கள், கதைகளின் அருங்காட்சியகம்'.

நூலில் நினைவுகளின் சிறு துளியை நிகழ்காலத்துக்குக் கடத்த உதவும் என் புகைப்படங்களைப் பார்ப்பீர்கள். சில அத்தியாயங்கள் புகைப்படங்களால் நிறைந்திருக்க, சிலவற்றில் படங்களே இருக்காது. சில அத்தியாயங்களில் கதாபாத்திரங்கள் அழுத்தமாகப் பதிந்திருக்க, சிலவற்றில் மின்னல்போல வந்து மறைவார்கள்.

சுமார் ஏழு வருடங்கள் நீடித்த இந்திய எல்லைகள் வழியேயான என் பயணத்தின் சுவடுகளை கதைகள், எதிர்கொண்ட அனுபவங்கள்,

சிறு குறிப்புகள் வாயிலாக இந்நூல் விவரிக்கின்றது. பயண வழியும், அதன் தடமும் சொல்லுமளவு அவ்வளவு சுலபமானதாக இருக்கவில்லை. வளைந்து, நெளிந்து, இடம்பெயர்ந்து கிடந்தது — கண்டுபிடிக்கவே கடினமாக இருக்கும் இந்தியத் துணைக்கண்டத்தின் எல்லைகள்போல.

நவீனகால இந்தியா பற்றியும், அதன் வெகுசன மனப்பான்மை, வறுமை, பன்முகத்தன்மை, எண்ணற்ற கடவுள்கள், புரிந்துகொள்ள முடியாத மக்கள் பற்றியெல்லாமும் வேண்டிய அளவு எழுதி, மீண்டும்மீண்டும் எழுதி, அரைத்த மாவையே அரைத்தாகிவிட்டது. இன்று தமக்கான சுதந்திரம் நோக்கி பதுங்கிப் பாயக் காத்திருக்கும் இளம் இந்தியாவைப் பார்க்கிறேன். ஆனால், இன்று நாம் இந்தியா என்றழைக்கும் இந்த தேசமே நிலவியல் சார்ந்த அரசியலின் கட்டுக்கதைதான். ஆங்கிலேயர் உள்நுழைவதற்கு முன் இந்தியா என்றொரு தேசமே இருந்திருக்கவில்லை.

பேராசிரியர் அமர்த்தியா சென் எழுதுவதைப் போல:

> உண்மையில், கி.மு மூன்றாம் நூற்றாண்டிலிருந்து இந்தியாவை ஆண்ட பேரரசர்கள் — சந்திரகுப்த மௌரியர், அசோகர், பிறகு வந்த குப்த பேரரசின் சந்திரகுப்தர், அலாவுத்தீன் கில்ஜி, முகலாயப் பேரரசர் அக்பர், மற்ற அரசர்கள் — தாங்கள் நினைத்த அளவிலான நிலப்பரப்பை வென்றெடுக்கும்வரை தங்களின் ஆட்சி முழுமையடைந்ததாக ஏற்றுக்கொள்ள மறுத்தனர். அதனால், பெரிய உள்நாட்டுப் பேரரசுகளும் சிறுசிறு இராஜ்ஜியங்களுமாக ஒன்றன்பின் ஒன்றாக தொடர் மாற்றங்களுக்கு ஆளானதை இந்திய வரலாறு காட்டுகிறது.[2]

கி.மு. 250இல் மௌரியர்களும், பிறகு முகலாயர்களும் ஓரளவு நெருங்கி வந்தாலும், இந்தியத் துணைக்கண்டத்தைக் காலனித்துவ ஆட்சியின் கீழ் ஆங்கிலேயர்கள்தான் ஒருங்கிணைத்தார்கள்.

1858இல் இந்தியக் காலனிய அரசின் நிர்வாகத்தை பிரிட்டிஷ் முடியரசு தன் நேரடிக் கட்டுப்பாட்டின் கீழ் கையிலெடுத்த பிறகும், துண்டாடப்பட்ட அரசாட்சியில் குழப்பமும் தெளிவின்மையுமே

---

2. Amartya Sen, 'Imperial Illusions,' *New Republic*, 31 December 2007, https://newrepublic.com/article/61784/imperial-illusions.

நிலவியது. ஆங்கிலேய அரசு ஒருபுறம் இருக்க, நூற்றுக்கணக்கான சிறுசிறு இந்திய சமஸ்தானங்கள் தங்கள் நிலப்பிரபுத்துவப் பிரதேசங்களை[3] ஆள்வதில் பெரும்பாலும் தன்னாட்சியுடனே நீடித்தன. பிரிட்டிஷ் அதிகாரிகள் பிரிட்டிஷ் கட்டுப்பாட்டில் உள்ள இந்தியாவிற்கும் இந்த சமஸ்தானங்களுக்கும் இடையே எல்லைகளைக் குறிப்பதற்கு பல ஆய்வுகளை மேற்கொண்டனர்.[4]

இந்தியத் துணைக்கண்டத்தை அரசியல்ரீதியாக தன் நிர்வாகக் கட்டுப்பாட்டின் கீழ் ஒருங்கிணைத்தாலும், மதரீதியாக மக்களைப் பிளவுபடுத்தியது ஆங்கிலேய அரசு. இந்துக்களுக்கும் இஸ்லாமியர்களுக்கும் தனித்தனி வாக்காளர் பட்டியலை அறிமுகப்படுத்தி இரு பிரிவினருக்கிடையேயான வன்முறையை[5] தூண்டி இந்தியாவை அது ஆண்டது.

---

3. Ian Copland, 'Princely States and the Raj,' *Economic and Political Weekly*, 39, no. 8, 2004, pp. 807–809, www.jstor.org/stable/4414671.

4. Ian J. Barrow, *Making History, Drawing Territory: British Mapping in India, c. 1756–1905*, Oxford University Press, New York, 2003, pp. 83–84; 'James Rennell: The Father of the Indian Survey,' University of Michigan Online Exhibits, https://www.lib.umich.edu/online-exhibits/exhibits/show/indiamaps/rennell: 'மிகப் பெரிய முக்கோணவியல் கணக்கெடுப்பின் துல்லியம் ஒருபுறமிருக்க, தெற்காசியாவின் வரைபடங்கள் வரைவதில் வலுவான கட்டுப்பாடுகள் செலுத்தப்பட்டதையும் குறிப்பிட வேண்டும்.' இயன் பாரோ சொல்கிறார்: "கடினமான அறிவியல் முறைகள் பின்பற்றப்பட்ட முக்கோணவியல் வரைபடங்கள், அறிவார்ந்த புரவலராக கிழக்கிந்திய கம்பெனியின் இடத்தை மேலும் நிலைப்படுத்தும் என சர்வேயர்கள் மத்தியிலும் கம்பெனியின் அதிகார மட்டத்திலும் உறுதியாக நம்பப்பட்டது... இந்த அறிவியல் முன்னேற்றத்தின் அலங்கார வார்த்தைகள், பத்தொன்பதாம் நூற்றாண்டில் இந்தியாவில் இருந்த காலனித்துவ ஆட்சியின் தன்மையை முடிவுசெய்வதில் பெரும்பங்கு வகித்தன. இத்தகைய கணக்கெடுப்புகள் அறிவுத்தளத்திற்கும் தகவல் சேகரிப்பிற்கும் மட்டுமல்ல, இத்தகைய அறிவியல் முறைமைகள்தாம் இந்தியாவின் முன்னேற்றத்திற்கும் புவிசார் வளர்ச்சிக்கும் வழிவகுக்கும் என்பதுபோலத் தோன்றச்செய்து, காலனியாதிக்க ஆட்சி சட்டபூர்வமாவதற்கு உதவியாய் இருந்தன. பாதைவழி ஆய்வுகளைக் காட்டிலும் இது லாபகரமாகவும் இருந்தது."

5. Cynthia Keppley Mahmood, 'Rethinking Indian Communalism: Culture and Counter-Culture', *Asian Survey*, 33, no. 7, July 1993, pp. 722–737, https://www.jstor.org/stable/2645359.

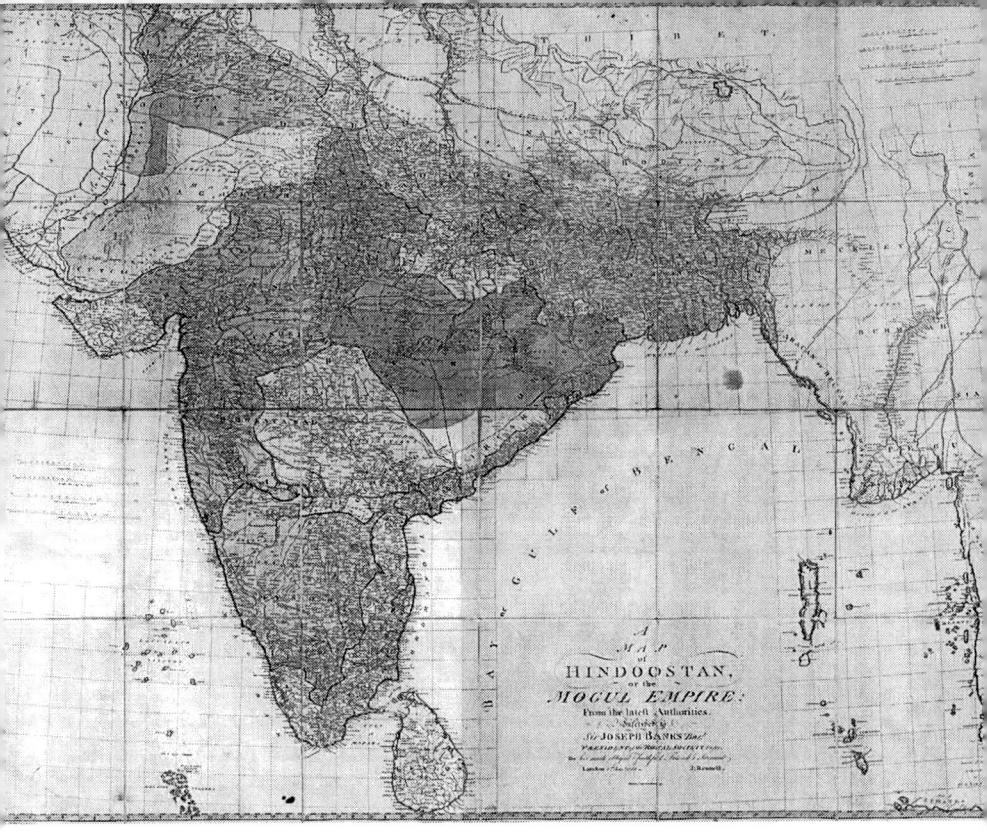

Memoir of a Map of Hindoostan; or, The Mogul empire[6]

காலனிய 'இந்தியா' — இன்றைய இந்தியா, பாகிஸ்தான், வங்கதேசம் ஆகிய மூன்று தேசங்களும் உள்ளடங்கிய நிலப்பகுதி — சுமார் 190 ஆண்டுகள் ஆங்கில ஆட்சியில் உயிர்பிழைத்துக் கிடந்தது. 6,500க்கும் குறைவான ஆங்கிலேய அதிகாரிகளும் 70,000 ஆங்கிலேய இராணுவ வீரர்களும் காலனிய இந்தியாவின் 'உள்நாட்டு வீரர்களும்' சேர்த்து முப்பது கோடி இந்திய மக்களை ஆண்டனர்.[7]

---

6. With an introduction, illustrative of the geography and present division of that country: and a map of the countries situated between the heads of the Indian rivers, and the Caspian Sea, 1792.

   This map originally appears in Matthew H. Edney, *Mapping an Empire: The Geographical Construction of British India, 1765-1843*, University of Chicago Press, Chicago, 1997. It was reproduced in 'Maps and Mapmaking in India'. The map was an exhibit in 'India in the World' at the Clark Library, created in conjunction with the Winter 2014 LSA Theme Semester, on display from 16 January-22 April 2014.

7. *Encyclopaedia Britannica*, 11th ed. (1910-11), vol. 14, s.v. 'India', p. 386.

சாதி, மதம், வர்க்கம் என எந்தப் பேதமுமில்லாமல், தங்கள் ஆட்சியதிகாரத்தின் கீழிருந்த கோடிக்கணக்கான மக்களின் தலை விதியை அக்காலத்தில் பெரும்பாலும் இங்கிலாந்து பாராளுமன்றமே சேர்த்தெழுதியது. பிரிட்டிஷ் ஆட்சியில் 'இந்தியர்'களுக்கு ஓட்டுப் போடும் உரிமை கிடையாது. அவர்கள் குடிமக்களாகப் பார்க்கப் படவில்லை; பயன்படுத்தியதும் வீசியெறிந்துவிடக்கூடிய காலனியப் பொருட்கள் அவர்கள். இவ்வாறு உரிமைகளை மறுத்ததற்கான பிரிட்டிஷ் முடியரசின் காரணம் எளிமையானது: இந்தியர்களுக்குத் தன்னாட்சி செய்துகொள்ளும் திறனோ, 'தங்களுக்கான அரசிய லமைப்பு தேவைகுறித்த ஒருமித்த கருத்தியலை எட்டும் திறனோ' கிடையாது என்று அது கூறியது.

இங்கிலாந்து அரசியலமைப்பின் பெருந்தன்மை உச்சத்திலிருந்த காலத்தில், கட்டுப்படுத்தப்பட்ட உரிமைகளுடன் சில இந்தியர்கள் மத்திய சட்டமன்றத்திற்கு அனுப்பப்பட்டனர். இஸ்லாமிய வாக் காளர்கள் இஸ்லாமிய வேட்பாளர்களுக்கும், இந்துக்கள் இந்து வேட்பாளர்களுக்கும் மட்டுமே வாக்களிக்க முடியும் என்ற கொள்கை நடைமுறையில் இருக்க, மத அடையாளங்களின் அடிப்படையிலேயே அரசியல் பிரதிநிதிகள் தேர்ந்தெடுக்கப்பட்டனர். ஆங்கிலேய அரசின் கீழ் இந்து, இஸ்லாமிய இயக்கங்கள் வலுப்பெற்றன. இந்தியச் சுதந்திரத்திற்கான அரசியல் போராட்டம் வடிவம்பெற்றபோது, பல்வேறு பிரிவினரும் அவரவர் மத அடையாளங்களுடன் ஊர்வலங் களில் பங்கெடுக்கத் தொடங்கினர்.

நாட்டிலுள்ள பலதரப்பட்ட மக்களை ஒன்றுதிரட்ட சக்திவாய்ந்த இந்த அடையாளங்கள் பயன்படும் என்பதை காந்தி புரிந்துகொண்டார். இந்துமதம் குறித்த குறியீடுகள், சிறுசிறு சொற்றொடர்கள், அடையாள-உருக்களை தேசியவாதச் சிந்தனைகளுக்காக ஊக்கத் தோடு பயன்படுத்தினார்; இந்திய வரைபடத்தை பாரதமாதாவாக்கி, இராம ராஜ்ஜியத்தை ஆட்சிமுறைக்கான இலட்சிய வடிவாக மக்கள் முன் வைத்தார். மிகச் சிறந்த, இந்திய தேசத்தின் அடித்தளத்தை இராமபுராணத்துடன் சமமாய் வைத்து ஒப்புமைப்படுத்தினார் காந்தி. வறுமையும் கல்லாமையும் உச்சத்திலிருந்த தேசத்தில், அரசியல் நகர்வுகளுக்காக மத அடையாளங்களைப் பயன்படுத்தும் உத்தி ஆழ்ந்த தாக்கத்தை ஏற்படுத்தியது. ஆனால், பெரும்பான்மை இந்துக்களை ஒன்றுதிரட்ட உதவிய இந்த உத்தி, இஸ்லாமிய மக்களை அந்நியப்படுத்தியது. இந்துமத வரலாறு, கடவுள்கள், அடையாளங்கள், காந்தியின் இராமராஜ்ஜியம் ஆகியவற்றோடு இஸ்லாமிய மக்கள் தங்களைத் தொடர்புபடுத்திக்கொள்ள முடியாமல் தவித்தனர்.

1946இல் நடந்த இவ்வளவு கிளர்ச்சிகளுக்கிடையிலும், சுயாட்சிக்காக இந்தியத் துணைக்கண்டத்தை இரண்டாகப் பிரிப்பதென்பது நினைத்துப் பார்க்கவே இயலாத விஷயமாகவே இருந்தது. நான் பிரிவினையை நேரடியாகக் கண்டு அனுபவித்தவர்கள் பலரிடம் பேசியிருக்கிறேன். இவ்வளவு ஆண்டுகளுக்குப் பிறகும் பிரிவினையை அவர்களால் நம்பவோ, ஏற்கவோ முடியவில்லை. பெருகிய வன்முறை பயமுறுத்த, இந்தியா துண்டாடப்படுவதை ஓர் அபத்தமான யோசனையாகவே அவர்கள் கருதினார்கள். வன்முறை முடிந்த பிறகு⁸ திரும்பிவிடும் எண்ணத்தோடே பலர் தங்கள் வீடுகளைவிட்டுக் கிளம்பினார்கள்.

தெற்காசியாவின் அரசியல், கலாச்சார வெளியை இந்தியா–பாகிஸ்தான் பிரிவினை முற்றிலுமாக மாற்றியமைத்தது. சுமார் 1.79 கோடி மக்கள் உடனடியாக எல்லை தாண்டி இடம்பெயர்ந்தனர்.⁹ இந்திய எல்லைக்கருகே வாழ்ந்த இஸ்லாமியர்களும் பாகிஸ்தான் எல்லையில் வாழ்ந்த இந்து, சீக்கிய மக்களும் தலைமுறை தலைமுறையாகத் தாங்கள் வாழ்ந்த இடங்களைவிட்டுத் தப்பியோடினர்.

புதிய நாடான பாகிஸ்தானிலிருந்து புலம்பெயர்ந்து தற்பொழுது டொராண்டோவில் வசிக்கும் 91 வயது பல்விந்தர் கார் இன்னமும் நிதர்சனத்தை ஒப்புக்கொள்ள முடியாமல் தடுமாறுகிறார்:

> இந்தியாவிலிருந்து துண்டிக்கப்பட்டோம்ங்கறதை பல வருஷங்களா மனசு ஒப்புக்கவேயில்ல. அதனால் விளைந்த நம்பிக்கையின்மை அப்படியே எங்களை மௌனமாக்கிடுச்சு. அத்தனை வரலாற்றையும் தொலைச்சிட்டோம். ஒருவேளை, வெறுப்பினால் நாங்க பட்ட கஷ்டங்களை பேசிக்கிட்டே இருந்திருந்தா, இன்னிக்கு நாட்டுக்குள்ள புதுவகையான வெறுப்பு பரவியிருக்காதோன்னு தோணுது.

---

8. Prashant Bharadwaj, Asim Ijaz Khwaja and Atif R. Mian, 'The Big March: Migratory Flows after the Partition of India', HKS Working Paper No. RWP08-029, Harvard University, John F. Kennedy School of Government, Cambridge, MA, 2008, https://papers.ssrn.com/sol3/papers.cfm?abstract_id=1124093.

9. Prashant Bharadwaj, Asim Khwaja and Atif Mian, 'the big march: migratory flows after the partition of India', *Economic and Political Weekly*, 2008, p. 39.

ஒருவழியாக ஆங்கிலேயர்கள் நாட்டைவிட்டு வெளியேறியபோது, பரந்த இந்தியத் துணைக்கண்டம் சிதைக்கப்பட்டு, இந்துப் பெரும் பான்மை இந்தியா, இஸ்லாமியப் பெரும்பான்மை பாகிஸ்தான் என இரட்டைக் குழந்தைகள் பிறந்திருந்தன. ஒருங்கிணைந்த இந்தியா என்ற கனவைக் கொன்று சுதந்திரம் பிறந்தது.

'சுதந்திர இந்தியா'விற்கும் புதிதாகப் பிறந்த பாகிஸ்தானுக்கும் இடையேயான எல்லைக்கோட்டைக் குறிக்க 1947, ஜூலை 8ஆம் தேதி இந்தியா வந்திறங்கினார் பிரிட்டிஷ் வழக்குரைஞர் சிரில் ராட்க்ளிஃப். அதற்குமுன் இந்தியா வந்தேயிராத ராட்க்ளிஃபுக்கு, தான் பிரிக்கப் போகும் பெரும் இந்தியத் துணைக்கண்டத்தைப் பற்றி குறைந்த அறிமுகமே இருந்தது. அவருக்குக் கொடுக்கப்பட்ட மக்கள்தொகை குறித்த விவரங்களும் வரைபடங்களும் காலாவதி யாகி வெகுகாலமாகியிருந்தது. விவரங்களைச் சரிபார்க்கவோ, நேரில் சென்று கண்காணிக்கவோ அவருக்கு நேரமில்லை. ஏழு வாரங்களில் எல்லைகள் குறிக்கப்பட்டு புதிய எல்லை பிறந்தது. எல்லை ஆணையம் ஆகஸ்ட் 12ஆம் தேதி வரைபடங்களை இறுதி செய்ய, பிரிவினை நடந்து இரு நாள்கள் கழித்து[10] ஆகஸ்ட் 17ஆம் தேதி வரைபடங்கள் பொதுவில் வெளியிடப்பட்டன. தன் ஆவணங்கள், குறிப்புகள், தனிப்பிரதிகள் எல்லாவற்றையும் எரித்துவிட்டு, தன் சம்பளமான 40,000 ரூபாயை மறுத்து, உடைந்த கண்டத்தைச் சிதைந்த அதன் சுதந்திரத்துடன் இருக்கவிட்டு ஒட்டுமொத்தமாக இந்தியாவை விட்டே வெளியேறினார் சிரில் ராட்க்ளிஃப். இந்தியப் பத்திரிகையாளர் குல்தீப் நய்யாருக்கு அவர் அளித்த பேட்டியில்,

> எனக்கு வேறு வழியில்லை. இருந்த குறுகிய காலத்தில் இதைவிடச் சிறப்பாக வேறொன்றும் செய்ய முடியவில்லை. இந்தக் காலக்கெடுவிற்குள் இவ்வளவுதான் முடிஞ்சது. இன்னுமொரு 2, 3 வருடங்கள் கிடைச்சிருந்தால் என் பணியை மேலும் சிறப்பா செய்திருக்க முடியும்[11]

என்று தெரிவித்தார்.

---

10. Joya Chatterji, 'The Fashioning of a Frontier: The Radcliffe Line and Bengal's Border Landscape, 1947–52', *Modern Asian Studies*, 33, no. 1, 1999, p. 186, www.jstor.org/stable/313155.

11. Kuldip Nayar, *Scoop!: Inside Stories from the Partition to the Present*, HarperCollins Publishers, Noida, 2006, p. 34.

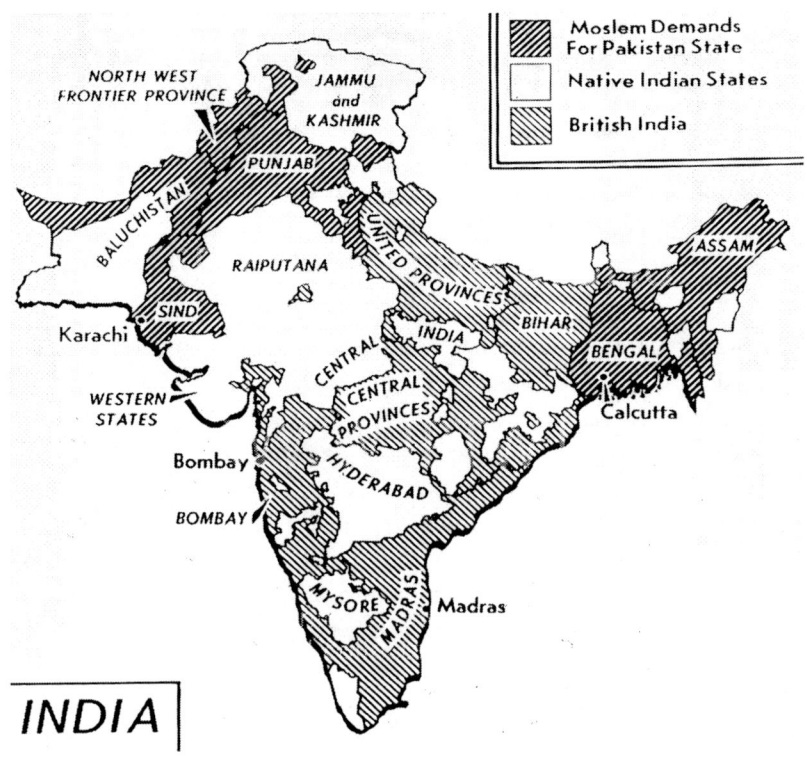

The Process of Partition[12]

ஒரு புதிய வரைபடமும் இரண்டு தேசங்களும் பிறந்தன — முடி வாகாத எல்லைகளுடன்.

1947 ஆகஸ்ட் 14ஆம் தேதி பாகிஸ்தான் விடுதலையடைய, ஒருநாள் கழித்து தன் சுதந்திரத்தை அறிவித்தது இந்தியா. பழைய செய்திப்பட ஆவணங்களில் சுதந்திர இந்தியாவின் முதல் பிரதமர் ஜவஹர்லால் நேரு மக்களுக்காற்றிய உரை கிடைத்தது.

வெகு காலத்திற்கு முன், விதியை, குறித்த நேரத்தில் சந்திப் பதாக ஒரு ரகசிய ஒப்பந்தம் செய்தோம்.

---

12. AP Wirephoto Map, The process of Partition, 1947, appears on the Co-lumbia partition archives maps. Link to the original title: http://www.columbia.edu/itc/mealac/pritchett/00maplinks/modern/maps1947/map060447b.jpg.

நேரு தேர்ந்தெடுத்த வார்த்தைகளுடன் தொடங்குகிறார்:

நள்ளிரவு பன்னிரண்டு மணிக்கு, உலகமே உறங்கிக்கொண்டிருக்கும்போது, இந்தியா உயிர்பெற்று, சுதந்திரத்துடன் விழித்துக் கொள்ளும். ஒரு தருணம் வருகிறது, அத்தகைய தருணம் வரலாற்றில் அரிதாகவே தோன்றும். பழைய வரலாற்றிலிருந்து வெளியேறி புதிய வரலாறு உருவாகும்போதும், ஒரு யுகம் முடிவுக்கு வரும்போதும், வெகு காலம் ஒடுக்கப்பட்ட ஒரு தேசத்தின் ஆன்மா தன் மௌனம் கலைக்கும்போதும்.

இளம் இந்தியாவின் பிரம்மாண்டக் கனவுகளை உருவகப்படுத்திய நேருவின் பேச்சு, பெண்களும் ஆண்களும் சட்டத்தால் சமமாக பாதுகாக்கப்படும் ஒரு தேசத்தைப் படம்பிடித்துக் காட்டியது. ஆங்கிலேய முடியரசின் கீழ் அடிமைகளைக் காட்டிலும் கீழான நிலையில் நடத்தப்பட்டு மதம், மொழி, சாதி, வர்க்கம் எனப் பல குழுக்களாகப் பிரிந்துகிடந்த முப்பது கோடி மக்களும் ஒரு புத்தகத்தால் ஒன்றிணைந்தனர்: சுதந்திர இந்தியாவின் முதல் சட்ட அமைச்சரும் அரசியலமைப்பு வரைவுக்குழுவின் தலைவருமான பாபாசாகேப் அம்பேத்கர், அவர்களுக்கு அளித்த புரட்சிகரமான அரசியலமைப்புச் சட்டம்தான் அந்தப் புத்தகம்.

நேரு வெற்றியைப் பிரகடனப்படுத்திக்கொண்டிருக்கும்போதே, மற்றொரு புறம் படுகொலைகள் தொடங்கின. புதிய சுதந்திரம் எல்லோருக்கும் மகிழ்வளிக்கவில்லை. அது அளித்த வாக்குறுதிகள் நிறைவேறுவதைக் காண எல்லோரும் இருக்கவுமில்லை. 1947 மார்ச்சிலிருந்து 1948 ஜனவரிக்குள் 1,80,000லிருந்து 10 இலட்சம் மக்கள்வரை இறந்துவிட்டதாக மதிப்பிடப்பட்டது. 1951 மக்கள் தொகைக் கணக்கெடுப்பின்படி[13] 'காணாமல்போன' சிறுபான்மையினர் மட்டும் 34 இலட்சம்.

இந்தியா தன் குரலை உணர்வதற்குள் கலவரங்கள், படுகொலை களின் அலறல்கள் நாடு முழுவதும் எதிரொலித்தன.

---

13. Prashant Bharadwaj, Asim Ijaz Khwaja and Atif R. Mian, 'The Big March: Migratory Flows after the Partition of India', HKS Working Paper No. RWP08-029, Harvard University, John F. Kennedy School of Government, Cambridge, MA, 2008, https://papers.ssrn.com/sol3/papers.cfm? Abstract id=1124093; Prashant Bharadwaj, Asim I. Khwaja and Atif R. Mian, 'Population Exchange and its Impact on Literacy, Occupation and Gender: Evidence from the Partition of India', International Migration, 53, vol. 4, 2014, pp. 90–106, https://doi.org/10.1111/imig.12039.

பூமியில் நரகத்தை உருவாக்கும் உற்பத்திக் கையேடுபோல செய்தித்தாள்கள் தலைப்புச்செய்திகளை வெளியிட்டன. மிகச் சாதாரண பொதுமக்கள்கூட, கையில் கிடைத்தவற்றை எல்லாம் ஆயுதங்களாக்கி கொலைகாரர்களாக மாறினர். ஆயிரக்கணக்கான பெண்கள் பாலியல் வன்கொடுமையால் சிதைக்கப்பட்டுக் கொல்லப்பட்டனர். உயிர் தப்பிய பெண்கள் கடத்தப்பட்டு, வன்புணர்வு செய்தவர்களுக்கே கட்டாயத் திருமணம் செய்விக்கப்பட்டார்கள். கற்பனை கூடச் செய்ய முடியாத கோரங்கள் கொடூரமாக அரங்கேறின. ஒருவழியாக இடப்பெயர்வு முடிவுக்குவந்து, கொலைகள் குறையத் தொடங்கியபோது, 20 இலட்சத்துக்கும் அதிகமான மக்கள் படுகொலை செய்யப்பட்டிருந்தனர். எழுபது வருடங்கள் கடந்த பின்னரும் மக்கள் அதன் விளைவுகளோடு பிழைத்துக் கிடக்கின்றனர். 'புதிய நியூரெம்பர்க் சட்டங்கள்'[14] என்று வருணிக்கப்படும் இந்தியாவின் மத அடிப்படையிலான புதிய குடியுரிமைச் சட்டங்கள், தன் வகுப்புவாதத் தர்க்கங்களால் முற்றுப்பெறாமல் கனன்று கொண்டிருந்த பிரிவினையை மீண்டும் தூசு தட்டியிருக்கிறது. இதை நான் எழுதிக்கொண்டிருக்கும்போது, இனி 'உலகின் மிகப் பெரிய மதச்சார்பற்ற ஜனநாயகம்' எப்படி பிழைத்துக் கிடக்கும் என்ற எண்ணம் தோன்றுவதை என்னால் தவிர்க்க முடியவில்லை!

பிரிவினையையும் இடப்பெயர்வையும் அதையொட்டிய வன்முறையையும் பதிவுசெய்திருக்கிறார் அமெரிக்கப் புகைப்படப் பத்திரிகையாளர் மார்கரெட் பார்க்-வைட் (1904-1971). அதற்கு ஒரு வருடம் முன்புதான் நாஜிக்களின் வதை முகாமைப் பதிவுசெய்திருந்த அவர், தன்னுடைய நினைவுக்குறிப்பில், 'நான் கண்ட கல்கத்தாவின் காட்சிகள், ஜெர்மனியின் புக்கென்வால்டை[15] ஒத்திருந்தன' என்று எழுதியுள்ளார்.

---

14. நியூரெம்பர்க் சட்டங்கள் என்பவை நாஜி கட்சியின் நியூரெம்பர்க் பேரணியை ஒட்டி ஜெர்மனியில் 1935ஆம் ஆண்டில் நாடாளுமன்றத்தில் இயற்றப்பட்ட யூத எதிர்ப்புடைய இனவாதச் சட்டங்களைக் குறிக்கும். அவை யூதர்களுக்கும் ஜெர்மனியர்களுக்கும் இடையேயான திருமண உறவுகளைத் தடைசெய்தன; ஜெர்மனியப் பெண்கள் யூதர்களின் வீடுகளில் வேலை செய்வதையும் தடுத்தன; வேலைவாய்ப்புகள் ஜெர்மனியர்களுக்கு மட்டுமே என்று விதித்தன. (ப.ஆ).

15. இது ஜெர்மனியின் வெய்மருக்கு அண்மையில் உள்ள எட்டர்ஸ்பெர்க் மலையில் 1973இல் நிறுவப்பட்ட முதல் பெரிய நாஜி வதை முகாம் ஆகும். (ப.ஆ).

அங்கு மனதை அறுக்கும் காட்சிகளைப் புகைப்படங்க
ளாக்கினேன். வழியிலேயே பிறந்த குழந்தைகள், பிரிந்த
உயிர்கள் என ஆயிரக்கணக்கில் உயிரிழப்பு. தன்னை இனி
அம்மாவின் கைகள் அரவணைக்காது என்பது புரியாமல் இறந்த
அம்மாவின் கைகளைப் பிடித்து இழுத்துக்கொண்டிருந்த
குழந்தையைப் பார்த்தேன். பழைய ஏற்பாட்டிலிருந்து நேரே
வெளிவந்தாற்போன்ற காட்சிகள்.[16]

கம்யூனிச நாளிதழான ஜனசக்தியின் தமிழ்ப் பதிப்பாளரான என்
தாத்தா திரு J.M. கல்யாணசுந்தரம் பார்க்-வைட்டை சென்னையில்
சந்தித்து உரையாடினார். சில வருடங்கள் தொடர்ந்து நீடித்த கடிதப்
போக்குவரத்து, 1950களில் நின்றுபோனது.

பார்க்-வைட் தன்னுடைய நினைவுக்குறிப்பு நூலில் எழுதுகிறார்:

இந்தியாவை, அதன் நூற்றாண்டுகளை, சில வருடங்களுக்குள்
ஒரு தொலைநோக்கியைப் போலப் புரிந்துகொள்ள நினைத்த
என் முயற்சி, என்னுள் மிக ஆழ்ந்த பாதிப்பை ஏற்படுத்தியது.

அந்தப் பெண்ணின் வார்த்தைகளைப் படிக்கும்போது, சொல்ல
முடியாத இந்த பாதிப்புகளின் நினைவில் இன்னும் வாழ்ந்து
கொண்டிருக்கும் 1.7 கோடி மக்களுக்கு என்ன நேர்ந்தது என்று எண்ணி
நான் ஆச்சரியப்பட்டேன். வெறும் சாட்சியாக இருந்து காட்சிகளைப்
பதிந்தவருக்கே இந்த நிலைமையென்றால், அந்த வன்முறையை
அனுபவித்து வாழ்ந்து, இழப்பை மரபாகப் பெற்றவர்களின் நிலை
என்னவாகும்?

எழுபது ஆண்டுகள் கழித்து இந்தியாவும் பாகிஸ்தானும்
இன்னமும் அடையாளத் தேடலில் இருக்கின்றன. பிரிவினையை
ஆதரித்தவர்களும்கூட நவீன இராணுவத் தளவாடங்கள் மிகுந்த
எல்லையையோ, கண்ணிவெடிகளையோ, பதுங்கு குழிகளையோ
எதிர்பார்க்கவில்லை. இரு தேசங்களிடமும் தனித்தனி அரசு,
அணுசக்தி உடைய இராணுவம், வலுவான சித்தாந்தங்கள் கொண்ட
தேசபக்தி ஆகிய எல்லாமும் இருக்கின்றன. ஆனால், அவை
தேசங்களா? அந்த எல்லைக் கோட்டுக்குள் வாழும் மக்கள்
உண்மையிலேயே அந்த எல்லையைச் சேர்ந்தவர்களா? எல்லையை
அவர்கள் மதிக்கிறார்களா?

---

16. Margaret Bourke-White, *Portrait of Myself*, Simon and Schuster, New York, 1963, p. 187.

இன்றும் இந்தியத் துணைக்கண்டத்தின் எல்லைகள் பாகிஸ்தான், ஆஃப்கானிஸ்தான், வங்கதேசம், இந்தியா ஆகிய நாடுகளை பிறப்பித்த மூன்று எல்லைக்கோடுகளின் அடிப்படையிலேயே ஆய்வு செய்யப்படுகின்றன — துராந்து, ராட்க்ளிஃப், மெக்மஹான் கோடுகள். தங்கள் பெயரிலேயே அழைக்கப்படும் அந்தக் கோடுகளை உருவாக்கிய பிரிட்டிஷ் குடிமைப்பணி அதிகாரிகளுக்கு அந்தப் பகுதிகள் குறித்து குறைந்த அறிமுகமே இருந்தது.

1893இல் மார்டிமர் துராந்துக்கும் – அமீர் அப்துர் றஹ்மானுக்கும் இடையிலான உடன்படிக்கை கையெழுத்தாக, ஆஃப்கானிஸ்தானுக்கும் பிரிட்டிஷ் இந்தியாவிற்கும் இடையிலான துராந்து எல்லைக்கோடு பிறந்தது. வெறும் ஏழு உட்பிரிவுகளுடன், ஒரே ஒரு பக்கம் மட்டுமே இருந்த அந்த ஆவணத்தின் அடிப்படையில்தான் எந்தக் கட்டமைப்பு அடையாளங்களும் இல்லாமல் எல்லை குறிக்கப்பட்டது. பஷ்தூன் பழங்குடியினரின் இடங்களுக்கும், பாகிஸ்தானின் தென்மேற்குப் பகுதியான பலூச்சிஸ்தானுக்கும் இடையே செல்லும் துராந்து எல்லைக்கோடு பஷ்தூன், பலூச் மற்றும் அப்பகுதியின் மற்ற இன மக்களை அரசியல்ரீதியாகப் பிரித்தது. ரஷ்ய சாம்ராஜ்ஜியத்திற்கும் பிரிட்டிஷ் சாம்ராஜ்ஜியத்திற்கும் இடையேயான ஓர் இடைத்தடுப்பாக குறிக்கப்பட்ட கோடு அது — ஒருபோதும் அதை எல்லைக்கோடாக யாரும் கருதியதில்லை. சுதந்திரத்தைத் தொடர்ந்து 1947இல் அந்தக் கோட்டையே தனது சர்வதேச எல்லையாக சுவீகரித்துக்கொண்டது பாகிஸ்தான்.

1947ஆம் ஆண்டு இந்தியப் பிரிவினையின் போது உருவாக்கப்பட்டது ராட்க்ளிஃப் கோடு. இன்றும் மேற்கு ராட்க்ளிஃப் கோடு இந்தியா-பாகிஸ்தான் எல்லைக்கோடாகவும், கிழக்கு ராட்க்ளிஃப் கோடு இந்தியா-வங்கதேச எல்லைக்கோடாகவும் இருக்கிறது.

இந்தியாவிற்கும் சீனாவிற்கும் இடையேயான மெக்மஹான் எல்லைக்கோடு, 1914ஆம் ஆண்டு ஆங்கிலேய - திபெத்திய பிரதிநிதிகளுக்கு இடையே நடந்த உடன்படிக்கையில் உருவானது. வடகிழக்கு மாநிலமான அருணாச்சல பிரதேசத்தை தென்-திபெத் என்று சாதிக்கும் சீனாவோ, அப்பகுதியின் மீதான இந்தியாவின் ஆதிக்கத்தை எதிர்த்து, மெக்மஹான் கோட்டை ஒப்புக்கொள்ள மறுத்தது. இந்தியாவோ சீனக் கட்டுப்பாட்டின் கீழுள்ள வடக்கு-காஷ்மீர் மற்றும் அக்சாய் சின் பகுதிகளின் மீது தன் உரிமையைக் கோரியது.

அறிமுகவுரை ∗ 51

அடுத்தபடியாக மிகப்பெரும் விவாதத்திற்கும் சர்ச்சைக்கும் உள்ளாகியிருக்கும் எல்.ஓ.சி. (Line of Control) எல்லைக்கோடு. இது இஸ்லாமியப் பெரும்பான்மை காஷ்மீருக்கும் பாகிஸ்தானுக்கும் இடையேயான எல்லைக்கட்டுப்பாட்டுப் பகுதி. அங்கீகரிக்கப்பட்ட சர்வதேச எல்லையாக இல்லாவிட்டாலும், இரு நாடுகளுக்கு இடையேயான 'ஏற்புடைய எல்லை'யாக இருக்கிறது. 1949, ஜனவரி 1ஆம் நாள் இரு நாடுகளுக்கு இடையே போர்நிறுத்த ஒப்பந்தம் கையெழுத்தானபோது அவரவர் இராணுவக்களமாகச் செயல்பட்ட இந்தத் தடம், 1972ஆம் ஆண்டு, ஜூலை 3ஆம் தேதி கையெழுத்தான சிம்லா ஒப்பந்தத்தின் மூலம் எல்லைக்கட்டுப்பாட்டுக் கோடாக அதிகாரபூர்வமாக அறிவிக்கப்பட்டது. இந்தியக் கட்டுப்பாட்டுக் காஷ்மீரிலிருந்து பாகிஸ்தான் கட்டுப்பாட்டுக் காஷ்மீரை வேறு படுத்திக் காண்பிக்கும் இந்த எல்லைக்கோடு கடந்த அறுபது ஆண்டு களாகத் தீர்க்க முடியாத சர்ச்சையில் சிக்கியிருக்கிறது. சர்ச்சைக் குள்ளாகியிருக்கும் எல்லைப்பகுதியால் இந்தியாவின் மேற்கு, வடமேற்கு எல்லைகள் கடுமையாக இராணுவமயமாகியிருக்க, மற்றொரு பக்கம் காஷ்மீர் பள்ளத்தாக்கில் சுதந்திரத்திற்காகவும் சுய உரிமைக்காகவும் போராட்டங்கள் நடந்துகொண்டேயிருக்கின்றன.

இராணுவமயமாக்கப்பட்ட மற்ற எல்லைகளைப் போலில்லாமல் மக்கள் சுதந்திரமாகச் சென்றுவர, நேபாளத்துடனான எல்லை திறந்தே இருக்கிறது. பர்மாவுடனான எல்லையில் இராணுவக் கட்டுப்பாடுகள் இருந்தாலும், வட எல்லைகளைப் போலக் கடுமையான காவலோ, மிகக் கடுமையான இராணுவக் கட்டுப் பாடுகளோ இல்லை. ஒரு காலத்தில் இந்தியா-நேபாள எல்லை போலத் திறந்தே இருந்த இந்தியா–பூடான் எல்லை இப்பொழுது கொஞ்சம்கொஞ்சமாக பாகிஸ்தான், வங்கதேச எல்லைகளைப் போல இராணுவமயமாகிவிட்டது.

இக்கோடுகள் துல்லியத்தன்மைக்கு வெகு தொலைவிலிருப்பவை. உலகின் குருதிதோய்ந்த பாகப்பிரிவினையானது, முழுக்கமுழுக்க தப்புக்கணக்குகள், தவறுகள், வரைபடக் குழப்பங்ள் ஆகியவற்றை அடித்தளமாகக் கொண்டுதான் நிகழ்ந்தது.

தெற்காசியாவில் புதிய தேச அரசுகள் உருவாவதில் ஏற்பட்ட குழப்பங்கள் இந்தியத் துணைக்கண்டத்தில் அளவிட முடியாத குழப்பத்தையும் சிதைவையும் ஏற்படுத்தின. நிரந்தர இராணு வத்தால் வலுக்கட்டாயமாக வரைபடங்களில் புகுத்தப்பட்ட புதிய கோடுகளால் தங்கள் வரலாறுகளும் அடையாளங்களும்

மாற்றியமைக்கப்பட்டதை மக்கள் கண்டுகொண்டனர். அரசியல் கிளர்ச்சியாலும் வன்முறையாலும் குடும்பங்கள், இனக்குழுக்கள், இறுதியாக முழு சமூகங்களும் சேதமடைந்தன; அழிந்தன அல்லது சிதறின.

அவ்வாறு வெகுநாள்களுக்குமுன் மறக்கப்பட்டு, அழிக்கப்பட்ட கதைகள் சிலவற்றைப் பேசி தற்கால எல்லைகளை, அதன் இயல்பை கேள்விக்குள்ளாக்குகிறது இந்நூல். இங்கு ஆவணப்படுத்தப்பட்ட கதைகளின் கதைமாந்தர்கள் இடப்பெயர்வு, பொருளாதாரப் புலப்பெயர்வு, அரசியல் நாடுகடத்தல், சூழல் சிதைவு, சில சமயம் அதீதக் கோரம் மற்றும் வன்முறையை வாழ்ந்து கடந்தவர்கள். மேலும் சிலர், இடம்பெயராததினால் தங்கள் வாழ்விடத்தை நிரந்தரமாகத் தொலைத்தவர்கள்.

பெரும்பாலான இடங்களில் நான் பேட்டி முடிந்து கிளம்பும்போது, யாரோ ஒரு குடும்ப உறுப்பினர், 'இதுவரை இந்தக் கதையெல்லாம் கேட்டதேயில்ல, இவர் எங்கக்கிட்ட இதைப் பகிர்ந்ததுமில்ல' என்று கூறினர்.

மனித நாகரிகத்தின் சாராம்சமே பல்வேறு சுவர்கள், எல்லைகள், வேலிகள் ஆகியவற்றை உருவாக்குவதும் அழிப்பதும்தான் என்றால், இன்றைய உலக வரைபடம் நமக்குச் சொல்லும் கதைதான் என்ன?

சென்னையில் என்னுடைய ஆரம்பப்பள்ளியில், இந்திய வரை படத்தின் வெளிப்புற எல்லைகளைக் குறித்துவரச்சொல்லி வீட்டுப் பாடம் கொடுத்து, அதைப் பலமுறை மனப்பாடமும் செய்யச் சொன்னார்கள். இந்தியா பற்றி அவர்கள் அடிக்கடி பயன்படுத்தும் 'காஷ்மீர் முதல் கன்னியாகுமரி வரை' – மனம்போன போக்கில் இந்தியாவின் வடக்கு எல்லையை தென்முனையுடன் இணைக்கும் இந்த – சொற்றொடர் பரந்து விரிந்த தேசத்தையும் அதன் மக்களின் ஒற்றுமையையும் குறிப்பதற்குப் பயன்படுத்தப்படும்.

2013இல் என் பயணத்தைத் தொடங்கியபோது, இதையும் பள்ளிக் காலம்போல் சுலபமாகத் தடம் பிடித்து எழுதிவிட முடியும் என்றுதான் நினைத்தேன். கல்கத்தாவைத் தளமாகக் கொண்டு வங்கதேசத்திற்கான விசா, மற்ற ஒப்புதல்கள், பயண அனுமதிகள் ஆகிய எல்லாவற்றுக்கும் ஏற்பாடு செய்தேன். அருணாச்சலப் பிரதேசம், அங்கிருந்து நாகாலாந்து என வடகிழக்கு மாநிலங்களை நோக்கிய என் பயணத்திற்கு முன்பு, சிறு பயணமாக கல்கத்தா விலிருந்து தெற்கு நோக்கி சுந்தரவனம் சென்றேன்.

2014இல் என்னுடைய காஷ்மீர் பயணம் சில விஷயங்களை மேலும் சிக்கலாக்கியது. தெற்கு வங்க எல்லையைப் போலில்லாமல் பிரச்சினை மிகுந்த எல்லைக்கட்டுப்பாட்டுப் பகுதியில் (எல்.ஓ.சி.), ஓர் இடத்திலிருந்து மற்றொரு இடத்திற்குச் செல்வது இயலாத காரியமாக இருந்தது. இராணுவமயமாக்கல், அழிக்கப்பட்ட புவியியல், சுரங்கங்கள், முள்வேலிகள், பதுங்கு குழிகள் ஆகியவற்றால் நிரம்பிய பகுதியில் வரைபடத்திலுள்ள எல்லைக்கோடுகளை நம்பிப் பயணம் செல்வது யோசிக்கக்கூட முடியாத ஒன்றாகிவிட்டது. எனவே, சில வாரங்கள் முன்பே திட்டமிட்டு, தொலைபேசி அனுமதிகள் பெற்றுத் தயாரானேன். சோதனைச் சாவடிகளை ஒவ்வொன்றாகக் கடந்து, பல நூறு மைல்கள் பயணம்செய்த போதிலும், நான் நினைத்த நபரைச் சந்திக்க முடியாமலும், நான் நினைத்த இடத்தைப் பார்க்க முடியாமலும் போன கதைகளுண்டு. அரசியல், தார்மீகப் பின்புலத்தில் அதிருப்தி என்னும் சொல்லுக்கான இலக்கணத்தை காஷ்மீரில்தான் தெளிவாகப் புரிந்துகொண்டேன்.

காஷ்மீரின் மிகப் பெரிய நகரமான ஸ்ரீநகரில் தங்கி, அங்கிருந்து உரி, பந்திப்பூர், கேரன், முன்டியன், பதான்போன்ற எல்லை கிராமங்களுக்கும் பட்டிதொட்டிகளுக்கும் சென்றுவந்தேன். ஸ்ரீநகரிலிருந்து கிளம்பி, எல்லை கிராமங்களுக்குச் சென்று, நம்பிக்கைக் குகந்தவர்கள் வீடுகளில் தங்கி, அங்கிருந்து சிறு தொலைவிலிருந்த இடங்களுக்குச் சென்று திரும்பினேன். பரந்துபட்ட கண்காணிப்பின் கீழிருந்த இந்த இடங்களில் அதிக நேரம் தங்கவும் முடியாது. துரிதமாக நகர்ந்துகொண்டேயிருக்க வேண்டும். சில இடங்களில், நான் இறங்கிய சில மணி நேரங்களுக்குள் உள்ளூர் காவல்துறையால் எச்சரிக்கை விடுக்கப்படும். உரிபோன்ற சில கிராமங்களில் நான் சென்ற நிறிது நேரத்திற்குள் உள்ளூர் காவல்துறை அதிகாரியால் அழைக்கப்பட்டேன்.

இந்த நேரத்தில்தான் என்னுடைய படங்கள், புகைப்படப் பயிற்சி பற்றி கேள்வி கேட்டுக்கொண்டேன். படங்கள் உண்மையின் ஆவணங்களாக இல்லாவிட்டாலும், நினைவுகளின் காப்பகமாக செயல்படக்கூடும். இவற்றைக் கொண்டு என் கதையின் மௌன இடைவெளிகளை நிரப்ப முடியும் என்று தோன்றியது.

2015இல் பாகிஸ்தானுடன் இந்தியாவின் மேற்கு எல்லைகள் வழியேயான என் பயணம் திடீரென முடிவுக்கு வந்தது. மார்ச் மாதம் என் தந்தையின் உடல்நலம் மோசமானதால் சென்னை விரைந்தேன். என் தந்தையார் ஜூலை 2ஆம் தேதி நடந்த அறுவை

சிகிச்சைக்கு தன் உறுப்பைக் கொடையாக அளித்த என் தங்கையுடன் சிகிச்சை அறைக்குச் சென்றார். நான் மிகவும் நேசிக்கும் இருவர் ஒரே சமயத்தில் ஒன்றாக அறுவை சிகிச்சை அறைக்குள் சென்ற காட்சி என்னுள் ஆழ்ந்த பாதிப்பை ஏற்படுத்தியது. அறுவை சிகிச்சை முடிந்து ஆகஸ்ட் மாதம் நியூயார்க் செல்வதற்கு முன் மறுபடியும் காஷ்மீர் சென்றேன். அடுத்த ஒரு மாதத்தில் என் கர்ப்பம் உறுதியானது. என் தந்தையின் உடல்நிலையும் என் தாய்மையும் இந்த உலகின் மீதான என் பார்வை, எதிர்கொள்ளும் முறை, அதைப் பதிவுசெய்யும் விதம் ஆகிய எல்லாவற்றையும் மாற்றின. மரண விளிம்பிலிருந்த தந்தை, என்னுள் துளிர்த்துக்கொண்டிருந்த தாய்மை இரண்டையும் எதிர்கொண்ட என்னுடைய நூலும் மாற்றம் கண்டது.

அந்தக் காலகட்டத்தை மிகுந்த வேதனையிலும் தனிமையிலும் நகர்த்தினேன். இந்தப் பயணம் முடியவே போவதில்லை என்ற எண்ணம் வலுப்பெற, புத்தகத்தை பாதியில் கைவிடுவது பற்றிக் கூட சிந்திக்கத் தொடங்கினேன். ஆனால், எல்.ஓ.சி.யை ஒட்டிய குப்வாராவின் அண்மை குக்கிராமம் டீட்வால், அதை ஒரு சிறிய ஆறு இரண்டாகப் பிரிக்க, அதன் இரு கரைகளிலும் ஒன்றையொன்று பார்த்துக்கொண்டவாறு இரு குடும்பங்கள்; தொலைந்துபோன தன் மகனின் சாயலில் செய்தித்தாள்களில் யாரைப் பார்த்தாலும், அதைக்

கத்தரித்து சேகரித்து வைத்த தாயொருத்தி; வன்முறை தங்களிட மிருந்து அபகரித்தவர்களின் புகைப்படங்களைப் பத்திரப்படுத்தும் அந்தக் குடும்பங்கள் பற்றிய பிம்பங்கள் என்னிலிருந்து வெளியேற மறுத்தன.

2018இல் என்னுடைய பதினெட்டு மாதப் பெண் குழந்தையை விட்டுவிட்டு மேற்கு எல்லையில் பயணத்தின் இறுதிப் பகுதியை நிறைவுசெய்வதற்காக வந்தேன். அங்கிருந்து அசாம் சென்று, வெளிநாட்டவர் எனச் சொல்லி தன்னிச்சையாக மக்கள் சிறை வைக்கப்பட்டிருக்கும் தடுப்பு முகாம்கள், அங்கு நடைபெறும் வன்முறை ஆகியவற்றைப் பதிவுசெய்யத் திட்டமிட்டிருந்தேன்.

இந்நூல் என்னுடைய பயணத்தை காலவரிசைப்படி பேசவில்லை. பதிலாக சிறு நகரங்கள், கிராமங்கள், இடிபாடுகள் என ஒவ்வொரு இடத்திலும் தொடர்ந்து நான் சந்தித்த சம்பவங்களின் தொகுப்பு ஆகும். நூலில் எதிர்படும் சில புவியியல் அமைவிடங்களின் விடுபடல், மௌனம், தெளிவின்மை ஆகியவை இந்நூலில் இடம்பெறும் சில மனிதர்களின் அடையாளங்களையும், அவர்களில் சிலரின் சர்ச்சைக்குரிய வாழிடங்களையும் பாதுகாக்க வேண்டிய காரணத்துக்காக ஏற்பட்டுள்ளது.

நான் சந்தித்த, கேட்ட அனைத்துக் கதைகளும் இதில் இடம் பெறவில்லை. மறைத்தாலும் மனிதர்களின் அடையாங்களைப் பாதுகாக்க முடியாது என்ற சூழலில், அவர்களின் கதைகளை அப்படியே விட்டுவிடுவேன். அனைத்துக் கதைகளும் சொல்லப்பட வேண்டியதில்லை!

‘குரலற்றவர்களின் குரலாகவோ’, ‘சாட்சி சொல்பவளாகவோ’ இருப்பது என்னுடைய நோக்கமில்லை. இத்தகைய எழுத்துகள் காலனிய இனவியல் நடைமுறைகளின் வரலாற்றில் வெகுகால மாகவே புகுத்தப்பட்டிருக்கின்றன — அங்கு மண்ணைச் சேர்ந்த தகவலளிப்போர் பேரரசின் குரல்களாக மாறத் தயாராக உள்ளனர். இந்நூலில் இடம்பெறும் மனிதர்கள், தங்கள் வரலாற்றுக்காகவும் போராட்டங்களுக்காகவும் தாங்களே குரல் கொடுக்கும் மிகச் சிறந்த வழக்குரைஞர்கள். என்னுடையதும் இந்த நூலினுடையதுமான பணியெல்லாம், அவர்களுடைய பேச்சில் வெளிப்படும் தேச அரசின் மீதான விமர்சனம், அதன் வன்முறை, நியாயமற்ற தேசிய இறையாண்மை ஆகியவற்றை வெளிக்கொணர்வது மட்டுமே. இந்த நூலில் உள்ள கதைகள் மக்கள் எவ்வாறு வாழ்கிறார்கள், போராடுகிறார்கள், சண்டையிடுகிறார்கள், இவற்றுக்கிடையே

உயிர்பிழைத்திருக்கிறார்கள் என்பதுடன் நம்மைப் பொருத்திப் பார்க்கச் செய்வன. சுதந்திரம், கௌரவம், சுயமாக முடிவெடுத்தல் ஆகியவற்றுக்கு தன் நிலம்சார்ந்த இறையாண்மை தேவை என்ற கருத்தை நம்மால் புறந்தள்ள முடியுமா என்பதைப் பரிசீலிக்குமாறு அவர்களின் கதைகள் நம்முடைய சிந்தனைக்கு சவால் விடுகின்றன.

நான் பயணம் செய்யசெய்ய, இதுவரை நான் படித்த புத்தகங்களுக்கும் மக்களின் இயல்பு வாழ்க்கைக்கும் எந்தச் சம்பந்தமும் இல்லை என்பது புரிந்தது. உள்ளூர் வரலாற்றுக்கும் நினைவுகளுக்கும், அதுவரை நான் படித்த அரசியல் வரலாற்றுக்கும் எந்தத் தொடர்பும் இல்லை. என் எழுத்தை, அதைவிட முக்கியமாக என் சிறப்புரிமை களால் என்னிடமிருந்த பாரபட்சமான பார்வைகளை முற்றிலுமாக நான் மாற்றிக்கொள்ள வேண்டியிருந்தது.

இதற்கிடையே, நான் எழுதிக்கொண்டிருந்த என் இந்தியா வெகு வேகமாக வன்முறை, இனவெறி மிகுந்த இந்து தேசமாக உருமாறி அரசியல் சாசனத்தின் மீதும், தன் சொந்த மக்களின் மீதும் போர் தொடுத்துக்கொண்டிருந்தது. இந்நூலிற்கான என் பயணத்தின் போது மதச்சார்பின்மை, பன்முகத்தன்மை, அரசியல் ரீதியில் கருத்து மாறுபடுவதற்கான உரிமை இவை அனைத்துக்கும் எதிரான மிக ஆழமான அரசியல் நிலைப்பாடுகொண்ட சர்வாதிகார இந்தியா உருவாகியிருந்தது.

இஸ்லாமிய நாட்டுப்புறப் பாடகர் அஹ்மது ஃகான், ஜெய்சல்மேரின் டங்கல் கிராமத்தில் அடித்துக் கொலைசெய்யப்பட்டபோது நான் ராஜஸ்தானில் இருந்தேன். இந்துக் கடவுளர்களின் மீதான நாட்டுப்புற பக்திப்பாடல்கள் பாடும் மாங்கானியார் பிரிவு இஸ்லாமிய இனத்தைச் சேர்ந்த அஹ்மது ஃகானை, உள்ளூர் கோவில் பூசாரியும் ஹீலருமான ரமேஷ் சுத்தார் கோவிலில் பாட்டுப்பாட அழைத்திருந்தார். அங்கு வந்த அஹ்மதை 'ஒழுங்காகப் பாடவில்லை'[17] எனச் சொல்லி அடித்துக் கொன்றார். அந்தச் சம்பவத்தைத் தொடர்ந்து சுமார் நாற்பது இஸ்லாமியக் குடும்பங்கள் ஊரைவிட்டு வெளியேறின. மாங்கானியார் இன இஸ்லாமிய மக்கள், ஒரு காலத்தில் ராஜஸ் தானிலிருந்து இன்றைய பாகிஸ்தானின் சிந்து மாகாணம்வரை, பிரிக்கப்படாத பாலைவன மணற்பரப்பைக் கடந்து, மாமன்னர்

17. Harsha Kumari Singh, 'Muslim Folk Singer Killed over Performance; 200 Muslims Flee Village', *NDTV*, 11 October 2017, https://www.ndtv.com/india-news/200-muslims-leave-village-after-a-folk-singer-killed-allegedly-by-priest-1761507.

அலெக்சாண்டர், பழைய மன்னர்கள், படையெடுப்புகள், உள்ளூர் ஆண்-பெண் கடவுளர்கள், பாடினியர் ஆகிய எல்லாவற்றின் மீதும் பாடல் பாடி வாழ்ந்தவர்கள்.

சில வாரங்கள் கழித்து, ராஜஸ்தானின் அல்வாரில் பால் பண்ணை வைத்திருந்த பெஹ்லு ஃகான் எனும் இஸ்லாமியர், அவரைக் கொல்ல வந்த இந்துக் கும்பலிடம் உயிர்பிச்சைக் கேட்டுக் கெஞ்சும் காணொளியைப் பாரத்தேன். காணொளி ஆதாரம் இருந்தும், அவரைக் கொன்றவர்கள் தண்டனையின்றி விடுவிக்கப்பட்டனர்.

2019இல் இந்தியக் குடியுரிமைச் சட்டங்களுக்கெதிரான ஒரு போராட்டத்தின் போது, களத்தில் சந்தித்த இளம் போராளி தபீஷ், இஸ்லாமிய இளைஞர்கள் சுமந்துகொண்டிருக்கும் பயத்தைப் பற்றி பேசினார்:

> பயம் இயல்புன்னு ஏத்துக்கற அளவு இந்த பயத்துக்கு நாம் பழகிட்டோம்... பதினாறு வயது ஜுனைது இரயிலில் அடித்துக் கொல்லப்பட்ட வீடியோ இன்னமும் திரும்பத்திரும்ப பரப்பப்படுவதை நான் பார்த்தேன்.

2017ஆம் ஆண்டு தில்லியில் ஈதுப் பெருநாளுக்காக ஷாப்பிங் முடித்துவிட்டு ஹரியானாவிலுள்ள தனது கிராமத்திற்கு திரும்பிக் கொண்டிருந்தார் ஜுனைது. ஜுனைது கொல்லப்பட்ட செய்தி தெரியவந்தபோது மீரட்டிலுள்ள தன் பூர்வீக கிராமத்தில் இருந்தார் தபீஷ். ஒரு வாரம் கழித்து தில்லிக்கு இரயிலேறியபோது, அந்த பயத்துடனேயே பயணித்தார்.

> ஒரு வாரமாக முகச்சவரம் செய்யாமல் லேசாக முளைத்திருந்த தாடியை மழித்தெறிந்தேன்... பயணம் முழுவதும் யாருடனும் பேசாமல் ஒ(டு)துங்கியிருந்தேன்

என்று கூறினார்.

சிறுபான்மையினருக்கு எதிரான வன்முறை என்பது முற்றிய நோயாக வேர்பிடித்திருந்த இந்தியாவில், 1970களில் இருந்தே தேர்தலில் வெல்வதற்கான உத்தியாக இஸ்லாமியர்களுக்கும் விளிம்புநிலை சமூகங்களுக்கும் எதிரான பெரும்பான்மையினரின் உணர்வுகள் தூண்டிவிடப்பட்டன. இந்தப் போக்கு இந்தியாவை அடிப்படையாக மாற்றியமைத்த கீழ்வரும் மூன்று நிகழ்வுகளால் உச்சத்தை எட்டியது.

1. 1984ஆம் ஆண்டு நடைபெற்ற சீக்கியர்களுக்கெதிரான படுகொலை

2. 1992இல் வலதுசாரி இந்து தீவிரவாத இயக்கமான விஷ்வ ஹிந்து பரிஷத்தைச் சேர்ந்த இந்து இளைஞர் கும்பல், அயோத்தியாவின் பாபர் மசூதியை இடித்துத் தரைமட்டமாக்கல்

3. 2002இல் குஜராத்தில் இஸ்லாமியர்கள் படுகொலை செய்யப்பட்டமை.

2014இல் நரந்திர மோடி பிரதமராக பதவியேற்றதிலிருந்து இஸ்லாமியர்கள் மீதான வன்முறை, குறிப்பாக அடித்து துன்புறுத்திக் கொல்வது அளவில்லாமல் அதிகரித்தது. 2014 மே மாதத்திலிருந்து 2019 ஏப்ரல் மாதம்வரை பதிவான 'பசு தொடர்பான வெறுப்புக் குற்றங்கள்' மட்டும் சுமார் 47. இவை அனைத்தும் பிரதமர் மோடி அரசின் ஆதரவில் செயல்படும் இந்துத் தீவிரவாத இயக்கங்களுடன் தொடர்புடைய உள்ளூர் பசு பாதுகாப்புக் குழுக்களால் நிகழ்த்தப்பட்டவை. இந்தத் தாக்குதல்களில் பாதிக்கப்பட்டவர்களில் எழுபத்தாறு சதவிகிதம் பேர் இஸ்லாமியர்கள்.[18]

2014லிருந்து அதிகரித்துக்கொண்டேயிருந்த சிறுபான்மையினருக்கெதிரான வன்முறை, அச்சுறுத்தல், மிரட்டல்களோடு, வேலைவாய்ப்புகளற்று அதலபாதாளத்தில் சரிந்துகொண்டிருந்த பொருளாதாரமும் சேர, ஆயிரக்கணக்கானவர்கள் நாட்டைவிட்டு வெளியேறினர். மத்திய அமெரிக்காவிற்குப் பயணமான அநேகம் பேர், மெக்சிகோ-அமெரிக்க எல்லையை நோக்கிய ஆபத்தான பயணத்தை கால்நடையாகத் தொடங்குகிறார்கள். அமெரிக்காவின் குடியேற்ற வழக்குரைஞர்களிடம் பேசிக்கொண்டிருந்தபோது, மோடி பிரதமராக பதவியேற்றதிலிருந்து அகதிகளாக உள்ளே நுழையும் இந்தியர்களின் எண்ணிக்கை அதிகரித்திருக்கிறது என்பதை ஒப்புக்கொண்ட அவர்கள், அதற்கு வகுப்புவாத வன்முறையும் நசிந்துவிட்ட வாழ்வாதாரத்தையும் காரணிகளாகக் கூறுகின்றனர். கடந்த 2020ஆம் ஆண்டு கோடையின் இறுதியில் அரிசோனா பாலைவனத்தில் இந்தியர்கள் குழுவாக இடம்பெயர்ந்து வந்து கொண்டிருந்தபோது, தண்ணீரைத் தேடி குர்ப்ரீத் எனும் தன் ஆறு வயதுப் பெண் குழந்தையை மற்றவர்களிடம் விட்டுவிட்டுச் சென்ற

---

18. 'Violent Cow Protection in India: Vigilante Groups Attack Minorities', Human Rights Watch, 18 February 2019, https://www.hrw.org/report/2019/02/18/violent-cow-protection-india/vigilante-groups-attack-minorities.

தாய், திரும்பிவந்து பார்த்தபோது அக்குழந்தை இறந்திருந்ததாக அமெரிக்க எல்லைப் பாதுகாப்புப் படையினர்[19] கூறினர்.

மோடி மற்றும் அவருடைய அமைச்சர்களின் பரவலான வெறுப்புப் பேச்சு தொடர்கதையாகிவிட்டது. இந்திய உள்துறை அமைச்சர் அமித் ஷா, இஸ்லாமியக் குடியேறிகளை 'கரையான்கள்', 'ஊடுருவல் காரர்கள்'[20] என்று குறிப்பிட்டார். மாணவர்கள், வழக்குரைஞர்கள், பேராசிரியர்கள், உரிமைப் போராளிகள் என எண்ணற்றவர்கள் அரசை எதிர்த்துக் கேள்வி கேட்க, அவர்கள் அனைவரும் தேசத்துரோக வழக்குகளைச் சந்தித்தார்கள்.

என்றைக்கும் சபிக்கப்பட்ட தேசமாக, அது பிறந்தபோதிருந்த வன்முறைக் காலத்திற்குத் திரும்பிவிட்டோமெனத் தோன்றியது. என் இளம் வயதில், எத்தனையோ தோல்விகளுக்கு இடையிலும், இந்தியா ஏதோவொரு விதத்தில் தனித்துவத்தோடு வேறுபட்டு நின்றது. நாங்கள் மதச்சார்பற்றவர்கள், ஜனநாயகர்கள் என்று நம்பினேன். 2014ஆம் ஆண்டுக்குப் பிறகு ஏழு வருடங்கள் கடந்த நிலையில், அப்படியான நம்பிக்கைகள் ஏதும் மிச்சமில்லை என்றாலும், இத்தகைய மதிப்பீடுகளை மீட்டெடுத்து, புதிய உலகம் படைப்பதற்கான தீவிர நம்பிக்கையோடு இயங்கிக்கொண்டிருக்கிறேன்.

நரேந்திர மோடி 2019 தேர்தலில் மீண்டும் தேர்ந்தெடுக்கப்பட்ட போது, இந்தியாவை இந்து தேசமாக மாற்றுவதற்கான கொள்கை முடிவுகள் முழுவீச்சில் நடைமுறைப்படுத்தப்பட்டன. பதவியேற்ற முதல் நூறு நாள்களுக்குள், இஸ்லாமியப் பெரும்பான்மையுடைய ஜம்மு-காஷ்மீர் மாநிலத்திற்கு அளிக்கப்பட்ட சிறப்பு அந்தஸ்தை அரசியலமைப்பிற்கு விரோதமாக திரும்பப் பெற்றது மோடி அரசு. இதுபற்றிய தகவல்கள் இருட்டடிப்பு செய்யப்பட்டு 80 இலட்சம் காஷ்மீரிகளும் தொடர்பற்றுப் போக, அவசரமாகக் கொண்டுவரப்பட்ட சட்டவிரோத நடவடிக்கைகள் தடுப்புச் சட்டம் (ஊபா), எந்த முகாந்திரமும் இல்லாமல் தனிமனிதர்களை

---

19. Sugam Pokharel and Catherine E. Shoichet, 'This 6-year-old from India died in the Arizona desert. She loved dancing and dreamed of meeting her dad', *CNN*, 12 July 2019.

20. Devjyot Ghoshal, 'Amit Shah Vows to Throw Illegal Immigrants into Bay of Bengal,' *Reuters*, 12 April 2019, https://www.reuters.com/article/india-election-speech/amit-shah-vows-to-throw-illegal-immigrants-into-bay-of-bengal-idUSKCN1RO1YD.

தீவிரவாதிகளென ஒருதலைபட்சமாக அறிவிக்க வழிவகுத்தது; மேலும், தகவல் அறியும் உரிமைச் சட்டம் வீரியமிழந்தது.

இந்திய உச்சநீதிமன்றம், சட்டத்தை வெல்லும் திறன் மத நம்பிக்கைக்கு உண்டெனத் தீர்ப்பெழுதியது. கடவுள் இராமர் அயோத்தியில் பிறந்தார் எனும் புராணக்கதை அடிப்படையிலான இந்து நம்பிக்கை, பாபர் மசூதி யாருக்குச் சொந்தம் எனும் சொத்துப் பிரச்சினைகளுக்குத் தீர்ப்பெழுத துணைக்கழைத்துக்கொள்ளப் பட்டது. பெரும்பான்மையினரின் நம்பிக்கைகள் அரசியலமைப்புக் கொள்கையாக மாறும்போது, இந்நாட்டில் இந்துக்களும் இஸ்லாமியர்களும்[21] ஒருசேர வசிக்க முடியாது என்ற சகிக்கவியலாத சித்தாந்தத்தை நோக்கி நாம் பின்வாங்குகிறோம்.

2019, ஆகஸ்ட் 31ஆம் தேதி கொண்டுவரப்பட்ட தேசியக் குடிமக்கள் பதிவேடு (என்.ஆர்.சி.) இந்தியர்களை தங்கள் குடியுரிமையை நிரூபிக்கக் கோரியது. இயலாதவர்கள் 'வெளிநாட்டவர்' என்று முத்திரை குத்தப்பட்டு தடுப்பு முகாம்களில் அடைக்கப்பட்டனர். என்.ஆர்.சி. வெளியிட்ட பட்டியலின்படி அசாமில் மட்டும் 19 இலட்சம் மக்கள் நாடற்றவர்களாக ஆக்கப்பட்டிருக்கிறார்கள்; அதில் பெரும்பான்மை இஸ்லாமியர்கள். இதையடுத்து இனப்படுகொலை கண்காணிப்பு அமைப்பு (Genocide Watch) இருமுறை — முதல்முறை இந்திய ஆக்கிரமிப்பு காஷ்மீருக்காக, பிறகு அசாமிற்காக — 'இனப்படுகொலைக்கான முன்னெடுப்புகள் இந்தியாவில் நடந்து கொண்டிருக்கின்றன... அடுத்து இன அழிப்புதான்'[22] என எச்சரிக்கை

---

21. Faizan Mustafa and Aymen Mohammed, 'Ayodhya judgement is a set-back to evidence law', *The Indian Express*, 10 November 2019, https://indianexpress.com/article/opinion/columns/supreme-court-ayodhya-verdict-ram-mandir-muslims-hindu-babrimosque-demolition-6112170/; Ipsita Chakravarty, 'What explains the silence among Muslim communities on the Ayodhya judgment?', *Scroll*, 14 November 2019, https://scroll.in/article/943510/what-explains-the-silence-among-muslim-communities-on-the-ayodhya-judgment; Soutik Biswas, 'Babri mosque: India's Muslims feel more abandoned than ever', *BBC*, 30 September 2020, https://www.bbc.com/news/world-asia-india-54356713.

22. இன அழிப்பையும் மற்ற வெகுசனப் படுகொலைகளையும் முன்கணித்து, தடுத்து, நிறுத்தவும் தண்டிப்பதற்காகவும் அமெரிக்கக் கண்காணிப்பு அமைப்பான 'Genocide Watch' க்ரிகொரி ஹெச். ஸ்டான்டன் என்பவரால் 1996இல் தொடங்கப்பட்டது. க்ரிகொரி ஹெச். ஸ்டான்டன் 'Genocide Alert for Kashmir, India', Genocide Watch, 15 August, 2019, https://www.

விடுத்து அறிக்கை வெளியிட்டது. நவம்பர் 2019இல் என்.ஆர்.சி. இந்தியா முழுவதும் அமல்படுத்தப்படும் என அறிவித்தது அரசு.

அடுத்து, இந்த மரணவலிக்கு மருந்தாகக் கடைசிச் சொட்டு விஷம் கொடுக்கப்பட்டது — குடியுரிமை திருத்தச் சட்டம் (சி.ஏ.ஏ.). இந்தியாவைப் படிப்படியாக இன தேசியவாத நாடாக (Ethno Nationalist state) மாற்றும் அரசின் முயற்சிகள் கச்சிதமாக வெளிப் பட, இலட்சக்கணக்கானவர்கள் குடியுரிமை பறிக்கப்பட்டு நாடற்ற வர்களாக அறிவிக்கப்படும் அபாயம் எழுந்தது. 2019 டிசம்பரில் நடைமுறைப்படுத்தப்பட்ட சி.ஏ.ஏ. சட்டம், நாஜிக்களின் நியூ ரெம்பர்க் சட்டங்களை ஒத்திருந்தது. இச்சட்டம் இந்திய அரசிய லமைப்புச் சட்டத்தின் மதச்சார்பின்மை கொள்கையை மீறி, மதத்தைக் குடியுரிமையின் அடிப்படைத் தேவையாக வைக்கிறது. ஆஃப்கானிஸ்தான், வங்கதேசம், பாகிஸ்தானில் துன்புறுத்தலுக்கு உள்ளாகும் இந்துக்கள், பார்சிகள், ஜெயின்கள், புத்தர்கள், சீக்கி யர்கள் மற்றும் கிறிஸ்தவர்களுக்குக் குடியுரிமை வழங்க வழி செய்யும் இந்தச் சட்டம், இஸ்லாமியர்களை இப்பட்டியலிலிருந்து விலக்கி வைக்கிறது. பாகிஸ்தானின் அஹ்மதியாக்கள்; ஆஃப்கானின் ஹஸாராக்கள்; மியான்மரின் ரோஹிங்கியாக்கள்; திபெத்தியர்கள்; இலங்கைத் தமிழர்கள்; மியான்மரின் சின் பிரிவினர் மற்றும் பாதிக்கப்பட்ட மற்ற பிரிவினர் இச்சட்டத்திலிருந்து விலக்கி வைக்கப்பட்டனர். தில்லியைத் தலைமையிடமாகக் கொண்டு இயங்கும் உரிமை அமைப்பான சித்தரவதைக்கெதிரான தேசிய பிராச்சாரக்குழு (National Campaign Against Torture), 'சி.ஏ.ஏ. சட்டம் இந்தியாவிலுள்ள சுமார் 6,00,000 அகதிகளை நிரந்தர அகதிகளாக்கி, அடக்குமுறையின் பாதிப்புக்குள்ளாக்கியிருக்கிறது'[23] என அறிக்கை சமர்ப்பித்தது. இச்சட்டமும் அமலாக்கப்படவுள்ள என்.ஆர்.சி.யும் சேர்ந்து நடைமுறைக்கு வரும்போது ஒவ்வொரு இந்தியனும் தன் குடியுரிமையை நிரூபிக்க வேண்டியிருக்கும். இம்முறையில், மிகப் பெரிய அளவிலான இஸ்லாமியர்களும் ஆவணங்கள் இல்லாத விளிம்புநிலை சமூகத்தினரும் குடியுரிமை பெற முடியாமல் நிராகரிக்கப்படுவார்கள்.

---

genocidewatch.com/single-post/2019/08/15/Genocide-Alert-for-Kashmir-India; 'Genocide Watch for Assam, India – Renewed', 18 August, 2019https://www.genocidewatch.com/single-post/2019/08/18/Genocide-Watch-for-Assam-India---renewed.

23. 'CAA Has Made 6 Lakh Refugees Stateless, Says Rights Group', *The Hindu*, 19 March 2020, https://www.thehindu.com/news/national/other-states/caa-has-made-6-lakh-refugees-forever-stateless-says-rights-group/article31103492.ece.

முதன்முதலில் சி.ஏ.ஏ. அறிமுகப்படுத்தப்பட்டபோது, இலட்சக் கணக்கான மக்கள் போராட வீதிக்கு வந்தனர். அதில் நானும் ஒருத்தி. தில்லி ஜாமியா மில்லியா இஸ்லாமியா பல்கலைக்கழக மாணவர்களும், உத்திரப் பிரதேசத்தின் அலிகர் முஸ்லிம் பல்கலைக் கழகத்தின் மாணவர்களும் அமைதியான முறையில் வன்முறையற்ற போராட்டத்தைத் தொடங்கினர்.

சில நாள்களுக்குள் இரு பல்கலைக்கழக வளாகங்களிலும் புகுந்த காவல்துறையினர், லத்தியடிக்குப் பயந்து கழிவறைகளில் ஒளிந் திருந்த மாணவர்களை வெளியே இழுத்துவந்து அடித்தனர். நூலகத்தில் கண்ணீர் புகை குண்டுகள் வீசி மாணவர்கள் வெளியே வரவழைக்கப்பட்டனர். ஐந்துமணி நேரத்திற்கு மேல் நீடித்த இந்தத் தாக்குதலில், நூற்றுக்கும் மேற்பட்ட மாணவர்கள் காயமடைந்தனர்.

மாணவர்கள் மேல் நடந்த தாக்குதல், மக்களை வீதிகளுக்கு அழைத்துவந்தது. எல்லா வயதுடைய இஸ்லாமியப் பெண்களும் ஷாஹீன் பாக் எனுமிடத்தில் கூடி தொடர்ந்து மூன்று மாதங்கள் வெய்யில், குளிர், வலதுசாரிக் கும்பல்களின் தாக்குதல் என எதையும் பொருட்படுத்தாது போராடினர். நாடு முழுவதும் பெண்கள் தலைமையேற்று நடத்திய நூற்றுக்கணக்கான உள்ளிருப்புப் போராட் டங்களுக்கு முன்மாதிரியாக இருந்தது ஷாஹீன் பாக் போராட் டம்தான்.

புரட்சிக் கீற்றுகள் புலப்படத் தொடங்கின. அம்பேத்கர், காந்தி, தலித் செயல்பாட்டாளர் ரோஹித் வெமூலா ஆகியோரின் படங்கள் போராட்டக் களங்களில் தென்படத் தொடங்கின. போராட்டக் காரர்கள் அரசியல் சாசனத்தை உரக்கப் படித்து தேசிய கீதத்தைப் பாடினர். 1921இல் விடுதலை வீரர் மௌலானா ஹஸ்ரத் மொஹானியால் இயற்றப்பட்ட ‘இன்குலாப் ஜிந்தாபாத்’ (புரட்சி நீடூழி வாழ்க) — ஒரு காலத்தில் ஆங்கிலேயர்களுக்கெதிராக போராட்டக் களங்களில் முழங்கிய கோஷம் — மோடி அரசுக் கெதிராக மறுபடியும் மீட்டெடுக்கப்பட்டது.

போராட்டங்களின் தீவிரம் அதிகரிக்கஅதிகரிக்க, காவல்துறையின் கொடூரமும் வெறுப்புப் பிரச்சாரமும் கூடவே அதிகரித்தது. உத்திரப் பிரதேசத்தில் 36 இஸ்லாமிய இளைஞர்கள் சட்டத்திற்குப் புறம்பாகக் கைதுசெய்யப்பட்டு சித்தரவதைக்குள்ளானார்கள். 2020 பிப்ரவரி 23ஆம் தேதி வடகிழக்கு தில்லியின் இஸ்லாமியச் சமூகங்கள் இந்துக் கலவரக்காரர்களால் தொடர் தாக்குதலுக்கு உள்ளாயின. அவர்களின் உடைமைகள் அழிக்கப்பட்டு, மசூதிகள்

தகர்க்கப்பட்டு, கல்லறைகள் இடிக்கப்பட்டன. ஆயுதம் ஏந்திய நபர்களால் குறியிடப்பட்ட இஸ்லாமிய வீடுகளும் தொழில் நிலையங்களும் பின்பு தீக்குண்டுகளால் தகர்க்கப்பட்டன. 'ஜெய் ஸ்ரீராம்'[24] என்று கத்திக்கொண்டே உள்ளூர் மசூதியொன்றிற்கு தீ வைத்த அவர்கள் மசூதியின் உச்சியில் காவிக் கொடியொன்றையும் நட்டு வைத்தனர். ஜெய் ஸ்ரீராம் கோஷம் ஊர்வலங்களில் இடம் பெறுவது இது முதல்முறை அல்ல. 1980கள் தொடங்கி வகுப்புவாத வெறுப்பரசியலுக்கு விதையூன்றிய இந்தக் கோஷம், அயோத்தியில் பாபர் மசூதி[25] தகர்க்கப்படுவதற்கும் காரணமாக அமைந்தது.

கொலையாளிகள் இறந்தவர்களின் உடல்களையும், துண்டாக்கிய கை-கால்களையும் சாக்கடையில் வீசினர். ஆர்வலர்களால் நடத்தப்படும் வாட்ஸ்அப் குழுக்களில் ஊறிப்பெருத்த உடல்களின் கொடூரமான புகைப்படங்கள் பகிரப்பட்டு, மேலும் உடல்கள் மேலே வருமென எங்களுக்கு எச்சரிக்கையும் விடுத்தனர். அதிகாரபூர்வமற்ற தகவல்கள் இறந்தவர்களின் எண்ணிக்கை 60 என்று சொல்ல, சில பெயர்களைத் தவறாக எழுதியும் சிலவற்றை இரண்டுமுறை கணக்கிட்டும் செய்தித்தாள்களும் குழப்ப, எண்ணிக்கை குறித்த உறுதியான தகவல்கள் இல்லை.

பிரிவினையின் போதும் அதற்குப் பின் நிகழ்ந்த பல்வேறு வன்முறை நிகழ்வுகளிலும் உயிர்பிழைத்திருந்த 85 வயது அக்பரி, இம்முறை அவருடைய வீடு கொளுத்தப்பட்டதில் உயிரிழந்தார். கோகல் புரியில் தந்தைக்காக உயிர்ப்பிச்சைக் கேட்டு அவருடைய மகள் கெஞ்சிக்கொண்டிருக்கும்போதே முஷர்ரஃப் அடித்துக் கொல்லப் பட்டார். பதினாறே வயதான முஹம்மது ஹசீமும் அவருடைய அண்ணனின் உடலும் சாக்கடையிலிருந்து கண்டெடுக்கப்பட்டது.

கலவரத்தின் மூன்றாவது நாளில் மட்டும் காவல்துறை கட்டுப்பாட்டு அறைக்கு சுமார் 7,500 அவசர தொலைபேசி அழைப்புகள் பதிவாயின.

---

24. Christophe Jaffrelot, 'Communal Riots in Gujarat: The State at Risk?', Working Paper no. 17, Heidelberg Papers in South Asian and Comparative Politics, University of Heidelberg, Germany, July 2003, https://doi.org/10.11588/heidok.00004127.

25. Suchitra Vijayan, 'Heckling Asaduddin Owaisi in Parliament with Chants of Jai Shri Ram Smacks of an Age-Old Idea of Muscular, Divisive Hindutva', Firstpost, 20 June 2019, https://www.firstpost.com/india/heckling-asaduddin-owaisi-in-parliament-with-chants-of-jai-shri-ram-smacks-of-an-age-old-idea-of-muscular-divisive-hindutva-6850771.html.

ஆனாலும், அவர்களைப் பாதுகாக்க ஒருவர்கூட வரவில்லை. பதிலாக, வன்முறையாளர்களுக்கு உதவியாக காவல்துறையும் வன்முறையில் ஈடுபட்டதை நான் பார்த்த காணொளிகள், நேரடி சாட்சியங்கள் உறுதிசெய்தன. வன்முறைக்குப் பிறகு அநேகக் குடும்பங்கள் தங்கள் வீடுகளை காலி செய்துகொண்டு போக, அப்படிச் சென்றவர்களில் சிலர் இன்னமும் வீடற்று நிற்கிறார்கள். அமைதியாக எதிர்ப்பு தெரிவிக்க நினைத்த மாணவர்கள் ஊபா சட்டத்தின்கீழ் கைதுசெய்யப்பட்டு சிறையிலடைக்கப்பட்டார்கள். சி.ஏ.ஏ.விற்கெதிரான கூட்டமொன்றில் 'இந்தியா ஜிந்தாபாத்', 'பாகிஸ்தான் ஜிந்தாபாத்' என கோஷமிட்ட குற்றத்திற்காக பத்தொன்பது வயது அமுல்யா லியோன் கைதுசெய்யப்பட்டார்.

உலகின் மிகப்பெரும் மதச்சார்பற்ற ஜனநாயகங்களில் ஒன்றான இந்தியா, இன்று இன தேசியவாதம் மிகுந்த இந்து தேசம்!

சிறிது நவீனம், சிறிது நிலப்பிரபுத்துவம் இவற்றோடு ஜனநாயகம் எனத் தடுமாறிக்கொண்டிருக்கும் ஒரு தேசத்தின் எல்லைகளை என் பயணங்களின் வழியே தடம்பிடித்துக் கடந்துவிடும் நோக்கில்தான் தொடங்கினேன். இறுதியில், என்னிடம் ஒரு வரைபடம் மட்டுமல்ல, எனக்குத் தெரியும் என நான் நினைத்ததிலிருந்து முற்றிலும் மாறுபட்டிருந்த பல வரைபடங்கள் இருந்தன. கற்பனையான ஒரு மையப்புள்ளியிலிருந்து தொலைவிலிருக்கும் ஓரங்களைப் பார்க்கும் உத்திதான் அதுவரை எனக்குக் கற்பிக்கப்பட்டிருந்தது. ஆனால், அந்த எல்லையில் சென்று நிற்கும்போதுதான் நான் முற்றிலும் புதியதொரு உலகத்தில் இருப்பது புரிந்தது. முற்றிலும் வேறுபட்டதொரு உலகம்; முற்றிலும் மாறுபட்ட வரலாறு; என் அகம் என்று நான் அதுவரை அறிந்த தேசத்திலிருந்து முற்றிலும் வேறுபட்ட ஒரு பாடபேதம். இருந்தாலும், புதைந்துகிடக்கும் கண்ணிவெடிகளும் குறிக்கப்படாத கல்லறைகளும் சுதந்திரத்திற்கான அழுகுரல்களும் நிரம்பிய இந்நிலவெளியில், நாம் எல்லைப்பகுதிகளாலான ஒரு உலகில் வாழ்ந்துகொண்டிருக்கிறோம் என்பதைப் புரிந்துகொள்ள ஆரம்பித்தேன். அத்தகைய எல்லைகள் எல்லா இடங்களிலும் உருவாக்கப்படுகின்றன.

இந்த நூல் பேசும் கதைகள் ஆஃப்கான்-பாகிஸ்தான் எல்லை மற்றும் இந்திய எல்லைகளைச் சார்ந்தவை என்றாலும், கதைகள் எல்லா இடங்களிலும் பொருந்துபவை. எங்கும் நிகழக்கூடிய

சாத்தியக்கூறுகள் உள்ளவை. தெற்காசிய எல்லைகள் மட்டுமல்ல, மக்களின் சுதந்திரத்திற்காக எனச் சொல்லி உலகம் முழுவதிலும் ஏற்படுத்தப்பட்ட எல்லைகள், அங்கிருக்கும் மக்களை வேலி களுக்குள் அடைத்து மூச்சுத்திணற அடிக்கின்றன. போஸ்னியாவில் நடந்ததுதான் ருவாண்டாவிலும் நடந்தது. ஃபலஸ்தீனத்திக்கு நேர்ந்ததுதான் காஷ்மீருக்கும் நேர்ந்தது.

வன்முறையும் போரும் மட்டுமே மக்களை வெளியேற்றவில்லை. பருவநிலை மாற்றம், உலகின் எல்லைகளை முற்றிலுமாக மாற்றி யிருக்கிறது — நீரும் நெருப்பும் விழுங்கும்போது காவலுக்கிருக்கும் வீரர்களால் என்ன செய்துவிட முடியும்? கடலில் மூழ்கும் நகரத்தின் மீது என்ன ஆட்சியதிகாரத்தைச் செலுத்த முடியும்?

> உண்மையில், பூமி மொத்தமும் ஒரே உலகம்தான். இங்கு குடியிருப்பில்லாத, காலியான நிலப்பகுதிகள் என்று எதுவு மில்லை. எப்படி இந்தப் புவியைவிட்டு நம்மால் வெளியேற முடியாதோ, அதுபோல அதற்கான போராட்டத்திலிருந்தும் வெளியேற முடியாது[26]

என்கிறார் எட்வர்ட் செய்த்.

உலகெங்கிலும் இருக்கும் சில தனிநபர்கள் நியாயமற்ற எல்லைகளை வலுக்கட்டாயமாகப் புகுத்த, இந்நிலவியலின் மீதான மிகப்பெரும் அளவிலான உலகளாவிய போராட்டத்தின் ஒரு பகுதியாக விரிகின்றன இந்தப் புத்தகத்தின் கதைகள். வரலாற்றாசிரியரான ரொமிலா தாப்பரின் வார்த்தைகளில் சொல்வதானால்,

> வரைபடங்கள் நடைமுறைக்கு வந்த பின்னரே எல்லைப் பகுதிகள் எல்லைகளாயின.[27]

சர்வாதிகாரிகளிடமிருந்தும், இன அழிப்பிலிருந்தும் பயந்து சுதந்திரத்திற்காகத் தப்பியோடும் மக்களை விடவும் பொருட்களும், ட்ரோன்களும், முதலீடுகளும் சுதந்திரமாய் பயணிக்கின்றன. பல

---

26. Edward W. Said, *Culture and Imperialism*, Vintage Books, New York, 1994, p. 3.

27. 'Borders only become borders when cartographies come into existence': Professor Romila Thapar. Notes from the openhouse organised by 'History for Peace' on 24 December 2017 in Kolkata, https://archive.indianculturalforum.in/2017/12/28/borders-only-become-borders-when-cartographies-come-into-existence-professor-romila-thapar-somok-roy/.

இடங்களில் நாம் நிறுவிய எல்லைகள் இனியும் அப்படியே தொடர முடியாது. நிலத்தில் இல்லாத கற்பனைக் கோடுகளால் தேசங்களை வடித்திருக்கிறோம். ஒரு தேசத்தை உருவாக்கும் முனைப்பில் சமூகங்களையோ, ஒட்டுமொத்த கலாச்சாரத்தையோ துண்டித்து ஊனப்படுத்தி விடுகிறோம். பிறகு, வன்முறையைக் கையிலெடுக்காவிட்டால் அந்தக் கோடுகளே இல்லாமல் போய் விடுமென அவற்றைப் பாதுகாக்க மறுபடியும் வன்முறையையே நாடுகிறோம். போருக்குப் பிந்தைய, பின்காலனிய உலகின் அமைப்பு குறித்து மறுபரிசீலனை செய்யவேண்டுமென்ற சிந்தனை வலுப்பெறும்போது, ஆக்கிரமிப்புக்குள்ளான நிலப்பகுதிகளில் ஜனநாயகத்தின் எதிர்காலமும் ஆளும் அரசு குறித்த சிந்தனையும் உலகளவில் பேசப்படும்போது, எல்லைப்பகுதிகளின் கதைகள் தவறாமல் கூறப்பட வேண்டும். இந்த மெய்யான வரலாறுகள் சிக்கலானவை; சர்ச்சைக்குரியவை; சங்கடம்மிகுந்த உண்மைகளைப் பேசுபவை. எளிய காரண-காரிய வகைப்பாட்டுக்குள் வசதியாகப் பொருத்த முடியாதவை. அந்தக் கதைகள் மிகுந்த வலியைச் சுமந்து நிற்பவை. என்றாலும், புதிய உலகு குறித்த பார்வைகளைத் தருபவை.

பாகம் ஒன்று

ஆஃப்கானிஸ்தான் – பாகிஸ்தான் எல்லை

1757 முதல் 1849வரையான ஆண்டுகளில் சிதறிக் கிடந்த இந்தியத் துணைக்கண்டத்தின் துணுக்குகளை ஆங்கிலேய ஏகாதிபத்தியம் ஒவ்வொன்றாகத் தன்னுடன் இணைத்துக்கொண்டிருந்தது. 1881இல் எகிப்தை ஆக்கிரமித்து, 'Scramble of Africa' என்றழைக்கப்பட்ட ஆப்பிரிக்க நாடுகளின் கலகச்சண்டையைத் தொடங்கியது.[1] இடைப்பட்ட முப்பதாண்டுகளில் மத்திய ஆசியாவிலிருந்து மற்றொரு ஏகாதிபத்திய கரமான ரஷ்யா தெற்குமுகமாக மெல்ல நீண்டுகொண்டிருந்தது.[2] ரஷ்யாவின் விரிவாக்கத்தைப் 'பத்தொன்பதாம் நூற்றாண்டில் ஏகாதிபத்தியத்தின் மிக விரைவான, திடீர் திருப்பங்களுடன்கூடிய வெற்றி'யாக வரலாறு குறிப்பிடுகிறது.[3] 1880களில் ரஷ்யர்களின் படை, ஆஃப்கானிஸ்தான்வரை தன் அதிகார எல்லையை விரிவுபடுத்தியிருந்தது.

அன்றைய ஆங்கிலேய இராணுவத்தில் பணிபுரிந்து, பிற்காலத்தில் இப்பகுதியில் நிலவிய ஆங்கிலேய-ரஷ்ய எதேச்சதிகாரப் போட்டி குறித்து கணிசமாக எழுதிய கர்னல். ஜெரால்ட் மார்கன்: 'நாகரிகமற்ற, பின்தங்கிய பிராந்தியத்தை' ஆள்வதற்காக இரண்டு பேரரசுகளும் போட்டிபோட்டுக்கொண்டு எதிரும் புதிருமாய் விளிம்புகளற்ற எல்லைகளை நோக்கி தத்தம் அதிகாரத்தின் வரம்புகளை விரித்துக்கொண்டேயிருந்தன என்கிறார்.[4] இக்காலகட்டத்தில் பதிவுசெய்யப்பட்ட ஆங்கிலேய அரசின் ஆட்சியறிக்கைகளும்

---

1. Christian Tripodi, 'Grand Strategy and the Graveyard of Assumptions: Britain and Afghanistan, 1839–1919'. *Journal of Strategic Studies*, 33.5, 2010, pp. 701–725.

2. Ibid.

3. Alexander Morrison, 'Introduction: Killing the Cotton Canard and getting rid of the Great Game: rewriting the Russian conquest of Central Asia, 1814–1895', *Central Asian Survey*, 33, no. 2, 2014, p. 131.

4. Gerald Morgan, *Anglo-Russian Rivalry in Central Asia: 1810-1895*, Epilogue by Lt. Col. (retd) Geoffrey Wheeler, Routledge, London, 1981, p. 231.

இவ்வெண்ணத்தையே எதிரொலித்தன; அவற்றில் மண்ணின் மன்னர்களோ, அவர்தம் மக்களோ, ஓரிரு இடங்களைத் தவிர எங்கும் குறிப்பிடப்படவில்லை; அவ்வாறு குறிப்பிடப்படும் சொற்ப இடங்களிலும் காட்டுமிராண்டிகளாகவும் நாகரிகமற்றவர்களாகவும் சித்தரிக்கப்பட்ட அவர்களின் நிலம், வரலாறு, செல்வம் ஆகிய அனைத்தும் தாங்கள் ஆள்வதற்காகப் படைக்கப்பட்டவை என்றும் திடமாக நம்பினார்கள்.

ரஷ்யர்களின் கரங்கள் ஆஃப்கான்வரை மெல்ல பரவத் தொடங்கியதை, இன்றைய பாகிஸ்தான்வரை தம் எல்லைகளை விரித்திருந்த ஆங்கிலேய அரசு பெரும் அச்சுறுத்தலாகப் பார்க்கத் தொடங்கியது. அதன் விளைவாக, 1893ஆம் ஆண்டில் எழுந்ததுதான், 1622 மைல் நீள 'துராந்து எல்லைக்கோடு' (Durand Line). நொறுங்கிக்கொண்டிருந்த ஆஃப்கானின் அமீராக இருந்த அப்துர் றஹ்மான் ஃகானுக்கும் ஒருங்கிணைந்த இந்தியத் துணைக்கண்டத்தின் முடியரசுக்கும் இடையிலான ஒப்பந்தத்தின் விளைவாக, ஆஃப்கானுக்கும் (இன்றைய) பாகிஸ்தானுக்கும் இடையிலான சர்வதேச எல்லைக் கோடாக வகுக்கப்பட்டது 'துராந்து எல்லைக்கோடு'.

அன்றைய பிரிட்டிஷ் இந்தியாவும் ஆஃப்கான் அரசர் அப்துர் றஹ்மான் ஃகானும் செய்துகொண்ட உடன்படிக்கையில் பிறந்த இந்த எல்லைக்கோட்டை இன்றைய ஆஃப்கான் அரசு அங்கீகரிக்கவில்லை. ஆங்கிலேயரிடமிருந்து இந்தியா சுதந்திரம் அடைந்ததற்கும் 1947இல் பாகிஸ்தான் உருவானதற்கும் பிறகு அந்த உடன்படிக்கை காலாவதியாகிவிட்டதாக ஆஃப்கான் நினைத்தது. ஆனால், பாகிஸ்தானோ இன்றுவரை 'துராந்து எல்லைக்கோட்டை' அங்கீகரிக்கப்பட்ட சர்வதேச எல்லையாகவே கருதி வருகிறது.

இந்த பிராந்தியத்தை, குறிப்பாக காஷ்மீரைப் புரிந்துகொள்ள சுமார் 180 ஆண்டுகளுக்கு முந்தைய ஆஃப்கான், பிரிட்டிஷ் இந்தியா, ஜம்மு-காஷ்மீர் சமஸ்தானம் ஆகியவற்றில் நடந்த நிகழ்வுகளை ஒருவர் அறிந்துகொள்ள வேண்டும்.

இரண்டு போர்கள். முதலாவது, ஆங்கிலேயர்களுக்கும் ஆஃப்கானிஸ்தானுக்கும் இடையிலான ஆங்கிலேய-ஆஃப்கான் போர். இது ஆஃப்கானுக்கும், ஒருங்கிணைந்த இந்தியாவிற்குமான எல்லையை முற்றிலுமாக மாற்றியமைத்தது. இரண்டாவது, ஆங்கிலேயர்களுக்கும் சீக்கியர்களுக்குமிடையில் நடந்த ஆங்கிலேய-சீக்கியப் போர். 1845 முதல் 1846வரை நடந்த இந்தப் போர்கள்தான் காஷ்மீரின் எதிர்காலத்திற்கு குருதி தோய்ந்த முன்னுரை எழுதின.

வரைபடங்களின் கோடுகள் வாள்முனையால் வரையப்பட்டன. ஆங்கிலேயருக்கும் ஆஃப்கானுக்கும் இடையேயான போரில் ஆஃப்கானின் எல்லைக்கோடு குறிக்கப்பட்டது; கிழக்கிந்திய கம்பெனிக்கும் சீக்கியர்களுக்குமிடையேயான போரில் காஷ்மீரின் தலையெழுத்து தீர்மானிக்கப்பட்டது.

1846இல் நடைபெற்ற அந்த ஆங்கிலேய-சீக்கியப் போரில் சீக்கியர்கள் தோல்வியுற, ஆங்கிலேயர் காஷ்மீரை அதன் மக்களுடன் சேர்த்து சுமார் 7.5 இலட்ச ரூபாய்களுக்கு டோக்ரா மன்னர்களிடம் விற்றனர். அன்றைய காஷ்மீரம் லாகூரின் வடக்குப் பிரதேசங்கள்வரை பரந்திருந்தது. பின்னர், லடாக், பல்திஸ்தான் முதலிய பகுதிகளைப் படையெடுப்புகள் மூலம் தங்கள் வசப்படுத்திய டோக்ரா மன்னர்கள், 1846இலிருந்து சுதந்திரம் அடைந்த 1947வரை காஷ்மீரைத் தங்கள் கட்டுப்பாட்டில் வைத்திருந்தனர்.

டோக்ராக்களின் ஆட்சிக்காலம், பெருங்கொடுங்கனவொன்றின் நீட்சியாக மக்களை அச்சுறுத்தியது — அதீத வரிகள், வலுக்கட்டாய உடலுழைப்பு[5] எனத் தொடர்ச்சியான அநீதிகளால் மக்களின் பொருளாதாரம் சூறையாடப்பட்டது. அடக்குமுறைகளுக்கெதிரான தொடர் போராட்டங்களும் எதிர்ப்புகளும் மக்களின் அன்றாட வாழ்வியலாயின.

1865இல் கம்பளி நெசவாளர்களின் எதிர்ப்புக்குரல்கள் மிருகத் தனத்துடன் நசுக்கப்பட்டன. வரலாற்றின் இரத்தம் தோய்ந்த இந்நிகழ்வு, இன்றளவும் 'கம்பளி நெசவாளர் படுகொலை' என்று நினைவுகூரப்படுகிறது.

காஷ்மீரின் பெரும்பான்மை மக்கள் இஸ்லாமியர்களாக இருக்க, அவர்களை ஆண்டவர்களோ டோக்ராக்கள் எனும் இந்து மன்னர்கள். மன்னர்களின் நீடித்த அடக்குமுறையும் மக்களின் தொடர்ச்சியான எதிர்ப்புக்குரலும் மிகுந்திருந்த பின்னணியின் புரிதலோடு, நாம் 1947 இந்தியப் பிரிவினையை ஒட்டிய நிகழ்வுகளை அணுக வேண்டும்.

1947 பிரிவினையின் காயங்கள் இன்னமும் ஆறியிருக்கவில்லை; காஷ்மீரின் எதிர்காலம் பாதுகாப்பின்றி ஊசலாடிக்கொண்டிருந்தது. நிலையற்ற இந்தச் சூழலில் அக்டோபர் 1947இல் ஜம்முவில்

5. Mridu Rai, 'the Consolidation of Dogra Legitimacy in Kashmir: Hindu Rulers and a Hindu State' in *Hindu Rulers, Muslim Subjects: Islam, Rights, and the History of Kashmir*, Princeton University Press, Princeton, 2004, pp. 80–127.

இஸ்லாமியர்கள் மீதான வன்முறை கட்டவிழ்த்து விடப்பட்டது. டோக்ரா மன்னர் ஹரி சிங்கின் படைகள் ஆயிரக்கணக்கான இஸ்லாமியர்களைக் கொன்று குவித்தது. சுமார் ஐந்து இலட்சம் இஸ்லாமியர்கள் பாகிஸ்தானுக்குள் தஞ்சம் புகுந்தனர். கொடிய வன்முறை நிகழ்வுகளின் முடிவில், ஜம்முவில் பெரும்பான்மையாக இருந்த இஸ்லாமியர்கள் சிறுபான்மையாக மாறினர்.

இந்நிகழ்வின் எதிரொலி ஸ்ரீநகரில் ஒலித்தது. ஜம்மு படுகொலை நிகழ்ந்த சில நாள்களில் ஆஃப்கான்–பாகிஸ்தான் எல்லையிலிருந்து பழங்குடியினப் படையொன்று, பாகிஸ்தானின் பூரண ஆதரவுடன் ஸ்ரீநகரைத் தாக்கியது. 'பதான் படையெடுப்பு' என்று அறியப்பட்ட இத்தாக்குதல் நிகழ்ந்தபொழுது, ஸ்ரீநகர் இன்னமும் சுதந்திர இந்தியாவின் பகுதியாகியிருக்கவில்லை. மன்னராட்சியின் கீழ் தனி சமஸ்தானமாகவே நீடித்துக்கொண்டிருந்தது. இந்தப் படை யெடுப்பைத் தனியே எதிர்கொள்ளத் திணறிய மகாராஜா ஹரி சிங், இந்தியாவின் உதவியை நாடினார். பதிலாக, 'உரிமை கொள்ளும் ஒப்பந்தம்' (Treaty of accession) கையெழுத்தானது. இந்தியப்படை ஆஃப்கான் பழங்குடியினப் படைக்கெதிராக களமிறங்க, 1949 ஜனவரி 1ஆம் தேதி, இருதரப்புக்குமிடையே போர் நிறுத்த உடன்படிக்கை ஏற்பட்டது. விளைவாக, காஷ்மீர் எனும் பிரதேசம், இரு துண்டுகளாகப் பிரிக்கப்பட்டு, இரு நாடுகளுக்கிடையே பங்கிடப்பட்டது. 'இந்திய ஆக்கிரமிப்பு காஷ்மீர்' ஒரு துண்டு, 'பாகிஸ்தான் ஆக்கிரமிப்பு காஷ்மீர்' மறு துண்டு. இதில் பாகிஸ்தான் ஆக்கிரமிப்பு காஷ்மீர்தான் இன்று 'ஆஸாத் காஷ்மீர்' என்று அழைக்கப்படுகிறது. இன்று ஆஸாத் காஷ்மீர் பகுதி 66 மைல் எல்லையை ஆஃப்கானின் வக்கான் பகுதியுடன் பகிர்ந்துகொள்கிறது.

அரசு சாரா அமைப்புகளை ஒன்றுதிரட்டி ஒருங்கிணைத்து, உதவியும் அளித்து பயன்படுத்திக்கொள்ளும் பாகிஸ்தான் அரசின் வெளியுறவு உத்தியின் முக்கிய முகமாகத் திகழ்ந்தவர் மேஜர்.ஜெனரல். அக்பர் ஃகான். பதான் படையெடுப்பின் மையப்புள்ளியாக இருந்தவரும் இவரே.[6] அரசு சாரா அமைப்புகளைப் போரில் பயன்படுத்திக் கொள்ளும் இவரது உத்தியைத்தான் 1999 கார்கில் போரிலும் ஆஃப்கானிஸ்தானிலும் பயன்படுத்தியதாக பாகிஸ்தான் அரசுமீது குற்றம்சாட்டப்பட்டது.

---

6. Maj. Agha Humayun Amin, 'The War of Lost Opportunities (Part I)', *Defence Journal*, April 2000, http://www.defencejournal.com/2000/apr/war-lost.htm.

1980களில் ஆஃப்கானை ஆக்கிரமித்திருந்த சோவியத் படைகளை எதிர்த்துக் களமிறங்கிய முஜாஹிதீன்களுடன் காஷ்மீர் போராளிகளும் கைகோர்த்தனர். சி.ஐ.ஏ. (Central Intelligence Agency) ஆதரவுடன் பாகிஸ்தான், முஜாஹிதீன்களுக்கு போர் ஆயுதங்களும் பயிற்சியும் அளித்தது. போரில் பின்னடைந்த சோவியத், தன் படைகளை விலக்கிக்கொள்ள, திடீரென உருவான வெற்றிடம், அரசியல் உறுதியற்ற சூழலைப் பயன்படுத்தி தாலிபான்கள் தலையெடுத்தனர்.[7]

இதற்கிடையே, 1987இல் காஷ்மீரில் மாநிலத் தேர்தலின் நேர்மையைச் சந்தேகித்த மக்கள் அதற்கெதிராகப் போராடத் தொடங்க, அப் போராட்டங்களின் தொடர்ச்சியாக, மாநிலம் முழுவதும் எழுந்த கிளர்ச்சி, இந்திய அரசுக்கெதிரான போராட்டமாக உருவெடுத்தது.

1989இல் எஞ்சியிருந்த சோவியத் படைகளும் ஆஃப்கானிலிருந்து வெளியேற, அவர்களை எதிர்த்துப் போரிட்ட முஜாஹிதீன்களும், வெளிநாட்டுப் போராளிகளில் ஒரு பகுதியினரும் காஷ்மீருக்கு தங்கள் இடத்தை மாற்றினர்.

11 செப்டம்பர் 2001க்குப் பின்னரான 'பயங்கரவாதத்திற்கெதிரான போர்' பாகிஸ்தான்-ஆஃப்கான் எல்லைப்பகுதி மீதான உலகின் கவனத்தை அதிகரித்திருக்கிறது.

---

7. Thomas Barfield, *Afghanistan: A Cultural and Political History*, Princeton University Press, Princeton, 2010, p. 1 and 13.

1
சர் ஹவ்ஸா
காலனியர்களின் வரைபடத்தில் சிக்குண்டது

ஆஃப்கானிஸ்தானின் தொலைதூர தென்கிழக்கு பக்திகா மாகாணத்தில், பாகிஸ்தான் எல்லையிலும் (துராந்து) மேற்குத்தொடர்ச்சி மலையான சுலைமான் மலையின் விளிம்பிலும் அமைந்துள்ள சர் ஹவ்ஸா மாவட்டம், பலரும் அறியாத 'ஜீப் மலைப்பாதை'யின் (Route Jeep) தாயகம் ஆகும். இது பக்திகா மாகாணத்திற்குள் நுழைய ஒரு முக்கிய ஊடுருவல் பாதையாகவும், அங்கிருந்து ஆஃப்கானின் வடக்குப்பகுதிகளுக்குச் செல்வதற்கு நுழைவாயிலாகவும் உள்ளது. ஹிஸ்பே இஸ்லாமி, தாலிபான், உள்ளூர்க் கிளர்ச்சியாளர்கள் என அனைத்து தரப்பினரும் வெளியுலகக் கண்களுக்குப் புலப்படாத கோட்டைகளை இங்கு வைத்திருந்தனர். சர் ஹவ்ஸா மக்கள் அனைத்து வன்முறைகளுக்குமான அவல சாட்சியங்களாக வாழ்ந்து பழகிவிட்டனர். போர், ஏவுகணை, ட்ரோன் தாக்குதல், உள்ளூர் தாதாக்களின் வளர்ச்சி, அமெரிக்கப் படைகளின் கைப் பிள்ளைகளாகிவிட்ட சிறு குற்றவாளிகளின் அராஜகம் ஆகியவற்றின் நடுவே உண்டும் உறங்கியும் வாழ்வதை ஏற்றுக்கொள்ளும் அவலமே அவர்களுக்கு வாழ்க்கையாக விதிக்கப்பட்டிருந்தது. 2010இல் நான் கால் பதித்த வேளையில், அமெரிக்கப் படைகளும் அவர்களது ஆஃப்கானியக் கூட்டாளிகளும் தாலிபான்களின் கை இறுகியிருந்த இப்பகுதியின் அதிகாரத்தைக் கைப்பற்றுவதில் பல ஆண்டுகளாகப் போராடிக்கொண்டிருந்தன.

சரக்குப் போக்குவரத்தில் அதிமுக்கியத்துவம் வாய்ந்த இத்தடத்தின் அதிகாரத்தை கடுமையான போருக்குப் பிறகு அமெரிக்கப் படைகள் கைப்பற்றின. சர் ஹவ்ஸாவின் அமெரிக்கப் போர்ப்படை முகாம்கள் பத்து வருடங்களாக மிகக்கொடூர விலை கொடுத்து ஈட்டிய சிறுசிறு வெற்றிகளுக்குப் பிறகு, பெருநோய் பீடித்தவொரு பேய் நகரத்தை ஒத்திருந்தன. வீரர்கள் போரிடுவதற்கான முனைப்போ, விருப்பமோ அற்ற மனநிலையில் வெறுப்பின் விளிம்பில் உறைந்திருந்தனர். 'ஒரு சாலையின் சிறு துண்டொன்றைக் கைப்பற்றப் போராடிய நெடிய, கொடிய பத்து வருடங்களுக்குப் பிறகு, மடிந்த உடல்களும் வெடிக்காத குண்டுகளும் தவிர எங்களிடம் வேறெதுவுமில்லை' என்றார் நான் சந்தித்த முகாம் அதிகாரி. மேலும், 'நான்கு மாதத்தில்

ஊர் திரும்பிவிடுவோம் என்று நினைத்துதான் வந்திறங்கினோம். எங்கள் தலைமை அதிகாரிக்கு எங்களில் ஒருவரைக் கூட இழக்காமல், பத்திரமாக வீடு சேர்ப்பது ஒன்றுதான் குறிக்கோளாயிருந்தது' என்றார். தொடர் தோல்விகள், அதனாலான சோர்வு என அவ்விடம் முழுவதும் மிதமிஞ்சிய விரக்தி விரவியிருந்தது. ஜூன் 2009இல் இருந்து மே, 2014வரை தாலிபானிடம் பணயக் கைதியாகச் சிறைப் பட்ட 'போவ் பெர்க்தால்' (Bowe Bergdahl) என்கிற அமெரிக்கப் படைவீரர் சர் ஹவ்ஸாவிற்கு அருகிலுள்ள 'யஹ்யா கேல்' என்ற ஊரில் இருந்துதான் கடத்தப்பட்டார்.

உள்ளூர் மக்களின் நம்பிக்கையையும் நன்மதிப்பையும் வென் றெடுப்பதை கிளர்ச்சியாளர்களுக்கு எதிரான போர்க்கால உத்தியாகவே அமெரிக்க நேசப்படையினர் கருதினர். ஆனால், அது அவர்களின் சக்திக்கு அப்பாற்பட்ட கனவாகவே கரைந்தது. உள்ளூர் மக்களின் நம்பிக்கையின்மையானது, முகாமிலிருந்து ஆறு மைல் சுற்றளவிற்கு மேல் நேசப்படைகளின் அதிகார எல்லைகள் விரிவதை அனுமதிக்கவில்லை. சர் ஹவ்ஸாவிற்கும் ஒர்கனுக்கும் இடைப்பட்ட தாலிபானின் கோட்டை அமெரிக்காவிலிருந்தே வான் வழியாகக் கண்காணிக்கப்பட்டது. அந்தப் பகுதியின் சில கிராமங்களுக்கு ரோந்து செல்லவும் மறுத்துவிட்ட அமெரிக்கப் படையினர், அப்பணியை மேற்கொள்ள தங்கள் கூட்டாளிகளான ஆஃப்கான் கூட்டணிப் படையினரைப் பயன்படுத்திக்கொண்டனர்.

பக்திகா பயணம் முழுவதிலும் எனக்கு வழித்துணையாக உட னிருந்தவர் ஆஃப்கான் காவல்துறை கமாண்டர் திரு மஹ்மூது. சோவியத், தாலிபான்கள் மட்டுமின்றி, அவர் 'துரோகிகள்' என அடையாளப்படுத்தியவர்களுடன் நடந்த சண்டைகளிலும் பங்கேற்றவர். வேளைக்கொரு நிறம் மாறும் கதைகள் கூறும் தன்மையானவர் மஹ்மூது. இருண்டு மங்கிய தன்மையுடன், தட்டையான நம்பிக்கைகள் மட்டுமே தேவையாக இருந்த ஒரு சிதைந்த சமுதாயத்தின் பிரதிநிதியாகவே மஹ்மூது எனக்குத் தோற்றமளித்தார். உள்ளூர் போர்த்தளபதிகள் முதல் அமெரிக்க இராணுவத் தளபதிகள் வரையிலான தலைமைகளைச் சந்தித்து, ஒப்பந்தங்களுக்கு வகைசெய்யும் பேச்சுவார்த்தைகளை நடத்தும் பணி மஹ்மூதுக்கு அளிக்கப்பட்டிருந்தது.

மஹ்மூது ஆஃப்கானின் உள்ளூர் காவல்துறைத் தலைவராக சமீ பத்தில்தான் பொறுப்பேற்றிருந்தார். அமெரிக்க நேசப்படைகள் உள்ளூர் காவல்படைக்கு ஆள்களைத் தேர்வுசெய்து, பயிற்சியளித்து,

அவர்களை கிளர்ச்சியாளர்களுக்கும், தாலிபான்களுக்கும் எதிராகத் தயார்செய்யும்படி பணித்து, அதற்கான நிதியுதவியும் அளித்திருந்தன. காவல்துறை என்றவுடன் கட்டுக்கோப்பான, முறையாகப் பயிற்சி யளிக்கப்பட்ட அதிகாரிகளைக் கற்பனை செய்யாதீர்கள். படிப்பறி வற்ற, அநாதரவான, ஏழை இளைஞர்களை துப்பாக்கி முனையில் அச்சுறுத்தி, அவர்கள் கையிலும் ஒரு துப்பாக்கியைத் திணித்து உருவாக்கப்பட்டதுதான் ஆஃப்கான் உள்ளூர் காவல்படை (ஏ.எல். பி.).

சமீபத்தில் தங்கள் ஏ.எல்.பி. பயிற்சியை வெற்றிகரமாக முடித்து ஊர் திரும்பியிருந்த இளைஞர்களைக் கௌரவிக்கும் விழாவை உள்ளூர் ஷூறா (நிர்வாக சபை) ஏற்பாடு செய்திருந்தது. அழைப்பின் பேரில் பார்வையாளராகக் கலந்துகொண்டதால் அந்த இளைஞர்கள் சிலரைப் புகைப்படம் எடுக்கும் வாய்ப்பும் கிடைத்தது. 18 இளைஞர்கள். அனைவரின் இடுப்பைச் சுற்றியும் வெடிமருந்துப்

பொருட்கள். கைகளில் புதிய துப்பாக்கி. பழுப்பேறிய சுவரின் பின்னணியில் ஒவ்வொருவராக சுட்டுத் தள்ளிக்கொண்டிருந்தபோது (என் காமிராவில்தான்!), அவன் என் முன் வந்து நின்றான். என் டிஎஸ்எல்ஆர் ஒருகணம் உறைந்து தன் திரையை மூடிக்கொண்டது. வெடிமருந்துகள் அடங்கிய கவச உடையை அணிந்திருந்த அந்தக் குழந்தையின் கைகள் எம்&எம் மிட்டாய் பொட்டலத்தை இறுகப் பற்றியிருந்தன. புகைப்படத்திற்காக சிரிக்கையில் பளிச்சிட்ட உடைந்த பல்லொன்றை மறைப்பதற்காக ஒரு சின்ன வெட்கத்துடன் அவசரமாகத் தன் வாயை மூடிக்கொண்ட அவனுக்கு வயது பதிமூன்று.

முப்பது வருடங்களுக்கு முன்பு இதே பகுதியில் ரஷ்யப் படையினருக்கெதிராக போரிட்ட கிளர்ச்சிக்கார இளைஞர்களிடம் அமெரிக்கப் போர்ப்படையானது, ஏகே-47 துப்பாக்கிகளுடன் சேர்த்து அமெரிக்கப் படையினருக்கான ரேஷனிலிருந்து சில பீனட் பட்டர் டின்களையும் வழங்கியது. கொரில்லா படையில் பணிபுரிந்த ஜான் முஹம்மது, தற்போது அறுபது வயதிலிருக்கும் அவர், திறக்கப்படாத பீனட் பட்டர் சாஷே ஒன்றைத் தன் பணியின் நினைவாக இன்னமும் பாதுகாத்து வைத்திருக்கிறார்.

போரின் நினைவுகள் பல்வேறு தளங்களில் படிமங்களாக எஞ்சியிருக்கின்றன, சில இடங்களில் பீனட் பட்டர் சாஷேக்களாகவும்!

இன்றைய ஜான் முஹம்மதுகள் ஒரு வாரப் பயிற்சி, முடிவில் சில வெடிபொருட்கள், ஓரிரு துப்பாக்கிகள், மாதம் நூறு டாலர் சம்பளம், மேலும் சில எம்&எம் பொட்டலங்களுடன் தாலிபான்களுக்கெதிரான போருக்குத் தயாராகிவிடுகின்றனர்.

புகைப்படங்கள் எடுத்த பிறகு, பயிற்சி முடித்த மற்றொரு சிறுவனுடன் பேசிக்கொண்டிருந்தேன். பதினைந்து வயது. ‘ஒவ்வொரு குளிர்காலமும் எல்லைக்கு அந்தப்பக்கம் பாகிஸ்தான்ல இருக்கற குடும்பத்தைப் போய் பார்த்துட்டு ஏதாச்சும் வேலை கிடைக்குமான்னு தேடிட்டு வருவேன். எங்க மாமா தாலிபான்ல சேர்ந்திட்டாரு. ஒண்ணும் பெரிசா வேலையில்ல. ஆனா, நிறைய காசு குடுப்பாங்க. துப்பாக்கி கூட வச்சிருக்காரு’ என்றவன், சட்டென்று தன் கையிலிருந்த ஏகே-47 துப்பாக்கியை எடுத்து முன்னுக்குத் திருப்பினான். ‘இதுவும் நல்லாத்தான இருக்கு?’ ரம்ஜானுக்கு வாங்கிய புதுத்துணியை பிரித்துப்பார்க்கும் குதூகலம் அவன் கண்களில் தெரிந்தது.

புரிதலற்ற, ஆர்வம் எதுவுமற்ற, போரில் வலுக்கட்டாயமாக உள்நுழைக்கப்பட்ட அவர்கள், படுகொலைகளுக்குத் தயாராகிக் கொண்டிருந்தனர். இவர்களின் எதேச்சையான ஆள்சேர்ப்பு எல்லை தாண்டிய பாகிஸ்தானின் எதேச்சையான தீவிரவாதிகளுடன் சண்டை யிடுவதற்காக இருந்தது. இதுகுறித்துப் பேசிய சர் ஹவ்ஸாவின் அமெரிக்க சார்ஜென்ட், 'நாங்க சிறுவர்களைக் கண்டிப்பா பணியில் அமர்த்தறதில்ல. அது... ஆஃப்கான் மக்கள் தங்கள் பிரச்சினைகளைத் தங்கள் வழியில தீர்த்துக்கறாங்க' என்று என்னிடம் நியாயப்படுத்த முயன்றார். அதை மஹ்மூதிடம் தெரிவித்தபோது, அவர் ஒரு கனத்த மௌனத்தையே பதிலாகத் தந்தார்.

சர் ஹவ்ஸாவில் சுமார் மூன்று வாரங்கள் தங்கியிருந்தேன். மூன்று வாரங்களும் நான் கேட்ட கதைகள் போர், வல்லமை, நாடுகடத்தல், விரக்தி இந்த விட்டத்திற்குள்ளேயே சுற்றி வந்தன. இங்கே எல்லைகள் குளறுபடியாக இருந்தன. அரசின் இறையாண்மை

துண்டாடப்பட்டிருந்தது, ஒன்றின்மேல் ஒன்றாக கவிந்தும் விசுவாசத்தின் முட்கள் இருபக்கமும் ஊசலாடியும் கிடந்தன. மூதாதையர்கள் வழிவழியாக நடந்த பாதைகள் அம்மக்களின் எல்லைகளை வரையறுத்துக் கொடுக்க, வெளிநாட்டினர் குறித்துக் கொடுத்த அரசியல் வரைபடங்களின் புதிய எல்லைகள் முற்றிலும் வேறு கதை சொல்லின.

அத்தகைய எல்லைகள் காயப்படுத்தும்; துன்புறுத்தும். ஏற்கனவே உதாசீனப்படுத்தப்பட்ட வாழ்வை வேரோடு கொய்துவிடும்.

1893இல் ஆஃப்கானிஸ்தானுக்கும் பிரிட்டிஷ் இந்தியாவிற்குமான எல்லையை வரையறுக்க அன்றைய பிரிட்டிஷ் அரசாங்கம் முடிவெடுத்தது. ஆஃப்கானிஸ்தானை ரஷ்ய இராஜ்ஜியத்திற்கும் தங்கள் இராஜ்ஜியத்திற்கும் இடையிலான ஒரு இடைநிலமாக மட்டும் கருதிய பிரிட்டிஷ் அரசு, அப்பகுதியில் ரஷ்யர்களின் இருப்பினைப் பெரும் அச்சுறுத்தலாகக் கருதி, இந்திய வெளியுறவுத்துறை அதிகாரி, சர் ஹென்றி மார்ட்டிமர் துராந்தைக் களமிறக்கியது. ஆஃப்கான் அமீரைச் சந்தித்துப் பேச்சுவார்த்தை நடத்தப் பணிக்கப்பட்ட துராந்தின் முன்னே இருவேறு வரலாற்று நிகழ்வுகள் கூர்முனையோடு தலைக்கு மேலிருந்து அச்சுறுத்தின. இதற்கு முன் இப்பணியிலிருந்த ஆங்கிலேய அதிகாரிகள் சர் அலெக்சாண்டர் பர்னஸ், சர் லூயிஸ் கவாக்னாரி இருவரும் ஆஃப்கான் கூலிப்படையினரால் அடுத்தடுத்து கொல்லப்பட்டிருந்தனர்.[1] கவாக்னாரி அவரது வீட்டிலேயே படுகொலை செய்யப்பட, பர்னஸைத் துரத்திக் கொன்ற கலவரக் கும்பல், மறுநாள் ஊர் நடுவே பொது இடத்தில் அவரது தலையைத் தொங்கவிட்டுச் சென்றது.[2]

மார்டிமர் துராந்தும் அமீர் அப்துர் றஹ்மானும் ஒரு உடன்படிக்கையில் கையெழுத்திட்டனர். ஆஃப்கானுக்கும் பிரிட்டிஷ் இந்தியாவிற்கும் (பாகிஸ்தான்) இடையே துராந்து எல்லைக்கோடு எனும் ஒரு கோடு கிழிக்கப்பட்டது. அந்த உடன்படிக்கை — ஒற்றைப் பக்கத்தில் ஏழே ஏழு சட்டக்கூறுகளடங்கிய காகிதமொன்று — எந்த நில அளவைகளோ, குறியீடுகளோ அற்றதொரு எல்லைப்புறத்தைத்

1. Bijan Omrani, 'The Durand Line: History and Problems of the Afghan-Pakistan Border', *Asian Affairs*, 40, vol. 2, 2009, pp. 177–195, https://doi.org/10.1080/03068370902871508.

2. Ibid.

தீர்மானித்தது. அந்த எல்லைப்புறத்தைக் குறிப்பதற்காக பணியாளர்கள் வருகைதந்தபோது சில அதிர்ச்சிகளும் பல ஆச்சரியங்களும் காத்திருந்தன. உடன்படிக்கையில் குறிப்பிடப்பட்டிருந்த பல இடங்கள் அங்கு இல்லவே இல்லை. அங்கே இருந்த இடங்கள் பற்றிய குறிப்புகளுக்கு அந்த ஒற்றைக் காகிதத்தில் இடமில்லை. காலங்காலமாக அங்கு குடியிருந்த பஷ்தூன் பழங்குடியினரின் குடும்பங்களை, அவர்களின் நிலங்களை, குடியிருப்புகளை அந்தக் கோடு இரண்டாகப் பிளந்தது. பஷ்தூன் பிராந்தியத்தின் ஒரு பாதி பிரிட்டிஷ் இந்தியாவின் பகுதியாக மாற, மறுபாதி ஆஃப்கானிஸ்தானிலேயே நீடித்தது.

ஆங்கிலேய வரலாற்றாசிரியர் பிஜன் ஓம்ரானி எழுதினார்:

> பஷ்தூன் மக்கள் ஆங்கிலேய ஆட்சிக்குக் கீழ்ப்படியும் யோசனையை அறவே வெறுத்தனர். அப்பகுதியை வகுத்து, பிரித்து எல்லை குறிப்பதற்காகச் சென்ற அதிகாரிகளை துப்பாக்கிக் குண்டுகள் துளைத்து வரவேற்றன. குறிப்பாக, 1897இல் கிளர்ந்த எழுச்சியைக் கட்டுப்படுத்த சுமார் 60,000 வீரர்களை ஆங்கிலேய அரசு களமிறக்கியது.[3]

தொடர்ந்த எட்டு ஆண்டுகளில் மூன்று போர்களைச் சந்தித்த பிறகு இறுதியாக, 1919ஆம் ஆண்டு ஆங்கிலேயரின் பிடியிலிருந்து தன்னை விடுவித்துக்கொண்டது ஆஃப்கானிஸ்தான்.

1947இல் 'பிரிட்டிஷ் இந்தியா' சுதந்திரமடைந்து, இந்தியாவாகவும் பாகிஸ்தானாகவும் தனித்தனி நாடுகள் உருவாவதற்கு முன், பாகிஸ்தானுக்கும் ஆஃப்கானிஸ்தானுக்கும் இடையேயான துராந்து எல்லைக்கோட்டின் சட்டமுறைமை குறித்து கேள்வி எழுப்பியது ஆஃப்கானிஸ்தான். இந்தியாவும் பாகிஸ்தானும் தனித்தனி நாடுகளானவுடன், அதற்கு முன்னிருந்த துராந்து எல்லைக்கோடு ஒப்பந்தங்கள், ஆங்கிலேய அரசாங்கத்துடன் செய்துகொண்ட ஆங்கிலோ-ஆஃப்கான் உடன்படிக்கைகள் அனைத்தும் காலாவதியாகிவிடும் என்று கூறிய ஆஃப்கானிஸ்தான், தன் நிலப்பரப்பை தன்னிடமே திருப்பி ஒப்படைக்க வேண்டுமென்றும் வலியுறுத்தியது.

பிரிட்டிஷ் அரசு எல்லை உடன்படிக்கையை தனக்குச் சாதகமாக எழுதிக்கொண்டதோடு, கட்டாயப்படுத்தி கையெழுத்திட வைத்தது என்றும் குற்றம்சாட்டியது ஆஃப்கான் தரப்பு. உண்மையை மறைத்து ஜோடிக்கப்பட்ட ஒப்பந்தத்தையும் வரைபடத்தையும் உருவாக்கிய ஆங்கிலேயரின் நம்பகத்தன்மையைக் கேள்விக்குள்ளாக்கியது —

3. Ibid.

Part V Afghanistan—No. CLXI. 361

by him to the north of this portion of the Oxus on the clear understanding that all the districts lying to the south of this portion of the Oxus and not now in his possession, be handed over to him in exchange. And Sir Henry Mortimer Durand, K.C.I.E., C.S.I., Foreign Secretary to the Government of India, hereby declares on the part of the British Government that the transfer to His Highness the Amir of the said districts lying to the south of the Oxus is an essential part of this transaction, and undertakes that arrangements will be made with the Russian Government to carry out the transfer of the said lands to the north and south of the Oxus.

KABUL: } (Sd.) H. M. DURAND.
12th November 1893. } " AMIR ABDUR RAHMAN KHAN.

12th November 1893 = (2nd Jamadi-ul-awul 1311).

No. CLXI.

AGREEMENT between HIS HIGHNESS AMIR ABDUR RAHMAN KHAN, G.C.S.I., AMIR of AFGHANISTAN and its DEPENDENCIES on the one part, and SIR HENRY MORTIMER DURAND, K.C.I.E., C.S.I., FOREIGN SECRETARY to the GOVERNMENT of INDIA, representing the GOVERNMENT of INDIA on the other part—1893.

Whereas certain questions have arisen regarding the frontier of Afghanistan on the side of India, and whereas both His Highness the Amir and the Government of India are desirous of settling these questions by a friendly understanding, and of fixing the limit of their respective spheres of influence, so that for the future there may be no difference of opinion on the subject between the allied Governments, it is hereby agreed as follows:—

(1) The eastern and southern frontier of His Highness's dominions, from Wakhan to the Persian border, shall follow the line shown in the map attached to this agreement.

(2) The Government of India will at no time exercise interference in the territories lying beyond this line on the side of Afghanistan, and His Highness the Amir will at no time exercise interference in the territories lying beyond this line on the side of India.

(3) The British Government thus agrees to His Highness the Amir retaining Asmar and the valley above it, as far as Chanak. His Highness agrees on the other hand that he will at no time exercise interference in Swat, Bajaur or Chitral, including the Arnawai or Bashgal valley.

362 Afghanistan—No. CLXI. Part V

The British Government also agrees to leave to His Highness the Birmal tract as shown in the detailed map already given to His Highness, who relinquishes his claim to the rest of the Waziri country and Dawar. His Highness also relinquishes his claim to Chageh.

(4) The frontier line will hereafter be laid down in detail and demarcated, wherever this may be practicable and desirable, by Joint British and Afghan Commissioners, whose object will be to arrive by mutual understanding at a boundary which shall adhere with the greatest possible exactness to the line shown in the map attached to this agreement, having due regard to the existing local rights of villages adjoining the frontier.

(5) With reference to the question of Chaman, the Amir withdraws his objection to the new British Cantonment and concedes to the British Government the rights purchased by him in the Sirkai Tilerai water. At this part of the frontier, the line will be drawn as follows:—

From the crest of the Khwaja Amran range near the Psha Kotal, which remains in British territory, the line will run in such a direction as to leave Murgha Chaman and the Sharobo spring to Afghanistan, and to pass half way between the New Chaman Fort and the Afghan outpost known locally as Lashkar Dand. The line will then pass half way between the railway station and the hill known as the Mian Baldak, and, turning southwards, will rejoin the Khwaja Amran range, leaving the Gwasha Post in British territory, and the road to Shorawak to the west and south of Gwasha in Afghanistan. The British Government will not exercise any interference within half a mile of the road.

(6) The above articles of agreement are regarded by the Government of India and His Highness the Amir of Afghanistan as a full and satisfactory settlement of all the principal differences of opinion which have arisen between them in regard to the frontier; and both the Government of India and His Highness the Amir undertake that any differences of detail such as those which will have to be considered hereafter by the officers appointed to demarcate the boundary line, shall be settled in a friendly spirit, so as to remove for the future as far as possible all causes of doubt and misunderstanding between the two Governments.

(7) Being fully satisfied of His Highness's good will to the British Government, and wishing to see Afghanistan independent and strong, the Government of India will raise no objection to the purchase and import by His Highness of munitions of war, and they will themselves grant him some help in this respect. Further, in order to mark their sense of the friendly spirit in which His Highness the Amir has entered into these negotiations, the Government of India undertake to increase by the sum of six lakhs of rupees a year the subsidy of twelve lakhs now granted to His Highness.

KABUL: } (Sd.) H. M. DURAND.
12th November 1893. } (Sd.) AMIR ABDUR RAHMAN KHAN.

இது ஒன்றும் ஆங்கிலேயர்களுக்குப் புதிதல்ல! அமீர் அப்துர் றஹ்மானும் ஆங்கிலேய முடியரசும் சட்டபூர்வ சர்வதேச எல்லையை நிறுவினார்களா, அல்லது அதிகாரபூர்வமற்ற ஆட்சி எல்லையை வரைந்தார்களா என்றும் ஆஃப்கான் கேள்வி எழுப்பியது.

1895–96இல் துராந்து எல்லைக்கோடு வரையப்பட்டபோது, இன்றைய ஆஃப்கான் மக்களின் எண்ணத்தையே அன்றைக்குப் பணியிலிருந்த ஆங்கிலேய அதிகாரிகளும் முன்வைத்தனர்: துராந்து எல்லைக்கோடு ஒருக்காலும் சர்வதேச எல்லையாக இருக்க முடியாது, அது ‘இறையாண்மையை அல்ல, அவர்களின் அதிகார எல்லையை வரையறுத்த கோடு’தான்.[4]

அதிகாரிகளின் நம்பிக்கை எப்படி இருந்தாலும், அப்பகுதி மக்களும் உள்ளூர் வரலாறும் எல்லைக்கோட்டைப் பொருட்படுத்தவில்லை. இருப்பினும், இந்தியச் சுதந்திரத்திற்குப் பின், மனம்போன போக்கில் வரையப்பட்ட கோட்டினால் பிரிந்துகிடந்த பஷ்தூன் மக்களுக்கு சுயநிர்ணய உரிமை வழங்கப்படவில்லை. அவர்களுக்கு இந்தியா அல்லது பாகிஸ்தானுடன் தங்களை இணைத்துக்கொள்ளும் ஒரு

4. Ibid.

தேர்வு மட்டுமே முன்வைக்கப்பட்டது. சுதந்திரம் அடைதல் அல்லது ஆஃப்கானிஸ்தானுடன் சேர்ந்துகொள்ளல் ஆகிய வாய்ப்புகள் மறுக்கப்பட்டன.

பாகிஸ்தான், துராந்து உடன்படிக்கையை அப்படியே சுவீகரித்துக் கொண்டது. 1893இல் இருந்து சர்வதேச எல்லையாக அங்கீகரிக்கப் பட்டு, 1905, 1919, 1921, 1930ஆம் ஆண்டுகளில் ஏற்பட்ட ஒப்பந் தங்களில் உறுதிப்படுத்தப்பட்ட எல்லைக்கோடு அப்படியே தொடரும் என்று அறிவித்தது. இரு பேரரசுகளுக்கு இடையே அதிகாரத்தின் அடையாளக் கோடாக வரையப்பட்டது, இரு சுதந்திர நாடுகளின் சர்வதேச எல்லையாக நிலைபெற்றது.

'தனிமையைக் கண்டு அஞ்சுபவன் போர்வீரனாக இருக்கவே முடியாது' என்ற மஸ்ஊதை 2012ஆம் ஆண்டின் ஒரு குளிர்கால இரவில், பக்திகா மாகாணத்தில் சந்தித்தபோது அவருக்கு சுமார் நாற்பது வயதிருக்கும். கஞ்சா திணித்த புகையிலைச் சுருட்டைப் பற்றவைத்தபடியே என்னுடன் பேசிக்கொண்டிருந்த மஸ்ஊதின் வாழ்க்கை அனுபவங்கள், பல சுவாரஸ்யங்களை உள்ளடக்கியவை. நாற்பது வயதுக்குள் கடத்தல், மொழிபெயர்ப்பு, கூலிப்படை என பல தொழில்களில் ஈடுபட்டவர்; இப்பொழுது 'தொழிலதிபர்' என்றே தன்னை அறிமுகப்படுத்திக்கொள்கிறார். அமெரிக்கர்கள், ஆஃப்கானியர்கள், ஈரானியர்கள், இந்தியர்கள், பாகிஸ்தானியர்கள், ஹக்கானியர்கள், தாலிபான்கள் என அனைவருடனும் 'தொழில்' செய்தவர். அமெரிக்கர்கள் ஆஃப்கானில் தங்கியிருந்த பத்து வருடங்களும், பணமும் பசையுமாக அப்பகுதியின் முக்கியப் புள்ளியாகத் திகழ்ந்தவர். இராணுவ ஆக்கிரமிப்பின் சக்கரங்களுக்கு மசகுப் பொருளாக இருந்தவர்.

மாலை ஆறு மணிதான் ஆகியிருந்தது. குளிர் தன் அடர் இருளால் எங்களைப் போர்த்தத் தொடங்கியது. அந்த அறையில் இருந்த பன்னிரண்டு பேரில் நான் ஒருத்தி மட்டுமே பெண். மலிவானதொரு சீன ஹீட்டரின் கதகதப்பில் பைப் புகைத்துக்கொண்டும், கஞ்சா அடித்துக்கொண்டும், சத்தமாகப் பேசிச் சிரித்துக்கொண்டுமிருந்த அவர்களில் பாதிபேர் அன்றைய சண்டையில், அமெரிக்கப் படை களுக்காகவும் மீதமுள்ளவர்கள் தாலிபானுக்காகவும் எதிரெதிரே துப்பாக்கி ஏந்தியவர்கள்!

இரவு உணவு முடிந்த பின்னர் மஸ்ஊது தன் வாலட்டிலிருந்து ஒரு கசங்கி நசுங்கிய பாஸ்போர்ட் சைஸ் புகைப்படத்தை வெளியே எடுத்தார். புகைப்படத்தின் பின்புறம் '26, பிப்ரவரி 1980' என்று தேதியிடப்பட்டிருந்தது. 'என் தந்தை ஆஃப்கானிய முஜாஹிதீன்களின் கொரில்லா படையில் பணியாற்றியவர்' என்றார். மிலிட்டரி தொப்பி; குளிர்கோட்டு; அதனுள் இடுப்பைச் சுற்றிக் கட்டப்பட்ட வெடிமருந்துகள்; கூடவே இடது கையில் இறுகப் பிடித்திருந்த துப்பாக்கியுடன் அமர்ந்திருந்த அவர், அவரின் மகனுடன் பேசிக்கொண்டிருந்த என்னையும் கையைப்பிடித்து 1980க்கு அழைத்துச் சென்றார். மே, 1980இல் மஸ்ஊது, தன் பாட்டியுடன் பாகிஸ்தானின் பஷ்தூன் மாகாணத்தில் தஞ்சமடைந்தார். அதே ஆண்டு ஆகஸ்ட் மாதம் தந்தை இறந்த செய்தி இவருக்குத் தெரிவிக்கப்பட்டது. மஸ்ஊதுக்கு இன்றுவரை, தந்தை எப்படி இறந்தார் என்ற காரணம் கூடத் தெரியாது. 'இதோ, இவனிடம் கேளுங்கள், தேதிகூட மறக்காமல் கதை சொல்லுவான்' என்று புன்னகைத்தபடியே ஹஃபீஸைக் கைகாட்டினார். எனக்கு என் பசியைத் தவிர வேறெதுவும் நினைவில் இல்லை' என்றார்.

'என் கொள்ளுத்தாத்தாவும் தாத்தாவும் பிரிட்டிஷாரை எதிர்த்துப் போரிட்டனர். என் தந்தை ரஷ்யாவுக்கெதிராகக் களமிறக்கப்பட்டார். தொடக்கத்தில் அவர்கள் எல்லோரும் நாயகர்களாகத்தான் கொண்

டாடப்பட்டனர். வரலாறு தன் பக்கங்களைத் திருப்பும்போது அவர்களைத் தீவிரவாதிகள் என அழைக்கத் தொடங்கியது. முதன்முதலில் கைத் துப்பாக்கியைத் தொட்டபோது எனக்கு வயது பதினான்கு. அதன் பிறகு, அந்தத் துப்பாக்கி ஒருபோதும் என்னுடைய வயிறு காயாமல் பார்த்துக்கொண்டது' என்ற மஸ்ஊது அறையின் எதிர்மூலையில் கறுப்பு நிற டர்பனுடன் உட்கார்ந்திருந்தவனைச் சுட்டி, 'அதோ, அவனை எதிர்த்துதான் சண்டை போட வேண்டும். ஆனால், யாரை எதிர்த்து எதற்காக சண்டை போடறோம்ன்னு யாருக்குமே தெரியாது' என்றார். மஸ்ஊது இப்பொழுது போர்வீரரில்லை. அவரது மொழியிலேயே சொல்வதானால் 'பிசினஸ்மேன்'.

சர் ஹவ்ஸாவிலிருந்து கிளம்புமுன் கமாண்டர் மஹ்மூது ஒரு பிரமாதமான விருந்துக்கு ஏற்பாடு செய்திருந்தார். நல்ல ஆஃப்கான் பாசுமதி அரிசி சோறும், பிரமாதமான வெள்ளாட்டுக்கறியுடனான அற்புத உணவுடன் சில உண்மைகளையும் பரிமாறினார் மஹ்மூது. 'முகம் தெரியாத, இருப்பறியாத அரசரிடமிருந்துதான் எங்களுக்கான கட்டளைகள் வருகின்றன... இல்லாத ஒரு கோடுதான் என் இளைஞர்களைப் போர்க்களத்தில் நிறுத்துகிறது. சில சமயங்களில் அவர்களுடைய உயிரின் மதிப்பு, இதோ இந்தக் காபூலி சன்னாவைக்

காட்டிலும் மலிவாகி விடுகிறது,' சொல்லி முடிப்பதற்குள் குரல் இறுக, 'உயிர்கள்தான் மலிவு, கட்டளைகள் பெறுமதியானவை, இல்லையா?' என்றார். நன்கு விளைந்து, ஓர் அங்குல நீள வைர ஊசியாய் வெந்திருந்த பாசுமதி அரிசியொன்று சுருக்கென்று குத்தி, என் தொண்டையின் குறுக்கே படுத்துக்கொண்டது. அது காலனியாதிக்கம் வரைந்த எல்லைக்கோடு. எங்கள்மீதோ, எங்கள் நிலத்தின் மீதோ எந்த மரியாதையும் இல்லாதவர்கள் வரையறுத்த எல்லையை, நாங்கள் சுவீகரிக்க அவசியம் இல்லைதானே?

எழுபதுகளிலும் எண்பதுகளிலும் தளர்ந்திருக்கும் ஆஃப்கான் மக்களிடம் பேசுகையில் ஓர் உண்மை சுருக்கெனத் தைக்கிறது. அவர்கள் நினைவடுக்கின் வரைபடங்களில் பாகிஸ்தான் என்ற நாடு இடம்பெறவேயில்லை. இந்தியாவின் தற்போதைய வரைபடம் அவர்களுக்குப் பழக்கமாகியிருக்கவில்லை.

அவர்கள் இந்தியா, ஆஃப்கானிஸ்தான் ஆகிய இருவேறு பிரதேசங்களை மட்டுமே அறிந்திருந்தார்கள். அப்பிரேதசங்களை ஓர் எல்லைக்கோடு பிரிக்கும் நிலவியல் அவர்களுக்கு இன்னமும் புரிபடவேயில்லை. அன்று மாலை எல்லையை நோக்கிய என் பயணத்தைத் தொடங்கினேன். ஜன்னலுக்கு வெளியே பாகிஸ்தான் பரந்து விரிந்திருந்தது. ஒரு தெளிவான எல்லைக்கோடோ, செக் போஸ்டுகளோ, அடையாளங்களோ இல்லாத இந்தப் பிரதேசத்தை, காலாவதியான ஒரு காலனியாதிக்கத்தின் பழுப்புப் பக்கங்களில் சிகப்பு மையிட்ட கோடொன்று பிரித்துப்போட்டிருக்கிறது. ஒரு வேளை கமாண்டர் மஹ்மூது துராந்து எல்லைக்கோட்டின் மறு பக்கம் பிறந்திருந்தால், இன்று எந்த இளைஞர்களுக்காக என்னிடம் பேசிக்கொண்டிருந்தாரோ அவர்களுக்கெதிராக துப்பாக்கி ஏந்தியிருப்பார்தானே?

'இது மரித்த இராஜ்ஜியங்களின் இடுகாடு.' ஐக்கியப் பாதுகாப்புப் படையினரின் அமெரிக்க வீரர் ஸ்மித் மட்டுமல்ல, அவர்களில் அநேகர் அந்த நைந்த பிரதேசம் குறித்து இதே அபிப்பிராயத்தைத்தான் கொண்டிருந்தனர். கூடவே, இப்பதம் மறந்துவிடாமல் இருப்பதற்காக *In the Graveyard of Empires* புத்தகமும் நான் சென்ற ஒவ்வொரு முகாமிலும் பைபிளைப் போல சம்பிரதாயம் மாறாமல் வைக்கப்பட்டிருந்தது. மீண்டுமொருமுறை போராலும் வன்முறையாலும் சிதைந்திருந்த அந்த தேசம், அவர்களின் மொழியில் ஓர் 'அநிச்சயக் கனவு'. மற்றொருமுறை ஸ்மித்தை எங்கேனும் சந்திக்கும் வாய்ப்பு கிடைத்தால், 'ஆஃப்கானியர்களுக்கு அவர்களின் இடுகாடு திரும்ப

வேண்டுமாம், வரைந்த கோடுகளையும் எடுத்துக்கொண்டு புதிய இராஜ்ஜியத்தினரைக் கிளம்பச் சொல்கிறார்கள்' என மறக்காமல் சொல்லிவிட வேண்டும்.

அந்தக் குளிர்கால இரவில் எம்&எம் மிட்டாய் பொட்டலங்களுடன் நான் படம்பிடித்த சிறுவன், அடுத்து வந்த வசந்த காலத்தில் உயிருடன் இல்லை. நான் சந்தித்த பதினெட்டு இளைஞர்களில், பத்து பேர் இறந்துவிட, மூவர் எல்லையைக் கடந்து பாகிஸ் தானுக்குள் சென்றுவிட்டனர். என்னுடைய சர் ஹவ்ஸா மொழி பெயர்ப்பாளருடனான ஒரு ஸ்கைப் சந்திப்பில் அந்த இளைஞர்கள் பற்றி விசாரித்தேன். 'அந்தக் குறிப்பிட்ட சிறுவனை எனக்கு நினைவில்லை; ஆனால், நீங்கள் எடுத்த புகைப்படம் நன்றாக நினைவிருக்கிறது. அந்தச் சிறுவர்கள் அனைவரும் புதிய ஸூஃபி மசூதியின் அருகில்தான் அடக்கம் செய்யப்பட்டனர். உயிருடன் இருந்தபோது அவர்களுக்கென்று ஒன்றுமே இல்லை. இப்பொழுது அந்தச் சிறுவர்களுக்கென சொந்தமாக ஆறடி மண் இருக்கிறது' என்றார். 'ஆறல்ல, நான்கு அடி'தான் என் மரத்த உதடுகள் அனிச்சையாக முணுமுணுத்தன — 'சிறுவர்களுக்கு நான்கடி மண் போதும்தானே?'

பாகம் இரண்டு

இந்திய – வங்கதேச எல்லை

இந்திய-வங்கதேச எல்லை — வளமான ஆறுகள், வயல்வெளிகள், மலைத்தொடர் எனப் பல்வேறு நிலப்பரப்புகளின் ஊடே செல்லும் மக்கள்தொகை மிகுந்த பகுதி. அதன் நீளம் மட்டும் இன்றுவரை தெளிவில்லாத குழப்பக்கணக்கு. 2,544 மைல்;[1] 2,582 மைல்;[2] 2,538[3] மைல் எனக் குறிக்கும் தனிமனிதர்களின் விருப்பத்திற்கேற்ப எண்கள். எட்டடி உயர மின்சார வேலி 70 சதவிகித எல்லையைப் பாதுகாக்க, அதை எல்லையின் முழு நீளத்திற்கும் இழுக்க முடியாமல் ஆங்காங்கே இடைவெளிகள். இந்திய-வங்கதேசக் காவலர்கள் உடந்தையாக இருக்க, அந்த இடைவெளிக்குள் புகுந்து பிளாஸ்டிக் டப்பா முதல் கஞ்சா, ஏன், சமயத்தில் ஆள்கள்வரை கடத்திப் பிழைக்கும் உள்ளூர் மக்கள். ஆறுகள், மலைப்பாங்கான பகுதிகளின் ஊடாகச் செல்லும் எல்லைக்கோட்டில் சரிபாதி வேலியிடப்பட்டிருக்க, புரையோடிக் கிடக்கும் மறுபாதி, வீடுகளின் கொல்லைப்புறங்கள், மேய்ச்சல் நிலங்கள், குளங்கள் வழியே செல்கிறது. அவர்களில் சிலர் தத்தம் வீடுகளின் வாசலிலிருந்து கொல்லைப்புறம் சென்றாலே சர்வதேச எல்லையைத் தாண்டிவிடுகிறார்கள்.[4]

---

1. Smruti S. Pattanaik, 'India-Bangladesh Land Border: A Flawed Inheritance and a Problematic Future', *Strategic Analysis*, 35, vol. 5, 2011, p. 745, https://doi.org/10.1080/09700161.2011.591763.

2. N.S. Jamwal, 'Border Management: Dilemma of Guarding the India-Bangladesh Border', *Strategic Analysis*, 28, no. 1, Jan– Mar 2004, pp. 5–36, DOI: 10.1080/09700160408450116.

3. Press Trust of India, 'Difficult to watch Indo-Bangla border', *Rediff*, 6 October 2006, https://www.rediff.com/news/2006/oct/06bangla.htm.

4. Willem van Schendel, 'Spaces of Engagement: How Borderlands, Illegal Flows, and Territorial States Interlock', in *Illicit Flows and Criminal Things: States, Borders, and the Other Side of Globalization*, Willem van Schendel and Itty Abraham (eds), Indiana University Press, Bloomington, 2005, pp. 38–68.

இந்திய-வங்கதேச எல்லை, ஆட்சேபத்திற்குரிய காலனிய எதேச் சதிகார மிச்சம். இந்திய-பாகிஸ்தானிய எல்லைக்கோட்டை வரையறுக்கும் பொறுப்பை ஏற்றுக்கொண்ட சிரில் ராட்க்ளிஃபிடம் அப்பகுதியின் தெளிவான வரைபடம் இருக்கவில்லை. 1941ஆம் ஆண்டு மக்கள்தொகைக் கணக்கெடுப்பு; நிலப்பிரபுக்களிடமிருந்து வரி வசூலிப்பதற்காக ஆங்கிலேய அரசு குறித்துவைத்திருந்த வருவாய்த்துறை வரைபடங்கள்; வரி வசூல் ஆவணங்கள் ஆகியவை மட்டுமே குறிப்பேடுகளாக உதவின.⁵ இருதரப்பு மக்களின் விருப்பத்திற்கும் வசதிக்கும் ஏற்ப பரஸ்பர ஒப்புதலுடன்கூடிய எல்லைப் பகுதி ஒன்று பிற்காலத்தில் உருவாகும் என்ற நம்பிக்கையுடன் இரு நாடுகளுக்கு இடையேயான அதிகாரப் பரிமாற்றத்திற்காக அவசரகதியில் வரையப்பட்ட, 'தற்காலிக எல்லைக்கோடு' என்றே இது அனைவராலும் கருதப்பட்டது.⁶

வங்காள எல்லை நிர்வாகக்குழுவும் ராட்க்ளிஃபும் இணைந்து உருவாக்கிய புதிய வரைபடத்தின் எல்லைக்கோடுகளுக்கும் யதார்த்தத்தில் அந்நிலத்தின் மீதிருந்த அடையாளங்களுக்கும் எந்தவொரு ஒற்றுமையும் இருக்கவில்லை.⁷ அவர்கள் குறிப்பிட்டிருந்த பல நதிகள் நிஜத்தில் இல்லை. இருந்த நதிகளும் போகும் வழியெங்கும் நிலத்தின் தன்மைக்கேற்ப தன் பாதைகளை மாற்றிக்கொள்ள, அதனூடே எல்லைக்கோட்டை நிறுவுவது பெரும் சவாலாக இருந்தது. சுதந்திர இந்தியாவின் புதிய பாராளுமன்றத்தில் உரையாற்றிய பிரதம மந்திரி திரு ஜவஹர்லால் நேரு, வங்காள எல்லைக்குழுவின் பரிந்துரைகளைச் செயல்படுத்துவதில் உள்ள சிக்கல்கள் குறித்து, ஒளிவுமறைவு இன்றிப் பேசினார்:

> நதியின் ஒருபுறத்தை, தவறுதலாக மறுபுறமெனக் குறித்திருக்கிறார்கள். குறிப்புகளும் அதனுடன் இணைக்கப்பட்டிருக்கும் வரைபடமும் ஒத்திருக்கவில்லை. சில பெயர்களால் குறிக்கப்

---

5. Willem van Schendel, *The Bengal Borderland: Beyond State and Nation in South Asia*, Anthem Press, London, 2005, p. 40.

6. Joya Chatterji, 'The Fashioning of a Frontier: The Radcliffe Line and Bengal's Border Landscape, 1947–52', *Modern Asian Studies*, 33, no. 1, 1999, p. 193, www.jstor.org/stable/313155.

7. Smruti S. Pattanaik, 'India–Bangladesh Land Border: A Flawed Inheritance and a Problematic Future', *Strategic Analysis*, 35, vol. 5, 2011, https://doi.org/10.1080/09700161.2011.591763.

பட்டிருக்கும் நதிகள் எவையெவை என்பது குறித்த தெளிவும் இல்லை.⁸

பிரிவினைக்குப் பிறகான நாள்களில் புதியதாக உதயமான சுதந்திர இந்தியாவிற்கும் கிழக்குப் பாகிஸ்தானிற்கும் இடையே, ஓர் இருண்ட வேறுபாட்டையே 'ராட்க்ளிஃப் கோடு' ஏற்படுத்தியது. பின்னர், 1971இல் நடைபெற்ற வங்கதேச விடுதலைப் போரில் உள்ளூர் போராளிகளுக்கு இந்திய இராணுவம் தன் ஆதரவையும் ஒத்துழைப்பையும் வழங்க, சுமார் முப்பது இலட்சம் உயிர்களை இழந்து, ஒரு கோடிக்கும் அதிகமானவர்கள் நிலமிழந்து அகதிகளாக வெளியேற,⁹ போரின் முடிவில், கிழக்குப் பாகிஸ்தான் தனியே பிரிந்து வங்கதேசம் என்ற புதிய நாடு பிறந்தது.

---

8. Jawaharlal Nehru, *Indian Foreign Policy: Selected Speeches, September 1946–April 1961*, Publications Division, Government of India, 1961, p. 49. Cited in Smruti S. Pattanaik, 'India–Bangladesh Land Border'.

9. Shahzeb Jillani, 'Scars of Bangladesh Independence War 40 Years On,' *BBC News*, 13 December 2011, https://www.bbc.com/news/world-asia-16111843.

2

பனித்தர்

யாருக்குமற்ற நிலத்தில் கிரிக்கெட் ஆட்டம்

என்னுடைய இந்தியப் பயணத்தை கல்கத்தாவிலிருந்து தொடங்கினேன். என் பயணங்களிலே கல்கத்தாவைப் போன்று சொந்த ஊருக்கு நிகரான உணர்வைக் கொடுத்த, மனதுக்கு நெருங்கிய நகரம் வேறில்லை. மாலை நேர வீதிகள் சட்டென புத்தகக் கடைகளாக மாறி, ஃப்ராய்டையும் செக்காவையும் மிஷிமாவையும் ஆங்கிலத்திலும் இந்தியிலுமாகக் கதைக்கத் தொடங்கிவிடுகின்றன. கார்க்கி, டால்ஸ்டாய், புஷ்கின், அக்மடோவா, தஸ்தயெவ்ஸ்கி போன்ற ரஷ்ய ஆளுமைகள்மீதான வங்காளிகளின் ஒருதலைக் காதலையும் உணர்த்தின. ஷேக்ஸ்ஃபியரின் பெயரிடப்பட்ட காபி கடைகளிலும் தேநீர் விடுதிகளிலும் அறிவார்ந்த கருத்தரங்குகளில் உரையாடுவதைப் போல ஆண்களும் பெண்களுமாகப் பேசிக்கொண்டிருந்தனர். பழம்பெருமைகளைக் கிசுகிசுக்கும் கம்பீரமான காலனியாதிக்கக் கட்டடங்களுடன் கொசுமருந்து நாற்றமடிக்கும் புதுக் கட்டடங்களும் ஓங்கியிருந்தன.

ஐ.எல்.பி.க்கு (Inner Line Permit) விண்ணபித்து, அது கைக்கு வருவதற்காக ஒரு வாரம் காத்திருந்தேன். ஐ.எல்.பி., 'பாதுகாக்கப்பட்ட பகுதிகளான' வடகிழக்கு மாநிலங்களுக்குள் நுழைய இந்தியக் குடிமக்கள் வாங்க வேண்டிய உள்நாட்டு விசா.[1] குறிப்பிட்ட காலத்திற்கு மட்டுமே செல்லுபடியாகும் இந்த அனுமதி வழங்கும் முறை, ஆங்கிலேயர் காலத்தில் தொடங்கப்பட்டு, இந்தியாவின் சர்வதேச எல்லைப்பகுதிகளில் போக்குவரத்தை ஒழுங்குசெய்யும் முகமாக இன்றும் கடைபிடிக்கப்படுகிறது. கல்கத்தாவில் இருந்தபோது, எல்லைப் பாதுகாப்பு படையினரை (பி.எஸ்.எப்) சந்திக்கவும், வங்கதேசம் செல்வதற்கான விசா வாங்கவும் விண்ணப்பித்திருந்தேன்.

தெற்கை நோக்கிய எனது பயணம், சுந்தரவனத்தில் இருந்து தொடங்கியது. இந்தியாவின் முக்கியமான மூன்று ஆறுகள் சங்கமிக்கும்

1. Ministry of External Affairs, 'Frequently Asked Questions on Protected Area Permit (PAP) / Restricted Area Permit (RAP) Regime', https://www.mea.gov.in/Images/pdf/ForeigD-FAQs-onPAPandRAP.pdf.

டெல்டாவின் முகத்துவாரப்பகுதியில் அமைந்துள்ள மிகப்பெரும் அலையாத்திக் காடுகள், இந்தியாவிற்கும் வங்கதேசத்திற்குமிடையே பரந்து விரிந்திருக்கின்றன. சுந்தரவனத்தைப் பார்த்த யாராலும் அதை ஓர் எல்லைப்பகுதியாகக் கருத இயலாது.

கல்கத்தாவிலிருந்து சாலை மார்க்கமாகத் தொடங்கிய தெற்கு நோக்கிய என்னுடைய பயணம், தெற்கு 24 பர்கானா மாவட்டத்தில், கேனிங் பகுதியிலுள்ள கொசாபா கிராமத்தை நோக்கிய படகுவழிப் பயணமாகத் தொடர்ந்தது. கொசாபா கிராமம், சுந்தரவன ரிசர்வ் காட்டுப்பகுதியின் தொடுமுனையில் அமைந்துள்ள கடைசி கிராமம். டேனியல் ஹாமில்டன் தன் எஸ்டேட் காப்பகங்களை கொசாபாவில்தான் நிறுவியிருந்தார். ஹாமில்டன் மாறுபட்ட சிந்தனைகளுடைய மனிதர். சுந்தரவனக் காட்டினுள் சில பகுதி களைக் குத்தகைக்கு எடுத்து, காடுகளை அழித்து, விவசாயத்தை முன்னெடுத்தவர்; தன் பிரதேசத்திற்கென தனி நாணயங்களையும் புழக்கத்தில் வைத்திருந்தார். அங்கு களப்பணியிலிருந்த நண்பர் உதவியால் இந்தியக் கடல் எல்லையை நோக்கிய என் பயணத்தை சிறு மீன்பிடி படகு மூலம் தொடர்ந்தேன்.

தொலைவில் தனித்திருந்த அவ்விடத்தின் செழிப்பிற்கு, தண்ணீரும் தாவரங்களும் மட்டுமல்ல, அங்கங்கே அழுகி, மக்கத் தொடங்கி யிருந்த இயற்கையும்கூடக் காரணமாயிருந்தது. பள்ளி புவியியல் வகுப்பில் நான் படித்திருந்த சுந்தரவனக் காடுகள் — மனிதப் புழக்கமில்லாத, திசைதிருப்பும், இருண்ட காட்டுப்பகுதி — வங்காளப் புலிகளின் உறைவிடம். அங்கு வாழ்ந்த மக்களுக்கு, அலையாத்திக் காடுகள் என்பவை நன்னீர் மற்றும் உவர் சதுப்பு நிலங்களடங்கிய தண்டனைத்தளம். பிரிவினையின் பொழுது பாதுகாக்கப்பட்ட இந்தக் காட்டுப்பகுதி துண்டாடப்பட்டு, மூன்றில் இரு பகுதி காடுகள் வங்கதேசத்திற்குச் சென்றுவிட, எஞ்சிய பகுதிகள் இந்தியாவில் நீடித்தன.

சுந்தரவனக் கரையைத் தொடும் அலைகள் வியப்பும் விசித்திரமும் கொண்டவை; ஒவ்வொரு நாளும் மூன்றில் ஒருபங்கு நிலப்பகுதியை விழுங்கியும் துப்பியும் விளையாடும் தன்மை கொண்டவை. ஒவ்வொரு மழையிலும் ஒவ்வொரு உயர் அலையிலும் பருவ மழையிலும் மாற்றமடையும் சுந்தரவனக் காடுகளை எப்படிப் பிரிக்கவியலும்? இன்று இந்த வண்டல் கழிமுகப் பகுதியில் கிழிந்து தொங்கும் தேசியக்கொடி படபடக்க, தங்கள் துருப்பிடித்த படகு களில் பி.எஸ்.எப். மற்றும் கடற்படை வீரர்கள் ரோந்துப்பணியில்

பனித்தர் ✱ 91

ஈடுபட்டிருக்கின்றனர். மில்லெனிய நாகரிகம்வரை பிரசவித்துக் கொடுத்த அப்பெருங்கடலின் நடுவே நிறுவப்பட்டிருக்கும் கண் காணிப்புக் கம்பங்களோடு, நவீன யுகத்தின் கால, தேச வர்த்த மானங்களை வரையறை செய்யும் அபத்தங்களும் சேர்ந்தே மிதக் கின்றன.

2010இல் 'பருவநிலை மாற்றம் காரணமாக வங்காள விரிகுடா கடலிலிருந்த சர்ச்சைக்குரிய தீவொன்று திடீரென கடலுள் மறைந்துவிட்டதாக' செய்திகள் வெளியாயின.[2] நியூ மூர் தீவு என்றழைக்கப்பட்ட தெற்கு தால்பாத்தி தீவு, சுந்தரவனம் அருகே வங்காள விரிகுடா கடலில் அமைந்த ஆளரவமற்ற சிறிய தீவு. வங்காளத்தையே புரட்டிப்போட்ட போலா புயலில் (1970) திடீரென முளைத்த இத்தீவை முதன்முதலாக 1974இல் சாட்டிலைட் படங்கள் பதிவுசெய்தன. அங்கு 1981இல் இந்தியா தன் கப்பற்படையை அனுப்பி மூவண்ணக் கொடியை நாட்டியது. வங்கதேசம் ஆட்சேபம் தெரிவித்து, தீவின் மீதான தன்னுரிமையைக் கோர, அடுத்த முப்பது வருடங்களுக்கான கடல்சார் பிரச்சினைகளுக்கு முன்னுரை எழுதப்பட்டது. கல்கத்தாவின் ஜாதவ்பூர் பல்கலைக்கழகத்தின் கடலியல் துறை பேராசிரியர் சுகதா ஹாஸ்ரா, 'இரு நாடுகள் பேசியே முடியாமல் இழுத்துவந்த பிரச்சினைக்கு, பருவநிலை மாற்றம் தீர்பெழுதி விட்டது'[3] என்று கூறினார்.

நியூ மூர் தீவுகளின் உருவகப் பரிமாணம் என்னைத் துளைத் தெடுத்தது. வன்முறையால் பிறந்து, ஒரு சண்டைக்களமாகவே திகழ்ந்து, இயற்கைச் சீற்றத்திற்கு இரையான அந்தக் குட்டித்தீவின் பரிமாணத்தைப் பின்னர் நான் சென்ற பல்வேறு இடங்களிலும் மீண்டும்மீண்டும் உணர முடிந்தது. சர்ச்சைக்குரிய, இரத்தம் தோய்ந்த நிலங்களை இறுதியில் தண்ணீரே மீட்டெடுத்துக்கொண்டது.

அடுத்த 15, 20 வருடங்களில் இருநூறு சிறுசிறு தீவுகளடங்கிய, சுமார் ஒரு கோடி மக்களின் இருப்பிடமான சுந்தரவனத் தீவுகள், உயர்ந்துவரும் கடல்மட்டம் காரணமாக நீருக்குள் மூழ்கிவிடக்கூடும். இயற்கை நடத்தவிருக்கும் இந்த இடப்பெயர்ச்சியால் அகதிகளாக வெளியேறக்கூடிய கோடிக்கணக்கான இந்திய–வங்கதேச மக்கள்

---

2. 'Disputed Bay of Bengal Island Disappears into Sea,' *Telegraph*, 24 March 2010, https://www.telegraph.co.uk./news/worldnews/asia/india/7513350/Disputed-Bay-of-Bengal-island-disappears-into-sea.html.

3. 'Disputed Bay of Bengal Island "Vanishes", Say Scientists', *BBC News*, 24 March 2010, http://news.bbc.co.uk/1/hi/8584665.stm.

குறித்த கரிசனையோ, அவர்களுக்கான திட்டங்களோ இரு அரசு களிடமும் இல்லை.

சுந்தரவனத்திலிருந்து பயணத்தைத் தொடங்கி சிறிது தொலை விற்குள்ளாகவே, பி.எஸ்.எப். படையினரின் முகாம்கள் தென்படத் தொடங்கின. ஒரு பக்கம் வேலியும் மற்றொரு பக்கம் சர்வதேச எல்லையும் காவல் காக்க, நடுவே பச்சை பூத்த வயல்வெளிகள். பிளவுபட்ட எல்லையெனினும், காய்ந்தும் செழித்தும் உயிர்த்தும் சிதைந்தும் கிடந்த கிராமங்கள். தொடர்ந்து தன்னை மாற்றிக் கொண்டேயிருக்கும் நிச்சமயற்ற நிலபரப்பிருந்தும், அலைபாயும் தன்மையுடனான இக்கிராமங்களுக்கென ஓர் உயிர்ப்பு இருந்தது.

நான் பனித்தரை நோக்கிப் பயணப்பட்டேன். இந்திய–வங்கதேச எல்லையில் அணிவகுக்கும் சுமார் 250 கிராமங்களில் ஒன்றான பனித்தருக்குச் செல்ல, பல பி.எஸ்.எப். காவலர்கள் துணைக்கு உடன் வந்தனர். இச்சாமதி ஆற்றினருகே, 'பார்டர் பில்லர் நெ.1' என்று குறிக்கப்பட்டிருக்கும் ஒரு கான்கிரீட் கம்பத்திற்கென அறியப்பட்டது பனித்தர். மனம்போன போக்கில் பகுக்கப்பட்ட பனித்தரின் பிரிவுகள் கொடூரமானவையும்கூட. ஒரு தெருவின் இரு மருங்கிலும் இருக்கும் வீடுகள், இரு நாட்டையும் சேர்ந்தவையாக இருக்கின்றன. இந்திய எல்லையின் முடிவும் வங்கதேசத்தின்

தொடக்கமும் இப்படி வரலாற்றாலும் வீடுகளாலும் மட்டுமல்ல, எல்லையைக் குறிக்கும் தூண்களாலும்கூட குழப்ப வண்ணம் பூசப்பட்டவை. காணாமல் போனவை போக எஞ்சியவற்றுள் பெரும்பாலான எல்லைக்கற்கள், பழைய பிரமிட் வடிவ அல்லது சிறிதே பழையதான செவ்வகப் பாளங்களாக வீடுகளின் கொல்லைப்புறத்திலோ, காணிகளின் நடுவிலோ நின்றுகொண்டிருக்கின்றன. சில இடங்களில் எல்லைக்கற்கள் இன்னமும் 'பாகிஸ்தான்' என்ற அடையாளத்துடன் நின்று கொண்டிருக்கின்றன — 1971க்கு முந்தைய வரலாற்றின் சிதறிய துண்டுகளாக.[4]

திடீர்திடீரென தன் போக்கை மாற்றிக்கொள்ளும் ஆற்றின் வேகம் சில எல்லைக்கற்களை தன்னூடே இழுத்துப்போய்விட, எஞ்சிய கற்கள் இரு பக்கமிருந்தும் கிரிக்கெட் விளையாடும் குழந்தைகளின் ஸ்டம்ப்பாக உபயோகத்தில் இருக்கின்றன.

ஒவ்வொரு நாளும் வெவ்வேறு முகாம்களை அணுகி அங்குள்ள அதிகாரியைச் சந்திக்க விரும்பினேன். அநேக அதிகாரிகளுக்கு ஒரு பெண் தனியே பயணம் செய்வது ஆவலைத் தூண்டியது. சிலர் டீ, பிஸ்கட் சகிதம் வரவேற்று சுற்றிக்காண்பிக்க உள்ளூர்க்காரர்களை உடன் அனுப்பினர். சிலர் பேசக்கூட மறுத்து, 'முதல்ல கல்கத்தா போய் பிரஸ் பாஸ் வாங்கி வாங்க' என்றனர். பனித்தரில் பொறுப்பிலிருந்த அதிகாரி தன்னுடைய ஆள்களுடன்தான் நான் பனித்தருக்குள் செல்ல வேண்டுமென வலியுறுத்தி அனுப்பிவைத்தார்.

பி.எஸ்.எப். காவலர்களுடன் நான் வருவதைக் கண்ட நொடியில் தங்கள் பிட்ச்சில் இருந்து கலைந்து சென்றனர் பிள்ளைகள். சாம்பல் பூத்த மதியத்தின் பின்னணியில் துக்கம் கவிந்திருந்த 'பில்லர் நெ.1'ஐ

நான் படமெடுக்கத் தோதாக எஞ்சியிருந்த பிள்ளைகளை விரட்டத் தொடங்கினார், உடன் வந்த ஜவான் ஒருவர்.

'ஃபோட்டோ எடுத்துக்கங்க' என்றார்.

பிறகு ஊருக்குள் என்னை அழைத்துச்சென்ற வீரர்கள், என்னுடன் உரையாட உள்ளூர் மக்களை ஓரிடத்தில் திரட்டினர். ஒருசில நிமிடங்களில் பிஸ்கட், கோலா, கலர் என ஒவ்வொன்றாக வந்துசேர, ஒரு வாய் கோலாவை உறிஞ்சிய ஜவான் ஒருவர் முகத்தைச் சுளித்து, 'இது பங்லா கோலா, இந்தியாது இல்ல' என்றார்.

நான் வெகு சம்பிரதாயமான கேள்விகளுடன் தொடங்கினேன். சுற்றிலும் நிற்கும் பாதுகாப்புப் படை வீரர்களை வைத்துக்கொண்டு கேட்க முடிந்த வெகு சாதாரண, கட்டாயக் கேள்விகள் அவை. கிராம மக்களும் 'ஒரு பிரச்சினையுமில்ல', 'இங்க ரொம்ப நல்லாருக்கோம், இவங்களும் எங்ககிட்ட நல்லா நடந்துக்கறாங்க' போன்ற பதில்களுடன் அந்தச் சம்பிரதாயத்தை செம்மையாக நிறைவு செய்தனர்.

பி.எஸ்.எப். இந்தப் பகுதிகளை தங்களின் தொடர் கண்காணிப்பிற்கு உட்படுத்தியிருக்கிறது. மக்கள் முகாம்களுக்கு அழைக்கப்பட்டு, கேள்விக்குட்படுத்தப்பட்டு, தகவல் கொடுக்கவும் உளவறியவும் வற்புறுத்தப்படுகிறார்கள். பி.எஸ்.எப். ஒரு வெளிப்படைத் தன்மை யற்ற, அதிகாரத்துவமிக்க நிறுவனமாகவே தொடர்ந்து அறியப்பட்டு வருகிறது. குறிப்பாக, எல்லைப்புற மக்களுக்கெதிரான அவர்களின் அதிகார துஷ்பிரயோகம் நீண்ட, கொடிய வரலாற்றைக் கொண்டது.[5]

நான் மெல்ல அவ்விடத்திலிருந்து நகர்ந்து மக்களிடம் பேச்சுக் கொடுக்க முயன்றேன். அவசரமாக என்னைத் தடுத்த பி.எஸ்.எப். வீரரொருவர், 'உங்கள இங்க தனியால்லாம் விட்டுட்டு போக முடியாதுங்க', சற்றே குரலை உயர்த்தினார். 'இது பாதுகாப்பே இல்லாத இடம். கொஞ்சம் அசந்தா பங்களாதேஷுக்குள்ள போயிடு வீங்க'. உயர்த்திய குரலைப் பயமுறுத்தும் தொனியில் இறக்கி மெதுவே கிசுகிசுத்தார், 'புடிச்சாங்கன்னு வைங்க, அவ்ளோதான்'.

5. Human Rights Watch, 'India/Bangladesh: Indiscriminate Killings, Abuse by Border Officers', 9 December 2010, https://www.hrw.org/news/2010/12/09/india/bangladesh-indiscriminate-killings-abuse-border-officers; Human Rights Watch, 'Trigger Happy: Excessive Use of Force by Indian Troops at the Bangladesh Border', 9 December 2010, https://www.hrw.org/report/2010/12/09/trigger-happy/excessive-use-force-indian-troops-bangladesh-border.

பனித்தரைவிட்டு வெளியேறும் வழியிலுள்ள பி.எஸ்.எப். சோதனைச் சாவடியில் ஓர் எட்டு, பத்து, வயதுடைய பெண்ணை விசாரித்துக் கொண்டிருந்தனர். சைக்கிளில் சென்றுகொண்டிருந்தவளை நிறுத்தி பள்ளிப் பையைத் திறந்து, கவிழ்த்து சோதனை செய்ய, என்னுடன் வந்த ஜவான், 'பொம்பளையாளுங்களும், சின்ன பொண்ணுங் களுந்தாங்க பெரிய கடத்தல்காரங்க. சாப்பாடு, சிகரெட்டு, இருமல் மருந்துன்னு கடத்திக்கிட்டு போயிருவாங்க' என்றார்.

என்னுடைய முகத்தில் கவிந்த இருள் அவரைச் சலனப்படுத்தி யிருக்கக்கூடும். சற்றே முன் நகர்ந்தவாறே, 'நாங்க எல்லாரையும் சந்தேகக் கண்ணோடதாங்க பார்த்தாவனும், வேற வழியில்ல' என விளக்கமும் கொடுத்துக்கொண்டார். சோதனைச் சாவடியைத் தாண்டி நாங்கள் நகரத் தொடங்கியபோது, மீண்டுமொரு சர்வதேசப் போட்டிக்காக அந்தப் புழுதிபறந்த பிட்ச்சில் குதூகலத்துடன் இருபக்கக் குழந்தைகளும் தயாராகிக்கொண்டிருந்தனர்.

பிரிவினைக் காலத்தில் இருந்த அவமதிப்புகளும் இழப்புகளும் இன்னமும் தொட்டுணரக்கூடிய அளவில் உயிர்த்தே இருக்கின்றன.

பனித்தருக்கு வடக்கே இருநூறு மைல் தொலைவிலுள்ள மால்டா விற்குப் போகும்போது, வழி கேட்பதற்காக வண்டியை நிறுத்திய போதுதான் காஸியைச் சந்தித்தேன். வெய்யிலில் காய்ப்பேறிய முகத்தில் இதமான புன்னகையுடன் பேசத் தொடங்கிய காஸியின் வீட்டுக் கொல்லைப்புறத்தில் இந்திய-வங்கதேச எல்லைக்கல் ஒன்று இருக்கிறது. அதற்கடுத்து இச்சாமதி ஆறு பாய்ந்துகொண்டிருந்தது. வங்கதேசத்தில் தோன்றி இந்தியாவைக் கடந்து செல்லும் இச்சாமதி ஆறு இரு நாடுகளுக்குமிடையே இயற்கை வரைந்த எல்லைக் கோடாய் தன்வழியே ஓடிக்கொண்டிருந்தது.

வெகு சகஜமாக நதியின் இருபுறமும் மக்கள் கடந்து சென்றபடி யிருந்தனர். கரையோரமாக நாங்களும் நடக்கத் தொடங்க, 'இது நெதமும் சாதாரணமா நடக்கறதுதாங்க. ஆத்த ரெண்டா பொளக்கவா முடியும்' என்றார் காஸி. கரையோரமாக வசிக்கும் ஆயிரக்கணக்கான மக்களைப் போலவே சில அடிகள் தள்ளி, வேறொரு நாட்டில் அவர் குடும்பம் இருந்தது.

காஸியின் வீட்டுக் கொல்லைப்புறத்தில் அமர்ந்து பேசிக் கொண்டிருந்தோம். 'பிரிவினையாவட்டும், சண்டையாவட்டும், வெறுமே நடந்து முடிஞ்சிடலீங்க. அது முடிவேயில்லாம நடந்துக் கிட்டேயிருக்கு.'

இந்தப் பிரிவினையோ, அதைத் தொடர்ந்து பிறந்த எல்லைப்புறமோ, விடுதலைக்கான போராட்டமோ, அதன் காரணமாக நடந்த படுகொலைகளோ, பதியப்படாத கலவரங்களோ, வெறும் வரலாற்றுப் பக்கங்கள் அல்ல. குடும்பங்கள் மறக்கவோ, நினைக் கவோ இயலாத, விரும்பாத இழப்புகள். இருப்பிடங்களைவிட்டு பலமுறை வெளியேறி, திரும்பி வந்து, மறுபடியும் வெளியேறி என இடம்பெயர்தலின் சிக்கலான பல கதைமுடிச்சுகளைப் புரிந்து கொள்ள இக்குடும்பங்களின் வரலாறுகள் உதவியாயிருக்கின்றன. 101 வயதான காஸியின் கொள்ளுத்தாத்தா சுமார் 80 வருடங்களுக்கு முன் தேயிலைத் தோட்ட வேலைக்காக அசாமின் கீழ்-பள்ளத்தாக்கிற்குப் புலம்பெயர்ந்து இன்றுவரை அங்கேயே வசிக்கிறார். காலனியாதிக்க நாள்களில் தோட்ட வேலைக்காக அழைத்துச் செல்லப்பட்ட, வங்கதேசத்தைச் சேர்ந்த ஆயிரக்கணக்கான இஸ்லாமியத் தொழி லாளர்களின் எஞ்சிய அடையாளம் அவர். காஸியின் பாட்டி இந்திய-வங்கதேசப் பிரிவினைகளற்ற, ஒருங்கிணைந்த பிரிட்டிஷ் இந்தியாவில் பிறந்தவர். பிரிவினைக்குப் பிறகு சிறிது காலம் கழித்து கிழக்குப் பாகிஸ்தானின் குடிமகளாக ஆனார். அவருடைய மூன்று மகன்களில் இருவர் இந்தியக் குடியுரிமை பெற, மூன்றாவது மகன் கிழக்குப் பாகிஸ்தானில் குடியேறினார். கையெழுத்தான இன்னமும் சில ஒப்பந்தங்களும் பதிக்கப்பட்ட மேலும் சில எல்லைக்கற்களும் உடனிருக்க, கிழக்குப் பாகிஸ்தானில் இருந்து வங்கதேசம் பிறந்தது.

காஸி, ஆற்றங்கரையோர விவசாய கிராமமொன்றில் பிறந்தவர். தன் பதின்பருவத்தில், ஊரெங்கும் விவசாய நிலங்களினூடே முளைக்கத் தொடங்கிய பி.எஸ்.எப். முகாம்களைக் கண்டு வளர்ந்தவர் அவர். நெகிழ்ந்திருந்த அந்த மண், புதிதாக முளைத்த வேலி, விளக்குகள், மூர்க்கத்தனமான அரசுத் தலையீடு எனத் துரிதமாக கடும் இராணுவக் கட்டுப்பாடுகள் நிறைந்த தலமாக மாறியது. சீருடைகளும் பங்கர்களும் இல்லாத எளிமையான சிற்றூர், பலம் பொருந்திய இரு தேசங்களிடையே சிக்கித் தொலைந்து போனது.

'எங்க கண்ணு முன்னால எங்க வீடெல்லாம் ஒவ்வொண்ணா காணாம போச்சுங்க' — பேரிழப்புகளையும் தடுமாற்றமில்லாத குரலில், மெல்லிய புன்சிரிப்புடன் சொல்லப் பழகிவிட்டிருந்தார் காஸி.

அவ்வழியே நடைபெறும் கடத்தல் பற்றிய கேள்வியை மெதுவே ஆரம்பித்தேன். தனக்கு எதுவுமே தெரியாது என்று திடமாக மறுத்துவிட்டார். மெல்ல இருள் கவியத் தொடங்க, தொள தொளவெனப் பழுப்பு நிற சஃபாரியணிந்த, குள்ளமான உருண்டை மனிதரொருவர் வந்து காஸியை அழைத்தார். உதிர்ந்து கொட்டிய புருவத்தால் முகம் ஏனோ முழுமையடையாதது போலிருந்தது. மாநில அரசு அதிகாரியைப் போலத் தோற்றமளித்த அவர், காஸியை வாசல் பக்கம் அழைத்துப்போய் கிசுகிசுத்தார். கையிலிருந்த சாவிக்கொத்தை சுழற்றியபடியே பேசிக்கொண்டிருந்த அவருடைய பார்வை நடுநடுவே என்னைத் தொட்டு மீண்டது. பேச்சின் பேசுபொருள் நான்தான் என்பதை அவரின் உடல்மொழி சொல்லியது.

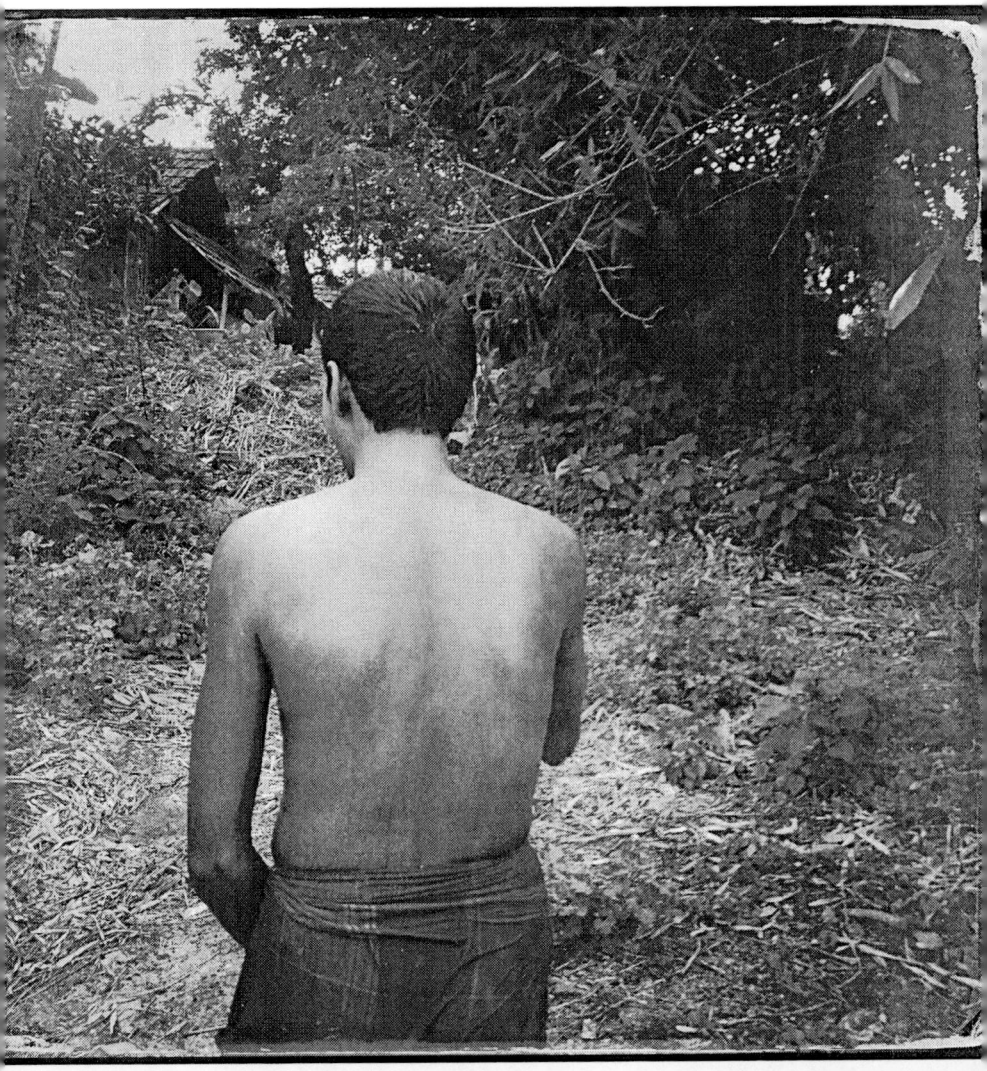

காஸி கொஞ்சம் சிடுசிடுவெனத் திரும்பி வந்தார். 'நீங்க இங்க இருக்கறத யாரோ போய் சொல்லியிருக்காங்க. அவரு எங்கூரு இல்லைங்க. இப்பதான் நாலஞ்சு வருசமா இங்க சுத்திட்டிருக்காரு. பி.எஸ்.எப். ஆளுங்ககூட ரொம்ப நெருக்கமாகிட்டு, இங்க நடக்கறது எல்லாத்தையும் அங்க சொல்லிட்டு கெடக்குறாரு.' சிறு மௌனத்திற்குப் பிறகு தொடர்ந்தார். 'உள்ளூர் பிரச்சினைய தீர்க்கறதுக்குன்னு சொல்லி ஊர் பிரதிநிதிகள் சில பேர சேர்த்து கிராம சபை மாதிரி ஒரு குழுவை பி.எஸ்.எப். ஏற்படுத்தி வச்சிருக்காங்க. அதில் இவரைப் போல 'அவங்க' ஆளுங்களையும் சேர்த்து விட்ருக்காங்க. ட்ரோன் கணக்கா நாள் பூரா ஊரைச்சுத்தி, வேவு பார்க்கறது தவிர இந்தாளுங்களுக்கு வேறெதுவும் வேலையிருக்கான்னு தெரியல' என்றார்.

அந்த மனிதர் வந்துசென்ற பிறகு, காஸியின் அத்தை பயந்து, கவலை மிகுந்து காணப்பட்டார். என்னுடன் பேசுவதை நிறுத்திவிட்டு வேலையைக் கவனிக்கும்படி அறிவுறுத்தினார். 'கொஞ்சம் சும்மாரு அத்தை' எனச் சத்தம் போட்டார் காஸி. அந்த மனிதர் வந்துசென்ற பிறகு, காஸியின் முகத்தில் புன்னகை மறைந்து, அந்தப் பெரிய கண்கள் முழுவதும் சோகமும் கோவமும் மிகுந்தது.

காஸி பேசத் தொடங்கினார் — இம்முறை கொஞ்சம் வெளிப்படையாகவே. கடத்தலும் சட்டத்துக்குப் புறம்பான பண்டமாற்றும் மோசடிகளும் நடைபெறுவதை உறுதிசெய்தார். சிறிதும் இரக்கமற்ற அந்தக் கடத்தல்காரர்களுக்கு பி.எஸ்.எப். படையினரின் ஒத்துழைப்பும் உள்ளூர் அரசியல்வாதிகளின்[6] ஆசீர்வாதமும் அபரிமிதமாகவே கிடைத்தது. இந்தக் கடத்தல் மாஃபியாவை யார் கட்டுக்குள் வைத்திருப்பது என்பதைத் தீர்மானிப்பதற்காகவே உள்ளூர் தேர்தல்கள் நடைபெறுவதாக காஸி தீவிரமாக நம்புகிறார். எல்லையில் நடைபெறும் கொலைகள், அதைத் தொடர்ந்த கைது நடவடிக்கைகள், சித்தரவதைகள் ஆகிய பெருவாரியான குற்றங்

---

6. Special Correspondent, 'CBI arrests BSF commandant in cattle-smuggling case', *The Hindu*, 18 November 2020, https://www.thehindu.com/news/national/cbi-arrests-bsf-commandant-in-cattle-smuggling-case/article33121161.ece; Sandhya Ravishankar, 'Why cattle continue to be smuggled from West Bengal's border areas to Bangladesh', *The Economic Times*, 29 March 2015, https://economictimes.indiatimes.com/news/politics-and-nation/why-cattle-continue-to-be-smuggled-from-west-bengals-border-areas-to-bangladesh/articleshow/46729538.cms.

களுக்கு இந்தக் கடத்தல் மாஃபியாவிற்கும் எல்லைப்படையினருக்கும் இடையே நடக்கும் பங்குத்தகராறு காரணமேயன்றி, உண்மையில் எல்லைப்பிரச்சினைகளில்லை என்கிறார். கடத்தல்காரர்களுக்கும் பாலியல் தரகர்களுக்கும் இடையே வாழும் கிராம மக்கள் வங்க தேசத்திலிருந்து வருபவர்களுக்குப் புகலிடம் கொடுக்கிறார்கள். பெண்கள், குழந்தைகள் கடத்தலையும் கண்டும் காணாமல் கண்ணை மூடிக்கொள்கிறார்கள். வலிமைமிக்க இராணுவக் கட்டுப்பாடுகள் நிறைந்த இடத்தில் ரகசியப் பொருளாதாரம் செழித்து வளர்கிறது. 'காதலிக்கறதுன்னாகூட காசு வேணும்ல? வயிறுதாங்க முதல்ல, சட்டமெல்லாம் அப்புறம்தான?' — தார்மீகமும் அதன்பாற்பட்ட முடிவுகளும் தினம்தினம் அவர்கள்மேல் திணிக்கப்படும் புறச் சூழலின் நிதர்சனம் காஸியின் பேச்சில் தெளிவாகிறது.

கடத்தல் தொழிலை யாரும் விரும்பிச் செய்வதில்லை. ஆனால், கூடுதலாகக் கிடைக்கும் அந்தச் சில்லறை காசுகளுக்காக எந்தளவும் செல்லத் தயாராக இருக்கின்றனர் உள்ளூர் மக்கள். 'நீங்க எத்தனை வலுவா சுவரு கட்டுனாலும் கடத்தல நிறுத்த முடியாதுங்க. பசிக்காத இருன்னு வயித்துக்கிட்ட சொல்ல முடியுங்களா? கடத்தறதோ, பொய் சொல்றதோ — கொஞ்சம் காசு கிடைக்குமுன்னா செய்யத்தான வேண்டியிருக்கு?'

பொதுவாகக் கடத்தப்படும் பொருட்களைப் பட்டியலிட்டார் காஸி: 'மின்விசிறி, ரேடியோ, பாட்டரி, பால் பவுடர், தேன், சர்க்கரை, உப்பு, அரிசி, இருமல் மருந்து, துணிமணி, விதைகள், கருத்தடை மாத்திரைகள் — சில சமயத்துல வெறும் பச்சை மிளகாய் கூட கடத்துவாங்க.' மெதுவே தோளைக் குலுக்கிக்கொண்டார்.

எங்கள் உரையாடலின் முடிவில், இரு வருடங்களுக்கு முன் குரிகிராம் மாவட்டம் அனந்தபூரில் எல்லையைத் தாண்டியதற்காக கொலையுண்ட ஓர் இளம்பெண்ணைப் பற்றி காஸி குறிப்பிட்டார். 'பொண்ணு பேரு ஞாபகமில்லீங்க. ஆனா, அந்தப் பொண்ணை கொலைபண்ணி உடலை எல்லையில இருக்கற கம்பி வேலில தொங்க விட்டிருந்தாங்க. பங்லா டி.வில லாம் காமிச்சாங்க. அந்தப் பொண்ண தண்ணிகூட குடுக்காம சாவடிச்சாங்கன்னு சொல்லுறாங்க. எங்களையெல்லாம் ஆடுமாடு மாதிரிதான் நடத்துவாங்க. அவங் களைப் பொறுத்தவரை இது வெறும் மந்தைக்கூட்டம்தான்'.

பி.எஸ்.எப்.இன் 2013ஆம் ஆண்டுக்கான பயிற்சிக் கையேடு வங்கதேச எல்லைப்புற மக்களின் விசேஷ குணாதிசயங்களாக சிலவற்றைக் குறிப்பிடுகிறது:

'பெரும்பாலும் இஸ்லாமியச் சமூகத்தைச் சேர்ந்தவர்கள்;' 'படிப்பறிவற்ற, பின்தங்கிய, வறுமை நிறைந்த', 'சுலப வழியில் கிடைக்கும் பணத்தால் ஈர்க்கப்படுபவர்கள்;' 'படையினருடன் விரோதப் போக்கை கடைபிடிப்பவர்கள்'.

எந்த அலுவலர்களும் படையினரும் எல்லையைப் பாதுகாப்பதற்காக அனுப்பப்பட்டார்களோ, எந்த மக்களைப் பாதுகாக்க வேண்டிய பொறுப்பு அவர்களின் கடமையாகிறதோ, அந்த அதிகாரிகளால் அம்மக்கள் தரந்தாழ்ந்த முத்திரை குத்தப்பட்டு கண்காணிக்கப் படுகிறார்கள். பலவந்தமும் வன்முறையும் இந்திய–வங்கதேச எல்லையின் புத்தியல்புகளாகிவிட, இதையே காரணமாக வைத்து அநேக அதிகாரிகள், 'காட்டுமிராண்டிகளை காட்டுமிராண்டித் தனமாகத்தான்' நடத்த முடியும் என்ற தர்க்கத்தை தம் நடவடிக் கைகளுக்கான நியாயமாக முன்வைக்கின்றனர்.

பெட்ராபால் சோதனைச்சாவடியிலிருந்த அதிகாரியின் குற்றச்சாட்டு வேறாக இருக்கிறது. 'அவங்க தண்ணியடிக்க மாட்டாங்க, அதுக் குத்தான் இருமல் மருந்த குடிக்கறாங்க.' அரசின் பார்வையில், இம்மக்கள் பாதுகாக்கப்பட வேண்டியவர்களல்ல, 'கண்காணிப்புக்கு உட்படுத்தப்பட்டு, தண்டிக்கப்பட வேண்டியவர்கள்'.

நேரம் செல்லச்செல்ல, பேசப்பேச, காஸியிடமிருந்த தயக்கம் அகன்று, சற்று இலகுவாகவே உரையாடத் தொடங்கினார். வீட்டின் பின்புறம் இந்த ஆரவாரங்களெதுவும் அறியாமல் தன்போக்கில் ஓடிக்கொண்டிருந்த ஆற்றை நோக்கி நடக்கத் தொடங்கினோம். நீரினுள் இறங்கி தன் சிறிய கட்டுமரத்தை கரையோரமாக இழுத்துக் கட்டினார் காஸி. அவரால் இப்பொழுது தன் அதிருப்தியையும் வருத்தத்தையும் இயல்பாகப் பகிர முடிந்தது. காஸி பி.எஸ்.எப். இன் நடவடிக்கைகளுக்கு தனிப்பட்ட முறையில் தான் பலியானதாக நினைக்கவில்லை. ஆனால், பிழைத்திருக்க வேண்டிய நிர்பந்தத்தின் பேரில், அசாதாரணமான இவ்விடம் காட்டுமிராண்டித்தனத்தின் பசிக்கு இரையாகிக்கொண்டிருப்பதாக நம்பும் அவர், இக்குழப் பத்தில் தினசரி வாழ்வின் நாகரிகம் செல்லரித்துப் போய்விட்டதாக வருந்துகிறார்.

காஸியின் உலகில், குறைகள், குற்றங்கள், அதற்கு உடந்தையாக இருப்பது, எதிர்ப்பது, இணங்குவது என அனைத்தும் ஒன்றுக்குள் ஒன்றாக கைகோர்த்து இயங்குபவை. ஒருவரையொருவர் சிதைத்துக் கொள்ளும் சமனற்ற இருவேறு கூட்டாளிகளுக்கு இடையேயான எழுதப்படாத ஒப்பந்தத்தை ஒட்டியே அனைவரும் இயங்கிக் கொண்டிருந்தனர்.

இந்திய-வங்கதேச எல்லையிலுள்ள எந்த ஊருடனும் காஸியின் கிராமத்தைப் பொருத்திப் பார்க்க இயலும். காஸியின் கதைகளில் வரும் பி.எஸ்.எப். படையினருக்குப் பெயர்கள் கிடையாது. இந்திய-வங்கதேச எல்லையை ஒட்டி என்னுடைய அடுத்த ஒரு மாதப் பயணத்தில் நான் கேட்ட கதைகளில் இந்த ஒரேமாதிரியான விவரம் இருந்தது. மற்ற மாநிலங்களிலிருந்து வந்துள்ள பி.எஸ். எப்.இன் வீரர்கள் அனைவருமே 'ஃபாரின்காரங்க'தான். உள்ளூர் மக்களைப் பொறுத்தவரை, சொந்த நாட்டவராக இருந்தாலும், வெகு தொலைவிலிருந்து வந்து வேற்றுமொழி பேசும் அனைவருமே அயல்நாட்டவர்தான்.

பயணம் தொடர்ந்தது. பதினைந்தாம் நூற்றாண்டின் இடிபாடுகளுடன் இந்திய-வங்கதேச எல்லையின் முக்கிய சோதனைச்சாவடி அமைந்திருக்கும் கௌடா எனும் ஊருக்குச் செல்ல வடக்கு நோக்கிப் பயணித்துக்கொண்டிருந்தேன். சுமார் இருநூறு மைல் தொலைவிலிருக்கும் கௌடாவிற்கு, மால்டா வழியாகத்தான் செல்ல வேண்டும். இரண்டு நாள்களுக்குமேல் பிடிக்கும் இப் பயணத்தில், இடையிடையே பல்வேறு இடங்களில் பி.எஸ். எப். முகாம்களிலிருந்த நிறைய அதிகாரிகளையும் வீரர்களையும் சந்திக்கவும் பேட்டி காணவும் வாய்ப்பு கிடைத்தது.

பயணத்தின் இரண்டாம் நாள் பி.எஸ்.எப். அதிகாரி திரிவேதியைப் பேட்டிக் காணும் வாய்ப்பு கிடைத்தது. வெகு நேரம் நீண்ட அந்தச் சந்திப்பு, ஒரு கிடுக்கிப்பிடி விசாரணையாக மாற, திரிவேதி என்னை 'உளவாளி' என்று முடிவே செய்து குற்றம்சாட்டினார். 2014இல் தொடங்கிய இந்திய எல்லைகளுடான என் பயணத்தின் ஆரம்ப நாள்கள் அவை. இருவேறு அதிகார பீடங்களுக்கு இடையே சிக்கிக்கொண்ட அந்த இடங்களில், வானளாவிய அதிகாரத்தைத் தம்மிடையே வைத்திருந்த அதிகாரிகளிடம் பேசவும் பேட்டி காணவும் நான் இன்னமும் பழகியிருக்கவில்லை. ஆஃப்கானில் அமெரிக்க, நேட்டோ (NATO) படையினரிடம் உரையாடிய என் அனுபவமும் இங்கு எனக்கு கைகொடுக்கவில்லை.

முகாமின் வெளியே சில நூறு மீட்டர் தொலைவிலிருந்த தேநீர் கடையில் புதிதாகப் பணியில் சேர்ந்திருந்த இளம் பி.எஸ்.எப். வீரர்கள் தேநீர் குடிக்க ஒதுங்கியிருந்தனர். அங்கிருந்து தமிழ் குரல்கள் கேட்கவும், நானும் மெல்ல அங்கு சென்று ஒரு தேநீர்

சொன்னேன். கடைக்காரர் கேட்ட கேள்விக்கு தற்செயலாகச் சொல்வதுபோல தமிழில் பதில் சொல்லவும், 'தமிழா?' என்ற ஒற்றைக் கேள்வியில் அறிமுகப் படலம் வெகு இயல்பாக சுலப மானது. பெரும்பாலானவர்கள் தமிழகத்திலிருந்தும் ஆந்திரா விலிருந்தும் வந்திருந்தார்கள். அவர்கள் சட்டென சிநேகத்துடன் ஒட்டிக்கொள்வதற்கு நான் தமிழ், தெலுங்கு என இரண்டு மொழி களிலும் உரையாடியதொன்றே போதுமாக இருந்தது. சிறு கூச்சத் துடன், 'உங்களுக்கு எப்படி தமிழ், தெலுங்கு ரெண்டும் தெரியுது, எந்தூரு நீங்க' என்று கேட்ட மோகன், கன்னியாகுமரியைச் சேர்ந்தவர்.

இரண்டு பக்கமும் பகிர்ந்துகொள்ள ஏகப்பட்ட கதைகளிருந்தன. நான் என்னுடைய பெற்றோரின் கதையைக் கூறினேன். என் அப்பா, அம்மா இருவரும் கல்லூரியில் சந்தித்தது, காதலித்து, பின் ஏழு வருடங்கள் காத்திருந்து திருமணம் செய்தது என '70களின் அபாரமான காதல் கதையது. இருவேறு மாநிலங்கள், மொழி, கலாச்சாரம், சாதி என அனைத்து வேற்றுமைகளையும் வீட் டாரின் அதிருப்தியையும் மீறி ஒன்றுசேர்ந்த காதலின் வெற்றிக்கு உயிர்சாட்சி நான். இந்தியாபோன்ற நாட்டில் 'தவறான' ஆளைக் காதலித்ததற்காக ஒருவர் கொல்லப்படும் சாத்தியங்கள் அதிகம். அவ்வளவு தொலைவிலிருந்த அந்நிய மண்ணில் மொழி ஏற்படுத்திய நெருக்கமும் உறவும், அந்த இளைஞர்கள் அவ்வளவு வெளிப் படையாகப் பேசவும் பகிரவும் வாய்ப்பேற்படுத்திக் கொடுத்தது.

பலர் பார்ப்பதற்கு வாலிபவயதினர் போலிருந்தார்கள். பத்தாவது முடித்த கையோடு ஒரு வருடம் வீட்டிலிருந்த ஹரீஷுக்கு, பக்கத்து ஊரில் நடந்த ஆளெடுப்பில் கலந்துகொண்டதுதான் அதுவரையில் அவர் மேற்கொண்ட தொலைதூரப் பயணம். ஆனால், 'ரெட் காரிடார்' (Red Corridor) என்றழைக்கப்படும் ஒடிசா–ஆந்திரா எல்லையிலுள்ள சிறு கிராமத்திலிருந்து வந்தவருக்கு, அரசால் நிகழ்த்தப்படும் வன்முறைகள் புதிதல்ல. நக்சல்-மாவோயிஸ்ட் கிளர்ச்சி உச்சத்தில் இருந்த காலத்தில், கலகத்தைக் கட்டுப் படுத்துவதற்காக அரசே கிராமங்களைத் தீக்கிரையாக்கியது. 'ரெட் காரிடார்' மத்திய, கிழக்கு மற்றும் தென்-மாநிலங்களில் கிளர்ச்சியால் பாதிக்கப்பட்ட பகுதிகளை உள்ளடக்கியது. மிக மோசமாக பாதிக்கப்பட்ட பகுதிகள், பொருளாதாரச் சமநிலை பிறழ்ந்து, தேசத்தின் மிக ஏழ்மையான பகுதிகளாகவும் இருப்பது தற்செயல் அல்ல. 1980களின் பிற்பகுதியில் தொடங்கிய இக்கிளர்ச்சி,

அடுத்த இருபதாண்டுகளில் சுமார் 6,000 உயிர்களைப் பலிகொண்டது. இரக்கமற்ற காவல்துறை அதிகாரிகளின் வன்முறையைப் பார்த்தே வளர்ந்த ஹரீஷ், தன் பி.எஸ்.எப். சீருடை தனக்களித்த அதிகாரத்தை வழிபடும் மனநிலையில் இருந்தார்.

பி.எஸ்.எப்.இல் பணி கிடைத்ததும் தெலுங்கு பேசும் சக பணி யாளர்கள் அமைந்ததும் ஹரீஷுக்கு மிகுந்த மகிழ்ச்சியாக இருந்தது. அவர்களுடைய அதிகாரிகள் வடிகட்டி, சுத்திகரித்து கொடுத்த பிரத்தியேக உலகத்தில், தத்தம் முகாம்களில் தங்கி, அட்டவணை பிசகாமல் பணிபுரிந்துகொண்டிருந்த அவர்கள், கவனத்துடன் அங்குள்ள பணிகளைப் பார்த்து, புரிந்து கற்றுக்கொள்ள அறிவுறுத்தப் பட்டிருந்தனர். ஹரீஷுக்கும் வெளியுலகத்துக்குமான ஒற்றைத் தொடர்பு அவருடைய தொலைபேசிதான். தன் அம்மாவிடம் அடிக்கடி பேசுவதாகக் கூறிய ஹரீஷுக்கு அவர் சொந்த ஊரிலேயே ஒரு காதலும் இருந்தது. 'சந்தியா'வின் தொலைபேசி எண்ணைப் பெற பெரும் பிரயத்தனப்பட்டுக்கொண்டிந்த அவர், 'என் ஃப்ரெண்ஸு எப்படியாச்சும் வாங்கிக்குடுத்துவானுங்க. இந்த வாரத்துக்குள்ள எப்படியும் கிடைச்சுடும்' — சந்தோஷச் சிரிப்புக்கு உடனிருந்த அனைவரும் 'ஓஓஓ'வென்ற கூச்சலோடு சுருதி சேர்த்தார்கள். ஹரீஷ், சந்தியாவிற்காக அவர் எழுதியிருந்த கவிதைகளை தன் தொலை பேசியில் காண்பித்தார். 'இதையெல்லாம் அனுப்பித்தான் காதலைச் சொல்லவே போறேன்' — சிறு பூரிப்பில் சிவந்தது முகம்.

தன் தொலைபேசியில் வைத்திருந்த நடிகர், நடிகையரின் புகைப் படங்களை ஒவ்வொன்றாகக் காட்ட, நான் அதிலொரு இளம் நடிகரைக் காண்பித்து, 'நீங்க அவர மாதிரியே இருக்கீங்க' என்ற வுடன் வெட்கத்தில் அவர் முகம் மேலும் சிவந்தது.

எல்லைப்பகுதியில் கம்பி வலையைத் தாண்ட முயன்று சமீபத்தில் கொலையுண்டதாக காஸி சொன்ன 15 வயது பெண்ணைப் பற்றி ஹரீஷிடம் விசாரித்தேன். ஹரீஷிடமும் புதிதாகப் பணியில் சேர்ந்திருந்த ஏனைய வீரர்களிடமும் விசாரித்தவரை, அவர்களுக்கு அப்பெண்ணைப் பற்றியோ, அச்சம்பவம் பற்றியோ எந்த அறிமுகமு மில்லை. அதைப் பற்றி காஸி கூறியதற்குப் பிறகு, அடிப்படை உண்மைகளை அலசிய தகவலறிக்கையையும், அது தொடர்பான செய்திக் கட்டுரைகளையும் ஏற்கனவே வாசித்திருந்தேன்.

ஃபெலானி ஃகாத்தூன் என்ற அந்தப் பெண்ணின் குடும்பமும் அங்கிருக்கும் ஆயிரக்கணக்கான குடும்பங்களைப் போலவே வங்கதேசத்திலிருந்து சில ஆண்டுகளுக்கு முன் இந்தியா வந்தவர்கள்.

ஃபெலானிக்கு வங்கதேசத்து ஊரொன்றில் மாப்பிள்ளை அமைய, அவளைத் திருமணம் செய்து கொடுக்க வேண்டி மறுபடி அவளை வங்கதேசத்துக்கு அழைத்துச் சென்றார் தந்தை நூருல் இஸ்லாம். இரவு அனந்தபூர், ஃபுல்பாரியிலுள்ள எல்லை வேலியைத் தாண்டும்போது ஃபெலானியின் துணி கம்பியில் சிக்கிக்கொள்ள, பயத்தில் கத்திய அவள் மேல் பி.எஸ்.எப். கான்ஸ்டபிளின் குண்டு பாய்ந்தது. பின்னர் நடந்தேறிய சம்பவங்கள் குறித்து ஏகப்பட்ட சர்ச்சைகள் உலவினாலும், காஸி கொடுத்த விளக்கம் சகித்துக்கொள்ளவியலாத பயங்கரமாக இருந்தது: 'அந்தப்பொண்ணு நாலு மணி நேரம் தண்ணி கேட்டு அனத்திக்கிட்டே இருந்துதுங்க. குடுக்காமலேயே சாவ விட்டாங்க' என்றார்.

'அந்தச் சம்பவம் நடந்த ஃபுல்பாரி இங்கேருந்து நூறு, இருநூறு மைல்தான் இருக்கும் ஹரீஷ்' என்றேன். 'அந்த கான்ஸ்டபிளை எதுக்குங்க தண்டிச்சாங்க? அவரு என்ன பண்ணுவாரு? தன் வேலையைத்தான செஞ்சாரு?' என்று ஹரீஷ் அவசரமாக முகம் தெரியாத அந்த கான்ஸ்டபிளுக்காக வாதாட ஆரம்பித்தார். 'இந்த ஊரு ஆளுங்களுக்கு எங்களைக் கண்டாலே ஆவறதில்ல. இந்த மனித உரிமை வழக்குல்லாம் சுத்த ஃபேக் தெரியுமா?' என்றார்.

நான், அந்தச் சம்பவம், அது நிகழ்ந்த இடம், சூழல், இறப்பதற்கு முன்பான ஃபெலானியின் நிலை என எல்லாவற்றையும் பொறுமையாக விளக்கினேன். அதனுள் உறைந்திருந்த மிருகத்தனமான மூர்க்கத்தை ஹரீஷால் உள்வாங்கிக்கொள்ளக்கூட இயலவில்லை. புரியவைக்கும் முயற்சியில் விரக்தியடைந்த நான், கம்பியில் ஃபெலானியின் உடல் மாட்டித் தொங்கிக்கொண்டிருக்க, பின்னணியில் இரு பி.எஸ்.எப். கான்ஸ்டபிள்களும் இருக்கும் கொடூர புகைப்படத்தை என்னுடைய தொலைபேசியில் காட்டினேன். விவரிக்கவியலாத ஆழ்ந்த நுண்ணுணர்வுகளைக் கிளறிய அப்படம், பேசிக்கொண்டிருந்த எங்கள் உரையாடலையும் சூறையாடியது.

'அந்தப் பொண்ணு பேரை கொஞ்சம் எழுதிக் குடுத்துட்டு போங்களேன், நான் இன்டர்நெட்ல தேடிப் பார்த்து படிக்கறேன்' என்ற ஹரீஷை புகைப்படம் வெகுவாகத் தொந்தரவுக்குள்ளாக்கியிருந்தது. தொடர்ந்த தர்மசங்கடமான மௌனத்தால் நிரம்பிய எங்கள் உரையாடல், இந்திய-வங்கதேச எல்லையில் புதிதாக எழுப்பப்படும் வேலிகள் பற்றிய பொருத்தமற்ற விவாதங்களுடன் முடிவுக்கு வந்தது.

தொடர்ந்த என்னுடைய பயணத்தில் சந்தித்த அநேக பி.எஸ்.எப். வீரர்களும் ஃபெலானியையோ, அச்சம்பவத்தையோ அறிந்திருக்க வில்லை. ஹரீஷைப் போலவே சக வீரர்களின் செயல்களை நியாப்படுத்தியே பேசிய அவர்கள், வன்முறையும் வற்புறுத்தலும் இல்லாமல் எல்லையைப் பாதுகாப்பது சாத்தியமேயில்லை என உறுதியாக நம்பினார்கள். வடக்கே அமுதியா செக்போஸ்டிலிருந்த இளம் வீரரொருவர், 'பொண்ணுங்க சட்டத்துக்கு புறம்பா தாண் டிட்டு ரேப்புன்னு அழுவாங்க. பர்தாவுக்குள்ள வச்சு சாமானெல்லாம் கொண்டுபோயிருவாங்க. சிலரெல்லாம் பேருக்குதான் இந்தியனுங்க. பூரா சொந்தக்காரங்களும் பங்களாதேஷுல இருப்பாங்க. அவங் களுக்கு எல்லைக்கோடெல்லாம் விஷயமேயில்ல. அவங்கவங்க குடும்பந்தான் பெருசு'. நைக்கி ஷூக்களை தன் புடவைக்குள் வைத்துக் கடத்தியதற்காக இரண்டு பெண்கள் கைது செய்யப்பட்ட காணொளியை தன் தொலைபேசியில் என்னிடம் காண்பித்தார்.

இப்பயணத்திலிருந்து நான் வீடு திரும்பியபோது, ஃபெலானியின் வழக்கு பி.எஸ்.எப். நீதிமன்றத்தில் விசாரணைக்கு எடுத்துக் கொள்ளப்பட்டு, குற்றம்சாட்டப்பட்ட பி.எஸ்.எப். கான்ஸ்டபிள் அமியா கோஷுக்கெதிரான ஆதாரங்கள் 'முடிவுறாமலும் போதாமலும்' இருந்ததால், மரணம் விளைவிக்கும் குற்றத்திலிருந்து முழுவதுமாக விடுவிக்கப்பட்டாரென தீர்ப்பளிக்கப்பட்டது.[7] இதுபோன்ற இடங் களில் அரசின் இரும்புப்பிடியை உறுதிசெய்ய வேண்டிய பொறுப்பு, கான்ஸ்டபிள் கோஷ்போன்ற ஆயிரக்கணக்கானவர்களிடம் ஒப்ப டைக்கப்பட்டிருந்தது. சட்டத்தின் கட்டுப்பாடுகளையும் மீறி, அங்கிருப்பவர்களின் வாழ்வையும் சாவையும் தீர்மானிக்கும் வானளாவிய அதிகாரம் அவர்களுக்கிருந்தது. இயல்பில் இவர்கள் யாரும் கொடூரமானவர்கள் அல்லர். ஆனால், அவர்களுக்கு அளிக்கப் பட்டிருந்த அதிகாரம், யோசித்து முடிக்குமுன் செயல்படவே ஊக்குவிக்கிறது. 'எல்லைப்பகுதி மற்ற இடங்கள் போலில்லை, சர்ச்சைக்குரிய அவ்விடங்களில் வலிந்து நிலைநாட்டப்படும் அதிகாரத்தால் மட்டுமே சட்டமொழுங்கை நிலைநிறுத்த முடியு மென்ற' தொடர்ந்த நினைவூட்டல்கள், வன்முறையையும் பலவந் தத்தையும் மறைமுகமாக ஊக்குவிக்கின்றன.

ஃபெலானியின் வழக்கிலும், 'ஃபெலானியைப் போன்றவர்கள், தொடர்ந்து சட்டத்துக்குப் புறம்பாக எல்லையைத் தாண்டுவதால்

---

7. 'India Acquits Felani Killer', *Dhaka Tribune*, 6 September 2013, https://www.dhakatribune.com/uncategorized/2013/09/06/india-acquits-felani-killer.

அவர்கள் நிரபராதிகளில்லை; மாறாக, ‘சட்டபூர்வ இலக்குகள்’ என்றே தீர்ப்பெழுதப்பட்டது.[8]

சட்டவிரோத இடப்பெயர்வு, முறையற்ற வர்த்தகம், தேசப்பாது காப்பு, எதிர்க்கிளர்ச்சி குறித்த கதைகளைக் கடக்காதவர்கள் எல்லையில் இருக்கவே முடியாது. என்றாலும், அவர்களின் அன்றாட வாழ்வின் வலிகள், உறையவைக்கும் இக்கதைகளைச் சுலபத்தில் மதிப்பிழக்கச் செய்துவிடுகின்றன. இவ்வளவு வன்முறையைப் பிரயோகித்தபோதும் சட்டவிரோத இடப்பெயர்வையும் கடத்தலையும் நிறுத்தவோ, எல்லைப் பாதுகாப்பை உறுதி செய்யவோ இயலவேயில்லை. மாறாக, எல்லையைக் கடப்பதற்கான நிதிச்சுமை அதிகரித்திருக்கிறது.

இச்சாமதி ஆற்றின் கரையிலுள்ள ‘டாகி’ எனும் ஊரில் சந்தித்த பி.எஸ்.எப். வீரர் ஒருவரிடம் இதைக் கேள்வியாகக் கேட்டேன். அவர், ‘எல்லைய பார்த்துக்கறதுலாம் கஷ்டம்தாங்க. அவங்க எல்லாரும் ஒண்ணுபோலவே இருக்காங்க, ஒரே மாதிரிதான் பேசறாங்க. அதனாலதான் ரொம்ப ஜாக்கிரதையா கவனிக்க வேண்டியதாருக்கு’ என்றார். அவரது பதில் இந்திய தேசியவாதம் எனும் தோற்றமயக்கத்தை வெளிச்சமிட்டுக் காட்டியது. தேசத்தின் துவக்கம், அதனுள் சேர்ந்தவர்கள், அதன் எல்லைக்கோட்டுக்கப்பால் நிற்பவர்கள் என அனைவரையும் தீர்மானித்து வடிகட்டியது அந்த அடிப்படைக் கட்டுக்கதைதான்.

‘வேற்றுமையின் சித்தாந்தங்களுக்கு முடிவேயில்லை’ என்கிறார் பாகிஸ்தானிய அரசியல் அறிஞரும் எழுத்தாளருமான இக்பால் அஹ்மது.[9] எல்லை நெடுகிலும் மக்கள் எப்பொழுதுமே தத்தம் மத, கலாச்சாரக் குழுக்களுடனேதான் தங்களை அடையாளப் படுத்திக்கொள்கின்றனர். வங்காளிகள் வங்காள இந்து, வங்காள முஸ்லிம் எனப் பிரிகிறார்கள். வங்காள முஸ்லிம்களிலேயும் தனிநபர்கள் உள்ளூர்க்காரர்களாக அல்லது பங்களாதேஷிகளாக வகைப்படுத்தப்படுகின்றனர். இந்தப் பிரிவினை அரசாங்க ஆவணங் களில் பதிவதற்கு சுலபமாயிருக்கலாம். நிஜத்தில், பொதுவான பழக்க வழக்கங்களைக் கடைபிடித்து, ஒரே விதமாக உடை

8. Suchitra Vijayan, ‘Border Crossings’, *The Hindu*, 3 May 2014, https://www.thehindu.com/features/magazine/border-crossings/article5973146.ece.

9. *Stories My Country Told Me: Eqbal Ahmad and the Partitioning of India*, directed by H.O. Nazareth, 1996, https://www.youtube.com/watch?v=9opz5b-C4Do.

உடுத்தி, ஒரே மொழி பேசி, ஒரே கலாச்சார, இலக்கியப் பின்னணியிலிருந்து கிளைத்துவரும் இந்திய முஸ்லிம்களுக்கும் வங்காள முஸ்லிம்களுக்குமான வித்தியாசத்தை எதை வைத்து கண்டு பிடிப்பது?

200 மைல்களும் மூன்று நாள்களும் நீண்ட பயணத்தின் முடிவில், அன்று மாலை மால்டா வந்தடைந்தேன். நான் தங்கிய சுற்றுலாத் துறையின் கட்டுப்பாட்டின் கீழ் இயங்கும் அந்த அரசுப் பயணியர் விடுதி தூய்மையாகவும் வசதியாகவுமே இருந்தது. அடுத்த நாள் காலை, விடுதி நிர்வாகி ஏற்பாடு செய்து கொடுத்த டாக்சியில் கௌடா நோக்கிய பயணம் தொடங்கியது — என்னுடைய கௌடா பயண வழிகாட்டியும் ஓட்டுநருமான ஆசிம் பாய் துணையுடன். கல்கத்தாவில் நான் தங்கியிருந்த விடுதி மானேஜரிடம் கௌடாவின் இடிபாடுகளைப் பார்ப்பதற்காக அங்கு செல்லவிருப்பதைப் பேசிக்கொண்டிருக்க, உடனே ஆசிம் பாயின் தொடர்பு எண்ணைக் கொடுத்து, ‘இவர்ட்ட பேசுங்க. பத்திரமா கூட்டிட்டுப்போய் கூட்டிட்டு வருவாரு’ என்றார். என்னுடைய பயணம் முழுவதிலும் எனக்கு வாய்த்த மனிதர்கள் இதே அன்புடன் என்னைக் கவனித்துக் கொண்டார்கள். ‘எனக்கு தெரிஞ்சவங்க இருக்காங்க, அவங்கட்ட பேசுங்க’, ‘இங்க தங்குங்க, பத்திரமான இடம்’ என என்னுடைய பாதுகாப்பு குறித்த அக்கறையோடு உபசரித்தவர்கள், அந்தப் பத்திரமான இடங்களில் இடம் கிடைக்காதபோது, சிறிதும் யோசிக்காமல் தங்கள் வீடுகளின் கதவுகளை எனக்காகத் திறந்து வைத்தார்கள்.

கருத்த நிறம், நல்ல உயரம், மீசை, நுனியில் வளைந்த கூரான மூக்கு, குறுகுறுப்பான பார்வை என ஆசிம் பாய் அசப்பில் என்னுடைய இளம் வயது அப்பாவை ஞாபகப்படுத்தினார். இளங்கலை வரலாறு முடித்துவிட்டு மேற்படிப்புக்காக இந்தியத் தொல்லியல் நிறுவனத்தில் சேர்ந்த ஆசிம் பாயை, முதல் செமஸ்டர் தேர்வில் அடைந்த தோல்வி, இன்ஷ்யூரன்ஸ் முகவராக்கியது. டெல்லியில் இருபது வருடங்கள் இன்ஷ்யூரன்ஸில் பணிபுரிந்து ஊர் திரும்பியவர், சுற்றுலா வழிகாட்டியாக புதிய அத்தியாயத்தைத் தொடங்கினார். ‘ராட்க்ளிஃப் கோடு அமல்படுத்தினப்போ மால்டா மாதிரி முஸ்லிம் மக்கள் அதிகமிருக்கற மாவட்டங்கள்லலாம், எப்படியும் பாகிஸ்தான் கூடத்தான் சேர்த்து விடுவாங்கன்னு நினச்சு

14 ஆகஸ்ட்லேர்ந்து 17 ஆகஸ்ட் வரைக்கும் பாகிஸ்தான் கொடியேத்தி வச்சிருந்தாங்களாம்' என்றார்.

குப்தர்களும் பாலா பேரரசர்களும் ஆண்ட பிறகு டெல்லி மற்றும் வங்காள சுல்தான்களின் கட்டுப்பாட்டுக்குள் வந்த கௌர் அல்லது கௌடா என்ற இடைக்கால நகரம், ஏறத்தாழ 1450லிருந்து 1565வரை வங்காளத்தின் இஸ்லாமியத் தலைநகராகவும் விளங்கியது.[10] ஐந்தாம் நூற்றாண்டில் மக்கள்தொகை மிகுந்த நகராகத் திகழ்ந்த கௌடா, 16ஆம் நூற்றாண்டில் முழுவதுமாக உதிர்ந்து, வெறும் இடிபாடுகளாக மிஞ்சி நின்றது.[11] இன்றைய மால்டாவின் தென்மேற்கே பெரும்பான்மை இடிபாடுகள் இந்தியாவிலும், மற்றவை வங்கதேசத்திலுமாக எஞ்சி நிற்கும் இந்த அழிந்த நகரின் ஊடாகப் பயணித்துப் பிரிக்கிறது இந்திய-வங்கதேச எல்லைக்கோடு. பதினைந்தாம் நூற்றாண்டில் இந்நகரின் கோட்டை நுழைவாயிலாக இருந்த 'தி கோட்வாலி தர்வாஸா அல்லது கோட்வாலி கேட்' என்னும் அலங்கார வளைவில்தான் இன்று இரு நாட்டிற்கும் இடையேயான சோதனைச்சாவடி அமைந்திருக்கிறது.

கௌரின் இடிபாடுகளையும் கோட்வாலி தர்வாஸா பற்றிய குறிப்புகளையும் புகைப்படங்களையும் முதன்முதலாக இலண்டனில் பிரிட்டிஷ் நூலகத்தில்தான் பார்த்தேன். இந்தியத் தொல்லியல் மதிப்பாய்விற்காக 1870ஆம் ஆண்டு ஜோசப் பெக்லர் எடுத்த புகைப்படம் அது. கூடவே, இந்திய ஆட்சிப்பணி அதிகாரியும் தொழில்சாரா புகைப்பட கலைஞருமான ஜான் ஹென்றி ராவென்ஷா, 160 ஆண்டுகளுக்கு முன்பு தான் எடுத்த கோட்வாலி தர்வாஸாவின் புகைப்படத்தோடு கீழ்கண்ட குறிப்பையும் எழுதி வைத்திருந்தார்:

> அழியும் நிலையிலும் கௌரின் கண்கவர் காட்சியாக கம்பீரமாகத் திகழ்கிறது இந்த நுழைவாயில். எல்லா பக்கங்களிலிருந்தும் புளியமரக் கிளைகள் அதன்மேல் கவிழ்ந்திருக்க, பெரும் அரசமரங்கள் சுவர்களின் நடுவிலிருந்து எழும்பிக் கிளைத்திருக்கின்றன.[12]

---

10. *Encyclopaedia Britannica*, 9th ed., vol. 11, 113, s.v. 'Gaur'; D.C. Sircar, *Studies in the Geography of Ancient and Medieval India*, Motilal Banarsidass, Delhi, 1971, pp. 118–30.

11. Richard M. Eaton, *the Rise of Islam and the Bengal Frontier*, 1204–1760, University of California Press, Berkeley and Los Angeles, 1993.

12. E. Vesey Westmacott, 'Gaur: its Ruins and Inscriptions', *Calcutta Review*, 69, no. 137, July 1879, pp. 68–83, https://search.proquest.com/openview/18fe879da1192879/1? pq-origsite=gscholar&cbl=54072.

பிரிட்டிஷ் நூலகத்தின் மிக அழகிய புகைப்படங்களில் இருந்த கோட்வாலி தர்வாஸாவிற்கும் நான் பார்த்த அந்தச் சோதனைச் சாவடிக்கும் சம்பந்தமே இல்லாமல் உருமாறியிருந்தது. பேருந்து, டிரக், லாரி வண்டிகளின் சத்தமும் பேச்சுகளின் சலசலப்புமாக முற்றிலும் பரபரப்பாயிருந்த நுழைவாயிலில் எல்லையைக் கடக்க மக்கள் காத்துக்கொண்டிருந்தனர். நுழைவாயிலின் வளைவு விழுந்து விட்டிருந்தது. எந்நேரமும் விழுந்துவிடும் நிலையில் இருபுறமும் எஞ்சியிருக்கும் அதன் பக்கவாட்டுத் தூண்களை ஒட்டி புதிய சுவர்களும் கம்பி வேலியும் எழுப்பியிருந்தார்கள். நுழைவாயிலில் இரண்டு தற்காலிக மரக்கதவுகளும், அதன் வழியே செல்ல புதிய தார்சாலையும் போடப்பட்டிருந்தது. அருகேயிருந்த நீல நிற அறிவிப்புப் பலகையொன்றில் நான்கே வரிகளில் கோட்வாலி தர்வாஸாவின் எழுநூறு ஆண்டுகால வரலாறு சுருக்கித் தரப் பட்டிருந்தது. 'Gaur' என்றும், 'Gour' என்றும் இருவேறு எழுத் தாக்கத்தில் தடுமாறியிருந்தது அந்த ஊர்ப் பெயர்:

கோட்வாலி தர்வாஸா:

> 12 அடி அகலம், 30 அடி உயரம். தற்போது சிதைவடைந்து காணப்படும் இது, கௌரின் வெளிப்புறக் காப்பரண்களின் தெற்கு வாயிலாகும். ஏறத்தாழ தில்லி கட்டடக்கலை பாணியில் உள்ள இந்த வளைவு, Gourஇல் தில்லியின் ஆதிக்கம் விஞ்சியிருந்தபோது மறைந்த அலாவுத்தீன் கில்ஜியின் (கி.பி. 1315) மரணத்திற்கும் Gaurஇன் (கி.பி. 1235) தொடக்க கால கல்வெட்டுப் பொறிப்புகளுக்கும் இடையில் கட்டப்பட்டிருக்கலாம்.

நம் அடையாள அட்டையின் மூன்று பிரதிகளோடு, உள்ளூர் பி.எஸ். எப். சாவடியின் அனுமதியும் இருக்கும்பட்சத்தில் நுழைவாயிலின் மேலே சென்று பார்க்க இயலும். என்னுடைய வாக்காளர் அடையாள அட்டையை சோதனை செய்த பி.எஸ்.எப். வீரர் ஒருவர், சிறிது நேரம் என்னுடைய முகத்தையே கூர்ந்து பார்த்தார். 'நீங்க பேசறதைப் பார்த்தா இந்தியர் போல இல்லையே?' என்று கேட்டார். நான் என் கடவுச்சீட்டை எடுத்துக் காண்பித்தேன். அவருக்கு இன்னமும் நம்பிக்கையில்லை. 'இங்கெதுக்கு தனியா வந்துருக்கீங்க?' என்றவர், ஆசிம் பாயிடம் திரும்பி, 'உங்க டிரைவிங் லைசன்ஸ், காரோட பேப்பர், பார்டர் ஐ.டி எல்லாம் இருக்கா?' என்று கேட்டார். ஆசிம் பாய் காருக்குத் திரும்பி பி.எஸ்.எப். வீரர் கேட்டவற்றுடன் சேர்த்து சுற்றுலாத் துறையால் வழங்கப்பட்ட 'கைட் லைசன்ஸை'யும் கொண்டுவந்து காண்பித்தார். அட்டையின் மேல்மூலையில், 'வியத்தகு இந்தியா' (Incredible India) என அச்சிடப்பட்டிருந்தது. அந்த ஜவான் அதைச் சரிபார்த்துக்கொண்டே ஒரு கல்மிஷச் சிரிப்புடன் அடுத்த கேள்வியை வீசினார், 'என்ன, கேர்ள் ஃப்ரெண்டோட அவுட்டிங்கா?'. ஒரே வார்த்தையில், 'அவங்க ஒரு ரைட்டர்' என்று முடித்துக்கொண்டார் ஆசிம். அவர் முகம் கோபத்தால் இறுகியது. இன்னும் சில கேள்விகளுக்கும், அரை மணி நேரக் காத்திருப்புக்கும் பிறகு ஒரு பி.எஸ்.எப். ஜவானும் உடன் வர, குஜராத்தி தம்பதியோடு சேர்ந்து நாங்களும் மேலேறத் தொடங்கினோம்.

அந்த குஜராத்தி கணவர் தன் புது மனைவியிடம் தொலைபேசியைக் கொடுத்து வீடியோ எடுக்கச் சொன்னார். 'பாரத் மாதா கி ஜே, நம் ஜவான்களுக்கு வீரவணக்கம், பிரிவினையில் இழந்ததை நம் வீரர்கள் மீட்டுத்தருவார்கள்' என மேலும் சில புதிய உணர்ச்சிகரக் கதைகளைக் காமிராவில் சொல்லத் தொடங்கினார். 'இந்துக் கோயிலைக் கொள்ளையடித்து, அதன்மேல் முஸ்லிம்கள் எழுப்பிய கோட்டை இது.'

இந்த வசை, உளறல்களையெல்லாம் ஆசிம் கண்டுகொள்ளவே யில்லை. எங்களுடன் வந்த பி.எஸ்.எப். வீரர்தான் மிரண்டு போய்விட்டார். ‘கீழ ஏ.எஸ்.ஐ. போர்டு இருக்கே படிக்கலியா? இது கோயிலெல்லாம் இல்ல சார். டில்லி சுல்தானோட கோட்டை வாசலா இருந்துது’ என்ற அவருடைய விளக்கமெல்லாம் கீழே இறங்கத்தொடங்கிவிட்ட அந்த குஜராத்தி கணவருடைய காதில் ஏறவேயில்லை. அந்தப் பெண்ணும் கணவரின் கண்டன உரைகளை வெகு சிரத்தையாகப் படம் பிடித்தபடியே உடன் இறங்கினாள். இரண்டு பக்கமும் இந்தியாவும் வங்கதேசமும் பரந்து விரிந்திருக்க, தர்வாஸாவின் மேலிருந்து அதைப் பார்த்தபடியே ஆசிம் பாய் பக்கம் திரும்பினேன். ‘ஓகே வா ஆசிம்’ என்றதற்கு புன்னகைத்தபடியே தலை யசைத்தார். இங்கு கடந்த காலம் நிகழ்காலத்தைக் கருணைகூர்ந்து வரவேற்கவில்லை! ஒவ்வொரு நிமிடமும் சமூக வலைத்தளங்கள் வரலாற்றைத் திருத்தி (திரித்து) எழுதிக்கொண்டிருக்க, எதிர்காலம் இவ்விடத்திற்கென ஒளித்து வைத்திருக்கும் ஆச்சரியங்கள் குறித்த பயம் என்னுள் அழுத்தின.

கௌடாவிலிருந்து குணமந்தா மஸ்ஜித் நோக்கிக் கிளம்பினோம். கௌடாவைப் போலவே இடிபாடுகளுள் புதைந்துகிடக்கும் இந்த மசூதி, 1484இல் கட்டப்பட்டு, இப்பொழுது அடர்த்தியான ஒரு காட்டுக்குள் கேட்பாரற்று வெறுமையாகக் கிடக்கிறது. மாலை வெய்யிலில் மினுமினுத்த அதன் தூண்களிலும் மாடங்களிலும் இருந்த வேலைப்பாடுகள் ஸ்பெயினின் காட்டலோனியா, அந்தலூசியாவிலுள்ள பிரம்மாண்ட தேவாலயங்களின் நுணுக்கங்களை நினைவூட்டின. இந்த நினைவுச்சின்னங்கள் 16ஆம் நூற்றாண்டின் ஆஃப்கான் படையெடுப்பு; ஆங்கிலேய ஆக்கிரமிப்பு; விடுதலைப் போராட்டம்; பிறகு, இந்த இடிபாடுகள் முதல், எல்லாவற்றையும் சமனற்றுப் பிரித்த பிரிவினை ஆகிய அனைத்திற்குமான சாட்சியாக எஞ்சியிருந்தன. பெரிதாக யாருக்கும் தெரியாததாலும், வெகு தொலைவில் இருப்பதாலும் சுற்றுலாப் பிரியர்களின் வருகையும் மிகக் குறைவாகவே இருந்தது. ‘கடைசியா நாலு வருஷத்துக்கு முன்ன ஒரு பிரிட்டிஷ் தம்பதிய கூட்டிட்டு வந்ததுதான்; அதுக்கப்பறம் இப்ப உங்களை கூட்டிட்டு வந்துருக்கேன்’ என்றார் ஆசிம். அவருக்கு இவ்விடத்தின் வரலாறும் படையெடுப்புகள் குறித்து நல்ல புரிதலும் விஷயஞானமும் இருந்தன. ஆனாலும், அவர் அழிந்துகொண்டிருக்கும் இப்பொக்கிஷங்களை வரலாறாகவோ, ஏன் வெறும் இடிபாடுகளாகவோ கூட ஒப்புக்கொள்ளத் தயாராக இல்லை. அவரவர் கற்பனையில் அவரவர் விரும்பிய கதைகளைக் கொண்டு

எஞ்சியிருந்த குணமந்தாவின் கற்களைச் செதுக்கிக்கொண்டனர். ஆங்கிலேய ஆய்வாளர்களுக்கு காலனியாதிக்கத்தைப் பதிவு செய்யவும் வரலாற்றைப் புனரமைக்கும் கருவியாகவும் இருந்த இந்த இடம், இந்தியர்களைப் பொறுத்தவரை, பெரிதாக விரும்பப்படாத சுற்றுலாத்தலமாகவும் அவசரமாகத் திருத்தியெழுதப்படும் வரலாற்றுக் கதைகளால் சர்ச்சைக்குள்ளாகும் வழிபாட்டுத்தலமாகவும் மாற்றமடைந்திருக்கிறது. 'சமீப காலமா சில நாசக்கார ஆளுங்க இதுபோல இடிஞ்ச, பெயர் தெரியாத மசூதிகள்ல இந்து சாமி சிலைகளைக் கொண்டுவந்து வச்சிட்டு போயிடறாங்க' என்றார் ஆசிம் பாய்.

வரலாற்றை அவசரமாகத் திருத்தியெழுதும்போது, வசதிக்காக மக்களை விலக்கிவைத்துவிடுகிறோம். இந்துக்களைப் போலவே இம்மண்ணில் சம உரிமை உள்ள இஸ்லாமிய மக்களை, அவர்கள் பின்னணியை, கடந்த காலத்தை வசதியாக மறந்துவிட்டு, அவர்களை வெளியாள்களாகச் சித்தரிக்கும் முயற்சி பலவந்தமாகத் திணிக்கப்படுகிறது. வரலாற்றிலிருந்து அவர்களை விலக்கிவைக்கும் போது, நம் மண்ணிலிருந்தும் அவர்களைத் தள்ளிவைக்கிறோம். இந்த வரலாற்று இடிபாடுகளைப் பாதுகாத்துவைத்து, ஒருவருக்கொருவர் நாம் பகிர்ந்துகொண்ட கடந்தகாலத்தின் ஒரு பாகமாக அவர்களைப் பார்க்கத் தொடங்குவோமேயானால் பலதரப்பட்ட நம்பிக்கைகளும் வாழ்க்கை முறைகளும் சமதளத்தில் மதிக்கப்படும் நிகழ்காலம் வாய்க்கக்கூடும்.

~

மறுநாள் காலை மால்டாவில் தொடங்கிய ஏழு மணி நேரப் பயணத்தின் முடிவில் ஃபுல்பாரியில் வந்திறங்கினேன். பார்டர் பில்லர் நெ.947 அருகே ஃபெலானி ஃகாத்தூன் வேலியில் தொங்கிய அதே ஃபுல்பாரிதான். எல்லை வேலிக்கு மிக அருகில், வங்க தேசத்திலிருந்து வெறும் ஆயிரம் அடி தொலைவில் இருக்கிறது ஃபுல்பாரி. வங்காளிகள் உரிமைக் கழகம் மூலமாக உள்ளூர் ஆசிரியர் ஒருவரின் தொடர்பு கிடைத்தது. ஊருக்கு வெளியே என்னைச் சந்தித்த அவர், ஒதுக்குப்புறமான ஒற்றையடிப் பாதை வழியே என்னை அழைத்துச் சென்றார். வங்கதேசத்துக்குச் செல்ல, ஃபெலானியின் தந்தை இவ்வழியேதான் தன் மகளுடன் நடந்து வந்தார். இருளத் தொடங்கியிருந்த மாலை மங்கலில், மழையின் ஈரம் பிசுபிசுத்த நிலத்தில், ஃபெலானி உயிரிழந்த கம்பத்திலிருந்து சில அடிகள்

தொலைவில் நின்றுகொண்டிருந்தேன். மழை அள்ளித் தெளித்த மண்ணின் வாசம் இன்னமும் காற்றில் மிதந்துகொண்டிருந்தது.

இந்தத் துயரத்தின் சாட்சியான அஷ்ரஃப் அலியின் வீடு, சம்பவம் நடந்த இடத்திலிருந்து இரண்டு நிமிடத் தொலைவிலிருந்தது. இறப்பதற்கு முன்பு ஃபெலானி சில மணி நேரங்கள் தொங்கிய இடத்தை பக்கத்தில் சென்று சுட்டிக் காண்பித்தார் அலி.

ஆறு பிள்ளைகளுள் மூத்தவள் ஃபெலானி. அசாம் மாநிலம் போங்கைகோனில் பிறந்து வளர்ந்தவர் ஃபெலானியின் தந்தை நூருல். தந்தையை இழந்து, தன் அம்மாவின் கைபிடித்து முதன் முதலில் எல்லையைக் கடந்தபோது இவ்வளவு பாதுகாப்புகளோ, கெடுபிடிகளோ இருக்கவில்லை. பிழைப்பு தேடி புலம்பெயர்ந்து, குப்பை பொறுக்குபவராக, ரிக்ஷா ஓட்டுநராக, செங்கல் சூளைக் கூலியாக பல்வேறு அவதாரங்களெடுத்து காலத்தை ஓட்டிக்கொண்டிருந்தவர், தன் வாழ்க்கையை இங்கேயே அமைத்துக்கொண்டார். ஆறு பிள்ளைகளும் இங்குதான் பிறந்து வளர்ந்தார்கள். ஃபெலானியின் மாமா மகன் முஹம்மது அம்ஜது அலி தாக்காவிலுள்ள ஆடை-உற்பத்தித் தொழிற்சாலை ஒன்றில் பணிபுரிந்துகொண்டிருக்க, அவருடன் ஃபெலானிக்குத் திருமணம் நிச்சயித்திருந்தார் நூருல். எல்லையைக் கடக்க உதவி வேண்டி தரகர்கள் முஷர்ரஃப் ஹுசைன், புஸ்ரத் ஆகியோரிடம் மூவாயிரம் பணமும் கொடுத்திருந்தார். ஃபெலானிக்கு வேலியின் மறுபக்கத்தை பார்க்கக் கிடைக்கவேயில்லை. துணியின் முனை வேலியில் மாட்டிக்கொண்டபோது, பயத்தில் அவள் கத்தத் தொடங்க, பி.எஸ்.எப். வீரர் அமியா கோஷின் துப்பாக்கி அவள் மாரைத் துளைத்தது. வேலியின் மேல் சரிந்து விழுந்த அவள், அடுத்த ஐந்து மணி நேரத்துக்கும் மேலாக அதன் கம்பிகளுக்கிடையே தொங்கிக் கொண்டிருந்தாள். ஒதிகார் எனும் மனித உரிமை அமைப்பினருக்கு அளித்த பேட்டியில், 'நான் அவளைப் பார்த்து கதற ஆரம்பிச்ச உடனே அந்த ஜவான் துப்பாக்கிய எம்பக்கம் திருப்பிட்டாருங்க, நான் நவுந்து போயிட்டேன். அதுக்கப்பறம் என்ன நடந்ததுன்னு தெரியாது, நான் மயக்கமாயிட்டேன்'[13] என்றார் நூருல். அதன் பிறகு சுமார் ஐந்து மணி நேரங்கள் கழித்து ஃபெலானியின் சடலம் கீழிறக்கப்பட்டிருக்கிறது.

---

13. Odhikar, *Teenage Girl, Felani, Killed by the BSF Firing at Anantapur Border under Kurigram District: Fact-Finding Report*, 7 January 2011, http://odhikar.org/wpcontent/uploads/2011/03/Felani-killed-BSF-Fact-findingreport-2011-eng.pdf.

நூருல் தன் குழந்தையை இழந்த அந்த இடத்திலிருந்து சில அடிகள் தள்ளி நின்றுகொண்டிருந்தோம். ஆரஞ்சும், வாடாமல்லி நிறமுமாய் பட்டங்களைப் பறக்கவிட்டபடி இரு குழந்தைகள் ஓடி வர, சட்டென என்னுடைய காமிராவை எடுத்து அவர்களைப் படமெடுக்கத் தயாரானேன். அங்கிருந்தவர்கள் அவசரமாகத் தடுத்து, 'இங்க இருக்கற எல்லா பசங்களுக்கும் ஃபெலானியோட கதை தெரியும். தாலாட்டுப் பாடுனாலுஞ்சரி, தூங்க வைக்க கதை சொன்னாலுஞ்சரி, வேலிக்கிட்ட போயிடக் கூடாதுங்கறதுதான் அதுகளுக்கு ஒரே பாடமா சொல்லுறோம். நடந்த வன்முறைக்கு சாட்சியா, அதுவும் இதே இடத்துக்குப் பக்கமா இந்தக் குழந்தைகளோட படத்தை பதிய வேணாமே' என்று கூறியதும் நான் செய்யவிருந்த தவறு உரைத்தது. மன்னிப்பு கேட்டுக்கொண்டு அந்தக் குழந்தைகள் விளை யாடுவதையே பார்த்துக்கொண்டிருந்தேன்.

சில கணங்கள் புகைப்படங்களாக உறையத் தேவையேயில்லை! அந்தக் குழந்தைகளின் விளையாட்டைப் பார்த்த நான், அதில் என்ன பார்க்க நினைத்தேன் என்று தெரியவில்லை. இந்த எல்லை வேலிகளின் வன்முறைப் படிமங்கள் என்னவிதமான ஞாப கங்களை நமக்கு முன்னிறுத்தும்? வேலிக்கருகே ஊதா நிறக் காட்டுப்பூக்களைப் பறித்துக்கொண்டிருக்கும் நான்கு வயதைத் தாண்டாத ஒரு சிறுமியைப் பார்த்தேன். குழந்தைகள் ஆரஞ்சு, ஊதா நிறக் காற்றாடிகளைத் துரத்திச் செல்கிறார்கள்; உயிரிழப்புகள், தொடர் வேதனைகள், அதிர்ச்சிகள் ஆகியவற்றுக்குப் பின்னும் இந்நிலம் பூத்துக் குலுங்குகிறது. இழப்புகளை மீறியும் வாழ்வு தழைத்துக்கொண்டுதானிருக்கிறது. சுதந்திரமும் தழைத்திருக்க முடிந்திருந்தால்...

பஷீரத் மாவட்டம் 'டாகி'யில் நான் தங்கியிருந்த சிறிய ஹோட்டலின் அருகேதான் போம்ரா–கோஜடங்கா எல்லைச் சந்திப்பு இருந்தது. எல்லையைக் கடப்பதற்காகக் காத்திருந்த ஓட்டுநர்களுடன் தேநீர் அருந்தச் சென்றேன். இருபக்கமுமிருந்து சிறுவர்கள் சேர்ந்து 'யாருக்குமில்லாத நிலப்பரப்பில்' (No Man's Land) கிரிக்கெட் விளையாட ஆரம்பித்திருந்தனர். பனித்தரில் விக்கெட்டுக்காகப் பயன்படுத்திக்கொள்ள எல்லைக்கற்களிருந்தன; இங்கு அதுவுமில்லை.

நான் அவர்களுடைய ஆட்டத்தின் அன்றாடப் பார்வையாளாக மாறியிருந்தேன். ஒரு வாரத்தில் என்னுடைய முகம் பழக்க மாகிவிட, டோட்டி என்ற குட்டிப்பையன் மெதுவே பக்கத்தில் வந்து உட்கார்ந்தான். நான் உடைந்த இந்தியிலும், அவன் பெங்காலி யிலுமாக ஒரு மாதிரி சமாளித்துப் பேசிக்கொண்டிருந்தோம். என்னுடைய தொலைபேசியில் புகைப்படங்களை ஆர்வமாகப் பார்த்துக்கொண்டேயிருந்தவனின் கண்கள், தன் படத்தைத் தேடின.

'உங்க வீடு எங்கடா இருக்கு?' என்றேன்.

'அதோ அங்க இருக்கு' என்று தோராயமாக ஒரு திசையைக் காண்பித்தான்.

அந்தப் பக்கமாய் சென்ற இரு ஜோடிக் காதுகள் எங்கள் உரையா டலை ஒட்டுக்கேட்டபடி கடந்தன. அவர்களைப் பார்த்தவுடன் டோட்டியின் பேச்சு அனிச்சையாக நின்று போனது. அவர்களிரு வரும் சிறிது தொலைவு சென்ற பிறகு டோட்டி மெல்லிய குரலில், 'அங்க சுத்திட்டிருக்காங்கல்ல, அவங்கள்ல ஒருத்தரு மோசமான போலீஸ் இன்ஃபாமரு' என்றான்.

அவனை சகஜமாக்க, 'உனக்கு ரொம்பப் பிடிச்ச கிரிக்கெட்டர் யாருடா?' எனப் பேச்சை மாற்றினேன். அடுத்த நிமிடம் கிரிக்கெட், கிரிக்கெட் வீரர்கள் என உற்சாகம் பொங்க தன் உலகத்துக்குள் சென்றவனுடன் அவனுடைய நண்பர்களும் சேர்ந்துகொண்டனர். அந்த உளவாளிகளும் பார்வையிலிருந்து மறைந்தவுடன், டோட்டிக்கு தலைவன் தோரணை வந்துவிட்டது. நண்பர்களை ஒவ்வொருவராக குட்டிகுட்டி பஞ்ச் டயலாக்குகளுடன் அறிமுகப்படுத்தினான்.

'இது குல்லு — ரோகு மீனா தின்னு தீர்ப்பான்'.

'டூட்டு — மூணாங்ளாஸ்ல ரெண்டு தரம் ஃபெயிலு'.

'புல்புல் — பத்து ரன்னுக்கு மேல எடுத்ததே இல்ல'.

கிரிக்கெட் உரையாடல் அடுத்த நாளும் தொடர்ந்தது. அருகிலிருந்த தேநீர் கடையில் மசாலா சாயுடன் பிரட் ரோல்ஸும் எடுத்தேன். தேநீர் கடை அண்ணன், '1983 வேர்ல்ட் கப் நியூஸ்பேப்பர் கட்டிங்லாம் வச்சிருக்கேன் பார்க்கறீங்களா' என்றார்.

'இன்னுமா அதெல்லாம் பத்திரப்படுத்தி வச்சிருக்கீங்க' என்றதற்கு,

'ம்ம்ம். பத்திரமா எடுத்து வச்சிருக்கமில்ல? நான் மட்டுமில்ல, அப்ப எல்லாரும் எடுத்து வச்சிருந்தாங்க. அது வெறும் விளை யாட்டில்லம்மா. எங்க எல்லாருக்குமான பெரிய நம்பிக்கை' என்று கூறினார்.

பெரிதாக எந்த நம்பிக்கையுமில்லாத, பின்தங்கிய அணியாகப் போட்டிக்குள் நுழைந்த இந்திய அணி, மேற்கிந்தியத் தீவுகளைத் தோற்கடிக்குமென்று ஒருவரும் எதிர்ப்பார்த்திருக்கவில்லை. ஆனால், ஏதொவொரு வெற்றிக்காக தேசமே காத்திருந்தது. ‘70களின் நடுவில் இந்திரா காந்தி அமல்படுத்திய அவசரநிலையானது தேசத்தின் ஆன்மாவைச் சிதைத்திருந்தது. 1975 ஜூன் 25ஆம் தேதி தொடங்கி 1977ஆம் ஆண்டுவரை 21 மாதங்கள் நீடித்து, இந்திய ஜனநாயகத்தின் கறுப்புப் பக்கங்களைத் துயர மை கொண்டு நிரப்பிய அவசரநிலை, சமூக உரிமைகள், எதிர்ப்புகள் அனைத்தையும் அசுர பலம்கொண்டு நசுக்கியது. வேலையில்லாத் திண்டாட்டம் உச்சத்தில் இருக்க, டாகி கிராமம் பஞ்சத்தால் சுருண்டது. ‘ஏதோவொரு அதிசயம் நடந்துடும்ங்கற நம்பிக்கையை கெட்டியா பிடிச்சுக்கிட்டுதான் ஒவ்வொருத்தரும் காலத்த ஓட்டிட்டு இருந்தோம்’ என்றார்.

தேநீரைப் பருகத் தொடங்கினேன். லெஃப்டி – டோட்டியின் கிரிக்கெட் குழாமில் சற்றே பெரிய சிறுவன், என்னை நோக்கி நடந்து வந்தான். அநேகமாக வாரத்தின் எல்லா நாள்களிலும் கிரிக்கெட் விளையாட, உறவுக்காரர்களைப் பார்க்க, ஷாப்பிங் செய்ய என ஏதோவொரு காரணத்திற்காக சர்வசாதாரணமாக எல்லைக்கோட்டைக் கடந்து வருவதும் போவதும் லெஃப்ட்டிக்கு வழக்கமான ஒன்று – சில வருடங்கள் முன்புவரை. கொஞ்சம்கொஞ்சமாக எழும்பத் தொடங்கிய கம்பிவேலிகள், அதிகரித்த சோதனைச்சாவடிகள், ஒளி வெள்ள விளக்குகள் (floodlights), ரோந்துப்பணியில் சுற்றிவரும் காவல்துறையினர் என அவ்விடத்தின் தன்மையே முற்றிலுமாக மாறிவிட்டது.

டோட்டியும் எங்களுடன் இணைந்துகொண்டான். முன்புறம் ‘இந்தியா’, பின்புறம் மஞ்சள் நிறத்தில் ‘தோனி 7’ ஆகிய எழுத்துகள் பொறிக்கப்பட்டிருக்க, வெளுக்கத் தொடங்கியிருந்த நீல நிறத்தில் டோட்டியின் ஜெர்சி அவன் முழங்கால்வரை நீண்டது. ‘இது ரொம்ப ஸ்பெஷல் தெரியுமா?, வேலை செய்யப்போன இடத்துலேர்ந்து எங்க அப்பா வாங்கிட்டு வந்தாரு’ என்று கூறினான்.

‘உங்க அப்பா மறுபடி எப்போ வருவார்’ என்று கேட்டதற்கு, தோளைக் குலுக்கி உதட்டைப் பிதுக்கிய டோட்டியிடம் பதிலில்லை. டாகியில் எல்லைவேலித் திட்டம் அநேக நிலங்களை ஆக்கிரமித்து அவற்றினூடாக எழும்ப, விவசாயம் கடினமாகிக்கொண்டே வந்தது. டாகியின் சில விவசாயிகள் தத்தம் நிலங்களுக்கு எல்லைவேலியி லுள்ள சிறு கதவு வழி மட்டுமே சென்று திரும்ப முடியும். அதுவும்

காலை 8 முதல் மாலை 5வரை மட்டும். வேறு பிழைப்பு தேடி மக்கள் கொஞ்சம்கொஞ்சமாக வெளியேறத் தொடங்கினர். டோட்டியின் தந்தையும் வேலை தேடி கேரளா சென்றார். நாளொன்றுக்கு 300 ரூபாய் சம்பளத்திற்காக ('இங்கனா ஒரு நாளைக்கு நூறு ரூவாதான தருவாங்க') 'ஏஜெண்ட்' ஒருவர் மூலம் சுமார் 1,500 மைல்கள் கடந்து கூலிவேலை செய்துகொண்டிருந்த அவர், கடைசியாக ஒரு வருடம் முன்பு வீடு வந்தார். 'போனவாட்டி வந்தப்ப கடனெல்லாம் அடைச்சிட்டாரு' என்றான் டோட்டி.

'நாளைக்கு நான் வடக்க போறேன். நீங்களும் வர்றீங்களா, ஷெரீஃப் சார பார்க்கலாம். அவரு நவகாளிலேர்ந்து வந்தவரு. இங்க்லீஷ்லாம் பேசுவாரு. இங்க்லீஷ் நியூசுலாம் கேப்பாரு. அவருக்குத் தெரியாத விஷயமே இல்ல' என்றழைத்தான் லெஃப்டி. ஷெரீஃப் நாற்பது வருடங்கள் முன்பு கல்கத்தாவிலிருந்து இடம் பெயர்ந்தவர். சிறு ஹோட்டலும் இரண்டு டெலிஃபோன் பூத்களு மாக தன் குட்டி சாம்ராஜ்யத்தை நிறுவியிருந்தவருடைய கடை பெஞ்சுகள் அவ்விடத்தைக் கிராமத்தின் முக்கியச் சந்திப்பாக மாற்றியிருந்தன. ஒவ்வொரு மாலையும் ஷெரீஃப் தலைமையில் நடக்கும் விவாதங்களில் உள்ளூர் அரசியல், நாட்டு நடப்பு, தார்கோவ்ஸ்கி[14] படங்கள், பாலிவுட் என சகல விஷயங்களும் அலசி தீர்ப்பெழுதப்படும்.

மறுநாள் லெஃப்டி ஒரு ரிக்ஷாவைக் கூட்டிவந்தான். இரண்டு மணி நேரங்கள் உருட்டிக்கொண்டு ஒருவழியாக ஷெரீஃபின் கடைமுன் இறங்கினோம். உலோகம் வைத்த ஆரஞ்சு நிற மர மேஜை, நாற்காலிகள், தோய்ந்துபோன சிவப்பு-மஞ்சள் நிற குஷன்கள் என எழுபதுகளின் பாணியில் கவனமாக அலங்கரிக்கப்பட்ட சிறு உணவகம். முழுவதுமாக நரைத்த தலை, சவரம் செய்யாமல் குறுகுறுத்து நின்ற தாடியுடன் சட்டென நினைவுக்கு வராத யாரோ வொரு பிரபலத்தைப் பிரதி எடுத்தாற்போல இருந்தார் ஷெரீஃப். லெஃப்டி அவசரமாக, 'கிரிக்கெட்' என்ற வார்த்தை தவிர வேறெது வும் புரிபடாத பெங்காலியில் என்னை அறிமுகப்படுத்திவிட்டு தன் வேலையைப் பார்க்க நகர்ந்துவிட்டான். ஷெரீஃப் என்னுடன் ஆங்கிலத்தில் உரையாட ஆரம்பித்தார்.

---

14. ஆந்த்ரேய் ஆர்ஸேனியேவிச் தார்கோவ்ஸ்கி (1932-1986) ரஷ்யாவின் புகழ்பெற்ற திரைப்பட இயக்குனர். அவருடைய திரைப்படங்கள் உலகளவில் கவனம் பெற்றவை. (ப.ஆ).

‘அது வேறொண்ணுமில்ல, டாக்டர் ஷிவாகோ (1965) படத்துல நடிச்ச ஓமர் ஷெரீஃப் சாயல்ல இருக்கேன்னு நம்ப பசங்க ஷெரீஃப்னு பேர் வச்சிட்டானுங்க.’ வார்த்தைகளினூடே அங்கங்கே அழுத்தம் கொடுத்து அவர் பேசிய ஆங்கிலம், சென்ற தலைமுறையின் மேட்டுக்குடி மக்களை நினைவூட்டியது. நடுநடுவே வோட்ஹாவ்ஸ், ஆர்வெல் ஆகியோரின் மேற்கோள்கள் சரளமாக வந்து விழுந்தன. பிரிட்டிஷார் காலத்து கல்கத்தாவின் கிளப்களில் மதியம் மூன்று மணிக்கு ஜின் உறிஞ்சிக்கொண்டே உரையாடக் கச்சிதமாக பொருந்தும் அவருடைய மொழிவளம், பாதுகாப்பற்ற இந்த எல்லைப் பகுதியின் சூழலுக்கு முரண்பட்டு நின்றது.

தேநீரை உறிஞ்சிக்கொண்டே, ‘ம்ம்ம், உங்களைப் பத்தி சொல்லுங்க’ என்றவர், ‘நானெப்படி உதவட்டும் உங்களுக்கு’ எனப் புன்னகைத்தார்.

நான் ஷெரீஃபிடம் எல்லைகளினூடான என்னுடைய பயணம் பற்றியும் பர்மா, சீனா, திபெத், பாகிஸ்தான், நேபாளம் வழியிலான பயணத் திட்டத்தையும் விவரித்தேன். லெஃப்டி, டோட்டியுடனான என் உரையாடல்களையும், சிறு குழந்தைகள்கூட உளவு பார்க்கப் படும் சூழலிலும், கிரிக்கெட் குறித்த விவாதங்கள் எப்படி பரஸ்பர நம்பிக்கையையும், நட்பையும் சாத்தியப்படுத்துகிறது என்கிற ஆச்சரியத்தையும் பேசிக்கொண்டிருந்தேன்.

‘கிரிக்கெட்டோட அடையாளமே மாறிடுச்சும்மா. விளையாட்டு ணர்வோ, ஆரோக்கியமான போட்டியோ இல்லாம, வெறும் அரசியல், வியாபார லாபத்துக்காக முதாலாளித்துவ தேசிய வாதத்தோட உருவகமா கிரிக்கெட்டை மாத்திட்டாங்க’ என்றார்.

தன் கல்கத்தா வாழ்க்கையில் ஒரு மாணவனாக கிரிக்கெட் கமெண்டரி கேட்ட நாள்களுக்குள் தொலையத் தொடங்கினார் ஷெரீஃப். ‘நாங்கல்லாம் இங்க்லீஷ் உச்சரிப்பை கத்துக்கிட்டதே கிரிக்கெட் கமெண்ட்ரி கேட்டுதாம்மா’. 1950களின் பிற்பகுதிவரை கிரிக்கெட் வர்ணனை ஆங்கிலத்தில் மட்டும்தான் இருந்தது. ஷெரீஃப், பிரபல வர்ணனையாளர் பாபி தல்யார்கானின் ரசிகர். அவருடைய ஆங்கில வர்ணனையிலிருந்து வரிகளை தினமும் கண்ணாடி முன் பேசிப் பழகி தன் ஆங்கிலப் புலமையை வளர்த்துக்கொண்டதை நினைவுகூர்ந்தார். உடைந்துகொண்டிருந்த சாம்ராஜ்ஜியங்களின் இளைவரசர்களும் வாரிசுகளும் மட்டும் விளையாடிக்கொண்டிருந்த கிரிக்கெட்டின் கதவுகள் பொதுமக்களுக்காகத் திறக்கப்படாத காலம் அது. பிரிவினைக்கும் சுதந்திரத்திற்கும் முந்தைய நாள்களில் பிரதான

போட்டிகள் பெரும்பாலும் இந்துக்கள், முஸ்லிம்கள், கிறித்துவர்கள், பார்ஸிகள் என மதக்குழுக்களுக்குள்ளேயே நடைபெற்றன. ஷெரீஃப் தலையைக் குலுக்கிக்கொண்டார். 'ஒரு பக்கம், சுதந்திரத்துக்கான போர் வலுத்துக்கிட்டே இருந்தது. இன்னொரு பக்கம் வகுப்புவாத யுத்தம் கணக்கா இந்துக்களுக்கும் முஸ்லிம்களுக்கும் போட்டி நடத்திட்டு இருந்தோம்.'

1946இல் பாகிஸ்தானிய பிரிவினை நிஜமாகும்வரை இந்தப் போட்டிகள் நடந்துகொண்டுதான் இருந்தன. அன்றிருந்த பெரும் பான்மையான மக்களைப் போல ஷெரீஃபையும் பிரிவினை கணிக்க வியலாதொரு எதிர்காலத்தின் வாயிலில் நிறுத்திவைத்தது.

'நான் அப்போ ரொம்ப சின்னப்பையன்தாம்மா. ஆனா, பிரி வினைக்கு பிறகான கொந்தளிப்பை யாராலும் கணிச்சிருக்க முடியாது — வன்முறை, கலவரம், முடக்கம்ன்னு எல்லாப் பக்கமும் கட்டவிழ்த்துவிடப்பட்ட அராஜகம். கல்கத்தா நரகமா இருந்ததும்மா. எல்லாப் பக்கமும் அத்தனை கோபம், வலி. சடுதில எல்லாத்தையும் இழந்துட்டு வீதிக்கு வந்துட்ட மக்கள். பிரிஞ்சுப்போறதுங்கறது சிலருக்குதான் விருப்பத்தேர்வா இருந்தது. சிலருக்கு வேற வழி யில்லாம ஒத்துக்க வேண்டியதாப் போச்சு. அங்கேயிருந்து இங்க வந்தவங்களை முதல்ல அகதின்னாங்க. பிறகு சட்டவிரோதமா வந்தவங்கன்னாங்க. கோடு எங்க கிழிச்சா என்னம்மா, பெங்காலி பெங்காலிதான? பாகிஸ்தானா பிரிஞ்சப்பவும் பெங்காலிதான், அங்கேருந்து பங்களாதேஷா பிரிஞ்சப்பவும் அதே பெங்காலிதான்' என்றார்.

இப்பொழுதுபோல அவ்வளவு சுலபமாக செய்திப் பரிமாற்றம் வாய்க்காத 1946. நவகாளி கலவரத்தில் மூண்ட தீ, வீட்டை மட்டுமில்லாமல் குடும்பத்தின் கடைசி நபர்வரை கபளீகரம் செய்த செய்தி கல்கத்தாவிலிருந்த ஷெரீஃபை அடைந்தபோது எல்லாமும் முடிந்து சில வாரங்கள் ஆகியிருந்தன. பிரிவினையை ஏற்றுக்கொள்ளவும், அதன் தாக்கத்திலிருந்து மீண்டு வரவும் ஷெரீஃபுக்கு நீண்ட காலம் பிடித்தது. 1951இல் இந்தியா, பாகிஸ் தானுக்கிடையே நடந்த கிரிக்கெட் போட்டிதான் அவரது தேசம் தனித்தனியே இரு நாடுகளாகப் பிரிந்ததை மனதில் பதியவைத்தது. புதிதாக உருவாகியிருந்த பாகிஸ்தான் அணி தில்லி, பம்பாய், லக்னோவில் இந்தியாவை எதிர்த்து விளையாடியது. தில்லி மற்றும் பம்பாயில் இந்தியா வென்றபோது திருவிழா கொண்டாடிய வீதிகள், லக்னோவில் தோற்றவுடன் வன்முறையால் தகித்தன. விளையாட்டு

போராகவும், விளையாட்டு மைதானங்கள் போர்க்களமாகவும் மாறின. சில வருடங்களுக்கு முன்புவரை ஒரே தேசமாக, ஒரே அணியாக நின்றவர்கள், பிரிவினைக் காயங்களின் வலியை விளை யாட்டுத் திடலுக்குள் செலுத்தினார்கள்.

'உனக்கு பாகிஸ்தான் டீமோட முதல் கேப்டன் அப்துல் ஹஃபீஸ் கார்தாரைத் தெரியுமா, பாகிஸ்தான் கிரிக்கெட்டின் தந்தை இந்தியால இந்தியாவுக்காகத்தான் தன் கிரிக்கெட் வாழ்க்கையை ஆரம்பிச்சார்' என்ற ஷெரீஃப் புன்னகைத்தார். 'சில வருஷங்களுக்கு முன்புவரை தன்னோட இடமா, தன்னோட மண்ணா இருந்த இடத்துல, தன்னோட சகோதரர்களை எதிர்த்து விளையாட வேண்டியிருந்தது எத்தனை சோகம்? வாழ்க்கையோட சில கேள்விகளையும் குழப்பங்களையும் எந்த பதில் சொல்லியும் சமாதானப்படுத்த முடியாதம்மா' என்றார்.

ஷெரீஃபால் பிறகெப்போதும் நவகாளிக்குச் செல்லவே முடிய வில்லை. 1951இல் பெருகிய காட்டாற்று வெள்ளம் ஊரை முழுவது மாக விழுங்கிவிட்டது. 'பூமியால உறிஞ்சமுடியாத அளவு ரத்தம்மா. அதான், ஆறு பொங்கி அடிச்சிட்டு போயிடுச்சு.' கார்தாரின் இந்தியாபோல, ஷெரீஃபின் நவகாளியும் கற்பனைக் கதாபாத்திரமாக உறைந்துபோனது. நவகாளி குறித்த எந்த நினைவுகளும் அவரிடம் எஞ்சியிருக்கவில்லை. வருங்காலத்தில் லெஃப்டி, டோட்டியின் கதைகள் எங்கு தொடங்கி, என்னவித ஞாபகங்களைச் சுமந்தி ருக்கும்?

இன்னமும் பலப்படுத்தப்பட்ட எல்லைப்பகுதியில் வாழ்வது குறித்து, 'பிரிவினை இன்னமும் உயிர்ப்போட இருக்கறதுபோலத்தான் இருக்கு' என்ற ஷெரீஃப், 'நாங்களும் அதை அடுத்தடுத்த தலை முறைகளுக்கு மறக்காம கடத்திட்டு வர்றோம்' — சுமை மிகுந்த வரிகளுடன் முடித்தார்.

3

ஜல்பாய்குரி அருகே

'என் கனவுகள் களவாடப்பட்டன'

சீரிய யோசனையின்றி, இரக்கமின்றி, வெட்கமின்றி
பெரிய சுவரொன்றை என்னைச் சுற்றி எழுப்பினார்கள்.

இதோ நம்பிக்கையற்று இங்கு அமர்ந்திருக்கிறேன்.
எந்த யோசனையுமில்லை; மனதைத் துண்டாடுகிறது விதி.

அங்கு நான் செய்ய வேண்டியவை இன்னுமிருக்கையில்
அவர்கள் சுவரெழுப்பியதை எப்படி அறியாமல் இருப்பேன்?

ஆனாலும் கட்டுபவர்களின் சப்தமெதுவும் காதில் விழுந்ததேயில்லை;
வெளியுலகின் கண்களுக்குப் புலப்படாமல் என்னை அடைத்து வைத்திருந்தார்கள்.

– கான்ஸ்டன்டைன் பி. கவாஃபி, *Walls* நூலிலிருந்து

ஒடிசலான தேகம், உள்வாங்கி ஒடுங்கிய கண்கள், ஒட்டிய கன்னம் — அலியை வர்ணிக்கத் தேர்ந்தெடுக்கும் வார்த்தைகள் அவர் வலியையும் சேர்த்தே சொல்லிவிடுகின்றன.

கடந்த மூன்று வாரங்களில் அலி சந்தித்த, உரையாடிய, பார்த்த முதல் மற்றும் ஒரே நபர் நான் மட்டும்தான். சிதைந்து இருண்ட அந்தப் பழைய வீட்டின் இழுத்து மூடிய ஜன்னல்கள் தப்பித் தவறியும் வெளிச்சம் உள்நுழையாமல் சீல் வைக்கப்பட்டிருந்தன. பழைய செய்தித்தாள்களை ஒன்றோடொன்றாக ஒட்டி ஜன்னலின் பின் வைத்து பசை போட்டு ஒட்டியிருந்த காட்சி எனக்கு போர்க்கால சாரயேவோவை ஞாபகப்படுத்தியது. எல்லைப்புறங்கள் சற்றே வித்தியாசமான போர்க்களங்களாகிவிட்டன.

வெளிச்சத்திற்கெதிரான போராட்டத்தில், இரண்டாண்டுகளாக தன்னை இருளுக்கு ஒப்புக்கொடுத்து வாழ்ந்துகொண்டிருக்கிறார் அலி. ஒரு மெழுகுவர்த்தியைக்கூட திட்டவட்டமாக மறுத்துவிட, நாங்களும் அந்தக் கருமைக்குள் நுழைந்து ஓரமாக உட்கார்ந்துகொண்டோம். இருள் பழகப்பழக கண்களுக்குக் கொஞ்சம்கொஞ்சமாக அந்த வீடு புலப்படத் தொடங்கியது. ஒரு கிழிந்த மெத்தை, இரண்டு சட்டைகள், கதவுக்குப்பின் தொங்கிக்கொண்டிருந்த இரண்டு சாம்பல் நிற கால்சட்டைகள் தவிர வேறெந்தப் பொருளும் இல்லாத வீட்டின் வெறுமை சுட்டது.

சிறிய ஹார்ட்வேர் கடையொன்றை நடத்திவந்த அலியின் நண்பர் ஜம்ஷீது என்னை வற்புறுத்தி அலியுடனான சந்திப்பிற்கு ஏற்பாடு செய்தார். அலியைச் சந்திப்பதற்கு சில நாள்களுக்குமுன் ஒரு பள்ளி ஆசிரியரிடம் பேசிக்கொண்டிருந்தேன். 'எல்லைப்புற மக்கள்' பற்றி நான் பேசியும் எழுதியும் வருவதை அவர் மூலம் அறிந்துகொண்ட ஜம்ஷீது, நான் தங்கியிருந்த ஹோட்டலுக்கே வந்து என்னைச் சந்தித்தார். ஒரு பிளாஸ்டிக் பை நிறைய அலியுடைய, தன்னுடைய புகைப்படங்களைக் கொண்டுவந்திருந்தார். 'நான் ஜர்னலிஸ்ட்லாம் இல்லீங்க. இதை என்னால பத்திரிகைல எல்லாம் பிரசுரம் பண்ண முடியாது' என்றேன்.

'பார்டர்கோடு அவன் ஊடால போகுதுங்க. நீங்க கட்டாயம் அவனைப் பார்த்தாகனும். எப்பிடியாச்சும் பார்க்கனும். அவன் வாழ்க்கைதான் ஒண்ணுமில்லாம போயிடுச்சு. அவன் கதையும் அவனோட சேர்ந்து முடிஞ்சிடக் கூடாதில்லையா, யாராவது அதை பதிவு பண்ணனும். நீங்க எழுதறீங்களா' என்று கூறினார் ஜம்ஷீது.

இரண்டு நாள்கள் கழித்து வண்டியுடன் விடியற்காலையில் ஹோட்ட லுக்கு வந்தார் ஜம்ஷீது. அலியின் வீடு நோக்கி பயணப்பட்டோம். மகாநந்தா நதி இயற்கையின் எல்லைக்கோடாய் இரு நாடுகளுக் கிடையே ஓட, அதன் நதிக்கரையிலுள்ள முரிக்கவா கிராமத்தில் இருக்கிறது அலியின் வீடு. இங்கிருந்து வெறும் அறுநூறு அடி தொலைவில் கையசைக்கிறது வங்கதேசத்தின் 'டெட்டூலியா' எனும் சிற்றூர். ஜல்பாய்குரியின் முரிக்கவா சோதனைச்சாவடியில்தான் முதன்முதலாக எல்லைவேலியும் ஒளிவெள்ளத்தை உமிழும் இராட்சச விளக்குகளும் நிறுவப்பட்டன.

1947இல் பிரிவினை அறிவிக்கப்பட்டபோது 'நிர்வாக கவனக் குறைவினால்' முற்றிலும் மறக்கப்பட்டு, எல்லை குறிக்கப்படாத இப்பகுதியின் சில கிராமங்கள் இந்தியப் பகுதியில் இருந்தாலும், அதிகாரபூர்வ வரைபடத்தில் இடம்பெறவில்லை. சில கிராமங்கள் வங்கதேச வரைபடத்தில் இடம்பெற்றிருந்தன. மாறாக, வங்கதேசப் பகுதிக்குள் இருக்கும் சில கிராமங்கள் இந்திய வரைபடத்தில் கரையொதுங்கியிருந்தன.[1]

1. Hosna Jahan Shewly, 'Life, the Law and the Politics of Abandonment: Everyday Geographies of the Enclaves in India and Bangladesh', Durham theses, Durham University, 2012, https://core.ac.uk/download/pdf/9641035.pdf; David N. Gellner (ed.), *Borderland Lives in Northern South Asia*, Duke University Press, Durham and London, 2013, https://library.oapen.

மறுநாள் சுமார் 40கி.மீ தொலைவிலிருந்த அலியின் வீட்டிற்குச் சென்றோம். வழியிலிருந்த மூன்று பி.எஸ்.எப். சோதனைச்சாவடிகளிலும் தலா ஒரு மணி நேரம் காத்துக்கிடந்த பின், அவர் வீட்டை அடைய ஏறக்குறைய அரைநாள் ஆனது. கடைசி சோதனைச் சாவடியில் அதிகாரிகளின் அலட்டல் சிறிது அதிகமாகவே இருந்தது.

ஜம்ஷீதின் சமாதானங்களும் கெஞ்சல்களும் எடுபடாமல் போக, என்னுடைய நிக்கான் டிஎஸ்எல்ஆர் காமிராவைப் பணயமாக வைத்துவிட்டுச் செல்ல நிர்பந்திக்கப்பட்டேன். சிலபல சுற்றுப் பேச்சுவார்த்தையின் முடிவில், என்னிடமிருந்த காட்பரீ சாக்லெட் டப்பா பேரத்தை முடித்துவைக்க, மாலை மங்குவதற்குள் திரும்ப வேண்டும் என்ற நிபந்தனையின் பேரில் அனுமதி கிடைத்தது.

அலி மிகச் சரியாக இந்திய–வங்கதேச எல்லைக்கோட்டின் மேல் வாழ்ந்துகொண்டிருந்தார். ஒரு காலத்தில் திறந்த வெளியாய் புரையோடிக் கிடந்த அந்தக் கிராமம் இன்று கம்பிவேலியால் முற்றுகையிடப்பட்டு, ஒளிவெள்ளத்தில் மூழ்கிக்கிடந்தது. இரு நாடுகளுக்கு இடையேயான வர்த்தகத்திலும் மாட்டுச்சந்தையாலும் கொழித்துக்கிடந்த ஊர், இன்று வெறித்துக் கிடந்தது. தொடர்ந்த புயல்மழையும் வெள்ளப்பெருக்கும் கடந்த அறுபது வருடங்களில் விவசாயத்தையும், மீன்பிடித் தொழிலையும் நசித்துவிட, பெரும்பான்மையான மக்கள் கடன் சுமை தாளாமல் ஊரைவிட்டு வெளியேறத் தொடங்கினர். அவ்வப்போது வெடித்துக்கிளம்பும் வன்முறை வெறியாட்டங்கள் எஞ்சியிருந்த மக்கள் வெளியேறப்

org/bitstream/handle/20.500.12657/31797/625238.pdf: 'வான் ஷென்டெல் (2005a: ch. 3) வாதிடுவதுபோல, உண்மையில், இந்துக்களும் இஸ்லாமியரும் பெரும்பான்மையாக வசிக்கும் மாவட்டங்களை மிகச்சிறிய அளவிலேயே எல்லை பிரிக்கிறது. நடைமுறையில், பெரும்பாலும் இருபுறமும் ஒரே மதக்குழு உள்ள இடங்களின் ஊடாகவே எல்லைக்கோடு செல்கிறது. மேலும், "வங்காள எல்லைக்கோடு (அல்லது ராட்க்ளிஃப் கோடு) உட்பட காலனியாதிக்க அதிகாரிகளின் வரைபடங்களில் இருந்த தெளிவான கோடுகள் உண்மையில் அங்கிருந்த எதனுடனும் ஒத்துப்போகவில்லை. நிலத்தில் புதிய எல்லையை சந்தேகத்துக்கு இடமின்றிக் குறிக்க வேறு வழியெதுவுமில்லை" (55-56) படம் 9.2. நடைமுறையில், நீண்ட, நெடிய அரசியல் மற்றும் சட்டரீதியான சர்ச்சைகளுக்குப் பிறகு இந்தியாவிற்கும் பாகிஸ்தானுக்கும் இடையேயான தொடர் பேச்சுவார்த்தைகளின் மூலமே எல்லைக்கு வழி பிறந்தது. அந்த எல்லைப்பகுதிகள் உட்பட, இதனால் விளைந்த தொடர் குழப்பங்கள், இன்றுவரை எல்லைப்புற மக்களை கொள்ளை நோய்போல் பீடித்து, பிரச்சினைகளின் ஊற்றாக விளங்குகிறது.

போதுமானவையாக இருந்தன. ‘அது நாளுக்குநாள் மோசமாகிட்டேதான் போகுது’ என்ற ஜம்ஷீது, ‘சின்னசின்ன’ விசயத்தையெல்லாம் யாரு செய்தியாக்குவாங்க?’ என்று கூறினார். ஜம்ஷீதும் நானும் அலியின் வீட்டை நோக்கிச் சென்றுகொண்டிருந்தோம். இஸ்லாமியர்கள் மீதான வன்முறை நாளுக்குநாள் அதிகரித்துக்கொண்டிருப்பதை கவலையுடன் பேசிக்கொண்டே ஓர் ஓடையை ஒட்டிய சிறு சாலை வழியே கூட்டிச்சென்றார். சுமார் ஓரடி உயர சதுப்பு நில நீரில் மூழ்கிக்கிடந்த எல்லைவேலி மிக அருகே தெரிந்தது. ‘இந்த நிலமெல்லாம் ஒரு காலத்துல ஆறாவும், கரியாவும் கெடந்ததுங்க. ஒவ்வொரு மழைக்கும் ஆறு தன்னோட பாதையை மாத்திக்கும். அந்தப் பாதையில பேர்பாதி எடுத்துதான் வேலி அமைச்சாங்க’ என்று ஜம்ஷீது தெரிவித்தார். ஆறு தன்னால் தன் பாதையைக் கண்டுபிடித்து திரும்பி வரக்கூடுமென அவர்கள் உணர்ந்திருக்கவில்லை. நெகிழ்ந்து கிடக்கும் சதுப்பு நிலப்பரப்பின் மேல் மிதந்துகொண்டிருக்கும் வேலிகளின் அடி வழியே மக்களால் எளிதாகப் போய்வர முடிந்தது.

மக்கள் அப்புறப்படுத்தப்பட்ட பஞ்சாப் எல்லையைப் போலன்றி, இந்திய-வங்கதேச எல்லை குழப்பக்கோடுகளால் வகுக்கப்பட்டது. இரண்டு கோடி மக்களை அவரவர் இருப்பிடங்களிலிருந்து எப்படி அப்புறப்படுத்துவீர்கள்?

சில நிமிட நடைக்குப்பின், அந்த மரங்களுக்கிடையிலிருந்து வெளிவந்த ஒளிப்பிழம்பு வெளிச்சத்தைக் கூட்டியது. ‘அந்த ஒளிவெள்ளத்துக்குக் கீழதான் அலி இருக்கான்’ என்றார் ஜம்ஷீது. மேலே நடக்கநடக்க நிலத்தின் ஈரமும் சதசதப்பும் கூடிக்கொண்டே போனது. அலியின் வீட்டினருகே மீதமிருந்த இரண்டு வீடுகளும் ஆள்களில்லாமல் முற்றிலும் நிராகரிக்கப்பட்ட நிலையில் இருந்தன.

அலியின் வீட்டின் பின்புறம் சில அடிகள் தள்ளி ஒளிவெள்ள விளக்குகள் அமைக்கப்பட்டிருந்தன. பனாப்டிகானை[2] ஒத்திருந்த அந்த இராட்சச விளக்குகளின் தூண்கள், மூன்று ஆண்டுகளில் மெல்லத் துருவேறி சிவப்பாக மாறத் தொடங்கியிருந்தன. அலியின் வீடு எந்த வரைபடத்திலும் இடம்பெறவில்லை. மாறாக, ஒரு நிர்வாகத் தவறினால் விடுபட்ட வேலிகளற்ற சர்வதேச எல்லையின் நுண்துளைகளான எஞ்சிய துண்டொன்றில் அமைந்திருந்தது. இந்திய

2. Panopticon என்பது கண்காணிப்பதற்கு ஏதுவாக அமைக்கப்படும் வட்ட வடிவச் சிறையைக் குறிக்கும். இது 1700களில் மத்தியில் ஜெரிமி பெந்தம் எனும் ஆங்கில தத்துவவாதியால் வடிவமைக்கப்பட்டது. (ப.ஆ).

எல்லை முடிந்து வங்கதேசம் தொடங்கும் புள்ளி எதுவென்ற தெளிவில்லாத எல்லைக் கிராமங்கள் இன்னமும் இருக்கின்றன. இப்பகுதியில் ரோந்துப்பணிக்காக அனுப்பப்படும் எல்லைப் பாதுகாப்புப் படையினரே இக்குழப்பத்தால் தடுமாறி மறுபக்கம் சென்றுவிடுவதும் வெகுசாதாரணமாக நடக்கும் நிகழ்வு.

முதலில் ஜம்ஷீது உள்ளே சென்று சிறு வற்புறுத்தலின் பேரில் அலியை வெளியே அழைத்து வந்தார். பக்கவாட்டுச் சுவர்களைக் கைத்தாங்கலாகப் பிடித்தபடி வெளியே வந்த அலியின் கண்கள் அந்த வெளிச்ச வெள்ளத்திற்குப் பழக சிறிது நேரம் எடுத்துக்கொண்டன.

அலிக்காக வாங்கிவந்த ரோஸ்வாட்டர் பிஸ்கட்களை எடுத்துக் கொடுத்தார் ஜம்ஷீது. பசியும் களைப்பும் அலியின் சிறிய உரு வத்தை மேலும் சோர்வாகக் காட்டியது. சில நாள்களுக்குமுன் ஜம்ஷீது காட்டிய புகைப்படங்களிலிருந்த அலிக்கும் என்முன் நின்று கொண்டிருந்த சிறு உருவத்திற்கும் எந்தச் சம்பந்தமும் இல்லை.

எல்லைகள் வழியிலான என்னுடைய பயணத்தில் சந்தித்த அநேக நபர்களிடம் இதே ஒற்றுமையைக் காண முடிந்தது. என் முன் நின்றுகொண்டிருந்த மனிதர்களின் நிகழ்கால நிலை, அவர்களின் கடந்தகாலப் புகைப்படங்களுடன் பொருத்திப் பார்க்கவே இயலா தவையாக இருக்க, அந்தப் புகைப்படங்கள், அவர்கள் திரும்பிச் செல்லவே இயலாத தொலைந்துபோன வாழ்க்கையையும் வாய்ப்பு களையும் நினைவுறுத்தும் குரூர நினைவுச்சின்னங்களாகவே இருந்தன. ஒரு கொடுங்கனவினுள் கைப்பற்றி இழுத்துச்செல்லப் பட்டு இழந்த சுயத்தின் மங்கிய பிரதிகளாக என்முன் நின்று கொண்டிருந்தனர் அம்மக்கள்.

புன்னகைக்க முயன்றார் அலி. ‘டீ சாப்பிடுங்க’ என்று அலி கூறிய வுடன் தாழ்வாரத்தின் வலது மூலையில் இருந்த விறகடுப்பைப் பற்றவைத்து தண்ணீரைக் கொதிக்கவைத்தார் ஜம்ஷீது. கனத்த மௌனம் எங்களுடன் உரையாடிக்கொண்டிருந்தது.

‘உள்ளாற போயிடலாங்க. எனக்கு இதுக்கு மேல வெளிச்சம் தாங்காது’, அலி சொல்லிக்கொண்டிருக்கும்போதே, கொதித்துக் கொண்டிருந்த நீரில் கையோடு தான் கொண்டுவந்திருந்த தேயிலைத் தூள், பால், சர்க்கரையைச் சேர்த்தார் ஜம்ஷீது.

‘நா இவுங்க கிட்ட என்ன சொல்லனும்’ — ஜம்ஷீதிடம் கேட்டுக் கொண்டே அலி உள்ளே நுழைய, கூடவே சென்று அந்த இருட் டினுள் அமர்ந்தோம். முதன்முறையாக அவர்களிருவரும் அந்த ரோஸ்வாட்டர் பிஸ்கட்கள் சாப்பிட்டதை அலி நினைவுகூர, அசட்டுத் தித்திப்புடன் இனித்த அந்த பிஸ்கட்களைச் சுவைத்த படியே, தேநீரை அருந்தினோம்.

கொஞ்சம்கொஞ்சமாக அந்த இருள் பழகத் தொடங்க, அலியின் முகத்தில் மெல்லிய புன்னகையை உணர முடிந்தது. ஆதூரத்துடன் தன் நண்பனின் கையைப் பற்றிக்கொண்டு பேசத் தொடங்கினார் ஜம்ஷீது. ஓரிருமுறை குறுக்கிட்டு சில தகவல்களைத் தெளிவு படுத்தியது தவிர, நண்பன் பேசியதைத் தலையாட்டி ஆமோதித்து விட்டு அமைதியாகக் கவனித்துக்கொண்டிருந்தார் அலி.

இருவரும் தங்கள் சிறுவயதுக் கதைகளைப் பகிரத் தொடங்கி னார்கள். அருகேயிருந்த குளத்தில் நீச்சல் பழகியது, மீன் பிடித்தது, முதன்முதலாக இருவருமாய் பக்கத்து டவுனுக்குப் போய் சினிமா பார்த்தது என அழகிய பால்யத்துக்குள் மூழ்கத் தொடங்கியபோது ஜம்ஷீது சட்டென, 'அந்தக் குளத்துக்கு நடுவாலதாங்க ஜீரோ பாயிண்ட் ஓடுது' என்றார்.

இரு நாடுகளின் அதிகாரபூர்வ எல்லைக்கோடுகளும் முத்தமிட்டுக் கொள்ளுமிடம்தான் ஜீரோ பாயிண்ட். ஆனால், அபூர்வமாக இவ் விடத்தில் ஜீரோ பாயிண்ட் குறிக்கப்பட்ட இடமும் எல்லைவேலி நிறுவப்பட்ட இடமும் வெவ்வேறாக இருக்கின்றன.

1959ஆம் ஆண்டு இந்திய, பாகிஸ்தானியப் பிரதிநிதிகள் அடங்கிய இராணுவத் துணைக்குழுக் கூட்டத்தில், எல்லைக்கோடு நிறுவப் பட்ட பிறகு, 'பன்னிரண்டு ஆண்டுகளுக்கு முன்பாக சிறில் ராட்க்ளிஃப் வரையறை செய்துகொடுத்த எல்லைக்கோட்டிலிருந்து 150 அடிகளுக்குள்ளாக[3] எந்த எல்லைப் பாதுகாப்புப் படையின ரையோ இராணுவத்தினரையோ, தற்காலிகமாகவோ நிரந்தரமாகவோ நிறுத்தக் கூடாது' என்று தீர்மானம் நிறைவேற்றப்பட்டது. இந்தியா-பாகிஸ்தான் இடையேயான '1959 கிரவுண்ட் ரூல்ஸ்' (1959 Groud Rules) என்றழைக்கப்பட்ட இத்தீர்மானத்தில், இந்தியா-கிழக்கு பாகிஸ்தான் இடையேயான எல்லைப் பிரச்சினைகளையும் துர் சம்பவங்களையும் முடிவுக்குக் கொண்டுவருவதற்கான வழிமுறை களும் இயற்றப்பட்டன.

ராட்க்ளிஃப் எல்லைக்கோடு நதிகள், வயல்வெளிகள், கடைவீதிகள், வீடுகள் என அனைத்தினூடாகவும் பயணித்து 1947இல் ஒரே தெருவைச் சேர்ந்தவர்களை இருவேறு நாடுகளின் குடிமக்களாகப் பிரித்துப் போட்டது. பிறகு, 1971இல் நடந்த உள்நாட்டுப்போரில் கிழக்கு பாகிஸ்தான் தனியே பிரிந்து வங்கதேசமாக அடையாளம் பெற்றபோதும், இதே சரத்துகளை உறுதிசெய்து இந்திய-வங்க தேசத்திற்கு இடையேயான 1974 நில எல்லை ஒப்பந்தம் (1974 Land Boundary Agreement) கையெழுத்தானது.

---

3. Agreement between Governments of India and Pakistan Regarding Procedures to End Disputes and Incidents Along the Indo-East Pakistan Border Areas, New Delhi, 23 October 1959, referred to as the Ground Rules of 1959, https://peacemaker.un.org/sites/peacemaker.un.org/files/IN%20PK_591023_Agreement%20to%20End%20Disputes%20and% 20Incidents%20along%20the%20IndoEast%20Pakistan%20Border%20Areas.pdf.

2007ஆம் ஆண்டு ஜீரோ பாயிண்ட்டிலிருந்து 150 அடி தொலைவில் இந்திய அரசு எல்லைவேலி நிறுவ முற்பட்டபோது, ராட்க்ளிஃப் கோட்டை ஒட்டிய கணிசமான நிலப்பகுதி, வேலிக்கு வெளியே தனித்து விடப்பட்டது. ஏறக்குறைய 890 குடும்பங்கள் இன்னமும் வேலிக்கு வெளியே வாழ்ந்துவர, அவர்களில் சுமார் 200 குடும்பங்கள் பாரக் பள்ளத்தாக்கில் அரசால் உறுதியளிக்கப்பட்ட இழப்பீட்டையும், மறுவாழ்வுத் திட்டங்களையும் எதிர்ப்பார்த்துக் காத்திருக்கின்றனர்.

சர்வதேச எல்லையிலிருந்து 150 அடிகளுக்குள் வேலி எழுப்பியதையும் சாலைகள் போடப்பட்டதையும் சுட்டி, 1959 கிரவுண்ட் ரூல்ஸ் விதிகளை மீறியதாகக் குற்றஞ்சாட்டியது வங்கதேச அரசு. வங்கதேச எல்லையில் வேலியோ, சாலைகளோ எதுவுமில்லை.

விதிமுறைகளின்படி, ஜீரோ பாயிண்டிற்கும் எல்லைவேலிக்கும் இடையேயான நிலப்பகுதி இந்தியாவைச் சேர்ந்தது. ஆனால், அரசு எழுப்பிய வேலி, இந்திய ஆட்சிக்குட்பட்ட பகுதிக்குள்ளேயே ஒரு 'யாருக்குமற்ற நிலப்பரப்பு' உருவாகக் காரணமாக இருந்தது.

அலி, 'யாருக்குமற்ற நிலப்பரப்பின்' பிரதிநிதி.

இந்த வழுநீங்கிடத்தில் சிக்கிக்கொண்ட நிலங்களுக்கும் வீடுகளுக்கும் வேலியின் கதவுகள் வழியேதான் சென்றுவர வேண்டும். ஒவ்வொரு முறையும் வேலிக்கதவுகளுக்கு உள்ளேயோ வெளியேயோ செல்ல, அடையாள அட்டையைக் காண்பித்த பிறகே நகர முடியும். ஆனால், இந்திய எல்லைக்கோடுகளை ஒட்டியுள்ள சுமார் 111 மாவட்டங்களைச் சேர்ந்த 15 கோடி மக்களில் அநேகருக்கு எந்தவித அடையாள அட்டையும் கிடையாது. எந்தவித அங்கீகாரமும் இல்லாமல், வீட்டைவிட்டு வெளியே செல்லும் ஒவ்வொரு முறையும் அம்மக்கள் சந்திக்கும் இன்னல்களும் தொல்லைகளும் துயர எல்லைகளுக்கப்பாற்பட்டவை. இப்பகுதியின் குடிமக்களுக்கு, அவர்களுடைய மரபுரிமையை உறுதிசெய்யும் ஆதாரங்களுக்கோ ஆவணங்களுக்கோ, அவர்கள் இருப்பு மட்டுமே போதுமானதாயிருக்கவில்லை.

அலிக்கு 2004இல் திருமணமானது. அலியின் 21 ஆம் வயதில், எல்லையின் மறுபக்கத்திலிருந்து 16 வயதேயான வங்கதேசப் பெண் 'கே'வை மணமுடிக்க அவரது அம்மா பேசிமுடிக்க, திருமண

மேடையில்தான் முதன்முதலாக மனைவியின் முகம் அவருக்குப் பார்க்கக் கிடைத்தது. அந்த அழகிய நினைவுகளைச் சேகரிப்பதற்காக ஒரு புகைப்படக் கலைஞரை ஏற்பாடு செய்திருந்தார் ஜம்ஷீது. அந்த எளிய நிகழ்வின் மிகப் பெரிய ஆடம்பரச் செலவாக அது மட்டுமே இருந்தது.

எல்லை தாண்டிய திருமணங்கள் வெகு சகஜமான நிகழ்வாக இருந்த காலம். ஆண்களும் பெண்களும் சர்வசாதாரணமாக இரு நாடுகளிலும் இடம் மாறி தங்கள் வாழ்வை அமைத்துக்கொண்டனர். 'கே'வும் திருமணத்திற்காக எல்லை தாண்டியபோது எந்தவிதத் தடங்கல்களையும் சந்தித்திருக்கவில்லை. 'கல்யாணத்துக்காக எல்லையத் தாண்டும்போது, அது சட்டவிரோதம்ன்னு அவளுக்கு தெரிஞ்சிருக்கக்கூட வாய்ப்பில்லைங்க' என்றார் அலி.

திருமணத் தரகர்கள் மூலம் ஏற்பாடு செய்யப்பட்ட திருமணம் அது. 1980களிலிருந்து ஏராளமான வங்கதேசப் பெண்கள் மருமகள்களாக இந்திய எல்லைக்குள் காலடி எடுத்துவைத்தனர். அநேகப் பெண்கள் எல்லைக் கிராமங்களில் வாழ்க்கைப்பட்டாலும், பலர் உத்திரப் பிரதேசம், குஜராத் என்று பாகிஸ்தானுடன் தன் எல்லையைப் பகிர்ந்துகொள்ளும் தொலைதூர மாநிலங்களிலும் தங்கள் வாழ்க்கையை அமைத்துக்கொண்டனர். குஜராத்தின் கட்ச் பகுதியில் கணிசமான எண்ணிக்கையில் இருக்கும் இஸ்லாமியக் குடும்பங்களில் மருமகள்களாக வாழவந்த வங்கசதேசப் பெண்கள் அநேகம்.

எல்லைக்கு மிக அருகே வாழும்போது 'எல்லையை' உணர்ந்து புரிந்துகொள்வது மிகக் கடினம். 'எல்லா நேரமும் இதோ இந்த ஓடையைத் தாண்டிதான் அந்தப்பக்கம் போவோம்' — வங்கதேச நிலப்பரப்பைச் சுட்டியபடி பேசிய ஜம்ஷீது, 'யாருக்குமே குடும்பத்த பார்க்கறதுக்காக போகறது சட்டவிரோதம்ன்னு தெரியாதுங்க. நானுமே எங்க அத்தைய பார்க்கப் போறதுக்காக ஓடையத் தாண்டிப் போவேன். சர்வதேச எல்லையத் தாண்டறேன், சட்டவிரோதமா போறேன்னெல்லாம் யோசிக்கவே வராதுங்க' என்றார்.

எல்லை கடந்த திருமண பந்தத்துக்குள் நுழையும்போது, 'கே' தான் ஆவணங்களற்றுப் போவோம் என்று எதிர்ப்பார்க்கவில்லை. மனைவி என்கிற புது ஸ்தானம், அவள் குடியுரிமையை விலையாகக் கேட்டிருந்தது. ஏற்றுக்கொள்ள, ஏன் புரிந்துகொள்ளவேகூட இயலாத கடினச்சூழல் அது. அவளது ஏழாம் வகுப்புச் சான்றிதழைத் தவிர அவள் பெயர் தாங்கிய வேறொரு ஆவணத்தை அலி பார்த்ததே

யில்லை. 'கே'வின் பன்னிரண்டாவது வயதில், அவள் அக்காவின் திருமணத்தில் எடுத்த குடும்பப் புகைப்படம் மற்றொரு ஆதாரம். தாத்தா, பாட்டி, அப்பா, அம்மா, அத்தை, மாமா, அவள் மொத்தக் குடும்பத்தைச் சேர்ந்த பதினேழு பேரும் சேர்ந்து எடுத்துக்கொண்ட அந்தப் புகைப்படத்தின் பின்புறத்தில் அதிலிருக்கும் அனைவரின் பெயர்களும் எழுதப்பட்டிருந்தன. அவளிடமிருந்த இரண்டு ஆதார அடையாள அட்டைகளிலும் இருவேறு விதமாக எழுதப்பட்டிருந்த அவளது பெயர், ஒன்றில் iக்கு பதிலாக eயும், bi என்பதற்கு பதிலாக bhi என்றும் எழுதப்பட்டிருந்தது.

திருமணத்திற்காக எல்லையைத் தாண்டும்போது 'கே'யுடன் அவள் உறவினர்கள் 16 பேரும் இந்தியா வந்தனர். இந்தத் திருமணம் சில ஆண்டுகள் பிந்தி நடந்திருக்குமேயானால், எல்லை கடந்து வர 6000 டாகா,[4] மீண்டும் திரும்பிச் செல்ல 6000 டாகா என லஞ்சமாக அழ வேண்டியிருந்திருக்கும். அப்படியும், கடந்துசெல்பவர்களின் உயிருக்கு உத்திரவாதம் இருக்காது. கண்டவுடன் சுடக் காத்து நிற்கும் காவலர்களின் கைகளில் எல்லை வன்முறைக் களமாகிவிட, எழுந்துவிட்ட வேலிகளின் பின்னே கடத்தல்காரர்களுக்கும் காவலர் களுக்கும் இடையேயான மோதல் வாடிக்கையாகிப் போனது. அலி-'கே'யின் கிராமம் பெண்களும் கால்நடைகளும் இந்தியாவுக்குள் கடத்தப்படும் நுழைவாயிலாக மாற, அந்த எல்லைப்பகுதி முட் கம்பி, இலஞ்சம், ஆயுதங்கள், துப்பாக்கிகளின் மரூஉ ஆனது.

இரண்டு வருடங்களுக்குப் பின் 'கே'க்கு தன் குடும்பத்தினரைப் பார்க்கும் இயல்பான ஆசை எழுந்தது. கடவுச்சீட்டோ, முறையான இதர ஆவணங்களோ இல்லாமல் எல்லையைக் கடக்கும் வழி புரிபடவில்லை அலிக்கு. பல நேரங்களில் உள்ளூர் காவல்துறையும் பி.எஸ்.எப். காவலர்களும் உள்ளூர் குடும்பங்களிடமும் அங்கு வாழ்க்கைப்பட்ட 'ஃபாரின் மருமகள்களிடமும்' சிறிது வாஞ்சை யுடனேயே நடந்துகொண்டனர்.

ஆனால், அந்த நிலையும் சிறிது காலத்தில் மாறத் தொடங்கியது. 2007இல் ஆவணங்களில்லாமல் இங்கு தங்கியிருக்கும் வங்கதேசப் பெண்களை எல்லைக் காவல் படையினர் ஒரு ட்ரக்கில் ஏற்றிச் சென்று வங்கதேசத்தில் இறக்கிவிட்டுத் திரும்பியதாக வதந்தி கிளம்பவும் இரண்டு நாள்கள் வீட்டுக்கு உள்ளுக்குள்ளேயே ஒளிந்துகொண்டு வெளியே வர மறுத்துவிட்டாள் 'கே'.

---

4. வங்கதேச நாணயம். (ப.ஆ).

இந்தியாவில், 'சட்டவிரோத பங்களாதேஷிகள்' எனும் பதம், மக்களைத் துருவப்படுத்தும் தேர்தல்நேர சொல்லாட்சியாகிவிட்டது. பாதுகாப்பு, குடியேற்றம், மதம் எனக் கலவையாக வெடித்துக் கிளம்பும் உணர்ச்சி, அமிலம் கக்கும் அரசியல் மற்றும் கலாச்சாரப் பிரச்சாரங்களாக மக்களிடையே பரவியது. மனிதர்கள் ஆவணங் களற்றவர்களாக, புலம் பெயர்ந்தவர்களாக இருக்கலாம். ஆனால், இப்பூமியில் பிறந்தவர்களில், 'முறைகேடானவர்' எவரேனும் இருக்கவியலுமா? பொது பிரசங்கங்களில் 'சட்டத்திற்குப் புறம்பான, முறைகேடான ஊடுருவிகள்' போன்ற வீரியமிக்க பதங்களின் ஆதிக்கம் அதிகரிக்க, வெறுப்பரசியலை விதைப்பதற்கு அதுவே போதுமானதாக இருந்தது. 'முறைகேடானவர்' என ஒரு மனிதரை விளிப்பது இனவெறியைத் தூண்டும் தவறான சொற்பிரயோகம் மட்டுமல்ல, முற்றிலும் மனிதத் தன்மையற்ற செயலும்கூட.

'கே' போன்றவர்கள் தன் இருப்பை நிரூபிக்க எந்தவித ஆவணங்களும் இல்லாமல் தவித்துக்கொண்டிருக்க, அபத்தத்தின் உச்சமாக, இந்திய அரசு 2007ஆம் ஆண்டிலிருந்து புகைப்பட அடையாள அட்டை களைத் தம் கால்நடைகளுக்கு விநியோகித்துக்கொண்டிருக்கிறது![5] அந்த வருடத்தின் பி.பி.சி. செய்தியறிக்கை, 'இந்திய எல்லைக் காவல் படையைச் சேர்ந்தவர்கள், மேற்கு-வங்கத்திலுள்ள பசுக்களை புகைப் படமெடுத்து அவற்றுக்கு அடையாள அட்டை விநியோகிக்கன்றனர்' என்றது. பத்து வருடங்கள் கழித்து, டெலிகிராஃப் பத்திரிகை,

> 2017ஆம் ஆண்டின் இறுதியில் பிரதமர் நரேந்திர மோடி, இந்தியாவிலுள்ள 8.8 கோடி கால்நடைகளுக்கும் 12 இலக்க தனிப்பட்ட அடையாள எண்களை வழங்கும் திட்டத்தைத் தொடங்கிவைத்தார்[6]

எனக் குறிப்பிடுகிறது.

5. Subir Bhaumik, 'Photo ID Cards for Indian Cattle', *BBC News*, 30 August 2007, http://news.bbc.co.uk/2/hi/south_asia/6970305.stm.

6. Louise Moon, 'India Plans to Give 88 Million Cows "Identity Cards" Which Can Be Tracked Online', *The Telegraph*, 4 January 2017, https://www.telegraph.co.uk/news/2017/01/04/india-plans-give-88-million-cows-identity-cards-can-tracked/.

அலி குடும்பத்தினருக்குச் சொந்தமாக 'யாருக்குமற்ற காணி'யின் நடுவே ஒரு சிறிய துண்டு நிலமிருந்தது. ஆனால், கடன்களும் வயதான அம்மாவின் முதுமைத் தேவைகளும் அழுத்த, உள்ளூர் தரகர் ஒருவர் மூலமாகக் கிடைத்த, வங்தேசத்திற்கு இருமல் மருந்து கடத்தும் பணியை ஒப்புக்கொண்டார் அலி.

ஒரு பெருமூச்சுடன், 'அப்போ எல்லாருமே இந்த வேலையத்தான் பண்ணிக்கிட்டிருந்தாங்க' என்றார்.

அந்தத் தரகர், 'நம்பளைக் காட்டிலும் பொம்பளையாளுங்களால ரொம்பச் சுலபமா சின்ன, சின்ன சாமானுங்கள மறைச்சு கொண்டு போயிட முடியும் அலி' என்று மெதுமெதுவே அலியைக் கரைத்தார். சட்டபூர்வமாக வங்கதேசத்துக்கு சென்றுவரத் தேவையான கடவுச் சீட்டு மற்றும் இதர ஆவணங்கள் அனைத்தையும் பெற்றுத்தருவது தன் பொறுப்பு என்றும் ஒப்புக்கொண்டார்.

'கே' வங்கதேசத்துக்கு இருமல் மருந்தை எடுத்துச்சென்று திரும்பி வருகையில் போலி 'ரீபோக்' ஷூக்களை எடுத்துவர வேண்டும். விடியற்காலையில் கிளம்பி இரவு வீடுதிரும்பிவிடும் இந்தப் பயணங்கள் அடிக்கடி அமைய, அவர்களுக்குத் தேவையான பணமும் கிடைத்தது – 'கே' முகம் முழுக்கக் காயங்களுடன் வீடு திரும்பியவரை.

அவள் கன்னங்கள் ஊதா நிறத்தில் கன்றி இருந்தன. இரவு முழுவதும் அரற்றிக்கொண்டே இருந்தவளின் வலியை அவள் கடத்தும் கோடீன் கலந்த இருமல் மருந்துகள்தாம் மரக்கச்செய்தன.

என்ன நடந்ததென்று 'கே' அலியிடம் சொல்லவில்லை. அவ் விடங்களில் பெண்களுக்கெதிரான பாலியல் வன்முறை அன்றாட நடைமுறையாகவே இருந்தது. எதுவும் கேட்கவில்லையென்றாலும், என்ன நடந்ததென்று அலிக்குப் புரிந்திருக்கும். ஆனாலும், அதை என்னிடம் காட்டிக்கொள்ளவோ, விவாதிக்கவோ அவர் தயாராக இல்லை. பேசப்பேச, சொற்கள் சிறுத்துக்கொண்டே வந்தன. மீதியை முடிக்கும் பொறுப்பை ஜம்ஷீதிடம் விட்டுவிட்டு மௌனமாக ஒதுங்கிக்கொண்டார்.

அடுத்து வந்த மாதங்கள் மிகக் கடினமானவையாக இருந்தன. சம்பவத்திற்குப் பிறகு பொருள் கடத்தவோ, வீட்டைவிட்டு வெளியே வரவோ மறுத்துவிட்டாள் 'கே'. வதந்திகளுக்கும் குறைவேயில்லை. ஊருக்குள் பெண்களின் பே(ஏ)ச்சு எதிர்கொள்ள முடியாததாக இருந்தது. 'அவங்க கண்ணுலேர்ந்தும், நாக்குலேர்ந்தும் விஷம் கக்குச்சு' என்றார் அலி.

உள்ளூர் காவல்துறையின் வருகை மெதுமெதுவே அதிகரித்தது. ‘கே’வைக் கைதுசெய்துவிடுவதாக மிரட்டி இலஞ்சம் கேட்கத் தொடங்கினர். அலியைத் திருமணம் செய்திருப்பதால் ‘கே’வைச் சட்டப்படி நாட்டைவிட்டு வெளியேற்ற முடியாது என்றாலும் காவலர்களின் மிரட்டல் தொடர்ந்தபடியிருந்தது. தொழிலைத் தொடரச்சொல்லி உள்ளூர் தரகர்களும் நெருக்கத் தொடங்க, உச்சகட்டமாக, ஒருநாள் நடுச்சாமத்தில் குடித்துவிட்டு வந்த இருவர் வீட்டுக் கதவைத் தட்டி ‘கே’வைப் பாலியல் உறவுக்கு அழைத்தனர்.

அலி முணுமுணுக்கும்போதே கட்டுப்படுத்தவியலாமல் கண்ணீர் வழியத் தொடங்கியது. ‘அன்னிக்கு ராத்திரி சண்டை போட்டு அவனுங்களை தொரத்திட்டேன். ஆனா, இனிமே பாதுகாப் பில்லேன்னு புரிஞ்சுப்போச்சுங்க’.

அடுத்த வாரம், ஜம்ஷீது எங்கெங்கோ பணம் திரட்டி அலியிடம் கொடுக்க, ‘கே’ பாதுகாப்பாக வாழ, எல்லையைக் கடந்து மறுபக்கம் பெற்றோரிடம் அனுப்பிவைத்தார் அலி. எல்லையிலிருந்து சுமார் ஆறு மணி நேரப் பயணத்தொலைவில் இருந்த ‘கே’வின் ஊருக்கு அவரைப் பாதுகாப்பாக அழைத்துச் செல்லும் பொறுப்பை பொருள் கடத்த உதவும் சக கடத்தல்காரரிடமே ஒப்படைத்தார்.

கடவுச்சீட்டு இல்லாத அலிக்கு, சட்டரீதியாக ‘கே’யை எல்லை கடந்து கூட்டிச்செல்ல வேறு வழியும் இல்லை.

‘காவல்படையினருக்கு இலஞ்சம் கொடுத்ததுபோக ‘கே’வை அனுப்பிவைக்கத்தான் காசு சரியா இருந்துது. அவ அங்கயாச்சும் பாதுகாப்பா இருப்பால்ல’ என்ற அலி, சிறிது நேர மௌனத்திற்குப் பிறகு, ‘எங்கிட்ட காசு இருந்திருந்தா நானும் அவ கூடவே பங்களாதேஷுக்குப் போயிருப்பேன்’ என்றார்.

அன்றுதான் அலி கடைசியாக ‘கே’வைப் பார்த்தது. ‘கே’ குடும் பத்தின் ஏழ்மை அவளை அங்கேயே இருக்கவிடாமல் தாக்கா அனுப்பியது. டிசைனர் துணிகள் தைக்கும் ஒரு கடையில் பட்டன் தைக்கும் வேலையில் சேர்ந்தார். நாளொன்றுக்குப் பத்து மணி நேரம் உழைத்தும் மாதம் ரூ.2,000க்கு குறைவாகவே சம்பாதித்தாலும், அலியை தாக்காவிற்கே வந்து தன்னுடன் இருக்கும்படி பலமுறை அழைத்தாள் ‘கே’. அலி மறுத்துவிட்டார். ‘தானே தைச்ச நீல கலர் ட்ரெஸ்ஸுல எடுத்த ஃபோட்டோவ அனுப்பியுட்ருந்தா. ரொம்ப அழகா, சந்தோஷமா இருந்தா’ என்றார்.

மேலும் தொடர்ந்தார், 'பசங்க வேலை பார்க்கன்னு எல்லா ஊருக்கும் போறாங்கதான். அவங்க அளவு ரிஸ்க் எடுக்க என்னால முடியல. நா பொறந்ததுலேர்ந்து இங்கதான இருக்கேன். இதுதான் எனக்கு தெரிஞ்சது. தண்ணில தப்புன மீனு கணக்கா என்னால இருக்க முடியுமான்னு தெரியலையே'.

'தினம் ராத்திரி ஃபோன் பேசும். எப்பிடியிருக்கேன்னு விசாரிக்கும். தாக்காவுக்கு வந்துரு, வந்துருன்னு வற்புறுத்திட்டே இருக்கும். யோசிக்கறேன்னு நான் பதில் சொல்லும்போதே அழுதுரும்.' 2012ஆம் ஆண்டு, 'கே' வேலைசெய்த தொழிற்சாலை விபத்தில் தீக்கிரையானது. ஏறக்குறைய 100 நபர்கள் உயிரிழந்த அந்த விபத்தில், 'கே' தப்பித்தாலும், கண்முன் நண்பர்கள் தீக்கிரையாவதை பார்த்துக் கொண்டே நின்றாள்.

'அன்னிக்கு ராத்திரி மறுபடியும் ஃபோன் பண்ணி கெஞ்சிச்சு. நான் பதிலே பேசல. அதுக்கப்பறம் அது ஃபோன் பன்றதயே நிறுத்திடுச்சு. நானில்லாத நல்லாதான் இருக்கும்'.

2010இல் அலியின் வீட்டையும் நிலத்தையும் சுற்றி எல்லைவேலி எழும்பியது. ஜீரோ பாயிண்டிற்கும் எல்லைவேலிக்கும் நடுவே சிக்கிக்கொண்ட தன் நிலத்தை வெறும் 18,000 ரூபாய்க்கு விற்றுவிட்டு அம்மாவின் மருத்துவக் கடன்களை அடைத்தார் அலி. வேலி நிறுவப் பட்ட துண்டு நிலத்திற்கு மட்டும் இழப்பீடு வழங்கியது அரசு. இரண்டு நாடுகளும் கைவிட்டுவிட்ட 'யாருக்குமற்ற காணி'யிலிருந்த அவருடைய நிலத்திற்கோ, அதிலிருந்து வந்துகொண்டிருந்த வருமான இழப்பிற்கோ அரசிடம் எந்தப் பதிலும் இல்லை.

2012இல் அலியின் தாயார் மறைந்தார். அலியின் போராட்டமும் ஏறக்குறைய பத்து வருடங்களைக் கடந்துவிட்டிருந்தது. 'இந்தப் போராட்டத்துக்கெல்லாம் அர்த்தமே இல்லைல்ல, எல்லாருக்குமே வாழ்க்கை இவ்வளவு சிரமமாத்தான் இருக்குதா, இல்ல, எனக்கு மட்டுந்தானா' என்றார்.

2008இல் இந்திய உள்துறை, இந்திய-வங்கதேச எல்லையில், போக்குவரத்து மிகுந்த 172 மைல் நீளத்திற்கு ஒளி வெள்ளத்தை பாய்ச்சும் விளக்குகள் நிறுவப்பட்டதாக அறிக்கை வெளியிட்டது.[7]

7. Reese Jones, 'Geopolitical Boundary Narratives, the Global War on Terror and Border Fencing in India', Transactions of the Institute of British Geographers, 34, no. 3, July 2009, p. 293.

2012இல் அதே இந்திய–வங்கதேச எல்லையில், 27.5 கோடி அமெரிக்க டாலர்கள் மதிப்பீட்டில், மற்றுமொரு 1765 மைல்களுக்கு ஒளிவெள்ள விளக்குகள் நிறுவப்பட இருப்பதாக அறிக்கை வெளியிட்டது.[8] எல்லைப்பகுதியைப் பற்றி எழுதிய புவியியலாளர் ரீஸ் ஜோன்ஸ்,

> இந்திய மாகாணத்தின் பனாப்டிகானை கற்பனை செய்து சிரமப்பட வேண்டியதில்லை. அது சுற்றிலுமுள்ள வங்க தேசத்தவர் மீது தீவிரமாக ஒளி உமிழ்ந்துகொண்டிருக்கிறது[9]

என்று எழுதினார்.

அம்மா மறைந்த சில மாதங்களில், அலியை பி.எஸ்.எப். முகாமிலிருந்து கூப்பிட்டனுப்பினார்கள். அதற்குள் சுற்றியிருப்பவர்கள் பற்றிய பிரக்ஞையோ, அக்கறையோ இல்லாமல் ஒளிவெள்ள விளக்குகள் நிறுவப்பட்டிருந்தன. விளக்குகள் நிறுவப்பட்டதில் தனக்கு எந்த ஆட்சேபமும் இல்லை, முழுச் சம்மதம் எனக் கையெழுத்திட்டுக் கொடுக்கச்சொல்லி உள்ளூர் 'தலைவர்' ஒருவர் முன்னிலையில் சமரசம் பேசப்பட்டது. அதற்காக பேசப்பட்ட இழப்பீட்டுத் தொகையான 20,000 ரூபாயிலும் 13,000 மட்டுமே கைக்கு வந்துசேர, 'ஆட்சேபிக்கறதயே விட்டுட்டேன்' என்றார் அலி. கையெழுத்திட்ட அந்தப் பத்திரங்கள் பற்றியோ, அதில் எழுதியிருந்தவை பற்றியோ அவருக்கு எந்த யோசனையும் இல்லை.

கையெழுத்து போட்டதுடன் அந்த விளக்குகள் பற்றியும் அலி மறந்தே போனார். ஒரு நாள் இரவு வீடு திரும்பியபோது சூரியப் பிழம்பு குடியேறியதுபோல வீடு முழுவதும் ஆரஞ்சு நிறம் அப்பிக் கிடந்தது. 'தூங்கனும்ன்னு முயற்சி பண்ணினேன், முடியல' என்றார்.

ஒரே வாரத்துக்குள் மிகச் சோர்வாகவும் களைத்தும் காணப்பட்ட அலிக்கு, கொஞ்சம்கொஞ்சமாக உடல் வலியும் படுத்தத் தொடங்கியது. இப்படியே இரண்டு வாரங்கள் கழிந்த நிலையில், திடீரென ஒருநாள் அவர் வேலை செய்துவந்த செங்கல்சூளையில் மயங்கி விழுந்தார் அலி. உடல்நிலை காரணமாக வேலையிலிருந்தும் நீக்கப்பட்டார். உதவிக்காக பி.எஸ்.எப். முகாமை அணுகியபோது, கதவுகள் திறக்கப்படவேயில்லை.

அதற்கடுத்த மாதங்களில் அலியின் உடல்நிலை மோசமாகிக் கொண்டே வந்தது. 'பேச்சும் குழற ஆரம்பிச்சுருச்சு' என்றார்

8. Ibid.

9. Ibid.

ஜம்ஷீது. இடது கை லேசாக பக்கவாதத்தால் முடங்கத் தொடங்க, அலி பீதியால் தாக்கப்பட்டு தளர்ந்துபோனார்.

தொடர்ந்து துரத்திய கொடுங்கனவுகளும் மனப்பிரம்மையும் அலியை மேலும் குழப்பத்தில் ஆழத்தின — அவர் அம்மாவை வேட்டை நாய்கள் தாக்குவது போலவும், பி.எஸ்.எப். வீரர்கள் 'கே'வைத் துன்புறுத்துவது போலவும், கடத்தல்காரர்கள் தன்னை நிர்வாணமாகத் தெருக்களில் இழுத்துச் செல்வது போலவும் துரத்திய கனவுகள், தூங்கவிடாமல் பதறடித்தன. அனைத்தும் கனவா, நனவா எனப் பிரித்தறிய முடியாத தடுமாற்றத்தில், உண்பதையும் நிறுத்தினார் அலி.

ஒருநாள் நடுச்சாமத்தில் ஜம்ஷீதுக்கு அழைப்பு வந்தது. தன்னை வேட்டை நாய்கள் துரத்துவதாக நண்பன் அலற, ஜம்ஷீது வந்து சேர்ந்தபோது, தன் வீட்டின் வாசலில், முழு நிர்வாணமாகக் குப்புற படுத்துக்கிடந்தார் அலி. ஜம்ஷீது அக்கம்பக்க ஆள்களை உதவிக்குக் கூப்பிட, அருகே வரக்கூட யாரும் தயாராக இல்லை. அதற்குள், மனநிலை பிறழ்ந்தவராக அக்கம்பக்கத்தினரால் முற்றிலும் ஒதுக்கி வைக்கப்பட்டிருந்தார் அலி. ஜம்ஷீது தனியே தன் நண்பனை குளிக்கவைத்து, தூங்கச்செய்தார்.

அடுத்தநாள் கடைக்குச் சென்ற ஜம்ஷீது, செய்தித்தாள்கள், அடர் நிறத் துணிகளென வாங்கிவந்து, ஜன்னல்களை முழுவதுமாக அடைக்க, அலி தூங்கி எழுந்தபோது, முகத்தை ஊடுருவும் வெளிச்சம் இல்லாமல், மிகச் சாந்தமாக உணர்ந்தார்.

'ரொம்ப நாளைக்கப்பறம், என் வீடு, எனக்குன்னு கொஞ்சமா ஒரு இடம்ன்னு இருட்டுல பாதுகாப்பா இருந்தேன்' என்ற அலி, தான் அமர்ந்திருந்த மெத்தையின் ஓரங்களை ஆதரவாகப் பிடித்துக் கொண்டார்.

அதற்குப் பிறகு, இருட்டுடனான அலியின் பந்தம் இன்னமும் இறுகியது. மேலும் செய்தித்தாள்கள், அடர் நிறத் துணிகளென வாங்கி வந்து வீட்டின் இண்டு, இடுக்கைக்கூட விடாமல் டக்ட் டேப் கொண்டு ஒட்டினார். வெளியே செல்வதைக் கொஞ்சம் கொஞ்சமாக நிறுத்திவிட்டு, இருட்டுக்குள் முழுவதுமாக ஒடுங்கிக் கொண்டார்.

வீட்டைவிட்டு வெளிவரவே தடுமாறினார் அலி. திசைபுரியாமல் ஊரைச் சுற்றிய அலிக்கு, தன் அன்றாட தேவைகளுக்காக — சாப்பாடு வாங்க, குளத்தில் தண்ணீர் சேந்த என சிறுசிறு வேலைகள் அனைத்துமே மலைபுரட்டுவதுபோல மலைப்பாக இருந்தன.

அலிக்கு வரும் கொடுங்கனவுகள் நின்றுவிட்டன. கனவுகளும்!

'எனக்கு கனவே வர்றதில்ல, கடைசியா கனவு வந்து கிட்டத்தட்ட ஒரு வருஷம் இருக்கும். எல்லாத்தையும் எடுத்துக்கிட்டாங்கங்க. என் வாழ்க்கை, வேலை, எதிர்காலம் எல்லாத்தையும் எடுத்துக்கிட்டவங்க, கூடவே என் கனவு, ஏன் கெட்டகனவுகளைக்கூட விட்டு வைக்காம எடுத்துக்கிட்டாங்க' என்றார். இருளத் தொடங்கியது. சோர்வும், கவலையும் அலியை அழுத்தின.

'கெட்டகனவெல்லாம்கூட என்னைவிட்டுப் போயிடும்ன்னு நான் நினைக்கவேயில்ல.'

'இப்ப லைட்டப் போட்ருவாங்க, நான் எல்லாத்தையும் பூட்டனும்' என்றார்.

ஜம்ஷீது பையிலிருந்து சிப்ஸ் பொட்டலங்களையும், பிஸ்கட் பொட்டலங்களையும் எடுத்து அலியின் படுக்கை ஓரமாக வைத்து விட்டு நண்பனைக் கட்டியணைத்து விடைபெற்றார். இறுக்கினால் ஒடிந்துவிடுவாரோ என்ற பயத்தில் மிக மென்மையாக அரவணைத்தாற்போன்ற அணைப்பு அது.

'என் கல்யாணத்துல எடுத்த ஃபோட்டோ எதுவும் இருக்கு?', நண்பனிடம் கேட்டார் அலி. ஒரு பிளாஸ்டிக் கவருக்குள் பொதிந்து வைத்திருந்த ஃபோட்டோக்களை ஜம்ஷீது எடுத்துக் கொடுக்க, அலி ஆசையுடன் தடவிக்கொடுத்தார். மெல்லிய புன்னகையுடன், 'நான் அழகாதான் இருந்திருக்கேன்ல?, எனக்கு இப்ப என்னாச்சு' என்ற அலியின் கையை இறுகப் பிடித்து அருகே இழுத்து நெற்றியில் முத்தமிட்டுக் கிளம்பினார் ஜம்ஷீது.

நாங்கள் அங்கிருந்து நடக்கத் தொடங்கியபோது விளக்குகள் ஒளிரத் தொடங்கின.

காரின் முன்கதவின் மேல் அப்படியே சாய்ந்துகொண்டேன். அலியிடம் செய்ததுபோல என் கைகளையும் சில விநாடிகள் இறுகப் பிடித்துக்கொண்டார் ஜம்ஷீது.

அன்றிரவு கடக்க வேண்டிய சோதனைச்சாவடிகளுள் முதல் சாவடியை நோக்கிய எங்கள் பயணத்தைத் தொடங்கினோம்.

2018இல் அலி காணாமல் போனதாகப் புகாரளித்தார் ஜம்ஷீது. இன்றுவரை அலி கிடைக்கவேயில்லை.

ஒருநாள் ஷெரீஃபைக் கூப்பிட்டேன். 2014ஆம் வருடம் இந்திய-வங்கதேச எல்லையில் என்னுடைய முதல் பயணத்தின் போது சந்தித்த அதே ஷெரீஃப். நான் எழுதி முடித்தவற்றைப் படித்துக் காண்பிக்க அவரை அழைத்தபோது, அந்த எண் தொடர்புக்கு அப்பால் இருந்தது. இரண்டு நாள்களுக்குப் பிறகு அழைத்துப் பேசிய அவர், ‘அவன் கனவு மொத்தத்தையும் திருடிட்டாங்கதான். என்னுடையவையும் களவு போச்சு’ என்றார்.

டிசம்பர் 2019ஆம் ஆண்டில் ஒருநாள் லெஃப்டியின் குறுஞ்செய்தி துக்க செய்தியொன்றைப் பகிர்ந்தது. ஷெரீஃப் காலமானார்.

பாகம் மூன்று

இந்திய – சீன எல்லை

சர்ச்சைக்குரிய பகுதியாகத் திகழும் இந்திய-சீன எல்லைப்பகுதி இன்றுவரை தெளிவாக வரையறுக்கப்படவில்லை. இந்தியா-சீனாவுக்கு இடையேயான ஆதிக்க எல்லைக்கோடு (எல்.ஏ.சி.), 1962இல் இருநாடுகளுக்கு இடையேயான போர்நிறுத்த உடன்படிக்கையை அடுத்து சீனப் பிரதமர் சூ-என்-லாய் (1898-1976) அவர்களால் பெயரிடப்பட்டது. கிழக்கிந்திய எல்லை முகமையின் சர்ச்சைக்குரிய பகுதியிலிருக்கும் இந்நிலப்பரப்பிற்கு இரு நாடுகளுமே உரிமை கோருகின்றன. இந்திய-சீன எல்லைப்பரப்பை மூன்று பகுதிகளாகப் பிரிக்கலாம்: மேற்கு, மத்திய, கிழக்குப் பகுதிகள்.[1] மேற்குப் பகுதியில் 1860களில் ஆங்கிலேயர்களால் வரையறை செய்யப்பட்ட ஜான்சன் கோடு இன்றுவரை பிரச்சினைக்குரியதாக இருக்கிறது.[2] மேற்குப் பகுதியானது இந்தியக் கட்டுப்பாட்டுக் காஷ்மீரையும் சீனாவின் ஷின்ஜாங் மற்றும் திபெத்தையும் உள்ளடக்கியது. சுதந்திரத்திற்குப் பிறகு, ஜம்மு-காஷ்மீர் மாகாணத்திலிருந்த அக்சாய் சின் பிரதேசத்தையும் உள்ளடக்கி, ஜான்சன் கோட்டை அடிப்படையாகக் கொண்டு மேற்குப் பகுதி எல்லையை வரையறுத்தது இந்திய அரசு.

> 'சுதந்திரத்திற்குப் பிறகு, சர்தார் வல்லபாய் பட்டேல் தலைமையிலான மாநிலங்களுக்கான அமைச்சகம் ஜூலை 1948 மற்றும் பிப்ரவரி 1950இல் இரு வெள்ளையறிக்கைகளைச் சமர்ப்பித்தது. இரு அறிக்கைகளும் கிழக்கில் தெளிவாக வரையறுக்கப்பட்டுள்ள மெக்மஹான் கோடு போலன்றி, இந்திய-சீன-ஆஃப்கான் முச்சந்திப்பில் தொடங்கி, இந்திய-சீன-நேபாள முச்சந்திப்பு வரையிலான வடக்கு எல்லை முழுவதையும் 'வரையறுக்கப்படாதது'

என அறிவித்ததாக ஏ.ஜி. நூரானி எழுதியுள்ளார்.[3]

---

1. Ibid.
2. Ibid.
3. A.G. Noorani, 'Facts of history', *Frontline*, 12 September 2003, https://frontline.thehindu.com/world-affairs/article30218740.ece.

இந்தியா சுதந்திரத்திற்குப் பிறகும் ஆங்கிலேயர்கள் வரையறுத்த எல்லைக்கோடுகளையே சுவீகரித்துக்கொண்டது.[4]

ஆனால், சீனா மறுத்தது. இரு நாடுகளுக்கு இடையேயான ஆதிக்க எல்லைக்கோடு 1993ஆம் ஆண்டின் சர்வதேச உடன்படிக்கை மூலம் உறுதி செய்யப்பட்டாலும், 2,167 மைல் நீளமுள்ள அப்பிரதேசத்தின் பல பகுதிகளில் இன்றுவரை பரஸ்பர ஒப்புதல் சாத்தியப்படவில்லை.

1950கள் வரை சீனாவிடமிருந்து பெரிதாக எதிர்ப்பு எழவில்லை. இன்று, அக்சாய் சின் பகுதி இமயமலையின் லடாக் பகுதியைச் சேர்ந்தது என இந்தியாவும், ஷின்ஜாங் மாகாணத்தைச் சேர்ந்தது என சீனாவும் உரிமை கோருகின்றன. சராசரியாக, கடல்மட்டத்திலிருந்து சுமார் 14,000 அடிகள் உயரத்தில், உயிர்த்துக்கிடக்கும் சாத்தியக் கூறுகளற்ற இந்நிலப்பரப்பின் தட்பவெப்பம், வருடம் முழுவதும் பூஜ்யத்திற்கு கீழ் உறைந்து கிடக்கும்.

எல்லைப்பிரதேசத்தின் மத்தியப் பகுதி மட்டுமே இரு நாடுகளாலும் ஒப்புக்கொள்ளப்பட்டு,[5] சட்டபூர்வமாக வரைபடங்களும் கைமாற்றப் பட்ட நிலப்பரப்பாக, மெக்மஹான் கோட்டைக் கொண்டு வரை யறுக்கப்பட்ட கிழக்குப் பகுதி இன்றுவரை சர்ச்சைக்குள்ளாகிக் கிடக்கிறது.[6] இங்கு அருணாச்சலப் பிரதேசத்தின் பல பகுதிகளை 'தென் திபெத்' எனப் பெயரிட்டு[7] உரிமைகொண்டாடுகிறது சீனா.

1913–14 சிம்லா மாநாட்டில் பிரிட்டிஷ் இந்தியா, திபெத், சீனா ஆகிய மூன்று நாடுகளும் ஒன்றுகூடி, இந்தியா–திபெத்; சீனா–திபெத்; இந்தியா–சீனா ஆகிய எல்லைகள் குறித்த உடன்படிக்கை பற்றி விவாதித்தன. சீனப் பிரதிநிதிகள் ஒப்புதலளிக்க மறுத்துவிட, எழுபது ஆண்டுகள் கடந்த பின்னரும் தீர்க்கப்படாமல் நீடிக்கிறது எல்லைப் பிரச்சினை.

---

4. Mihir Bhonsale, 'Understanding Sino-Indian Border Issues: An Analysis of Incidents Reported in the Indian Media', Occasional Paper of the Observer Research Foundation, 12 February 2018, https://www.orfonline.org/research/understanding-sino-indian-border-issues-an-analysis-of-incidents-reported-in-the-indian-media/.

5. Ibid.

6. Ibid.

7. John W. Garver, *Protracted Contest: Sino-Indian Rivalry in the Twentieth Century*, University of Seattle Press, Seattle, 2001, p. 79.

4
தவாங்

நிலவரைபடக் குழப்பம்

இந்திய-வங்கதேச எல்லையை ஒட்டிய இரண்டு மாதப் பயணங்களுக்குப் பிறகு, சிக்கிமிலிருந்து வடக்கு நோக்கிய பயணத்தில் சீன எல்லையை வந்தடைந்தவுடன், வட-கிழக்கு எல்லையின் நுனியில் அருணாச்சலப் பிரதேசத்தின் கடைப்புள்ளியாய் அமைந்திருக்கும் தவாங் செல்வதில் முனைப்பாயிருந்தேன் — ஆறாம் தலாய் லாமா 1683ஆம் ஆண்டு இங்குதான் பிறந்தார். திபெத்துக்கு வெளியே அமைந்துள்ள பௌத்த மடாலயங்களில், மிக முக்கிய மடாலயம் தவாங்கில் இருக்கிறது. தலைநகர் இடாநகரிலிருந்து சுமார் 300 மைல் தொலைவில் அமைந்துள்ள தவாங்கிற்குச் செல்ல சுமார் 20 மணி நேரம் பிடித்த பயணம், நொறுங்கிக் கிடந்த அப்பகுதி சாலைகளின் தரத்தைச் சொல்லியது. இந்தச் சாலைகளைப் போட்டும், பராமரித்தும் வந்த எல்லைச் சாலைகள் நிறுவனம் (Border Roads Organisation) என்ற ஊழலுக்குப் பெயர்போன அமைப்பு,[1] ஆயிரக்கணக்கான புலம்பெயர் தொழிலாளர்களை வேலைக்கு அமர்த்தியிருந்தது. அவர்களின் இடைவிடாத உழைப்பிற்குப் பின்னரும் கரடுமுரடான அந்த ஒற்றையடிச் சாலையில் ஓட்டுநர் பாவம் தடுமாறித்தான் போனார். இடாநகரிலிருந்து தவாங்கிற்குப் போகும் வழியில் ஆர்மி ட்ரக்குகள், உள்ளூர்க்காரர்களை ஏற்றிக்கொண்டு பிதுங்கி வழியும் ஜீப்கள் ஆகியன எங்களைக் கடந்து சென்றுகொண்டிருந்தன.

கிழக்கு செக்டாரின் எல்லைக்கோட்டிலிருந்து (எல்.ஏ.சி.) 62 மைல் தொலைவில் அமைந்திருக்கிறது தவாங். 1962இல் நடைபெற்ற கிளர்ச்சிக்குப் பிறகு இராணுவத்தின் இருப்பு அதிகரித்திருக்கிறது. 18 மற்றும் 19ஆம் நூற்றாண்டுகள் வரை வடகிழக்கு எல்லைப்புற நிறுவனம் (என்.இ.எப்.ஏ.) இந்தியாவையோ, சீனாவையோ

---

1. See for instance, Rajat Pandit, 'Defence minister to probe BRO scam', 21 April 2011; https://timesofindia.indiatimes.com/india/Defence-minister-to-probe-BRO-scam/articleshow/8042115.cms; PTI, 'Disproportionate assets case: Defence Ministry asks CBI to probe complaints against two Major Generals', 13 July 2018, https://economictimes.indiatimes.com/news/defence/disproporti onate-assets-case-defence-ministry-asks-cbi-to-probe-complaints-against-two-major-generals/articleshow/50759706.cms.

சேர்ந்ததில்லை. 1826இல் அசாம் ஆங்கிலேயரின் கட்டுப்பாட்டுக்குள் வந்த பின்னரும், இன்றைய என்.இ.எப்.ஏ.வின் ஏனைய பகுதிகள் அன்று ஆங்கிலேயர்களால் நிர்வகிக்கப்படாத நிலப்பரப்பாக இருந்தது.

ஆங்கிலேயர்களால் மறக்கப்பட்டு, புறக்கணிக்கப்பட்ட அந்நியப் பிரதேசமாகவே கருதப்பட்ட இந்தப் பகுதி, 1900கள் வரை, ஆங்கிலேய அரசாட்சியின் எல்லைக்குட்படாத பகுதியாகவே இருந்தது. 1930களில் 'காமெங் எல்லைப்பகுதி (KAMENG Frontier Division)யில் — இன்றைய அருணாச்சலப் பிரதேசம் — சுற்றுப்பயணம் மேற்கொண்ட ஓர் ஆங்கிலேயக் காவலர் ஒருவர்: செலா கணவாயின் வடக்கேயுள்ள பகுதிகள் திபெத்தைச் சார்ந்தவையாதலால் அவை புறக்கணிக்கப்பட்டன என்கிறார்.[2] திபெத்தின் தாக்கம் இப்பகுதிகளில் அதிகமிருந்தாலும், பெரும்பாலும் அங்குள்ள மலைப்பிரதேசத்தைச் சேர்ந்த உள்ளூர் பழங்குடிகளின் ஆதிக்கம் மிகுந்திருந்ததால் அப்பகுதியில் முடியாட்சியின் காலனிகளை உருவாக்குவது அவ்வளவு சுலபமாயிருக்கவில்லை.

இன்று செலா கணவாய் மிகப்பெரும் மாற்றத்துக்குள்ளாகி இருக்கிறது. மக்கள் வசிக்காத அவ்வெற்றிடத்தில் மிகப்பெரும் இராணுவத் தளவாடங்களோடு, ஜஸ்வந்த் பாபா கோவிலும் அவ் விடத்தைப் பரபரப்பாக்கியிருக்கிறது. 1962 சீன-இந்தியப் போரில் சீனப்படையினரிடமிருந்து எல்லையைக் காக்க மூன்று நாள்கள் தொடர்ந்து போரிட்டு உயிரிழந்த ஜஸ்வந்த் சிங் ராவத், ஜஸ்வந்த் பாபாவாக இவ்விடத்தைக் கடந்துச் செல்லும் இராணுவத்தினரும் சுற்றுலா பயணிகளும் தவறாமல் வழிபடும் விருப்பத்திற்குரிய தெய்வமாக அருள்பாலிக்கிறார்.[3]

போரில் வீழ்ந்த வீரர்களுக்கான கோவில்கள் இப்பகுதி முழுவதும் காணக்கிடைக்கின்றன. இக்கோவில்கள் அமைந்திருக்கும் தலங்களும் தெய்வங்களின் பெயர்களும் வெவ்வேறாக இருக்கலாம் — தல புராணங்களின் கதைக்கரு ஒற்றைக் கோட்டில்தான் பயணிக்கிறது. இந்தத் தெய்வங்கள் ஒற்றையாளாக சீனப்படையினரிடம் போரிட்டு, அவர்களை மூன்று நாள்களுக்கோ, அதற்கு மேலோ

---

2. D.K. Palit, *War in the High Himalayas*, Palgrave Macmillan, India, 1992, pp. 38.

3. Dibyesh Anand, 'Remembering 1962 Sino-Indian Border War: Politics of Memory', *Journal of Defence Studies*, 6, no. 4, 2012, p. 229, http://www.idsa.in/jds/6_4_2012_Remembering1962SinoIndian BorderWar_DibyeshAnand.

எல்லையில் நிறுத்தி வைக்க, உள்ளூர் பெண்ணொருத்தி அவர்களின் உதவிக்கு வருகிறாள். பெரும்பாலும் 'செலா', 'நூரானாங்', 'பும்லா' என்பதாய் பெயர்கொண்டிருக்கும் அப்பெண்கள், போர் முடிந்தபின் இப்பகுதிக் கணவாய்களின் பெயர்களாகி பயணிகளைச் சுமந்துகொண்டிருக்கின்றனர்.[4] எல்லாக் கதைகளிலும் உதவிக்கு வரும் பெண், வீரன்மீது காதல்வயப்பட, அப்பெண்ணின் தந்தையால் காட்டிக்கொடுக்கப்பட்டு வீரன் உயிரிழக்கிறார். துரோகம் இல்லாத பட்சத்தில், அந்த வீரன் இன்னமும் உயிரோடு இருந்திருக்கக்கூடும்.

அருணாச்சலப் பிரதேசம், மேல் சுபான்சிரி மாவட்டத்திலுள்ள அச்சிங்மோரி எனும் சிற்றூரில் ஷேர் யூங் தாபாவின் கோவில் அமைந்திருக்கிறது. அங்குள்ள உலோகப் பட்டயம், 1962 சீனத்திற்கெதிரான போரில், 'ஒற்றைத் துப்பாக்கியுடன் தன்னந்தனியே சீன வீரர்களை வீழ்த்திய இந்திய இராணுவத்தின் மாவீரன்' என அறிவிக்கிறது.

பெரும்பாலான கோவில்களுக்கு வரலாற்று ஆதாரமோ சான்றுகளோ இல்லாதது மட்டுமல்ல, 1962 போரில் நடந்த நிகழ்வுகளுக்கு வெளியேதான் இவை அமைந்திருக்கின்றன. ஒற்றை வீரன் மூன்று நாள்களுக்கு ஒரு முழு படையைச் சாமாளிப்பது நடைமுறையில் சாத்தியமில்லை.[5] நாட்டுப்புற அழகியல், இந்திய இதிகாசங்களின் தாக்கம், கற்பனை ஆகிய எல்லாமும் சரிவிகிதத்தில் கலந்திருக்கும் இந்த தேசபக்திப் புனைவுகளில் அந்த வீரன் இந்தியாவின் உருவகமாக, அந்தப் பெண் செலா அப்பிரதேசத்தின் பிரதிநிதியாகிறாள். இப்பகுதியின் சீனத் தொடர்புகள் குறித்த இந்தியாவின் சந்தேகங்கள், கதையில் அப்பாவின் துரோகங்களாகிவிட்டன.

தவாங்கில் இறங்கியவுடன், 'சந்திக்க வேண்டிய நபர்கள்' என்ற பட்டியலை என்னிடம் கொடுத்தார் உள்ளூர் பத்திரிகையாளர் ஒருவர். இராணுவ அதிகாரிகள், என்.ஜி.ஓ. பணியாளர்கள், '1962 போரை நேரில் பார்த்த' உள்ளூர்க்காரர்கள் ஆகியோர் அப்பட்டியலில் இடம்பெற்றிருந்தனர். உள்ளூர் பிரமுகர்களிடமிருந்து பெற்ற ரெடிமேட் பட்டியல் அது. அவர்களை ஒவ்வொருவராக பேட்டியெடுக்கத் தொடங்க, அங்கு பொதுவானதொரு மூலப் படிமம் புழக்கத்திலிருப்பதை உணர முடிந்தது. சிந்தனை உதிக்கும் நேரத்தையும் விஞ்சும் வேகத்தில் அம்மக்கள் பேசுவதை என்

---

4. Ibid., p. 230.

5. Ibid.

அனுபவம் உணர்த்தியது. பெரும்பாலும் ஞாபகத்தின் சுருக்குப் பையிலிருந்து திரும்பத்திரும்ப சொல்லப்பட்ட கதைகள் தவறு களோடும் குழப்பங்களோடும் தொடங்கி, கடந்த காலத்தின் ஆழத்தை வார்த்தைகளால் வடித்தெடுத்திருந்தன. பேசிய எல்லோ ரும் ஒரே தொனியில், ஒரே ஸ்வரத்தை மீட்டினர் — திரும்பத்திரும்பச் சொல்லப்பட்ட போர்க்கதைகளின் சங்கதிகள் மட்டும் சிறிது முன் பின்னாக இருக்க, கால, தேச வர்த்தமானங்கள் வித்தியாசப்பட, பேட்டிகளின் முடிவில் 1962 போரில் இந்தியா வெற்றிபெற்றதுபோல் உணர்ந்தேன்!

அந்த உள்ளூர் நிருபரிடம் 'எதற்காக குறிப்பிட்ட மக்களை மட்டும் சந்திக்கச் சொன்னீர்கள்?' என்று கேட்டேன். '1962 போர் நினைவு நாளுக்காக வருஷா வருஷம் டெல்லிலேர்ந்து பத்திரிகையாளர்கள் வருவாங்க. அவங்களுக்கு குடுக்கறதுக்காக எப்பவும் வச்சிருக்கற லிஸ்ட்தான் அது, அப்பப்ப கொஞ்சம் மாத்திக்குவேன்' என்றார். 'ஒரே மாதிரி இருந்தாலும், ஒண்ணாவே இருக்காதுல்ல? வேறல்லாத வேற்றுமை'.

'வேறல்லாத வேற்றுமை'— இப்பகுதியோடு இந்தியக் குடியரசுக்கு இருக்கும் குறைந்தபட்ச ஈடுபாட்டை இதைவிட தெளிவாகச் சொல்லிவிட முடியாது.

சிம்லா மாநாட்டிற்குப் பிறகும், திபெத் அரசு தவாங்கின் மீது அடுத்த இருபது ஆண்டுகளுக்கு தொடர்ந்து ஆதிக்கம் செலுத்தியது.[6] 1959ஆம் ஆண்டு திபெத்திலிருந்து தப்பி வெளியேறிய தலாய் லாமா தவாங் வழியாக இந்தியாவுக்குள் நுழைந்து தலைமறைவானார். இன்று திபெத் மற்றும் தவாங் பகுதிகளில் மேலாதிக்கம் செலுத்தும் சீனா, தவாங் பகுதியை 'தென் திபெத்' என்றே தன் வரைபடங்களில் குறிப்பிடுகிறது. 1962 போரிலிருந்து இந்திய–சீன எல்லைப் பிரச்சினையின் மையப்புள்ளியாக இருக்கும் தவாங் இன்று இராணுவமயமாக்கப்பட்டு, மிகப் பெரிய இராணுவத் தளவாடம்போலக் காட்சியளிக்கிறது. ஏறக்குறைய தவாங் மாவட் டத்தின் கால்வாசிப் பகுதியை இராணுவமும் துணை இராணுவப்

6. Steven A. Hoffmann, 'Rethinking the Linkage between Tibet and the China-India Border Conflict: A Realist Approach', *Journal of Cold War Studies*, 8, no. 3, 2006, pp. 165–194, doi:10.2307/26925946. Also see: Phunchok Stobdan, *The Great Game in the Buddhist Himalayas: India and China's Quest for Strategic Dominance*, Penguin, Delhi, 2019.

படை⁷யும் சுவீகரித்துக்கொள்ள, மற்றொரு கால்வாசியை மாவட்ட நிர்வாகம்⁸ எடுத்துக்கொண்டது.

'பிரதான இந்தியா'வின் கற்பனையில், தவாங் வளர்ச்சியற்ற எல்லைப்புறம்; மக்களோ, வரலாறோ அற்ற, ஸ்தம்பிக்க வைக்கும் அழகுடைய பிரதேசம். இராணுவத்தின் இருப்பாலும் எல்லைப் புறப் பிரச்சினைகளாலும் வாழ்வைத் தொலைத்த, புரட்டிப் போட்ட கதைகள் குறித்த புரிதலோ அக்கறையோ அங்கே யாருக்கு மில்லை. உள்ளூர் எதிர்ப்பு மரபின் வரலாறுகள், வளர்ச்சித் திட்டங்களுக்கெதிரான அதிருப்தி, புனித நிலங்களின் அழிப்பு, உள்ளூர் மொழிகளின் இழப்பு, வாய்மொழி வரலாறுகள் மற்றும் பண்பாடுகளின் இழப்பு என இவையெவையும் செய்திகளில் இடம்பெறுவதேயில்லை.

1962 சீனப் போர்மீதான இந்திய தேசிய வரலாற்றின் கவனம், அதற்குமுன் பத்தாண்டுகளாக நடந்த அப்போருக்கான முன்னேற் பாடுகள்மீது இருப்பதில்லை. 1951ஆம் ஆண்டு இந்திய இராணு வத்தின் பார்வை தவாங்மீது படிந்தது. தவாங்கைக் கைப்பற்ற அனுப்பப்பட்ட இரண்டாம் அசாம் ரைஃபில்ஸின் கமாண்டர் மேஜர் ராலேங்நாவ் கத்திங், நாகா இனத்தைச் சேர்ந்தவர்.⁹

பிரதம மந்திரி அலுவலகத்திலிருந்து மேஜர் கத்திங்கிற்கு வந்த கட்டளைகளில் எந்தக் குழப்பமும் இல்லை: அப்பகுதியை ஆக்கிர மித்து, அங்கு இந்தியாவின் நிர்வாகம் 'மிக இயல்பாக அமைந்தது' போலொரு தோற்றத்தை ஏற்படுத்த வேண்டும்.¹⁰ 'அப்பகுதி இந்தியாவின் அதிகார எல்லைக்குட்பட்டது, திபெத்தினுடையது

---

7. Urmi Bhattacharjee, 'Seat of Ancient Buddhism Threatened by Fifteen Proposed Dams', International Rivers, 15 January 2013, https://www.internationalrivers.org/blogs/259/seat-of-ancient-buddhism-threatened-by-fifteen-proposed-dams.

8. Ibid.

9. Bérénice Guyot-Réchard, *Shadow States: India, China and the Himalayas, 1910–1962*, Cambridge University Press, Cambridge, 2017, p. 179.

10. Sonia Shukla, 'Forging New Frontiers: Integrating Tawang with India, 1951', *China Report*, 48, no. 4, November 2012, pp. 407–426, doi:10.1177/0009445512471174.

அல்ல என்பதை திபெத்திய அதிகாரிகளுக்கு தெளிவுபடுத்த வேண்டும் என்பதற்காக' அங்கு அனுப்பப்பட்டார் கத்திங்.[11]

இந்திய நிர்வாகம் தவாங்கில் தன் இருப்பை நிலைநிறுத்தி இரண்டு ஆண்டுகள் ஆன நிலையில், இப்பகுதியின் மிகப் பெரிய பழங் குடியான தகின் இனத்தவரால் மேல் சுபான்சிரி (அ)அச்சிங் மோரியின் சியாங் முதன்மைப் பிரிவைச் சேர்ந்த வீரர் குழுவினர் படுகொலை செய்யப்பட்டனர். சுமார் ஒரு டஜன் வீரர்கள் பணயக் கைதிகளாக இழுத்துச் செல்லப்பட, 47 வீரர்கள் கொலைசெய்யப் பட்டனர்.[12]

அந்தத் தாக்குதல் நடந்ததற்கான காரணம் இன்றுவரை புரியாத புதிராகவே உள்ளது. தகின் இனத்தவரின் கருணையற்ற காட்டு மிராண்டித்தனத்தை இந்தியா குற்றம்சாட்ட, இராணுவப் படை யெடுப்பும் தொடர்ந்த ஆக்கிரமிப்பும் உள்ளூர் மக்களை கோபப் படுத்தியதாக அதிருப்தியாளர்கள் வாதிட்டனர். இக்கொலைச் சம்பவத்திற்கு முன்புவரை தகின் பழங்குடியினர் பற்றிய குறிப்புகள் எந்தக் கோப்பிலும் காணக்கிடைத்ததில்லை.

அச்சிங்மோரி சம்பவத்தைத் தொடர்ந்து என்.இ.எப்.ஏ. செயல்திட்டம் குறித்து பிரதமர் ஜவஹர்லால் நேருவிடம் பாராளுமன்றத்தில் கேள்வி எழுப்பப்பட்டது. 'இந்திய எல்லைக்குட்படாத பகுதியில் வசிக்கும், இந்தியக் குடிமக்களாகவே தங்களைக் கருதாத தகின்களுக்கெதிரான நடவடிக்கைக்கு என்ன நியாயம் கற்பிப்பீர்கள்' என்ற கேள்விக்கு 'தகின்கள் தங்களை இந்தியர்களாகக் கருதாமல் இருக்கலாம். அதற்காக அவர்கள் வசிக்கும் பகுதி இந்திய எல்லைக்குட்பட்ட தில்லை என்பதை ஏற்க முடியாது' என்று பதிலளித்தார்.[13]

தகின்களை இந்தியக் குடிமக்களாக ஒருதலைப்பட்சமாக அறிவித்த தோடல்லாமல், அவர்களின் இருப்பிடத்தை இந்தியாவின் ஆட்சிக் குட்பட்ட எல்லையாகவும் அறிவித்த இந்திய அரசு, பண்படுத்த வேண்டிய காட்டுமிராண்டிகளாக தகின்களை அணுகுவதை மட்டும் மாற்றிக்கொள்ளவேயில்லை.[14]

---

11. Ibid.
12. Berénice Guyot-Réchard, 'Tour Diaries and Itinerant Governance in the Eastern Himalayas, 1909–1962', *the Historical Journal*, 60, no. 4, 2017, p. 1,023.
13. Guyot-Réchard, Berénice, *Shadow States*, p. 124.
14. Ibid.

அச்சம்பவமும் தொடர்ந்த இந்திய அரசின் நடவடிக்கைகளும் புதிய குடிமக்களின் மனங்களை வென்று பெரும் வரவேற்பைப் பெற்றதாக அதிகாரபூர்வமாக அறிவித்துவிட்டு கணக்கை முடித்தது இந்திய அரசு. என்.இ.எப்.ஏ. அதிகாரியாக பத்து வருடங்களாகப் பணியாற்றிய நாரி ருஸ்டம்ஜி, தன் *Enchanted Frontiers: Sikkim, Bhutan and India's Enchanted Frontiers* புத்தகத்தில் தகின் கிளர்ச்சியை, இப்பகுதிக்குள் இந்திய நிர்வாகம் ஊடுருவ உதவிய 'கருணைமிக்க பெருந்தந்திரம்' என்கிறார்.[15]

1942இல் பிரிட்டிஷ் இந்திய இராணுவத்தில் சேர்ந்து தொடர்ந்து 35 ஆண்டுகள் கிழக்கிந்திய எல்லைகளில் பணிபுரிந்த எஸ்.எம். கிருஷ்ணாத்ரியின் பார்வை மிகைப்படுத்தப்படாத யதார்த்தத்தைக் காட்சிப்படுத்துகிறது. தகின்களின் பிரதேசம், 'ஏறக்குறைய ஒரு போர்க்களம்'போல நடத்தப்பட்டதாகப் பதிவுசெய்யும் அவர், படுகொலை நடந்த மூன்று வாரங்களுக்குப் பின்னர் இந்திய இராணுவம் அங்கு சென்றபோது, 'நிராகரிக்கப்பட்ட இருப்பிடங்கள், கொல்லப்பட்ட கோழிகள்-பன்றிகள், எரிக்கப்பட்ட வீடுகள் தவிர வேறெதுவுமில்லை' என்கிறார்.[16] இது கருணையுமில்லை, தந்திரமுமில்லை. மாறாக, தான் எதிர்கொள்ளும் தன் மக்கள் குறித்து தகுந்த அறிவோ, அனுபவமோ இல்லாத, ஆழமும் ஆயத்தமும் அற்ற அரச நடவடிக்கை; கிழக்கு-இமாலயப் பகுதியில் இந்தியாவின் பலவீனமான நிலையை வெளிச்சமிட்டுக் காட்டும் நிகழ்வு. புவியியலாளரும் வரலாற்றறிஞருமான மேத்யூ ஹெட்னி, 'ஒரு நிலப்பகுதியை ஆட்சி செய்ய, முதலில் அம்மண் குறித்த புரிதல் வேண்டும்' என்கிறார்.[17] ஆனால், மண்ணை மட்டும் அறிந்து, மக்கள் குறித்த புரிதலில்லாமல் ஆட்சி செய்துவிட முடியுமா என்ன?

தவாங்கில் தங்கியிருந்த நாள்களில், அச்சிங்மோரி சம்பவம் குறித்த அரசின் கூற்றுக்கும், 1962 போர் குறித்த உள்ளூர் மக்களின் பார்வைக்குமிடையே உள்ள ஒற்றுமையை என்னால் உணர

15. Nari Rustomji, *Enchanted Frontiers: Sikkim, Bhutan, and India's North-eastern Borderlands*, Oxford University Press, Bombay, 1971, p. 114.

16. S.M. Krishnatry, *Border Tagins of Arunachal Pradesh: Unarmed Expedition, 1956*, National Book Trust, New Delhi, 2005, p. 33, quoted in Bérénice Guyot-Réchard, *Shadow States: India, China and the Himalayas, 1910–1962*, Cambridge University Press, Cambridge, 2017, p. 124.

17. Matthew H. Edney, *Mapping an Empire: The Geographical Construction of British India, 1765-1843*, Oxford University Press, Delhi, 1999, p. 1.

முடிந்தது. தவாங் மடாலயத்தில் 1962 போரின் சாட்சியாக வாழ்ந்து கொண்டிருக்கும் முதிய பிக்குகளையும் இளைய பிக்குகளையும் சந்தித்து நீண்ட நேரம் உரையாடும் வாய்ப்பு கிடைத்தது. அறபு வசந்தப் போராட்டங்கள், திபெத்திய ஆக்கிரமிப்பை எதிர்த்து நடைபெற்ற தீக்குளிப்புகள் ஆகியவற்றுக்கு திடமான ஆதரவும் அனுதாபமும் இளைய பிக்குகள் இடையே இருப்பதை உணர முடிந்தது. அவர்களில் பலர், புதிய அணை கட்டும் திட்டங்களுக்கு எதிரான உள்ளூர் எதிர்ப்புக் குழுக்களிலும் இடம்பெற்றிருந்தனர். மாவட்டத்தில் சுமார் பதினைந்து புதிய அணைகளைக் கட்டும் இந்திய அரசின் திட்டத்தை எதிர்த்து 2011இலிருந்து தொடர்ச்சியான எதிர்ப்புக்குரல்கள் தவாங்கில் எதிரொலித்தப்படி இருக்கின்றன. புனித பூமியின் சுற்றுச்சூழல் பாதிப்பு, இராணுவ மற்றும் நிர்வாக காரணங்களைக் காட்டி நிலங்கள் அபகரிப்பு ஆகிய பல்வேறு காரணங்களால் ஒன்றுபட்ட உள்ளூர் பிக்குகளும் மோன்பா இன மக்களும் கட்டுமான வேலைகளை நிறுத்த வேண்டி தொடர் போராட்டங்களில் ஈடுபட்டபோது, காவல்துறையினரால் அடித்துத் துன்புறுத்தப்பட்டனர்.

1962 போரை நேரில் பார்த்த சாட்சிகளும், பிறகு அதன் விளைவுகளை அனுபவித்தவர்களும் சீனாவிடம் இந்தியா வீழ்ந்த அவமானகரமான தோல்வியின் நினைவுகளை இன்னமும் சுமந்துகொண்டுதானிருக் கின்றனர். மேற்கு-காமெங் மாவட்டத்திலுள்ள போம்டிலா–தவாங் நெடுஞ்சாலையிலுள்ள திராங்கிற்கு ஒன்பது மைல் வெளியே சங்க்தி

பள்ளத்தாக்கில், சீனப்படையினர் உள்ளே நுழைந்தபோது, இந்திய இராணுவத்தின் தடங்கள்கூட இல்லை. திராங்க் பள்ளத்தாக்கின் சரிவுகளில் இந்தியப் படையினரின் அழுகிய உடல்களைப் பார்த்ததை நினைவுகூர்ந்தார், எழுபது வயது பிக்கு ஒருவர். மேலும், 'நீங்க இந்தியாவோட கொடிய உயர்த்திப்பிடிச்சு இந்தியன்னு கோஷம் போடலாம். ஆனா, இந்திய இராணுவம் எங்களை நிராதரவா கைவிட்டுட்டுப் போனதை எங்களால மறக்கவே முடியாது. சீன இராணுவம் இந்த மண்ணையும் மக்களையும் கைபற்றிடுச்சு. நாங்க ஆக்கிரமிக்கப்பட்டோம் —ஏறக்குறைய ஒரு மாசம் நீடிச்ச அந்த ஆக்கிரமிப்புல, சீனா கொஞ்சம் கருணையோடவும் நடந்துக்கிச்சு. ஒரு மாசமும் விருந்து, ஆட்டம், பாட்டம்ன்னு கொண்டாடி தீர்த்தாங்க. ஆனா, அதுல தப்பிச்சவங்க, தங்களை இந்தியா கைவிட்டத இன்னும் மறக்கல' என்று கூறினார்.

'ஆக்கிரமிப்பு' என்ற வார்த்தையே இந்தியாவின் அதிகாரபூர்வ பக்கங்களில் இடம்பெற்றிருக்கவில்லை. எந்த நிகழ்வு 1962 போராக உருமாறி வெளிப்பட்டதென்ற சர்ச்சை இன்றுவரை தீர்ந்தபாடில்லை. இந்தியாவைப் பொறுத்தவரை அப்போர், 'புறத்தூண்டுதல்களற்ற, தன் எல்லைகளை விரிவாக்கத் துடிக்கும் சீனாவின் எதிர்பாராத தாக்குதல்'.[18] சீனாவோ, 'இந்தியாவின் தாக்குதலை உணர்ந்து கொடுக்கப்பட்ட பதிலடி' என்கிறது.[19]

திபெத்தின் மீதான சீனாவின் தொடர் ஆக்கிரமிப்பு, இந்தியா தன் எல்லைப்புற உள்கட்டமைப்புகளை வலுப்படுத்துவதற்கு பெரும் சவாலாக இருக்கிறது — போதிய ஆயுதங்களற்ற வீரர்கள்; பல ஆண்டுகளுக்குப் பிறகும் வசதிகள் எதுவுமற்ற மருத்துவமனைகள்; பள்ளிகள்; சாலைகள். தவாங் மக்களில் பெரும்பாலானோருக்கு வரலாறு திரும்பிவிடுமோ என்ற பயம் இன்னமும் அகலவில்லை. சீனா எந்நேரமும் மறுபடி தாக்கக்கூடுமென அஞ்சும் அவர்கள், அத்தாக்குதலின் உக்கிரம் மிக மோசமாக இருக்குமெனவும் கருதுகிறார்கள்.

தவாங்கிலிருந்து 23 மைல் தொலைவில், கடல் மட்டத்திலிருந்து 15,200 அடிகள் உயரத்தில், இந்திய-சீன எல்லையிலுள்ள பம்லா

---

18. Neville Maxwell, 'China's "Aggression in 1962" and the "Hindu Bomb"', *World Policy Journal*, 16, no. 2, Summer 1999, p. 111, https://www.jstor.org/stable/40209630.

19. A.G. Noorani, 'Facts of history', *Frontline*, 12 September 2003, https://frontline.thehindu.com/world-affairs/article30218740.ece.

கணவாய்க்கு அங்கிருந்து கிளம்புமுன் சென்றிருந்தேன். சீனாவின் மக்கள் விடுதலைப் படை (பி.எல்.ஏ.) 1962 போரின் போது பும்லாவின் மீது படையெடுத்தது. பும்லாவிற்குச் செல்ல இந்தியக் குடிமக்கள் இராணுவத்தினரிடம் சிறப்பு அனுமதி பெற வேண்டும்.

அசரடிக்கும் இமயமலை அடிவாரத்திலுள்ள பும்லாவிற்குள் நுழையும் போது, 'இம்முனைக்கு மேல் பொதுமக்களுக்கு அனுமதியில்லை' என்கிற அறிவிப்புப் பலகை வரவேற்றது. சமீபத்தில்தான் இந்தியா பக்கம் சுற்றுலாவிற்காகத் திறந்துவிடப்பட்டிருந்தது. விடுமுறைக்காக வந்திருந்த இராணுவத்தினரின் குடும்பங்கள், சொற்ப எண்ணிக்கையில் இருந்த சுற்றுலா பயணிகளென அனைவரையும் மலையுச்சிக்கும் அடிவாரத்துக்குமிடையே ஷட்டில் அடித்துக்கொண்டிருந்தன வாகனங்கள். எல்லைக்கோட்டிற்கு அருகேயுள்ள சிறு சமாதான நினைவிடத்தில் கொடிகளினருகே கூழாங்கற்களைப் போட்டு திபெத்திய ஜெபங்களை ஜெபித்துவிட்டுச் செல்கின்றனர் மக்கள்.

இந்திய இராணுவத்தில் புதிதாகத் தொடங்கப்பட்டிருந்த நாகா ரெஜிமென்டைச் சேர்ந்த இளவயது வீரரொருவரை எல்லைக் கம்பத்தினருகே சந்தித்தேன். சிறு தூறலில் ஒரு குடையைப் பிடித்தபடியே அந்தக் கணவாய் முழுவதும் சுற்றிக்காண்பித்தார் அவர். மியான்மர் எல்லைக்கருகே உள்ள அவரின் சொந்த மாநிலமான நாகாலாந்தில் நடக்கும் ஊடுருவல்களைப் பற்றிப் பேசியபடியே நடந்தோம். இந்தியாவின் மற்ற எல்லைப்புறங்களைப் போலவே

இங்கும் பிரதான இந்தியாவுடனான உறவு பலவீனமானதாகவே இருக்கிறது.

நாகா தேசியவாதம் இன்னமும் சில குழுக்களின் தீவிரப் பேசு பொருளாக இருக்கும் நிலையில், இந்த வீரரைச் சந்திக்கையில் அவரின் மாநிலத்தைச் சேர்ந்த அநேக மக்கள் இந்தியாவை 'ஆக்கிரமிக்கும் சக்தி'யாகவே நோக்க, இந்திய இராணுவத்தில் பணியில் சேர்ந்தது குறித்த அவரது அனுபவத்தைத் தெரிந்துகொள்ள ஆவலாக இருந்தேன். பிரச்சினைக்குள்ளான பகுதிக்குள்ளிருந்தே ஆளெடுத்து, கட்டுக்கடங்காத மற்றொரு பகுதிக்கு காவலாக அனுப்பிவைப்பது என்பது, இந்தியா இப்பொழுதும் தொடர்ந்து கடைபிடிக்கும் காலனியாதிக்க காலத்து உத்தி.

பேசிக்கொண்டிருக்கும்போது, அடிக்கடி பிரிகேடியர் ஜான் தல்வியின் *Himalayan Blunders*ஐத் தொட்டு மேற்கோள் காட்டினார் அந்த இளம் வீரர். 1962 சீன-இந்தியப் போரில் என்.இ.எப்.ஏ.வின் ஏழாவது பிரிகேடின் தளபதியாக தலைமையேற்றவர் ஜான் தல்வி. 22 அக்டோபர் 1962 சீனப்படையிடம் பிடிபட்டவர், ஏறக்குறைய ஏழு மாதங்கள் திபெத் போர் முகாமில் கைதியாகச் சிறைவைக்கப் பட்டார்.

ஆய்வுரீதியாக அணுகப்படாமல், இந்திய வெளியுறவுத்துறையால் தொடர்ந்து புறக்கணிக்கப்பட்டது தல்வியின் புத்தகம். எனினும், எங்கள் நீண்ட உரையாடலின் மையப்புள்ளியாக இருந்தது அந்தப் புத்தகம்தான். நாகா கிளர்ச்சியின் இதயத்துடிப்பாக இருந்த இடத்தி லிருந்து முளைத்தெழுந்த ஒருவரை இந்தியாவின் எதிர்கிளர்ச்சி நடவடிக்கைகளுக்காகத் தேர்ந்தெடுத்து, 'கட்டுக்கடங்காத' பிற மாநிலப் பழங்குடியினரைக் கட்டுப்படுத்துவதற்காக அனுப்பி வைக்கப்பட்ட அனுபவங்களைப் பேசியபடியே நடந்தோம்.

உரையாடலின் தொடக்கத்தில், அடுத்தடுத்து தல்வியை அந்த இளம் அதிகாரி சுட்டியது, பேச்சை திசைதிருப்புவதற்கான உத்தி என்றுகூட யோசித்தேன். ஆனால், எங்கள் பேச்சின் நகலை மறுமுறை வாசித்தபோது, தல்விக்கு நெருக்கத்தில் அவரைப் பொருத்திப் பார்க்க முடிந்தது. காலம், இனம், வர்க்கம், உரிமை, பயிற்சி ஆகிய அனைத்து வேறுபாடுகளையும் கடந்து இந்த இருவரையும் இணைப்பது: போர்களின் உள்ளியல்பான அபத்தம் குறித்த சிந்தனை களும் காலத்திற்குத் துளியும் பொருந்தாத, அடிபணியும் இழி நிலையில் இராணுவச் சேவை செய்வதை ஒப்புக்கொண்டு அங்கீ கரிக்கும் மனநிலையும்தான்.

Himalayan Blunders நூல் அதிகாரபூர்வமாக இந்தியாவில் தடைசெய்யப் படவில்லை. எனினும், இந்திய–சீனப் போர் குறித்து அதிகார பூர்வமாக எழுதப்பட்ட தலைமைத் தளபதி பிரிஜ் மோகன் கவுலின் *The Untold Story*இன் நூலுடன் முரண்படுவதால், தல்வியின் நூலைப் படிப்பது, வெளிப்படையாகப் பேசி விவாதம் செய்வது தொடர்பாக சொல்லப்படாத விதிகள் இராணுவத்திற்குள் இருக்கின்றன.

தல்வியின் புத்தகம் கீழ்கண்ட வரிகளுடன் தொடங்குகிறது:

> ஓர் இருண்ட, குளிர் இரவில், திபெத்தியப் போர் முகா மொன்றின் கைதி பிரசவித்த புத்தகம் இது.[20]

ஆனால், மறக்கவிடாமல் நம்மை அலைக்கழித்து, அச்சுறுத்தும் வரிகள் அடுத்தடுத்த பத்திகளில் நமக்காகக் காத்திருக்கின்றன.

> அதிகாரபூர்வ போர் அறிவிப்பு இல்லாமல், ஒரு படையையே அழித்த சம்பவத்தின் ஆவணம் இது.[21]

என எல்லையில் நிகழும் பேரழிவின் கதைகளைச் சொல்லும் *Himalayan Blunders* புத்தகம், அர்த்தமற்ற இந்த அதிகாரப் போட்டியில் தொலையும் உயிர்களைப் பற்றி கிஞ்சித்தும் கவலையில்லாமல் தன் அதிகாரத்தை நிலைநிறுத்துத் துடிக்கும் அதிகார பீடத்தின் நபர்களைப் பற்றி பேசுகிறது. போலவே, ஊமையாக்கப்பட்ட உண்மைகளின் இடத்தில் பொருந்த வைக்கப்படும் பொய்கள், அதனடிப்படையில் கட்டமைக்கப்படும் வரலாறு என அனைத்தையும் பகிர்கிறது.

சிறையிலிருந்து விடுதலையாகி இந்தியா வந்திறங்கிய அனுபவத்தை தல்வி பகிருமிடத்தைச் சுட்டினார் அந்த நாகா இளைஞர்.

> உரிய இராணுவ நெறிமுறைகளுடன் விமானத்திலிருந்து இறங்கிய எங்களுக்கு அளிக்கப்பட்ட வரவேற்பில் சில்லிடும் மௌனம் ஊடுருவியிருந்தது. நாங்கள் மூளைச்சலவை செய்யப்பட்டோம் என்கிற குற்றச்சாட்டுகளிலிருந்து எங்களை நாங்களேதான் நிரூபித்து வெளிவர வேண்டுமென்பது பிறகு தான் புரிந்தது... கைதிகளாக இருந்த அனைவரும் சந்தேகத்துக் கிடமின்றி புறக்கணிக்கப்பட்டோம். வெளிப்படையாகச் சொல்வதானால், புறக்கணிக்கப்பு, ஒதுக்கிவைப்புபோன்ற தேசத்தின் பாவங்களுக்காக வாழ்நாள் முழுவதும் நாங்கள் பிராயச்சித்தம் செய்ய வேண்டும். சீன–இந்திய உரசல்கள்

20. Brig. J.P. Dalvi, *Himalayan Blunder: The Curtain-Raiser to the Sino-Indian War of 1962*, Natraj Publishers, Dehra Dun, 1997, p. xiii.

21. Ibid., p. xvii.

குறித்த விவாதம் மீண்டும் தேசத்தின் பொதுமேடைக்கு வந்ததால், எங்களின் தாயக மீட்பு சங்கடம் நிறைந்ததாகவே பார்க்கப்பட்டது.[22]

1962 போர் குறித்த அதிகாரபூர்வ விவரங்கள் எங்கும் காணக் கிடைக்கவில்லை — முக்கியமாக இந்தியாவில். அத்தகைய ஆவணங்கள் இந்தியாவின் குற்றங்களைக் கேள்வி கேட்பதோடு, தற்பொழுது இந்தியாவில் பரவலாகியிருக்கும் பரப்புரைகளையும் கேள்வி கேட்கும்.

1980களின் தொடக்கத்தில், இந்திய-சீன எல்லையைப் பற்றிய ஆய்வு மேற்கொண்ட இலண்டனைச் சேர்ந்த கருணாகர் குப்தா எனும் ஆய்வாளர், அவருடைய ஆய்வறிக்கையை வெளியிட்டார். மறைக்கப்பட்ட உண்மைகள், திரிக்கப்பட்ட வரலாறு, மாற்றி யமைக்கப்பட்டிருக்கக்கூடிய வரைபடங்கள், வெளிவராமல் மறைக் கப்பட்ட எல்லை தொடர்பான ஆவணங்கள் என எல்லை சச்சரவு களுக்கான காரணங்களை அடுக்கும் குப்தா, 1962 போருக்குப் பின்னான அரசியல் பிழைகளை நியாயப்படுத்துவதற்காக தேசிய உணர்ச்சிகளைத் தூண்டும் சம்பவங்களை அதிகார பீடம் வெளிப் படையாகவே அரங்கேற்றியது என வாதிடுகிறார்.

---

22. Ibid., p. xiv.

இலண்டனில் படித்துக்கொண்டிருந்த இளம் மாணவன் குப்தா, பிரிட்டிஷ் இந்தியா–திபெத் இடையிலான மெக்மஹான் கோட்டின் தோற்றம் குறித்த தன் ஆராய்ச்சியில், மெக்மஹான் கோட்டுக்கான சட்டபூர்வ அடித்தளம், 1913–14ஆம் ஆண்டு ஆங்கிலேய, திபெத், சீனப் பிரதிநிதிகளுக்கிடையேயான பேச்சுவார்த்தையின் போது இடப்பட்டது. இந்த ஒப்பந்தப் பேச்சுவார்த்தையின் வெளிப்பாடுகள் இன்றுவரை தெளிவாகத் தெரியாததோடு, ஆங்கிலேய–திபெத்திய ஒப்பந்தத்தின் காலக்கெடுவும் குழப்பமான புதிராகவே இருக்கிறது. சந்திப்பின்போது, சீனா கையெழுத்திடவோ, ஒப்பந்த விதிகளை அங்கீகரிக்கவோ மறுத்துவிட்டது.

ஆட்சிசன் உடன்படிக்கை (Aitchison's Treaties) — 1929–33இல் வெளியான காலனித்துவ இந்தியாவின் ஒப்பந்தங்கள் குறித்த இந்தத் தொகுப்பு: சீனா நிராகரித்த காரணத்தினால் சிம்லா ஒப்பந்தத்திற்கு அரசியல்ரீதியாகவோ, சர்வதேசரீதியாகவோ எந்த முக்கியத்துவமும் கிடையாது என்கிறது.[23] சில வருடங்கள் கழித்து வெளிவந்த அதன்

---

23. C.U. Aitchison, *A Collection of Treaties, Engagements, and Sanads Relating to India and Neighbouring Countries*, Government of India Central Publication Branch, Calcutta, 1929–33.

மறுபதிப்பு முற்றிலும் மாறுபட்ட தகவல்களைக் கூறியதோடு, சிம்லா ஒப்பந்தம் சட்டரீதியான, கட்டுப்பாடுகள்மிக்க மிக முக்கியத் துவம் வாய்ந்த ஒப்பந்தமென அறுதியிட்டுக் கூறியது. ஆட்சிசன் உடன்படிக்கையின் இரண்டு பதிப்புகளையும் படித்தாய்ந்த குப்தா, வடமேற்கு எல்லையின் ஆளுநரும், ஆங்கிலேய அதிகாரியுமான சர் ஒலாஃப் கேரோவின் ஆலோசனையின் பேரில், காலனித்துவ அரசு ஆவணங்களைத் தவறாகத் திருத்தியெழுதி, மாறுபட்ட தகவல்களுடன் மறுபதிப்பு செய்து வெளியிட்டதை நிரூபித்தார். அது எதிர்காலப் பேச்சுவார்த்தைகளைக் குழப்பம் செய்து திசை திருப்பும் நோக்கில் செய்யப்பட்ட மோசடி என வாதிடும் குப்தா, இந்தப் பொய்களே பின்னர் உண்மையாகப் பதிந்து போயின என்று குறிப்பிடுகிறார்.[24] பிரதமர் திரு ஜவஹர்லால் நேருவிற்கிருந்த மெக்மஹான் கோடு குறித்த இந்த ஆவணங்கள் மீதான நம்பிக்கையால், சுதந்திர இந்தியாவும் புனையப்பட்ட எல்லைகளையே சுவீகரித்துக்கொண்டது என்று நம்புகிறார் குப்தா. குப்தாவின் வாதங்களும், முடிவுகளும் சீன-இந்திய எல்லை குறித்த இந்தியாவின் வரலாற்றுக் கூற்றுகளை கேள்விக்குறியாக்குவதோடு, தவறான இந்த மோசடி வரைபடங்களை நம்பி 1962 இந்திய-சீனப் போரில் இந்தியா ஈடுபட்டதன் ஆபத்தையும் கேள்வி கேட்கிறது. இந்திய-சீன எல்லைப் பிரச்சினையை மேலும் மோசமாக்கியதில் அதிகார பீடத்தின் 'தேசிய உணர்வுத்' தூண்டல்களுக்கு எத்தனை பங்கிருக்கிறதோ, அதே பொறுப்பு, தன்னார்வ வரலாற்றாசியர்களால் திரிக்கப்பட்ட வரலாறு; அமுழ்த்தப்பட்ட உண்மைகள்; மறைக்கப் பட்ட ஆதாரங்களுக்கும் உண்டென 1962 போர் நடைபெற்று இருபதாண்டுகள் கழித்து பதிவு செய்கிறார் குப்தா.[25]

தொடர்ந்து ஆராய்ச்சியில் ஈடுபட்டு, ஆய்வுக்கட்டுரைகள் எழுதி பதிப்பித்து வந்தாலும் அரசு உதவி பெறும் நிறுவனங்களிலிருந்து தனிமைப்படுத்தப்பட்டார் குப்தா. 1976ஆம் ஆண்டு *The Hidden History of the Sino-Indian Frontier* என்கிற குப்தாவின் நூலுக்கு ஆங்கிலேய வரலாற்றாசிரியர் சர் ஆலெஸ்டேர் லாம்ப் எழுதிய மதிப்புரையில் அவருடைய எதிர்காலத்தையும் கணித்து எழுதுகிறார்:

---

24. Karunakar Gupta, 'Hidden History of the Sino-Indian Frontier: II: 1954–1959', *Economic and Political Weekly*, 1974, pp. 765– 772; Karunakar Gupta, 'Distortions in the History of Sino- Indian Frontiers', *Economic and Political Weekly*, 1980, pp. 1,265–1,270.

25. Karunakar Gupta, 'Hidden History of the Sino-Indian Frontier', p. 765.

டாக்டர் எஸ். கோபால் மற்றும் அவரது குழுவினருடைய அதிகாரபூர்வ எழுத்துகளில் பொதிந்திருந்த கருத்துகளுடன் அடிப்படையிலேயே முரண்படும் தன்னுடைய அவதானிப்புகளை, சீன-இந்திய சர்ச்சைகள் பற்றியும் அதன் இயல்பு குறித்தும் இந்தியாவில் எழுதிப் பதிப்பித்த வெகு சில இந்திய அறிஞர்களுள் ஒருவர் குப்தா. இதற்காக அவருக்கு சொந்த நாட்டில் பரிசோ, பாராட்டோ கிடைக்காமல் போகலாம். வேறிடங்களில் அவரின் தைரியமும் அறம் வழுவா நேர்மையும் உரிய பாராட்டுகளைப் பெற்றே தீரும்.[26]

1980களில் குப்தா மறைந்தார். ஆலெஸ்டேரின் கணிப்பு பொய்க்கவில்லை. குப்தா வெளிநாடுகளில் போற்றப்பட்டார்; ஆனால், இந்தியாவில் முற்றிலுமாக நிராகரிக்கப்பட்டிருந்தார். வரலாறு மற்றும் நடப்பு நிகழ்வுகளைப் பயிலும் மாணவர்கள்கூட அவரைப் படிக்கவோ, அவருடைய மேதமையை எடுத்துரைக்கவோ இல்லை. குப்தாவின் முப்பதாண்டு கால நுணுக்கமான ஆராய்ச்சியின் படிமங்கள் மறைந்தே விட்டன.

குப்தாவின் கூற்றுகள் உண்மையென்றால், சீன-இந்திய எல்லைப் பிரச்சினை, போர், இராணுவமயமாக்கப்பட்ட எல்லைப்புறம், அதிகரிக்கும் தீவிர தேசியவாதம் ஆகிய அனைத்தும், நீங்கிச் சென்றுவிட்ட காலனித்துவ எதேச்சதிகாரத்தினால் ஜோடிக்கப்பட்ட பொய்யான, போலியான வரைபடங்களை முன்மாதிரியாகக் கொண்டு வழிநடத்தப்பட்டவை எனலாம்.

---

26. Alastair Lamb, 'The Hidden History of the Sino-Indian Frontier: By Karunakar Gupta [Calcutta: Minerva, 1974. 176 Pp. Rs. 30.00.]', *The China Quarterly*, 66, 1976, pp. 386–388, doi:10.1017/S0305741000033841.

பாகம் நான்கு

இந்தியா – மியான்மர் எல்லை

இந்தியா–பர்மா இடையேயான கலாச்சார, வர்த்தகத் தொடர்புகள் ஐந்தாம் நூற்றாண்டிலிருந்து தொடர்பவை. பின்னர், இரு நாடுகளுமே பிரிட்டிஷாரின் காலனியாதிக்க வளையத்துக்குள் வந்தன. 1824இல் இந்தியா முதலில் மண்டியிட, 1885இல் ஆங்கிலோ–பர்மா போரின் முடிவில் பர்மாவும் பின்தொடர்ந்தது. பர்மாவைக் கைப்பற்றிய ஆங்கிலேயர்கள் 1937வரை பிரிட்டிஷ் இந்தியாவின் ஒரு பகுதியாகவே பர்மாவை ஆண்டனர்.

காலனித்துவ ஆட்சி, இந்தியர்கள் எண்ணற்றோரைப் பர்மாவிற்கு புலம்பெயரச் செய்தது. 1861இல் மொத்த ரங்கூன் காவல்துறை அதிகாரிகளும் இந்தியர்களாக இருந்தனர். பத்து வருடங்கள் கழித்து 1885இல் சுமார் 18,000 இந்திய வீரர்கள் பர்மாவில் நிறுத்தி வைக்கப்பட்டிருந்தனர். இரண்டாம் உலகப்போரில் பர்மாவை ஆக்கிரமித்த ஜப்பான், அங்கிருந்த மலேசிய, பர்மியத் தமிழர்களை பர்மா–தாய்லாந்து இடையிலான 200 மைல் நீள ரயில் பாதை அமைப்பதற்குக் கூலிகளாக வேலைசெய்ய நிர்பந்தித்தது. ஜப்பான் ஆக்கிரமிப்பில் சுமார் 1,50,000 தமிழர்கள் இறந்துவிட, மீதமிருந்தவர்கள் இந்தியாவிற்கு ஓடி தஞ்சம் புகுந்தனர். ஜப்பான் ஆக்கிரமிப்பிற்கு எதிராகப் போராட இயக்கம் தொடங்கி 1948ஆம் ஆண்டு விடுதலை பெற்றது பர்மா. அன்றிலிருந்து பல்வேறு இன, சிறுபான்மை, அரசியல் குழுக்களிடையே தொடர்ச்சியாக நடைபெறும் உள்நாட்டுப் போரில் சிக்குண்டு கிடக்கும் தேசம், சுமார் நாற்பது ஆண்டுகள் இராணுவ ஆட்சியின் கீழும் இருந்தது. 1990க்குப் பிறகான பர்மாவின் முதல் ஜனநாயகத் தேர்தல் 2015 நவம்பர் 8ஆம் தேதி நடைபெற்றது. தி நேஷனல் லீக் ஃபார் டெமாக்ரசி கட்சி தேர்தலில் வென்று ஆட்சியைப் பிடித்தாலும், அதன் தலைவர் ஆங் சாங் சூ சீயால் அதிபராக இயலவில்லை. பர்மிய அரசியலமைப்புச் சட்டத்தின்படி, வெளிநாட்டவரை மணம்புரிந்தவர்கள் நாட்டின் அதிபராகப் பொறுப்பேற்க முடியாது. இந்தச் சட்டத்தை தந்திரத்தால் வளைத்தார் ஆங் சாங் சூ சீ. 2016 ஏப்ரலில் புதிய பதவியொன்று

ஏற்படுத்தப்பட்டது. அரசு ஆலோசகர் என்ற புதிய பதவியில் ஆன் அமர, அவருடைய நெடுநாள் உதவியாளர் டின் ஜா அதிபராகப் பொறுப்பேற்றார்.

இந்தியாவைப் போலவே பல மதத்தவர்களாலான பன்முகத் தன்மை வாய்ந்த பர்மியச் சமூகம், அதிகரித்துவரும் (புத்த மதத்தின் அடிப்படையில் அமைந்த) இனவெறி மிகுந்த தேசியவாதத்தால் அவதிப்படுகிறது. பர்மியக் காவல்படையினரால் துன்புறுத்தலுக்கு ஆளாகும் ரோஹிங்கியா மற்றும் கச்சின் பழங்குடியினர் ஆகிய சிறுபான்மையினர், அகதிகளாக இந்தியாவிலும் வங்கதேசத்திலும் தஞ்சமடைகின்றனர்.

புரையோடிய இந்திய–மியான்மர் எல்லைப்பகுதி 1020 மைல் நீளமுள்ளது. 1914 சிம்லா மாநாட்டில் இங்கிலாந்தும் திபெத்தும் கையெழுத்திட்டு ஒப்புக்கொண்ட மெக்மஹான் கோட்டை அடிப்படையாகக்கொண்டே இந்திய–மியான்மர் எல்லை வரையறுக்கப்பட்டது. 1953இல் இந்தியப் பிரதமர் நேருவும் பர்மியப் பிரதமர் ‘ஊ நூ’வும் இணைந்து மேற்கொண்ட வான்வழி மதிப்பாய்வின் முடிவில் ஏற்பட்ட உடன்படிக்கையின்படி அதிகாரபூர்வமாகவும் அறிவிக்கப்பட்ட இந்த எல்லைக்கோட்டை, தங்கள்மீதான திணிப்பாகக் கருதும் நாகா, மிசோ மற்றும் பல பூர்வகுடிகள் ஒப்புக்கொள்ளவேயில்லை.

5
நாகாலாந்து

என் தேசத்தின் வரைபடத்தால் கற்பனை செய்யப்படாதது

மைல்கணக்கில் வெறிச்சோடியிருந்த தேசம் முழுவதும் சிதறியிருந்தது;
மெய்யாகவே பொடித்துச் சிதறிய கிராமங்கள்;
ஷெல்லடித்த நிலப்பரப்போ கொந்தளிப்பான கடலின் மேற்பரப்பை ஒத்திருந்தது.
இந்திய உழைக்கும் வர்க்கத்தினர் ஆயிரக்கணக்கானோரை கொண்ட காலனிகள் பல இருந்தன.

— ஒய்எம்சிஏ தொழிலாளர் கணக்கீடு,
இந்திய அலுவலகப் பதிவுகள்,
பிரிட்டிஷ் நூலகம், இலண்டன்.[1]

---

1. Radhika Singha, 'The Short Career of the Indian Labour Corps in France, 1917–1919', *International Labor and Working-Class History*, 87, 2015, p. 27, doi:10.1017/S014754791500006X.

2013ஆம் ஆண்டு எல்லைகளூடான என்னுடைய பயணத்தின் முதல்படியில் நான் சென்ற இடங்களுள் நாகாலாந்தும் ஒன்று. நாகாலாந்து இந்திய வரைபடத்தில் கிழக்கிந்தியாவின் கடைமூலையில் பர்மாவுடன் தன் எல்லையைப் பகிர்ந்துகொண்டிருக்கிறது. மலைகள், முடிவுறாத ஆறுகள், அடர்காடுகளென அழகிய நிலப்பரப்புடன் நாகா மலைத்தொடர் பிரம்மபுத்திராவின் பள்ளத்தாக்கிலிருந்து எழுகிறது. சர்வதேச எல்லையிலுள்ள லாங்வா கிராமத்தின் வயதான தலைவரொருவரின் படத்துடன் நாகாலாந்தை 'திருவிழாக்களின் பூமி' என விளிக்கிறது 'வியத்தகு இந்தியா' கையேடு. மேலும், உணர்வுகளற்ற வார்ப்பில் கிழக்கை நோக்கும் மேற்கத்திய மேல்தட்டுப் பார்வைக்கு வலுசேர்ப்பதைப் போல், அந்த மக்களை நாகரிகத் தடமற்ற ஏதேன் தோட்டத்துப் புனிதர்களாகச் சித்தரித்திருக்கிறது.

கொஞ்சமும் தயங்காமல், 'நாங்க இந்தியாவை சேர்ந்தவங்க இல்ல' என நேரடியாக மக்கள் சொல்வதை இங்குதான் முதன்முதலில் கேட்டேன். 'எங்க அடையாளம், கௌரவம், வரலாறு எல்லாத்தையும் பாதுகாக்கறதுக்காக தினம்தினம் போரிட்டுட்டிருக்கோம்' என்றனர். நான் இரண்டு மாதங்களாகப் பயணித்துக்கொண்டிருந்தேன். மேற்கு வங்கத்தின் தென்பகுதியிலிருந்து சிக்கிம், அருணாச்சலப் பிரதேசம் என மேலேறி பின் மறுபடி தெற்கு நோக்கிப் பயணித்து திமாப்பூர் வழியே நாகாலாந்து வந்துசேர்ந்த பயணம்.

நாகாலாந்துக்குள் காலடி வைப்பதற்கு முன் ஐ.எல்.பி.[2] பெறுவதற்காக கல்கத்தாவிலுள்ள நாகாலாந்து ஹவுஸுக்குச் சென்றேன். என்னுடைய ஆவணங்கள் கையெழுத்தாவதற்காக காத்துக்கொண்டிருக்கும்போது, அவற்றைச் சரிபார்த்த அதிகாரி, 'அது சர்ச்சைக்குரிய பிரதேசம். இந்தியர்கள் எதுக்கு அங்க போகனும்ன்னு ஆசைப்படறீங்கன்னே புரியல. என்னமோ அது உங்க இடம்ன்னே நினைச்சுக்கறீங்க' என்றார்.

அருணாச்சலப் பிரதேசம், மிசோரம், மணிப்பூர், நாகாலாந்து ஆகிய மாநிலங்களுக்குச் செல்ல ஐ.எல்.பி. அவசியம். வங்காள கிழக்கு எல்லைப்புற விதிமுறைகள் 1873இன்படி (Bengal Eastern Frontier Regulations) அமல்படுத்தப்பட்ட அனுமதி பெறும்முறை,

2. Inner Line Permit or ILP. It is possible to apply online for a Nagaland ILP, https://ilp.nagaland.gov.in/, https://www.nagaland.gov.in/portal/portal/StatePortal/OnlineSer vice/IssueILPService.

காலனித்துவத்தின் எச்சமாக இன்றளவும் சுதந்திர இந்தியாவில் பயன்பாட்டில் இருக்கிறது. 'பிரிட்டிஷ் பிரஜைகள்' என்ற பதத்திற்குப் பதிலாக 'இந்தியக் குடிமக்கள்' என்று 1950இல் மாற்றம் செய்யப்பட்டது.

'கிழக்கிந்தியா' எனப் பொதுவாகக் குறிப்பிடப்படும் இந்தப் பிராந்தியம் – அருணாச்சலப் பிரதேசம், மணிப்பூர், மிசோரம், மேகாலயா, அசாம், நாகாலாந்து, சிக்கிம், திரிபுரா என எட்டு வெவ்வேறு மாநிலங்களை உள்ளடக்கியது. மேலைநாடுகள் கிழக்கை நோக்கும் மேல்தட்டுப் பார்வையில் 'இந்தியாவின் கடைசிப் பிரதேசம்' என்றும், 'மங்கோலிய விளிம்பு நிலம்' என்றும் இழித்துரைக்கும் வகையில் குறிப்பிடப்படும் இப்பிரதேசம், பின்காலனித்துவ நாள்களில், பிரிவினைக்குப் பின்பு உதித்தது. வெறும் கற்பனையில் தேங்கிக் கிடந்து, நினைவாகாமல் தடுமாறும் ஆயிரம் தாயகங்கள் இங்குண்டு.

'கிழக்கிந்தியா' – காலனித்துவர்கள் தாங்கள் எழுதிய வரைபடங்களோடு புழக்கத்திற்குக் கொண்டுவந்துசேர்த்த சொற்பதம். 255 பழங்குடினர், அவர்களின் நினைவுகள், வரலாறு, நிலம் ஆகிய அனைத்தும் ஆள்பவர்களின் வசதி, நிர்வாகம், எல்லைப்புறக் கண்காணிப்புபோன்ற நிர்வாகக் காரணங்களுக்காக தீவிர வன்முறையோடு ஒருங்கிணைக்கப்பட்ட கற்பனைப் பிரதேசம். பதற்றமும் வன்முறையும் எல்லா இடங்களிலும் எல்லா நேரங்களிலும் நீக்கமற நிறைந்திருக்க, அதன் விளைவாக, சுய நிர்வாகம் தொடங்கி, சுயாட்சி, உறுதிசெய்யப்பட்ட உரிமைகள், தனி தேசியம்வரை பல்வேறு கோரிக்கைகளை முன்வைத்து தொடர்ந்து அறுபது ஆண்டுகளாக ஆயுதக் கிளர்ச்சி நடைபெற்று வருகிறது. கொடூர வரலாற்றின் விளைவாக எழுந்த இந்தக் கோரிக்கைகளுக்கு இன்று வரை விமோசனமில்லை.

என்னுடைய நாகாலாந்துப் பயணம் தொடங்குமுன் என் நண்பர் – ஷில்லாங்கிலும் கல்கத்தாவிலும் வளர்ந்து, தற்பொழுது கலிம்பாங்கில் பியானோ வகுப்புகள் எடுத்துவருபவர் – இப்பகுதியின் பல்வேறு எழுத்தாளர்களால் வெவ்வேறு காலங்களில் எழுதப்பட்ட கவிதைகளின் தொகுப்பை என்னிடம் கொடுத்தார். ஓர் எழுத்தாளரையோ, கவிஞரையோ சந்திக்க நேரும் ஒவ்வொரு முறையும் அவர்களின் எழுத்தைச் சேகரித்து ஆவணப்படுத்தி வைத்திருக்கும் தொகுப்பு அது.

மொழிபெயர்ப்புக்கான தொழில்நுட்ப உதவிகளெதுவும் கிடைக்காத காலத்தில் கொச்சையான எளிய மொழியில் அவருக்குத் தெரிந்த வரை மொழிபெயர்த்தும், தெரியாதவற்றை மொழி தெரிந்தவர்களிடம் கேட்டு எழுதியும் ஆவணப்படுத்தியிருக்கிறார். இருபது வருடங்களுக்கு முன் இவற்றைத் தொகுக்கத் தொடங்கும்போது, இப்பகுதியிலிருந்து கவிதைகளோ, தொகுப்புகளோ வெளிவந்திருக்கவில்லை.

எந்தெந்தப் படைப்புகளைப் படிக்கவேண்டுமென அவரிடம் கேட்டபோது, ஒரு பிடிஎப் கோப்பை மின்னஞ்சலில் அனுப்பியிருந்தார்.

> அன்பின் 'எஸ்', நிறைய அனுபவித்துவிட்டோம். சம்பவங்களின் பட்டியலைத் தேடியெடுக்க தடுமாறி நிற்கிறோம். எந்தப் புத்தகத்தை உனக்குத் தருவேன்? இந்த வரலாற்றை எங்கிருந்து தொடங்குவேன்? 20 வருடங்கள் முன்பிருந்தா? அல்லது 50, 130, 400? என் தமிழ்த் தோழியே, உன் வரலாறு எனக்கும், என் வரலாறு உனக்கும் அந்நியமாய் இருக்க, எந்தப் புத்தகம் எங்கள் கதையை உனக்கு விளங்கச் செய்யும்?!
>
> நாங்கள் இழந்த, தொலைத்த எங்கள் நம்பிக்கை, துண்டாடப் பட்ட சுதந்திரம் என எல்லாவற்றையும் விளக்கிச் சொல்லக் கவிதைகளே பொருத்தமானவையாக இருக்குமென நினைக்கிறேன். போகும் வழியில் படியுங்கள். திரும்பி வரும்போது அழையுங்கள்; இல்லை கலிம்பாங்கில் இறங்குங்கள், சந்திப்போம்.

அவர் கூறியது முற்றிலும் உண்மை. ஊரடங்கு, துப்பாக்கிகள் சூழ்ந்த வாழ்க்கை, திருமணச் சட்டம், இவையே வாழ்வாக வாழ்ந்துவரும் மக்கள் என இச்சூழல் குறித்த எந்த அவதானிப்பும் எனக்கு இல்லை. அனைவரும் அதே நீலநிறக் கடவுச்சீட்டைத்தான் கொண்டிருந்தோம். அந்தக் கடவுச்சீட்டுக்கென இருக்கும் நூதன மணம் குறித்துப் பேசிக்கொண்டிருந்தபோது, கடவுச்சீட்டை, 'அதிகாரத்துவம் அச்சிட்ட பிரதான நிலப்பரப்பின் பிரதி' என்றார் நண்பர். இந்தக் கடவுச்சீட்டைத் தவிர எங்களுக்குள் வேறெந்த ஒற்றுமையும் இருக்கவில்லை. ஒரே நாட்டின் ஒருமித்த எல்லைக்குள் சிரமப்பட்டு திணித்தாளப்படும் அந்நியர்கள் நாங்கள். அம்மக்களின் வரலாறு எனக்குத் தெரியாது. நான் படித்து வளர்ந்த பாடப்புத்தகங்களும் செய்தித்தாள்களும் இந்திய அரசு எந்திரத்தின் வன்முறையை எனக்குக் கற்பிக்கவேயில்லை.

இவ்விடங்கள், நாட்டின் வரைபடக்கலையால் கற்பனை செய்யப் படாதவை.

மேகாலயாவின் சமகாலக் கவிஞர்களுள் முக்கிய எழுத்தாளரும் கவிஞருமான கின்ஃபாம் சிங் நாங்கின்ரிஹின் கவிதையொன்று என்னுடைய நண்பர் அனுப்பிய பிடிஎப் கோப்பில் இருந்தது. தன் கவிதையின் தீர்க்கதரிசனப் பத்தியொன்றில் கீழ்கண்டவாறு எழுதுகிறார் கவிஞர்:

> உலகின் மறக்கப்பட்ட ஏதோவொரு மூலையிலிருந்து அருகிவரும் தங்கள்
> இனம் குறித்து அச்சமடைந்த பத்து இலட்சம் மலைவாழ் பழங்குடியினர்,
> தேசத்திற்கெதிரான ஆயுதக்கிளர்ச்சியைத் தொடுத்திருக்கிறார்கள்.

'இப்பகுதியின் அழகை மட்டும் எழுதிப் பிரச்சினையை மாற்றி விடாதீர்கள். அழகும் வன்முறையும் தனித்திருப்பதில்லை. அவை ஈரிணைகள், சேர்ந்தே வாழ்வன' என்று எனக்கு அறிவுறுத்தினார் நண்பர். இவ்வரி என்னுள் ஆழப்பதிந்தது. இவர்களின் கதைகளை எழுதுவது என் வேலையில்லை. இங்குள்ள கள்ள மௌனம், வன்முறை, அழிவு ஆகியவற்றிற்கு உடந்தையாக இருக்கும் அரசை விமர்சிக்கவே இங்கிருக்கிறேன்.

உலகின் மிக நெடிய வரலாறு கொண்ட மோதல்களின் நிகழிடம் நாகாலாந்து. சுதந்திரத்திற்குப் பிறகு, தனிநாட்டுக்கான முதல் குரல் நாகாலாந்திலிருந்துதான் ஒலித்தது. 1950 தொடங்கி, இன்றுவரை இந்தியாவின் பலம்வாய்ந்த எதிர்ப்பு இயக்கங்களில் நாகா கிளர்ச்சி மிகப் பழமையானது. கிளர்ச்சி, பிரிவினைவாத இயக்கங்கள், பழங்குடியினருக்கும் பழங்குடியல்லாதவருக்கும் இடையேயான மோதல் என அனைத்தையும் இப்பகுதி சந்தித்திருக்கிறது.

வன்முறை, இரத்தம், கிளர்ச்சி, ஊழல் அனைத்தும் இவர்களின் அன்றாட வாழ்வின் அங்கமாகியிருக்கின்றன. அவர்களை அச்சுறுத் துவது இராணுவச் சப்பாத்துகள் மட்டுமல்ல; பூண்டோடு அழிக்கப் படும் அவர்களின் வரலாறு, மொழி, அடையாளம் குறித்த பயமே அவர்களை இயக்கிக்கொண்டிருக்கிறது.

பிரிட்டிஷாரின் காலனியாதிக்கத்துக்கு முன்புவரை நாகாக்கள் வெளியுலகத்துடன் முற்றிலும் தொடர்பற்று இருந்தனர். 'கிழக் கிந்தியா' என்ற பொதுப்பெயரைப் போல 'நாகா' என்ற பதமும் தன்னிச்சையான பல பழங்குடியினக் குழுக்கள், மக்கள், சமூகங்

களின் திரட்டு. கேப்டன்கள் ஃப்ரான்ஸிஸ் ஜென்கின்ஸ், ஆர்.பி. பெம்பர்டன் ஆகியோர், அன்றைய மணிப்பூர் இராஜ்ஜியத்தின் இம்பாலிலிருந்து பிரிட்டிஷ் தலைமையகம் இருந்த அசாமிற்கு சாலை மார்க்கமாகச் செல்ல முடிவெடுக்க, முதன்முதலில் 1832ஆம் ஆண்டு ஆங்கிலேயர்கள் நாகாக்களின் பிரதேசத்திற்குள் ஊடுருவினர். தொடர்ந்த வன்முறை நிகழ்வுகள், அடுத்த முப்பது வருடங்களுக்கு நீடித்தன.

அந்தக் காலகட்டத்திய ஆவணங்கள் — மிஷனரி அறிக்கைகளாகட்டும், இனவியல் பதிவுகளாகட்டும், ஆங்கிலேய அதிகாரிகளின் டைரிக் குறிப்புகளாகட்டும் — காலனித்துவக் கொடூரங்களைத் தன் பக்கங்களிலிருந்து இலகுவாக அழித்துவிட்டன. தலைமறைவு வாழ்க்கைமுறையைத் தடைசெய்தது, சமஸ்தானங்கள் இணைப்பு, புதிதாக வந்திறங்கிய மிஷனரிகளைக் கொண்டு மேற்கத்தியக் கல்வி முறையை அமல்செய்வது, சிக்கலான உள்ளூர் தகராறுகளை சமரசம் செய்வதென 'பின்தங்கிய', 'நாகரிகமற்ற' மக்களை பிரிட்டிஷ் சாம்ராஜ்யத்தின் ஒற்றைக் குடையின்கீழ் ஒருங்கிணைப்பதற்கான அனைத்து ஏற்பாடுகளும் சிரத்தையுடன் செய்யப்பட்டன. வங்க ஆளுநரின் செயலர் எழுதிய கடிதத்தில், 'எல்லையில் தொந்தரவு கொடுத்துக்கொண்டிருக்கும் காட்டுமிராண்டிப் பழங்குடியினரைக் கட்டுப்படுத்த வேண்டும். நோய்ப்பூச்சிகள்போல சுற்றியிருப்பவர்களைத் தொல்லைப்படுத்தி, பிரிட்டிஷ் மாகாணத்தின் குடிமக்களைக் காயப்படுத்தி, கொள்ளையடித்து வருபவர்களை மெல்ல அவ்விடத்திலிருந்து அகற்ற வழி செய்ய வேண்டும்'[3] என எழுதியிருந்தார். அவர்களைப் பொறுத்தவரை காலனித்துவம், 'நாகரிகமற்ற, ஒழுங்கின்மை பீடித்த தேசத்திற்கு கிடைத்த விலைமதிப்பற்ற பரிசு'.[4] வன்முறை அனுமதிக்கப்பட்டது மட்டுமல்ல, நியாயப்படுத்தப்பட்டது.

எண்பது வருடங்கள் கழித்து நாகா படையினர், நாகா லேபர் கார்ப்ஸ் எனும் படையின் அங்கமாக முதலாம் உலகப்போருக்காக பிரான்ஸ் அனுப்பப்பட்டனர். உலகின் ஒரு மூலையின் எல்லைப்புற மலைத்தொடரிலிருந்து பிரான்ஸின் போர்களம் கண்ட அந்த வீரர்களின் பயணமானது, நாகாலாந்தின் அரசியல் அடையாளத்தின்

---

3. Sanghamitra Misra, 'The Nature of Colonial Intervention in the Naga Hills, 1840–80', *Economic & Political Weekly*, 33, no. 51, December 1998, p. 3,274.

4. Ibid., p. 3,275.

மீது ஓர் ஆழ்ந்த தாக்கத்தை ஏற்படுத்தியது. புதிய ஞானம் பிறக்க, போரிலிருந்து திரும்பிய வீரர்கள் சிலர் ஒன்றுசேர்ந்து 1918ஆம் ஆண்டு, தலைநகர் கொஹிமாவில் நாகா கிளப் துவங்கினர். இந்தியச் சுதந்திரத்திற்கு முப்பதாண்டுகள் முன்பே நாகா கிளப் சுய நிர்ணய உரிமை வேண்டி பிரிட்டிஷ் அரசாங்கத்திடம் மனு கொடுத்தது.

தன்னாட்சிக்கான குரல் நாகாலாந்துக்குள் வலுக்கத் தொடங்கும்போது, உலகம் மற்றொரு போருக்குத் தயாராகிக்கொண்டிருந்தது.

1944ஆம் ஆண்டு ஏப்ரல் மாதம் ஜப்பான் இராணுவம் கொஹிமா மற்றும் சுற்றுவட்டாரப் பகுதிகளை முற்றுகையிட்டது. இரண்டாம் உலகப்போரின் இறுதியில் மிகக் கொடூரமான இரத்தக்களரிக் காட்சிகளின் சாட்சியாக கொஹிமா மாவட்டம் இருந்தது. இரு பெரிய ஏகாதிபத்தியச் சக்திகளுக்கிடையே சிக்கிக்கொண்ட மக்கள், குடும்பத்துடன் காடுகளுக்குள் அடைக்கலம் புகுந்தனர். ஏறக்குறைய எண்பதாண்டுகளுக்குப் பிறகும், அந்தப் போரை நேரில் கண்ட கடைசித் தலைமுறை இன்னமும் போரின் குண்டு துளைக்கும் சப்தங்களையும், ஷெல்லடித்து அழிந்த மாவட்டத்தின் நினைவுகளோடு தன் நாள்களையும் எண்ணிக்கொண்டிருக்கிறது.

கொஹிமாவின் 85 வயது விஜூனுவோ, ஜப்பான் துருப்புகள் கரை இறங்கியதிலிருந்து இன்றுவரை தொடரும் கிளர்ச்சி, இந்தியத் தரப்பிலிருந்து தொடர்ந்து தொடுக்கப்படும் வன்முறை ஆகிய இரண்டாம் உலகப்போரைத் தொடர்ந்து நீடிக்கும் மிக நீண்ட வன்முறைக் காலத்தை நினைவுகூர்கிறார்.

இங்கு தனிப்பட்ட குடும்பங்களின் இழப்புகள், தவிர்க்கவே இயாமல், கடந்த கால வரலாற்றின் இழப்புகளோடு பின்னிப்பிணைந்தவை. 1950களிலும் 60களிலும் இந்திய இராணுவத்தினரால் தங்கள் கிராமங்கள் எரிக்கப்பட்டபோது வீடுகளை இழந்து வெளியேறிய மக்கள், நூறாண்டுகளுக்கு முன்பு ஆங்கிலேயர்கள் இதே கிராமங்களைத் தீக்கிரையாக்கியபோது தங்கள் உடமைகளை அவர்களிடம் இழந்தவர்கள். விஜூனுவோவைப் போல கொஹிமா குண்டு வெடிப்பின் போது தங்கள் இருப்பிடங்களைவிட்டு உயிருக்காய் தப்பியோடியவர்கள், 1956இல் நாகாக்களின் தனிநாடுக்கான போரில் மற்றொரு முறை உயிரைத் தேக்கி ஓடினார்கள்.

இரண்டாம் உலகப்போரில் ஜப்பான் கூட்டணிப் படையினரின் குண்டுவீச்சுக்குப் பிறகு வீடு திரும்பிய விஜூனுவோவை செத்து மடிந்த உடல்களும் அழுகிய உடல்களின் துர்நாற்றமும்தான்

வரவேற்றது. பெரிய பைகளில் உடல்களை மூட்டையாகக் கட்டி போர்க்கள இடுகாடுகளில் புதைத்தனர். ‘இந்தப் போரையெல்லாம் யாரும் ஞாபகம்கூட வச்சுக்கறதில்ல’ என்றவரின் வார்த்தைகளில் இது ‘நினைவில் நில்லாத ஏதோவொரு படையினர்’ போரிட்ட ‘மறக்கப்பட்ட போர்’.

தலைநகரிலிருந்து பத்து கி.மீ தொலைவிலுள்ள கொனோமா எனும் ஊர்தான் நாகா கிளர்ச்சியின் மையப்புள்ளி. இரத்தபூமியாக இருந்த நாள்களை இவர்கள் கடந்து வந்திருக்கலாம். ஆனால், நாகா கூட்டரசின் முதல் தலைவர், க்ரிசானிசா சேயியின் நினைவாக நிறுவப்பட்ட நினைவிடம் இன்னமும் கம்பீரமாக நிற்கிறது. நினைவுச்சின்னத்தின் கீழ் சேயியின் வார்த்தைகளும் பொறிக்கப் பட்டிருக்கின்றன:

> நாகாக்கள் இந்தியர்களல்ல. நாகாக்களின் ஆட்சிப்பகுதி இந்திய ஒன்றியத்தின் பகுதியல்ல. எந்தக் காலத்திலும் சூழலிலும் என்ன விலை கொடுத்தாகிலும் இந்த உண்மையை நிலைநிறுத்துவோம்.

இந்தியாவிடமிருந்து சுதந்திரம் வேண்டி, நாகா தேசிய கவுன்சிலின் நிறுவுனர் அன்காமி சாப்பு ஃபைசோ, கொனோமாவிலிருந்துதான் தன் போராட்டத்தைத் தொடங்கினார். அருகிலேயே நாகா இராணுவத்தின் தளபதி ஜெனரல். மோவு க்விசான்ட்சுவை நினைவுகூரும் வகையில் மற்றொரு நினைவிடமும் அமைந்துள்ளது:

> வெற்றி வெகுதொலைவில் இருந்தபோதிலும் மக்களின் உரிமைக்காக அஞ்சாமல் போரிட்ட தளபதியையும், அவரின் வீரர்களையும் கொனோமா நன்றியுடன் நினைவுகூர்கிறது.

தொடர் கிளர்ச்சிகளின் தழும்புகள் இன்னமும் ஆறாமலிருக்கும் கிராமங்களிலுள்ள கல்லறைச் சின்னங்களில் போர் வீரர்களின் பெயர்களோடு, அவர்கள் கொலையுண்ட விதம், அதைச் செய்த இந்தியப் படைப்பிரிவின் பெயர் ஆகிய அனைத்தையும் மறக்காமல் குறிப்பிட்டிருக்கின்றனர்.

ஒரு கல்லறை,

> 1955ஆம் ஆண்டு ஏப்ரல் 29ஆம் தேதி சீக்கியப் படைப் பிரிவினரால் கொல்லப்பட்ட மெதாவியின் நினைவாக...

என்று சொல்ல, மற்றொன்று,

ஜோத்சுமா ஊரைச் சேர்ந்த, நாகாலாந்து சுதந்திரத்திற்கான போராட்டத்தில் ஈடுபட்ட, தேசியத் தலைவர் ஜாசிபிதுவோ நாகா, இந்தியன் ஒருவனால் 1952 அக்டோபர் 18 சனிக்கிழமை அன்று காலை 10 மணிக்குக் கொலைசெய்யப்பட்டார்...

(28.4.1953)

என்று அறிவித்தது.

பர்மா எல்லையிலுள்ள கம்னியுன்கன் எனும் சிறு கிராமத்திலுள்ள எளிய கல்லறையொன்றின் வாசகம்,

இந்தியா கொன்றுபோட்ட என் மகன்...

என்கிறது.

கிளர்ச்சியை எதிர்கொள்ள இந்தியா மேற்கொண்ட வழிமுறைகளில் ஒன்று: கொலையுண்ட மனிதர்களின் உடல்களை அடக்கம்செய்யாமல் அழுக விடுவது. 'இறந்தவங்கள அடக்கம் பண்ணுறதுக்குன்னு எங்களுக்கு நடைமுறைகள் இருக்கு. ஆனா, இராணுவம் பெரும் பாலும் உடல்களை எங்கக்கிட்ட குடுக்க மாட்டாங்க' என்ற விஜுனுவோ, அவருடைய தோழியின் சகோதரனின் கதையைப் பகிர்ந்தார். 'அவன் குழுவினரோட தலைமறைவு வாழ்க்கைல இருந்தபோது, ஆர்மிக்காரங்க கைல மாட்டி சித்தரவதைக்குள்ளாகிக் கொல்லப்பட்டான். இராணுவம் உடலைக் கொடுக்க மறுத்துடுச்சு. அவன் குடும்பம் அவங்க கொல்லைப்புறத்துலேயே சின்ன நடுகல் நட்டு 'காணாமல் போன தேதி'ன்னு மட்டும் குறிச்சிருக்காங்க. விஜுனுவோவைப் பொறுத்தவரை, உலகப்போருக்குப் பின் இங்கு நடந்த படுகொலைகள், போர்கள், இந்நிலத்தின் மீதான உரிமைக்காக வீண் செய்யப்பட்ட தோட்டாக்கள் என அனைத்தும் நினைவிலிருந்து அகற்றப்பட்டவை.

இறந்தவர்களை நினைவுகூரும் விஜுனுவோவின் வார்த்தைகளில் சொல்வதானால், சமூகங்களைச் சூறையாடிய 'சிறு கொலைகளை' நினைவுகூரும் சிறுசிறு சமாதிகளும் உலோகப் பட்டயங்களும் நாகாலாந்து முழுவதும் நிறைந்திருக்கின்றன.

இந்நினைவிடங்கள் வரலாறு அங்கீகரிக்காத கடந்த காலத்தின் சாட்சியாக நிற்கின்றன. விஜுனுவோவைப் போல, ஒவ்வொரு குடும்பத்திலும் சொல்லித் தீராத கதைகளிருக்கின்றன. சமாதி களெதுவும் இன்றி இந்தக் கதைகள் சீக்கிரமே மரித்துவிடக்கூடும். சிதறிய உடல்கள் மட்டுமல்ல, நினைவுகளும் நினைவுகளை

நெகிழ்த்தும் கதைகளும்கூட அடையாளங்களற்ற கல்லறைகளுக்குள் புதைந்துவிடக்கூடும்.

நாகாலாந்தை நோக்கிய என்னுடைய இரண்டாவது பயணத்தில், ஓய்வுபெற்ற ஆசிரியரும் முன்னாள் போராளியுமான 'என்', என்னை காரிசன் குன்றின் போர் மயானத்திற்கு அழைத்துச் சென்றார். தன் எண்பதுகளின் சுருக்கங்களோடு போரின் குரூர ஆண்டுகளின் சாட்சியாக வாழும் திரு 'என்', 'சந்திக்கும் ஒவ்வொரு வரிடமிருந்தும் ஒவ்வொரு திசையிலிருந்தும் ஒரு துப்பாக்கி நம்மைக் குறிபார்த்துக்கொண்டிருந்த ஊழிக்காலம் அது' என்று நினைவுகூர்ந்தார். விஜுனுவோவைப் போல கொஹிமா மீதான ஜப்பானின் தாக்குதல், அதன் பின்னான போரின் விளைவுகள், ஃபைசோவின் சுதந்திர நாகாலாந்துப் பிரகடனம், சுதந்திரத்தின் முதல் குண்டு முழக்கம் என அனைத்தையும் நினைவுகூர்ந்த 'என்', இந்தியப் படையினரின் அணிவகுப்பு நகருக்குள் நுழைந்ததையும் முதல் பங்கர் கட்டப்பட்டதைப் பார்த்ததையும் பகிர்ந்தார்.

இங்கு வன்முறைகள் தலைமுறைகள் கடந்து தொடர்வன. மக்கள் தங்களுக்குள் சுமந்துகொண்டிருக்கும் மௌனத்தைப் பேசுகிறார் 'என்': 'அநேகம் பேர் பார்த்ததை பேசறதில்ல, சிலர் அதைக் கடந்துப்போக பழகிக்கிட்டாங்க, மீதமுள்ளவங்க, நடந்த வன்முறையை வன்முறைன்னே நினைக்கல. அது அத்தனை சாதாரணமா, இயல்பாகிடுச்சு'.

ஒவ்வொரு குடும்பமும் ஒருவரையாவது இழந்திருக்கிறது. மிகக் கொடூரமாக, அதீத வன்முறைக்கு அனைத்தையும் இழந்த பின்பும், அதை அசாதாரணமென உணரவிடாமல் மரத்துவிட்ட சூழல். 'இதுதான் இயல்புனே ஏத்துக்கிட்டாங்க. சாயங்காலமா அக்கம் பக்கத்து ஆளுங்க கூடி உட்கார்ந்து பேசும்போது வேறென்ன பேசுவோம்ன்னு நினைக்கறீங்க?... எங்க வீட்ல மூணு ஆளுங்க போயிட்டாங்க, உங்க வீட்ல நாலா?... இதுபோன்ற விஷயங்கள்ல மிஞ்சறது துக்கம் மட்டும்தான். நியாயமெல்லாம் கிடைக்காது' என்றார்.

உங்களிடம் எந்த அதிகாரமுமில்லாதபோது, காலம் உங்களுக் கெதிரான ஒவ்வொரு குற்றத்தையும் நிரபராதியாக்கிவிடும்.

நீலமும் ஆரஞ்சுமாய் வானம் வண்ணமடித்துக்கொண்டிருந்த ஒரு மாலை வேளையில் கனத்த மௌனம் போர்வை போர்த்த, சமாதிகள் வரிசைகட்டியிருந்த அந்தப் போர் மயானத்திற்குள் நுழைந்தோம். இடுகாட்டின் மூலையிலிருந்த சிறு சமாதியொன்று, 'அடையாளந்தெரியாத போர்வீரனொருவன் உறங்குகிறான்' என்றது. மலையின் மேலிருந்து ஊரை உற்றுநோக்கிய 'என்', 'இந்தப் பகுதி முழுவதும் பெயர்களற்ற எண்ணற்ற குடிமக்கள் இதைப் போன்ற சிறு கல்லறைகளின் கீழ் ஓய்வெடுத்துக்கொண்டிருக்கின்றனர். எங்கள் சுதந்திரத்திற்காக நிறையநிறைய உயிர்களை இழந்திருக்கிறோம். ஆனால், சமரசத்தைத் தவிர வேறெதுவும் கிடைக்கவில்லை' என்கிறார்.

பல்லாண்டுகளாகத் தீர்க்கப்படாமலிருந்த சர்ச்சைகளுக்கு முடிவுரை எழுதும் நோக்கில் இந்திய அரசுக்கும் நாகாலாந்தின் பல்வேறு குழுக்களுக்குமிடையே ஏற்பட்ட அமைதி ஒப்பந்தத்தைத்தான் 'சமரசம்' என்கிறார் 'என்'. 2015ஆம் ஆண்டு, ஆகஸ்ட் 3ஆம் தேதி கையெழுத்தான 'நாகாலாந்து அமைதி உடன்படிக்கையின்' (Nagaland Peace Accord) சரத்துகள் பற்றிய விபரங்கள் இன்றுவரை தெளிவாக அறியப்படவேயில்லை.

'அந்த விவரங்களை யாரும் கேட்கவேயில்லைங்கறதுதான் ஆகப் பெரிய இழப்பு' என்றார் 'என்'.

'நாங்க வாழ்ந்த வாழ்க்கை, எங்க இழப்பு, எங்க தேவைகள்ன்னு எதைப் பத்தியும், யாரும் கேட்டதுமில்ல, கேள்விப்பட்டதுமில்ல'. 'இத்தனை வருஷங்கள்ல, என்னுடைய கடந்த காலத்தை நான் பேசறது இதுதான் முதல்முறை' என்றார் 'என்'. இங்கு 'கடந்த காலம்' என்பதே தீய சொல். என் பிள்ளைகளுக்கோ, பேரப்பிள்ளை களுக்கோ எதையும் சொன்னதேயில்ல. அவங்க தங்களுடைய மொழியோ, வரலாறோ தெரியாமலே வளர்றாங்க. அவங்க எதிர்காலத்தை கொள்ளையடிச்சவங்களை அவங்களுக்கு அடை யாளமே தெரியாது — ஏன்னா, நாங்க எங்க கடந்த காலத்தை சொல்லிக் குடுத்ததேயில்ல...'

முதுமையின் ரேகைகள் 'என்'-இன் ஞாபக சக்தியைச் சிறிது தளர்த்தியிருந்தன. மீதமிருந்த நினைவுகள், உள்ளார்ந்த உணர்வுக் கலவையாய் வெளிப்பட்டன. தோட்டாக்களின் சத்தம் மட்டுமல்ல, செத்துவிழும் உடல்களின் ஊமையாக்கப்பட்ட 'பொத்'தென்ற சத்தமும் அவர் நினைவிலிருந்து அகலவேயில்லை.

கொஹிமாவின் தலைக்கு மேலுள்ள காரிசன் குன்றில் அமைந்திருந்தது அந்தப் போர்ப் புதைவெளி. இன்று பசுமையழகு மிக்க சுற்றுலாத்தலமாகத் திகழும் இந்த இடத்தில்தான் இரண்டாம் உலகப்போரின் மிகக் கொடூரமான போர் நடைபெற்றது. இந்த இடத்தின் அமைப்பு, இம்பால்மீதான போர்த்தாக்குதலுக்கு வேண்டிய போர்த்தளவாடங்களைக் கொண்டுசெல்லவும், கொஹிமாவைத் தங்கள் கட்டுப்பாட்டுக்குள் வைத்துக்கொள்ளவும் கூட்டணிப்படைகளுக்கு மிக முக்கிய நிலமுனையாக இவ்விடத்தை நிறுவியிருந்தது. ஜப்பானைப் பொறுத்தவரை, இந்தியாவைக் கைப்பற்றும் அவர்கள் திட்டத்தின் பிடிமானமாக கொஹிமா திகழ்ந்தது.

1944 கொஹிமா போரில் உயிரிழந்த 1420 வீரர்களின் சமாதிகளை அந்த மயானம் கொண்டிருந்தது. பதின்பருவம் தொடங்கி இருபதுகளிலும் முப்பதுகளின் தொடக்கத்திலுமாக, இளமை செழித்து நிற்கும் பருவத்தில் உயிரிழந்த இளைஞர்கள் சிலருடைய கல்லறைகளில் அவர்கள் சார்ந்திருந்த படைப்பிரிவுகள், அணிகள், போர்சிகிச்சை முகவர்கள் எனக் குறிக்கப்பட்டிருக்க, மற்றும் சிலவற்றில் அவர்கள் பெற்றோரின் பெயர்களும் குறிக்கப்பட்டிருந்தன. என்னால் முடிந்தவரை உலகின் பல்வேறு மூலைகளிலிருந்து வந்து அங்கு உறங்கிக்கொண்டிருந்த வீரர்களின் பெயர்களைக் குறித்துக் கொண்டேன். பெஷாவரில் பிறந்து வளர்ந்த தர்வார் ஃகான்; கல்கத்தாவிலிருந்து மக்கினியான் க்யூரி; பெரமனூரின் ஹென்றி டி'சௌசா; மலபாரைச் சேர்ந்த சிப்பாய் இலியேசார்; கோஹட்டிலிருந்து வந்த ஹசன் குல்; நாகாவின் ஜாம்கிஷேய் குகி; கரக்பூரில் பிறந்து வளர்ந்த லான்ஸ் கார்போரல் ருபர்ட் பென்னெட் ரெட்டென்; இன்றைய பாகிஸ்தானின் தெற்கு வஸீரிஸ்தான்; டங்காயில் பிறந்த கபல் ஸர்.

அத்தனை வீரர்களும், இங்கு சண்டையிட்டு மடிந்திருக்கிறார்கள். இந்தியாவில் பிறந்து, வளர்ந்த ஆங்கிலேய, ஸ்காட்லாந்து வீரர்கள்; 'ஃகான்'கள்; 'தர்'குலத்தவர்; பிள்ளைவாள்; 'சிங்'குகள்; 'ஸர்' இனத்தவர் என அனைவரின் பிரதிநிதிகளும் அங்கிருந்தனர். குறிப்பேதுமற்ற சில கல்லறைகளில், 'இந்திய இராணுவ வீரரொருவரின் நினைவாக' என்றும், 'கடவுளுக்கு மட்டும் தெரிந்தவர்' என்றும் எழுதப்பட்டிருந்தன. ஒருங்கிணைந்த இந்தியத் துணைக் கண்டத்தின் வெவ்வேறு இனங்களிலும் மதங்களிலும் பிறந்த அனைவரையும் போர் ஆவணங்கள் 'இந்தியன்' என்ற ஒற்றைச் சொல்லில் சுருக்கியிருந்தன.

இந்த ‘இந்தியர்களை’த் தவிரவும், அமெரிக்க, கனடிய, ஆஸ்திரேலிய விமானப்படையினர்; நேபாள, ஆப்பிரிக்க போர்வீரர்கள்; உள்ளூர் நாகாக்கள்; ஜப்பானியக் கூட்டணிப்படையினர் என அனைவரும் இந்த அந்நிய மண்ணில் மறந்தேபோனதொரு ஏகாதிபத்தியப் போருக்காய் மடிந்து வீழ்ந்திருக்கிறார்கள்.

விரல் விட்டு எண்ணக்கூடிய ஒருசில பார்வையாளர்களைத் தவிர வெறிச்சோடிக் கிடந்தது மயானம். இங்கிலாந்தின் டேவோங்கி லிருந்து மிக நீண்ட பயணத்தின் முடிவில் கொஹிமா வந்திருந்தார் மிஸ். கியேன். கியேனின் தந்தை பத்தொன்பது வயது இளைஞராக இங்கு நடைபெற்ற போரில் பங்கேற்றிருந்தார். அவர் இறந்து ஏறக் குறைய இருபது ஆண்டுகள் கழிந்த நிலையில் கையோடு எடுத்து வந்திருந்த அவருடைய அஸ்தியை இந்த மயானபூமியில் தூவிய கியேனுக்கு இவ்விடத்தின் வரலாற்றை விளக்கிக்கொண்டிருந்தார் அருகில் நின்றிருந்தவர். உத்திரப் பிரதேசத்தில் ஒருவாரம் தங்கி தன் கொள்ளுப்பாட்டியின் கல்லறையைத் தேடித்திரிந்தவரின் தேடல் தோல்வியில் முடியவும், பின் தந்தையின் தடம் தேடி கொஹிமா பயணித்திருந்தார். ஆங்கிலேய அதிகாரியின் மனைவியாக இங்கு வந்திறங்கிய அம்மா வழி கொள்ளுப்பாட்டி, வடமேற்கு மாகாண படைப்பிரிவில் போரிட்ட தந்தை வழி கொள்ளுத்தாத்தா என இந்தியத் துணைக்கண்டத்தின் வரலாற்றுடன் பின்னிப்பிணைந்தி ருந்தன அவருடைய குடும்பத்தொடர்புகள். ‘கலப்பினத் தோற்றம் குறித்த வதந்திகளுக்கும் குறைவேயில்லை’ என்றார் கியேன்.

கியேன் இந்தியா வருவது இதுதான் முதல்முறை. இந்த நாடு ‘பிரமிப்பூட்டுகிறது’ என்றார் டேவோங்க் செல்வதற்கு தயாராகிக் கொண்டிருந்த கியேன். அவர் ‘இங்கிலாந்து சுதந்திரக் கட்சி’ (UK Inde pendence party) என்ற புலப்பெயர்வை எதிர்க்கும், இனவெறி மிகுந்த கட்சியில் தன்னார்வலராக தன்னை இணைத்துக்கொண்டிருந்தார். ‘எங்களுடைய ஆகப்பெரிய பிரச்சினை இஸ்லாமியமயமாக்கல். உங்களுக்கும் அதுதான் பெரிய பிரச்சினையென்று கேள்விப்பட் டேன்’ என்றார்.

‘எங்களுடையன்னு யாரைச் சொல்றீங்க’ என்ற ‘என்’, அமைதி யாகத் தொடர்ந்தார்: ‘ஏகாதிபத்தியம் ஏவிய போருக்காக கிறித்துவ, இஸ்லாமிய, இந்து, சீக்கிய, பார்சி, ஜெயின், யூத சகோதரர்கள் அந்நிய மண்ணில் உயிர்நீத்த இடத்தில்தான் நீங்கள் நின்றுகொண்டி ருக்கிறீர்கள்.’

அவரைக் கவனியாதவர்போல என்னிடம் தொடர்ந்தார் கியேன். 'நாங்க இனவெறியாளர்கள் இல்ல. எங்க பிரிட்டிஷ் உணர்வு களைக் கொஞ்சம்கொஞ்சமா இழந்துட்டிருக்கோம்'... ஒரு சிறிய இடைவெளிக்குப் பிறகு, 'நீங்க முஸ்லிம் இல்லையில்ல' என்று கேட்டு உறுதிப்படுத்திக்கொண்டு, 'இல்ல, உங்களைக் காயப்படுத்தனும்ன்னு நினைக்கல' என்று சொல்லியபடி தன் வழிகாட்டியுடன் அவசரமாக நகர்ந்துசென்றார். கியேன் — யாருடைய நாடு இந்தியாவை அடிமைப்படுத்தி, கொள்ளையடித்து, தன்னகத்தே வரித்துக்கொண்டதோ அவர் — இப்பொழுது, 'இஸ்லாமியப்படுத்தல் பற்றிய கவலை'யினால் முஸ்லிம்களுக்கு எதிரான வெறுப்பு நீக்கமற நிறைந்திருப்பது இயல்பானதென்ற தோற்றத்தை உருவகிக்க முயல்கிறார்.

ஆண்ட்ரூ ஜாக்சன் என்ற அமெரிக்கர் அசாமிலிருந்து மியான்மர் வரை பயணிக்கும் லெடோ சாலையை நிறுவிய, 823ஆவது வான்பயணப் பொறியாளர் பட்டாலியனில் பணிபுரிந்த, ஆப்பிரிக்க அமெரிக்கரான தனது பாட்டனாரைத் தேடி வந்திருந்தார். கியேனுடனான உரை யாடலைக் கேட்டப்படி எங்கள் அருகில் வந்தவர், கியேன் புறப் பட்டவுடன், 'ஆங்கிலேயர்கள் விட்டுக்கிளம்பும் இடம் எப்பவும் இரத்தக்களரியாத்தான் இருக்கும்' என்றார்.

ஆண்ட்ரூ அசாமிலுள்ள லெடோ எனும் சிற்றூரிலிருந்து சாலை மார்க்கமாக இங்கு வந்திருந்தார். லெடோ சாலையின் சிறப்பைச் சொல்ல, ஸ்டில்வெல் பார்க் பகுதியில் இதன் வரலாற்றை சிறு குறிப்பாக வரையும் சில பாழடைந்த உலோகப் பட்டயங்களைத் தவிர வேறெதுவும் மீதமில்லை. 2010இல் 'இந்தச் சாலையை காடு ஆட்கொண்டுவிட்டதாக பி.பி.சி. தெரிவித்தது'.[5]

இங்கு பலியான ஆப்பிரிக்க, அமெரிக்க வீரர்களின் கல்லறைகளைத் தேடிப் புறப்பட்ட ஆண்ட்ரூ, தன் பயணத்தின் கடைசிக் கட்டமாக கொஹிமா வந்திருந்தார். அங்கிருந்து கல்கத்தா சென்று, பின் சிகாகோ திரும்பத் திட்டமிட்டிருந்தார்.

அமெரிக்காவின் புகழ்பெற்ற ஜாஸ் இசைக்கலைஞரான ஆல்பர்ட்டா ஹன்டர், லெடோ சாலை கட்டமைக்கும்பொழுது அமெரிக்க வீரர்களுக்காக இங்கு இசைத்த துயரகீதத்தை நினைவுகூர்ந்தார் 'என்'. போரைப் பற்றிச் சிறிதளவே அறிந்திருந்தாலும் ஹன்டரின் வருகை

5. Subir Bhaumik, 'Will the Famous Indian WWII Stilwell Road Reopen?' *BBC News*, 8 February 2011, https://www.bbc.com/news/world-south-asia-12269095.

குறித்த செய்தி ஆண்ட்ரூவைப் பரவசப்படுத்தியது. 1980களில் ஆண்ட்ரூ பிறப்பதற்கு முன் இறந்துவிட்டார் அவருடைய தாத்தா. சில இராணுவ ஆவணங்களும் தெளிவற்ற குடும்ப வரலாறும் தவிர ஆண்ட்ரூவிடம் வேறெதுவுமில்லை. 'அவர் அனுபவித்த வாழ்வைக் கேட்கவோ, எழுத்தில் பதிவுசெய்யவோ யாருக்கும் ஆர்வமில்லை. அவரும் அதைப் பத்தி யாரிடமும் பேசின மாதிரி தெரியல. கறுப்பின மக்கள் இராணுவ அனுபவங்களை எங்க வீடுகள்ல பேச மாட்டோம்' என்றார்.

இதுவரை அமெரிக்கா பங்கேற்ற அனைத்துப் போர்களிலும் ஆப்பிரிக்க-அமெரிக்க வீரர்களின் பங்களிப்பு கணிசமானது. என்றாலும், போரில் இறந்த வீரர்களின் உடல்களைக்கூட தனியே பிரித்து வைத்தனர். 'இரண்டாம் உலகப்போர் முடிஞ்சு வீடு திரும்பின கறுப்பின வீரர்கள் படுகொலை செய்யப்பட்ட கதைகளையெல்லாம் கேட்டிருக்கேன்' என்ற ஆண்ட்ரூவும் ஈரான் போரில் இருமுறை பங்கேற்றிருக்கிறார். சாமர்ரா குண்டுவெடிப்புச் சம்பவங்கள் பக்தாதின் தெருக்களில் கடும் வன்முறையைக் கட்டவிழ்த்துவிட, அதைக் கட்டுப்படுத்த அனுப்பப்பட்ட படையில் இரண்டாம் முறையாக ஈரான் சென்றார்.

'உண்மையில் அங்க நடக்குறது, நாங்க எங்க கண்ணெதிரே பார்ப்பது என்னங்கறது அமெரிக்கர்களுக்கு புரியக்கூட செய்யல. காரணமேயில்லாம ஒரு நாட்டைக் கொளுத்தினோம். யாரோ ஒருத்தரோட சண்டைக்காக நான் அத்தனை தூரம் பயணப்பட்டேன்' என்றார்.

ஆண்டரூவிடம் விடைபெற்று நானும் 'என்'-உம் குன்றின் உச்சியை நோக்கி நடக்கத் தொடங்கினோம். மேலே நாங்கள் சந்தித்த ஜே. சாட்டோ போரின் மற்றொரு பரிமாணத்தை விளங்கச்செய்தார். தன் தாத்தாவின் நண்பரான 95 வயது மிகியோ கினோஷிடாவுடன் இங்கு வந்திருந்த சாட்டோவின் வயது நாற்பதுகளில் இருக்கும். கினோஷிடா இங்கு நடைபெற்ற போரில் பிழைத்தெழுந்து ஊர் திரும்பியவர். ஆனால், சாட்டோவின் பாட்டனார் இங்கு உயிரிழந்த 50,000 ஜப்பானிய வீரர்களில் ஒருவர். கொஹிமாவில் நடந்த போரில் தனது முப்பத்தோராவது படைப்பிரிவு முழுவதையும் இழந்தது ஜப்பான். பிரிட்டிஷ் இந்தியா மீதான படையெடுப்பில், சுமார் 70,000 வீரர்களை மணிப்பூரிலும் நாகாலாந்திலும் மட்டும் இழந்தது ஜப்பான். பலர் காணாமல் போக, அடையாளமற்ற வீரர்கள் குறிப்புகளற்ற கல்லறைகளின் கீழ் துயில்கொண்டார்கள். கினோஷிடாவின்

மெல்லிய, நடுங்கும் குரலில் வெளிவிழுந்த வார்த்தைகளை சாட்டோ மொழிபெயர்த்தார். ‘எங்க சகோதரர்களின் எலும்புத்துண்டங்களை இங்க விட்டுட்டு போனோம்’. பெரும்பாலான ஜப்பானிய வீரர்களின் உடல்கள் ஜோட்சோமா, ரிசோமா, கிங்வேமா என கொஹிமா மாவட்டத்திலுள்ள கிராமங்களில் அடக்கம் செய்யப்பட்டிருக்க, சாட்டோவும் கினோஷிடாவும் இவ்விடங்களைப் பார்ப்பதற்காக வந்திருந்தார்கள். இதற்கென வருகை தரும் ஜப்பானியச் சந்ததிகளை இவ்விடங்களுக்கு வழிகாட்டிச் சுற்றுப்பயணம் அழைத்துச் செல்வதற்கெனப் பிரத்தியேகக் குழுவினரும் இருக்கின்றனர்.

கினோஷிட்டாவிற்கு கொஹிமாவையோ, போர் நிகழ்ந்த மற்ற இடங்களையோ அடையாளம் கண்டுகொள்ள முடியவில்லை. நினைவடுக்குகளிலிருந்து சிலவற்றையேனும் தூசுதட்டியெடுக்க எதிர்பார்த்திருந்தார் அவர். இழப்பின் நிழலில் வளர்ந்த சாட்டோவுக்கோ இது சில ஆண்டுகளாகவே எதிர்பார்த்துக் காத்திருந்த புனித யாத்திரை. அவர் தாத்தா காணாமல் போன துயரத்திலிருந்து பாட்டியும் அம்மாவும் இன்னமும் மீளவேயில்லை. காணாமல் போன வெகு நாள்களுக்குப் பின்னரும் என்றேனும் அவர் திரும்ப வரக்கூடும் என்ற நம்பிக்கையுடனே அவர்களுடைய நாள்கள் நகர்ந்தன.

விடைபெறுகையில், அங்கிருந்த பட்டயத்துக்கருகில் நின்று புகைப் படமெடுக்கச் சொல்லி கேட்டார் சாட்டோ. ‘உங்க ஊருக்குப்போய் எங்க படங்களை காமிச்சு, அவங்க எதிர்காலத்துக்காக எங்க நிகழ்காலத்தை இழந்தோம்னு சொல்லுங்க’ என்றார்.

புகைப்படமெடுத்து முடித்த பிறகு மேலும், ‘இந்தப் பொய்யை தலைமுறை தலைமுறையா ஆண்கள்கிட்ட கடத்தியிருக்காங்க. எங்கள்ல பலருக்கு திரும்பிப்போக வீடே இருக்காது. எங்க காலம் முடிஞ்சது. எம் பிள்ளைகளுக்கு என்ன எதிர்காலத்தைவிட்டு வச்சிருக்கோம்ன்னு நினைச்சாலே நடுங்குது’ என்று கூறினார்.

இந்தியாவில் காவல்துறையினரின் இருப்பு அதிகமிருக்கும் மாநிலங்களில் நாகாலாந்தும் ஒன்று. இராணுவம் நிரந்தரமாக முகாமிட்டு அனைத்து உள்ளூர் பிரிவுகளையும் தன் கட்டுக்குள் வைத்திருக்கும் இம்மாநிலத்தில் பண்டமாற்று முறையில் விற்பனைக்கு வரும் ஓட்டுகள்தாம் விலைமதிப்பற்றவை. வாக்குகளின் விலைமதிப்பு

மிக அதிகமாக இருந்தாலும் சட்டம் செல்லாக்காசாக நொடித்துக் கிடக்கிறது. நாகாலாந்து சுற்றுப்பயணத்தின் போது, உடந்தையாக இருந்து, ஒருங்கிணைந்து செயல்பட்டு, மக்களை ஒடுக்கியாளும் இரண்டு 'இணை அரசாங்கங்களுக்கு' இடையே பயணித்துக் கொண்டிருப்பதை உணர முடிந்தது. நேஷனல் சோஷியலிஸ்ட் கவுன்சில் ஆஃப் நாகாலாந்து ஐசக்-முவியா (என்எஸ்சிஎ-ஐஎம்) பிரிவு நாகா இராணுவத்தையும் இந்திய ரிசர்வ் படையணியையும் கொண்டிருந்தது. என்எஸ்சிஎ 1980ஆம் ஆண்டு ஜனவரி 31ஆம் தேதி தொடங்கப்பட்ட புதிய நாகா பிரிவினைவாதக் குழுவானது, 1975இல் இந்திய அரசுக்கும் பழைய பிரிவினைவாதக் குழுவான என்என்சிக்கும் இடையே கையெழுத்தான ஷில்லாங் ஒப்பந்தம் 1975 எனும் அமைதி ஒப்பந்தத்தை எதிர்த்து தொடங்கப்பட்டது. மியான்மரிலிருந்து போதைப்பொருள் கடத்துவதே என்எஸ்சிஎ-ஐஎம் அமைப்பின் நிதிமூலம் என்று தகவல்கள் வெளியாகும் நிலையில், இக்குழுவினரின் ஆதிக்கம் நிறைந்திருக்கும் பகுதிகளில் கடத்தல், கத்தி முனை வழிப்பறி ஆகியவை பற்றிய கதைகளும் காதில் விழுந்தவண்ணம் இருந்தன. சட்டவிரோத வரிகள் பரவலாகப் புழக்கத்திலிருக்க, சட்டத்தைக் கைக்குள் வைத்திருக்கும் குழுக்களே சிறு குற்றங்களுக்குத் தீர்ப்பெழுதியும் விடுகின்றன. இப்பகுதியில் தன் எழுபதாண்டுகால இருப்பிற்கு, மக்களாட்சிக்குப் பிறகு இந்தியா சொல்லிக்கொள்ள எஞ்சி நிற்பது இது மட்டும்தான்.

துன்சாங் — சிக்கலான பாதையொன்றின் முடிவில் மியான்மர் எல்லைக்கு அருகே அமைந்துள்ள இவ்வூரில்தான் 1954ஆம் ஆண்டு நாகா அரசு அமைக்கப்பட்டது. இந்நாள்வரை துன்சாங் மக்கள் இந்திய இராணுவம், நாகா தலைமறைவுக் குழு, பர்மிய இராணுவம் ஆகியோருக்கு இடையேயான மும்முனைத் தாக்குதலின் பிடியில் சிக்கிக்கொண்டிருக்கிறார்கள். இந்திய, நாகா இராணுவக் குழுக்களைக் 'களையெடுப்பதற்காக' பர்மிய இராணுவம் ஊடுருவ, நாகா ரகசியத் தலைமறைவுக் குழுவினரோ, இந்திய- பர்மிய இராணுவத்தினருடன் தொடர்பிலிருப்பதாகத் தாங்கள் சந்தேகப் படுபவர்களைக் குறிவைத்துத் தாக்கினர்.

துன்சாங் போகும் வழியெங்கும் தடுப்புகள், தெருநாய்களின் தொந்தரவுடன் படுமோசமான சாலைகளும் சேர்ந்து படுத்தின. இரண்டாவது முறையாக என்னை இங்கு கூட்டிவந்த ஓட்டுநர், 'நான் சிறு வயசா இருக்கும்போது இந்த நாய்க்கெல்லாம் இந்திய இராணுவ வீரர்களுடைய பெயர்களைத்தான் வச்சிருந்தாங்க —

மிஷ்ரா, நடராஜன், சிங், முகேஷ் — சொல்லிவிட்டு ஒரு நமட்டுச் சிரிப்புடன் முடித்துக்கொண்டார்.

நான் நாகாலாந்துப் பயணம் மேற்கொண்டபோது போடோக்கள் கிளர்ச்சி உச்சத்திலிருந்தது. நீண்ட காலமாகத் தனி நாடு போராட்டத்தில் ஈடுபட்டிருந்த போடோ பிரிவினைவாதக் குழுவினர், 90களில் தாங்கள் தொடங்கிய இஸ்லாமிய அகதிகள் மீதான தாக்குதலைப் புதுப்பித்திருந்தனர். பலனாக, சாலை முழுவதும் தடுப்புகள், அத்தியாவசியப் பொருட்கள் பற்றாக்குறை காரணமாக சிறு உணவகங்கள், சாலையோர உணவு விடுதிகளென அனைத்தும் மூடியிருந்தன. அரிசியும் பருப்பும் மசாலா சாமான்களும் என்னுடனேயே பயணித்தன. என்னிடமிருந்த அரிசி பருப்பைக் கொடுத்து, பதிலாக, அருகிருந்த வீடுகளில் அவர்களுடைய அடுக்களையைப் பயன்படுத்திக்கொண்டேன். மூன்றுநாள் கடையடைப்பும் சாலை மறியலும் மாநிலத்தை முற்றிலுமாக முடக்கிப்போட்டிருந்தன.

மாநிலம் முழுவதும் எங்கு திரும்பினாலும் சர்ச்சுகள் நிறைந்திருந்தன. நாகாலாந்தின் 90 சதவிகித மக்கள் கிறிஸ்தவர்களாக இருக்க, ஒவ்வொரு சிறு கிராமும் ஓர் அழகிய தேவாலயத்தையும் ஒரு பள்ளியையும் கொண்டிருந்தது. துன்சாங்கைச் சேர்ந்த போதகர் ஒருவருடன் பேசிக்கொண்டிருந்தபோது, இந்தியா இப்பகுதியை பின்தங்கிய, வளர்ச்சி குறைந்த இடைநிலமாகவே வைத்திருக்க விழைகிறதோ என்று யோசித்தவர், ‘திபெத், ஆஃப்கானிஸ்தானுக்கு என்ன நடந்ததுன்னு பாருங்க. நாங்க வெறும் இடிதாங்கியா இருக்கற ஈடுபொருள்தான். நாட்டினுடைய இயங்குமுறையில் எங்களுக்கு எந்தப் பங்கும் கிடையாது. அதனாலேயே நாங்க அவசியமற்றவர்களாகிடறோம். எங்க பிள்ளைக வாழ்க்கையைத் தேடி நாட்டுக்குள்ள வருதுங்க. ஆனா, அங்கேயும் முழுசா ஒட்ட முடியாம கஷ்டப்படுதுங்க. அத்தனை இனதுவேஷம்’ என்றார்.

1950–60களில் தொடங்கி, ‘90கள் வரையிலான அரசாங்கத்தின் தவறான நடவடிக்கைகள், நரகத்தின் சுழல்களாகச் சுழற்றியடித்தன. மனிதர்களை சித்தரவதை செய்து, சிதைத்து, தலை துண்டித்து, உயிருடன் எரித்த கதைகள் அநேகம். இவற்றில் பல மக்கள் முன்னிலையில் பொதுவில் நிகழ்த்தப்பட்டவை. மூன்று வருடங்கள் கழித்து, காஷ்மீரில் குப்வாரா என்ற எல்லைக் கிராமத்தில் பள்ளி ஆசிரியர் ஒருவரை கிராமத்தின் நடுப்பகுதியில் வைத்து அடித்துக் கொன்ற சம்பவத்தைக் கேள்விப்பட்டேன். சட்டத்திற்கப்பாற்பட்டு, பொதுவில் நிகழ்த்தப்படும் இதுபோன்ற தண்டனைகளை

கிளர்ச்சிகளுக்கெதிரான பயத்தை மக்களிடையே விதைப்பதற்காக கால, தேச வர்த்தமானங்களைக் கடந்து அனைத்து நாடுகளும் பயன்படுத்துகின்றன. இந்தியா மட்டுமல்லாமல், நவீனக் குடியரசுகளான அமெரிக்கா, இஸ்ரேல், பிரான்ஸ் மற்றும் பல நாடுகள் இன்றளவும் இவ்வழக்கத்தை இடைவிடாமல் கடைப்பிடித்து வருகின்றன.

எதிர்ப்பும் கலகமும் நாகா குன்றுக்குப் பரவ, 1956ஆம் ஆண்டு ஏப்ரல் மாதம் சட்டம் ஒழுங்கைப் பராமரிக்கும் பொறுப்பு இந்திய இராணுவத்திடம் ஒப்படைக்கப்பட்டது.[6] 1956-57இல் பாதுகாப்புத் துறை அமைச்சகம், 'தவறாக வழிநடத்தப்பட்ட நாகாக்களின் விரோதமிக்க செயல்பாடுகளால் நார்த் ஈஸ்ட் ஃப்ரண்டியர் ஏஜென்சியின் துன்சாங் பகுதியில் சட்டம் ஒழுங்கு நிலைகுலைந்தது' எனச் சுட்டி அரசின் வன்முறைச் செயல்களை நியாயப்படுத்தியது.

'குழு பிரிக்கும்' வேலை உடனடியாகத் தொடங்கி, 1957வரை நீடித்தது. அந்த பிப்ரவரியில் மங்மேடோங், லாங்க்ஹம் பகுதிகளைச் சேர்ந்த அனைவரும் ஒரே இடத்தில் அடைக்கப்பட்டு, அதிலிருந்து, கிளர்ச்சியில் பங்கேற்ற குடும்பங்களைச் சேர்ந்தவர்கள் தனிக் குழுவாகப் பிரிக்கப்பட்டனர்.[8] 'பிரித்தலை'த் தொடர்ந்து 'எரித்தலும்' நிகழ்ந்தது.

கிராமத் தலைவரைச் சந்தித்து, 'கிராமம் எரிக்கப்படவிருக்கிறது' எனத் தெரிவித்துவிட்டே வேலையைத் தொடங்கினார்கள் வீரர்கள்.[9] மோக்கோக்சுங் மாவட்டத்தில் ஒவ்வொரு கிராமமும் பலமுறை தீக்கிரையாகியிருக்கிறது.[10] மோங்ஜென் கிராமம் ஏழுமுறையும், மாம்

---

6. B.B. Dutta, 'Insurgency and Economic Development in India's North-East' in *India's North-East: The Process of Change and Development*, R.K. Samanta (ed.), B.R. Publishing Corporation, Delhi, 1994, p. 4.

7. Sajal Nag, 'Disciplining Villages and Restoring Peace in the Countryside' in *Government of Peace: Social Governance, Security and the Problematic of Peace*, Ranabir Samaddar (ed.), Routledge, London, 2016, p. 66.

8. Nandini Sundar, 'Interning insurgent populations: The buried histories of Indian democracy', *Economic and Political Weekly*, 46, no. 6, February 2011, p. 48.

9. Khrukulu Khusoh, 'Fifty Years of Armed Forces (Special Powers) Act in India: A Critical Review', *International Journal of Technical Research and Application*, Special Issue, 18, June 2015, p. 5.

10. Ibid.

டொங் பத்தொன்பது முறையும் தீயால் விழுங்கப்பட்டிருப்பதாக அறிக்கைகள் தெரிவிக்கின்றன.[11] கிளர்ச்சியாளர்களுக்கும் அரசு எதிர்ப்பாளர்களுக்கும் உணவும் உறைவிடமும் கிடைக்கவிடாமல் செய்வதற்கான வழியென நியாயம் கற்பிக்கப்பட்டாலும், பெரும் பஞ்சமும் ஆயிரக்கணக்கானவர்கள் வீடிழந்து தெருவில் நிற்கவும் அது காரணமாயிற்று. குழு பிரித்தல், ஊர் எரிப்பு இவற்றை ஒட்டித் தொடர்ந்த தேடுதல் வேட்டைகளும் ஊரடங்கும் வாழ்வியல் முறைகளாயின.[12]

சில சமயங்களில், எரிப்புச் சம்பவங்கள் நிகழ்ந்து நீண்ட நாள்க ளுக்குப் பின்னரே கிராமம் மறுசீரமையும். இடைப்பட்ட காலத்தை, தங்கள் வீடிருந்த இடங்களைச் சுற்றியுள்ள காடுகளிலும் நிலங்களிலும் கழித்தனர். மிகவும் உள்ளடங்கிய, பாதைகளற்ற, மலையேற்றத்தால் மட்டுமே தொடமுடிந்த எல்லைக் கிராமங்கள் சிலவற்றுக்குச் சென்று பார்த்தோம். சந்தித்த பெண்களில் அநேகம் பேர் வாய்திறக்க மறுத்துவிட்டனர் — அவர்களில் பலர் இந்திய இராணுவத்தினரைத் தவிர வெளிமனிதர்களென வேறெவரையும் சந்தித்ததே இல்லை.

எண்பது வயதான 'இயா'வை துயேன்சங்கின் தொலைதூர எல்லைக் கிராமமொன்றில் சந்தித்தேன். தன் இருபதுகளில் தங்கள் வயல்வெளி வழியே வந்துகொண்டிருந்தபோது இந்திய இராணுவத்தினரால் கூட்டு வன்புணர்வு செய்யப்பட்டார் 'இயா'. அறுபது வருடங்களுக்கு முன் அதை நிகழ்த்தியவர்களின் முகமோ, எண்ணிக்கையோ அவருக்கு நினைவில்லை. முகமற்ற வன்கொடுங்கனவாக நினைவில் பதிந்து போன அந்தச் சம்பவத்திற்குப் பின் நினைவு திரும்பியபோது, உடம்பு முழுக்கக் காயங்களுடனும் மிகுந்த இரத்தப்போக்குடனும் போராடிக்கொண்டிருந்தார்.

'என்னை தனியே சாக விட்டுட்டு போயிட்டாங்க.'

'இயா' வன்புணர்வு செய்யப்பட்ட கதை ஊரெங்கும் பரவியது. இராணுவத்தினரால் நிகழ்த்தப்பட்ட வன்புணர்வுகளின் ஆரம்பகாலச் சான்றுகளுள் ஒன்றாக நின்றுவிட்ட இந்த அராஜகமும், மக்களுக்கு விடுக்கப்பட்ட எச்சரிக்கையாகவே பார்க்கப்பட்டது. வாழ்வு முழுவதும் துணைக்கு எவருமின்றித் தனியாளாகவே வாழ்ந்துவிட்ட இயா, 'என்னை கல்யாணம் செஞ்சுக்க யாரும் முன்வரல. உதவிக் குன்னு யாரும் கிடையாது. நா மட்டுமில்ல, இதுபோல நிறைய

---

11. Ibid.

12. Ibid, p. 51.

பேர் இருக்காங்க' என்று முடித்தபோது, அவர் முகம் உணர்வுகளற்று இறுகிக் கிடந்தது.

ஒவ்வொரு குடும்பத்திலும் இதுபோன்ற குரூரக் கதைகள் புதைந் திருந்தன. அந்தப் பெண்களும் அவமானத்தால் ஏற்பட்ட வலி யுடனேயே வாழ்வை நகர்த்திக்கொண்டிருந்தனர்.

அன்று மதியத்திற்கு மேல் 'இயா'வின் வீட்டை விட்டுக் கிளம்பிய போது, என்னுடைய மொழிப்பெயர்ப்பாள நண்பர்கள் சற்று முன்னே நடந்துகொண்டிருந்தனர். இரண்டாம் உலகப்போரின் போது ஜப்பானியர்களால் கட்டப்பட்ட பழைய ஹெலிபேட் ஒன்றினருகேயிருந்த எல்லைத்தூண் பக்கமாய்ச் செல்ல, சிறிது நேரத்தில் என்னையுமறியாமல் பர்மிய எல்லைப் பக்கமாய் நின்றுகொண்டிருந்தேன்!

பர்மிய எல்லைப் பாதுகாப்புப் படையினர் விரைந்து வந்து எல்லை தாண்டியதுபற்றி என்னிடம் சொல்லும்வரை நானும் உணரவேயில்லை. பர்மிய எல்லைக் காவல் படையினரால் காவலில் வைக்கப்பட்டேன். இந்திய எல்லைப்பகுதியிலிருந்து 'அசாம் ரைஃபில்ஸ்' படைப்பிரிவு அதிகாரிகள் வராமல் அங்கிருந்து என்னை விடுவிக்க முடியாது என்பதை பிய்ந்துப்போன புரியாத ஆங்கிலத்தில், பொறுமையாக விளக்கிப் புரியவைத்தார்கள். பத்தடி தொலைவிலிருந்த 'இந்தியாவிற்கு' நான் தனியே செல்ல முடியாது என்று பர்மிய அதிகாரிகள் சொல்ல, நான் மறுப்பைத் தெரிவித்தவுடன், பர்மியச் சட்டத்தில், எல்லைமீறலுக்கு மூன்று வருடங்கள் சிறைத் தண்டனை என்பதை அன்புடன் நினைவுறுத் தினர். என் முன்னால் இரு தெரிவுகள் இருந்தன. ஒன்று, அருகி லுள்ள (சுமார் ஒருநாள் பயணம்) பர்மியக் காவல்நிலையத்திற்குச் சென்று குற்றச்சாட்டுகளை எதிர்கொள்வது. அடுத்தது, இந்திய அதிகாரிகள் வரும்வரை காத்திருப்பது.

சில மணிநேரங்களுக்கு முன்புதான் 'இயா'வின் போராட்டம் பற்றியும், சுற்றி அமர்ந்திருந்த பெண்களின் இந்திய இராணுவத் துடனான இருண்ட அனுபவங்கள் பற்றியும் கதைக்கக் கேட்டுக் கொண்டிருந்தேன். சில வாரங்களுக்கு முன்பு கல்கத்தாவில் நான் சந்தித்த ரோஹிங்கியா அகதி, 'டொயோபோ', பர்மிய எல்லைப் பாதுகாப்புப் படையினரான 'நசாகா' தன் குடும்பத்தினர் மீது ஏவிய மிருகத்தனமான கொடுமையை பகிர்ந்திருந்தார். வன்புணரப்பட்ட பெண்கள், புதைக்கப்பட்ட சடலங்கள், எரிக்கப்பட்ட மசூதிகள் என அவர் பகிர்ந்த கதைகள் திகிலூட்டுபவை.

எழுதி விளங்கவைக்க முடியாதொரு உணர்வுக் கலவை — நம்பிக்கை யின்மையும் அருவருப்பும் ஒருசேர தொண்டைக்குழிக்குள் அடைத்துக்கொண்டன. இதற்குமுன் ஒருநேரமும் இந்தப் பயம் வதைத்ததில்லை. முதுகிலிருந்த என் பையின்மேல் ஒரு கை தொட, உறைந்தேன். 'இயா'வைப் போல என்னையும்?!... நடுங்கிப் போனேன்.

பயத்தின் கனம் அழுத்த, கால்கள் நகர மறுத்தன.

அவர்கள் பணிவாக, பொறுமையாகப் பேசி, பன்றி இறைச்சியும் மூங்கில் குருத்தும் சேர்த்த கறியை சாப்பிடக் கொடுத்தனர். இந்திய வீரர்கள் வருவதற்காகக் காத்துக்கொண்டிருந்தேன். சுமார் இரண்டு மணி நேரம் கழித்து, ஐந்து வீரர்கள் என்னை அழைத்துச்செல்ல வந்தனர். இந்நிகழ்வு தங்களின் வேலையில் நீண்ட நாள்கள் கழித்து நடக்கும் நல்ல விஷயமென என்னிடம் தெரிவித்த அந்த வீரர்கள், மிக உற்சாகமாக இருந்தனர்.

இருபக்க வீரர்களும் நீண்ட நாள் கழித்து சந்தித்துக்கொண்ட பழைய நண்பர்களைப் போல ஒருவரையொருவர் வாழ்த்திக்கொண்டனர். அங்கிருந்த விறகடுப்பைப் பற்றவைத்து இந்திய அதிகாரிகள் தேநீர் போட, பர்மிய வீரர்கள் ரேடியோவை ஏ.ஐ.ஆர். அலை வரிசை நோக்கித் திருப்பினர். இந்தப் பகுதியில் ரேடியோவும்

தொலைபேசியும் இரு நாட்டு அலைவரிசைகளிலும் இயங்கும். ரேடியோ கேட்டுக்கொண்டே தேநீர் குடித்த இரு நாட்டு வீரர்களும், தத்தம் அதிகாரிகள் குறித்த குறைகளையும் பரிமாறிக்கொண்டனர்.

அதிகாரபூர்வ ஒப்படைத்தல் எல்லாம் எதுவுமில்லை. தேநீர் முடிந்தவுடன் எழுந்து நடக்கத் தொடங்கினோம். கிளம்பும்போது பர்மிய அதிகாரிகள் இரு நாடுகளுக்கிடையேயான 'யாருக்குமற்ற நிலப் பகுதியில்' பார்த்த ஒரு சடலம் குறித்துப் பேசினர். 'எங்களுது இல்ல' என்ற இந்திய அதிகாரிகள், 'ஏதாவது உள்ளூர் தகராறா இருக்கும்' என்றபடி அடையாளம் தெரியாத யாரோ ஒருவருடைய மரணம் குறித்த விவாதத்தை முடித்துக்கொண்டு எல்லைவரை உடன்வந்து என்னுடைய விடுதியில் என்னை இறக்கிவிட்டவர்கள், 'பிரச்சினைல மாட்டிக்காம ஜாக்கிரதையா இருந்துக்கங்க' என்று கூறிவிட்டுக் கிளம்பினர்.

உள்ளே சென்று தாழிட்டுக்கொண்டேன். என்னுடைய நோட்டுப் புத்தகத்தை எடுப்பதற்காக பைக்குள் கையை விட்டபோது அது காணாமல் போயிருந்தது. மியான்மர் எல்லைக்குள் அதை விட்டு விட்டது புரிய, கோபத்தில் அழுகை வெடிக்க தொலைபேசியை விசிறியடித்தேன். ஏன் அழுதேனென்று எனக்கே புரிபடவில்லை!

குளித்து முடித்து அங்கிருந்த சிறிய கட்டிலில் உட்கார, மிகச் சோர்வாக இருந்தது. சில வாரங்களுக்கு முன்தான் நான் பிரிண்ட் அவுட் செய்திருந்த என்னுடைய நண்பரின் கவிதைத் தொகுப்பை எடுத்தேன். மணிப்புரி எழுத்தாளர் ராபின் எஸ் ந்கேங்கோமின் 'தாய் நிலம்' கவிதை அந்தத் தொகுப்பில் இருந்தது:

கொடுங்கனவின் முதலாய் ஒலித்தது இறப்பவர்களின் அலறல்,
தொடர்ந்தன வானொலியறிக்கைகள், செய்தித்தாள்களும்:
குண்டடிப்பட்டு இறந்தவர் ஆறு; இடிந்த வீடுகள் இருபத்தைந்து;
பின்னுக்கு கைகள் கட்டி தேவாயலத்தினுள் துண்டிக்கப்பட்ட தலைகள் பதினாறு.
ஒவ்வொன்றாய் நாள்கள் நொறுங்க, வெற்றியாளன்
மற்றுமவன் பலிகளின் எண்கள் நீண்டன.
என் மெல்லிய மானுட உணர்வுகள் முழுவதுமாய் தொலையும்வரை
தடிக்கத்தொடங்கியிருந்த தோலினுள் இறுகிக்கொண்டிருந்தேன்.
இன்னமும் பெற்றோருக்காய் காத்திருக்கையில்
குடிசைக்குள் தீமூட்டப்பட்ட குழந்தைகளை நினைப்பதை நிறுத்திவிட்டேன்.
குளிர்காலக் கணப்பின் கதகதப்பில் பாட்டி சொன்ன கதைகள்
இறப்பின் தருணத்தில் அக்குழந்தைகளின் நினைவிலிருந்திருக்குமா?
எழுத்துகளின் மந்திரவித்தைகளை கற்றுக்கொண்டார்களாவென அறிந்து கொள்ளவும் விருப்பமில்லை.
அழகிய அறுவடைக் காலத்தின் அறுத்துக் கிடக்கும் பயிரெனக் கிடந்தனர்
சூல் சுமந்த மெல்லிய பெண்கள்.
காட்டுப்பூக்களைச்சூடி தலைவனுக்காய்க் காத்திருந்தார்களாவென்ற
கவலை இனி எனக்கில்லை.
என் சத்தியத்தை அவர்களுடன் சேர்த்தெரித்தேன்,
சங்கடமிக்க மனிதநேயத்தையும் உடன் அடக்கம் செய்துவிட்டேன்.
பிறிதொரு நாளில் பின்வருமாறு புலம்பிக்கொண்டேன்:
'எதற்குமொரு எல்லையிருக்கிறது',
ஆனால், கசாப்புக்காரர்கள் குற்றங்களிலிருந்து விடுவிக்கப்பட்டபோது
எதுவும் நடக்காததுபோலென் வாழ்வைத் தொடர்ந்தேன்.

'கசாப்புக்காரர்கள் குற்றங்களிலிருந்து விடுவிக்கப்பட்டபோது', 'எதுவும் நடக்காததுபோலென் வாழ்வைத் தொடர்ந்தேன்' ஆகிய வரிகளைக் கோடிட்டேன்.

நீண்ட பெருமூச்சுடன் என் குறிப்புகளை எழுதத் தொடங்கினேன்.

6
நெல்லி

மறத்தலுக்கும் நினைத்தலுக்குமிடையே சிக்கித்தவிப்பது

> மரித்த உவமையாய் துளி உப்பில்லாமல் என் நண்பர்களைத் தின்று தீர்த்தது படுகொலை.
>
> மற்ற கதவுகள் மூடியபோது தன் கதவுகளைத் திறந்துவைத்தது. செய்தியறிக்கைகள் வெறும் எண்களாய் கணக்கெடுத்தபோது, படுகொலை எங்களைப் பெயர்ச்சொல்லி அழைத்துக்கொண்டது.
>
> படுகொலை ஒரு மரித்த உவமையாய் தொலைக்காட்சியிலிருந்து வெளிவந்து துளி உப்புமில்லாமல் என் நண்பர்களைத் தின்று தீர்த்தது.
>
> — கயாஸ் அல்மதுஹூன், 'படுகொலை.'
> அரபியிலிருந்து ஆங்கிலத்தில் மொழிபெயர்த்த
> காத்ரின் கோப்ஹமின் '*அட்ரினலின்*' நூலிலிருந்து.

அசாமிலுள்ள நகோன் மாவட்டத்தின் சிறு கிராமங்களில் ஒன்று நெல்லி. இந்தியாவில் நடந்த மிகக் கொடூரப் படுகொலைகளின் மையப்புள்ளியாக கனத்த வரலாற்றைச் சுமந்துகொண்டிருக்கிறது இந்தச் சிற்றூர். நெல்லியில் 1983ஆம் ஆண்டு பிப்ரவரி மாதம் ஒரே நாளில் பெண்கள், குழந்தைகள் உட்பட 3,000க்கும் மேற்பட்ட இஸ்லாமியர்கள் படுகொலை செய்யப்பட்டனர். சம்பவத்தை நேரில் கண்ட உள்ளூர் சாட்சிகளின் கணக்குப்படி உண்மையான எண்களின் இலக்கங்கள் இன்னும் கூடுதலாக இருக்கவே வாய்ப்புள்ளது.

படுகொலை நடந்த நினைவுநாளை ஒட்டி அவ்வப்போது செய்தித் தாள்களில் வெளிவரும் செய்திகளும் திரும்பத்திரும்ப 'சட்டவிரோத இஸ்லாமிய வந்தேறிகள்', 'மறக்கப்பட்ட படுகொலை' என்றே குறிப்பிட்டன. இறந்த குடும்பத்தினரைப் புதைத்துவிட்டு, அவர்கள் கல்லறைகளுக்கு அருகிலேயே வாழத் தொடங்கியவர்களின் நினைவடுக்குகளில் புதைந்திருந்த நினைவுகள், வேறு கதை களைச் சொல்லின. முப்பது வருட மௌனத்திற்குப் பிறகு, சுமந்துகொண்டிருக்கும் கதைகள், நிகழ்வுகளைத் திரும்பத்திரும்ப விவரித்து, விளக்கிக் கூறிக்கொண்டிருக்கின்றனர்.

என்னுடைய பயணத்தில் தலைநகர் குவஹாத்தியைத் தளமாகக் கொண்டு அசாம் முழுவதும் சுற்றினேன். அங்கிருந்து ஒவ்வொரு நாளும் நான் பார்க்க வேண்டிய, பேச வேண்டிய இனக்குழுக்களை அவர்களின் கிராமங்களுக்குச் சென்று இரவு சந்தித்துவிட்டு, அரசு விடுதிக்குத் திரும்பிவிடுவேன். எல்லைகளை ஒட்டிய என் முந்தைய பயணங்களில் மாதக்கணக்கில் சுற்றிவிட்டு, பணம் தீர்ந்தவுடன் வீடு திரும்பும் நான், மலிவான விடுதிகளிலும், அரசு விடுதிகளிலும், அதுவும் கிடைக்காத சமயங்களில் காருக்குள்ளேயே தூங்கிக்கொள்வதுமாக நாள்களைக் கழித்திருக்கிறேன். இங்கு படுகொலை நடந்து 35 வருடங்கள் கழித்து 2018இல் மறுபடியும் இப்பணிக்குத் திரும்பியபோது என்னிடமும் சரி, என் புத்தகத்திற்கும் சரி, அநேக விஷயங்கள் மாறியிருந்தன. தாயாகி, 18 மாதக் குழந்தை யான என் மகளை விட்டுவிட்டுத் தனியே வந்திருந்தேன். என் உடலிலும் வாழ்விலும் ஏற்பட்டிருந்த மாற்றங்கள் என் பயணங் களின் நகர்வையும் மாற்றியிருந்தன. ஐந்து வருடங்களுக்கு முன் தொடங்கியிருந்த என் பயணத்தை முடித்துக்கொள்ளும் கடைசி வாய்ப்பென உள்ளுக்குள் ஏதோ சொல்லியது.

கடைசி ஐந்து வருடங்கள் அசாம் மக்களின் அரசியல், மனநிலை, இசைவு, சுகம், துக்கம் எல்லாவற்றிலும் மாற்றங்களைக் கொண்டு வந்திருந்தாலும், எதார்த்தத்தில் இரண்டு விஷயங்கள் அவர்களின் அன்றாட வாழ்வில் ஆதிக்கம் செலுத்தின: பொங்கியும் வற்றியும் போக்கு காட்டும் பிரம்மபுத்திரா-பராக் நதிகளும், தன்னை 'அசாமி' என்று நிரூபித்துக்கொள்வதற்கான போராட்டமும். அநேகமாக நான் சந்தித்த அனைவரும் அந்த நதிகளால் வாழ்வோ தாழ்வோ அடைந்திருந்ததோடு, தங்கள் அடையாளத்தை நிரூபிக்கவும் போராடிக்கொண்டிருந்தார்கள்.

அசாம்–வங்கதேச எல்லையில் மூன்றில் ஒரு பகுதி புரையோடிய தன்மை கொண்டது. 162 மைல் எல்லைப்பகுதி வேலியிடப்பட்டி ருக்க, சுமார் 59 மைல் பிரம்மபுத்திராவின் கரையொட்டியே நீள்கிறது. நதியோ 'ச்சார் ச்சப்போரி'களால் (char chapori) ஆனது. ச்சார் ச்சப்போரி — பிரம்மபுத்திரா நதி முழுவதும் சுமார் 3,068 சதுர கிலோ மீட்டர் பரப்பளவை ஆக்கிரமித்திருக்கும் மிதவைத் தீவுகள். 'ச்சார்' மக்கள் வாழும் மணற்பாங்கான தீவையும், 'ச்சப்போரி' வெள்ள அபாயமிக்க அதன் கரைகளையும் குறிக்கும். பிரம்மபுத்திராவின் வெள்ளப்பெருக்கைப் பொறுத்து, ச்சார் ச்சப்போரியாகவும், ச்சப்போரி ச்சாராகவும் மாறும் நிகழ்வு இங்கு சர்வசாதாரணம்.

‘ச்சார்’இல் வாழும் மக்கள், 3, 4 வருடங்களுக்கொருமுறை நீர் அரிப்பு ஏற்படும்போதெல்லாம் தங்கள் ‘ச்சார்’களைவிட்டு வெளியேறி, வாழத்தகுதியான மற்றொரு ‘ச்சாருக்கு’ குடிபெயர்ந்துவிடுவர்.

ஆங்கிலேயக் கட்டுப்பாட்டில் இருந்த அசாம் பகுதியை அப்படியே சுவீகரித்துக்கொண்டது சுதந்திர இந்தியா. பங்களாதேஷ், பூட்டான், பர்மா, சீனா, சிக்கிம் மற்றும் திபெத்துடன் தன் எல்லைகளைப் பகிர்ந்துகொள்ளும் அசாம், பிரிவினைக் குழப்பத்தின் போது கிழக்கு பாகிஸ்தானுக்காய் (பங்களாதேஷ்) பாகம் வைக்கப்பட்டிருந்தால், வரலாற்றின் பக்கங்கள் மாற்றி எழுதப்பட்டிருக்கும். 1950, 60களில் வங்கதேச இஸ்லாமியர்கள் கிழக்குப் பாகிஸ்தானிலிருந்து வரும் ‘சட்டவிரோத ஊடுருவல்காரர்கள்’ என்ற பட்டத்தோடு கூட்டமாக அசாமிலிருந்து விரட்டிவிடப்படுவார்கள். 1971இல் பங்களாதேஷ் விடுதலையடைந்தபோது, இஸ்லாமியர்களுக்கெதிரான இப்பகுதிப் பொதுமக்களின் கோபம், இன்னமும் உச்சத்தையடைந்தது. வறுமையிலிருந்து தப்பிப்பதற்காக வங்கதேச இஸ்லாமியர்கள் சட்டவிரோதமாக எல்லை தாண்டுவதாகத் தெரிவித்த செய்தி யறிக்கைகள், எண்ணிக்கையையும் பலமடங்கு மிகைப்படுத்திக் காட்டின. இஸ்லாமியராக இருந்துவிட்ட ஒரே காரணத்தால், பல தலைமுறைகளாக அசாமில் பிறந்து வாழ்ந்த தலைமுறையினர்கூட அயல்நாட்டினராகவும் சட்டவிரோதக் குடியேறிகளாகவும் சித்த ரிக்கப்படுகிறார்கள். அசாமில், வங்காளப் பின்னணியுள்ள இஸ்லா மியர்களைக் குறிக்க, ‘மியா’ என்ற அவதூறான பதத்தைப் பிர யோகிக்கும் உள்ளூர்வாசிகள், இன்னும் மோசமாக, வங்கதேசத் திலிருந்து வந்த சட்டவிரோதக் குடியேறிகள் என்றும் நிந்தனை செய்ய, அவர்கள் தம் இந்தியக் குடியுரிமையை இழக்க, இந்த மோசமான குற்றச்சாட்டு ஒன்றே போதுமானதாக இருக்கிறது.

1980இல் அனைத்து அசாம் மாணவர் சங்கம் (All Assam Student’s Union) அயலவர் எதிர்ப்பு இயக்கமொன்றை நடத்தியது. தேர்தலைப் புறக்கணிக்க அழைப்பு விடுத்த மாணவர் இயக்கம், மீறி வாக்க ளித்தால் இஸ்லாமியர்கள் கடும் விளைவுகளைச் சந்திக்க நேரிடும் என்றும் மிரட்டியது. பிப்ரவரி 1983இல் கூட்டாக மக்களைக் கொன்றுகுவித்த கொடூரம், தேர்தலில் வாக்களித்த இஸ்லாமியரைப் பழிவாங்குவதற்காக அரங்கேற்றப்பட்டதென இன்றும் பலர் நம்புகின்றனர். 18 பிப்ரவரி 1983 காலை போர்போரி கிராமத்தில் கலவரம் தொடங்க, நெல்லியும், சுற்றியுள்ள 14 கிராமங்களும் துப்பாக்கிகளும் தீப்பந்தங்களும் ஏந்திய கும்பலால் சூழப்பட்டன.

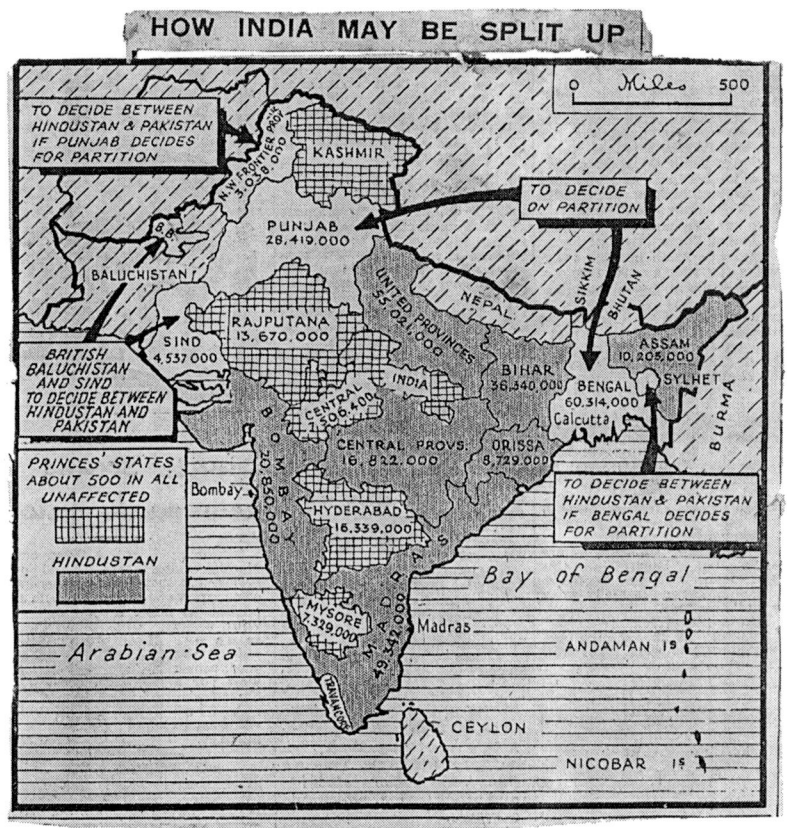

How India May Be Split Up[1]

நெல்லிக்குச் செல்லும் கிளைச் சாலையொன்றின் முனையில் நின்றுகொண்டிருந்த நோபின் ஹுசைனை காரில் பின்தொடர்ந்தேன். படுகொலை நடந்து முப்பது வருடங்களுக்குப் பின்னரும் நெல்லி மாறவேயில்லை. போஸ்னியா, ருவாண்டா, ஃபலஸ்தீன், காஷ்மீர் ஆகிய இடங்களிலுள்ள கிராமங்களின் காலமாற்றத்தைக் கண்கூடாக பார்த்த பின், அதேபோன்றதொரு மாற்றத்தை எதிர்ப்பார்த்திருந்த என்னை, 1980களின் புகைப்படங்களிலிருந்த நெல்லி சிறிதும் மாறாமல் வரவேற்றது. தனிமையின் நிழலில் ஒதுங்கியிருக்கும் நெல்லி, இன்னமும் நினைவுகளின் இறுகும் பிடியில் உழல்கிறது.

---

1. Map speculating on a possible division of India from the Daily Herald newspaper, 4 June 1947, The National Archives, UK, (CAB 21/2038).

கல்லறைகளோ நினைவுச்சின்னங்களோ இல்லாத ஊரில், வரலாற்றின் புதிய பக்கங்களில் பதிவான மிக மோசமான படுகொலை அரங்கேறியதற்கான எந்தத் தடயமும் இல்லை. கிராமத்தின் கடைவீதியைக் கடந்து சென்ற எங்களைக் குழப்பமான பார்வைகள் கேள்விக்குறியுடன் தொடர்ந்தன. என்னுடன் வந்த உள்ளூர் பத்திரிகையாளர் அஹ்மது, 'இந்த மக்களுக்கு வெளியாள்கள் பழக்கமில்லை. இப்போ இங்க யாரும் வர்றதில்ல. உள்ளூர் ஆள்களும் அவசியமிருந்தாலேயொழிய வெளியே போறதில்ல' என்றார்.

இத்தனைக்கும் நெல்லி ஒன்றும் உள்ளொதுங்கிய கிராமமல்ல. அசாமின் பிராதன சாலையிலிருந்து சில மைல்கள் பயணப்பட்டால் நெல்லியை அடைந்துவிடலாம். தனிமை, அவர்களாகத் தேர்ந்தெடுத்துக்கொண்ட ஒன்று.

அசாமில் நான் சென்ற மற்ற கிராமங்களிலும், ஓர் ஒற்றுமையைக் காண முடிந்தது. பெரும்பாலான சமூகங்கள் மதங்களைக் கொண்டு தம்மைத்தாமே தனிமைப்படுத்திக்கொண்டன. தாங்களே வகுத்துக்கொண்ட வட்டத்திற்குள் வாழும் மக்கள், ஒவ்வொரு முறை வலி, வன்முறையெனத் தொடரும் துயரத்தினால் பாதிக்கப்படும்போது, வட்டங்களின் விட்டத்தை மேலும் சுருக்கிக்கொள்கிறார்கள். சிறு நகரங்கள் கிராமங்களாகவும், கிராமங்கள் தெருக்களாகவும், தெருக்கள் வீடுகளாகவும் சுருங்கிப்போயின.

அவர்களைச் சுற்றியுள்ள உலகம் எப்பொழுதும்போல இயங்கிக்கொண்டிருந்தாலும் அவர்களை அதை விளங்கிக்கொள்ள விடாமல் வன்முறை தள்ளிவைத்தது. பெரும்பாலான இஸ்லாமிய கிராமங்கள், வெளியாள்களைக் கண்டே பத்தாண்டுகள் ஆகியிருந்தது. மீறி வந்த வெளியாள்கள் — 'ஃபாரின்காரவுங்க', 'சட்டவிரோதமானவர்கள்' என உள்ளூர் தீர்ப்பாயத்தால் குற்றஞ்சாட்டப்பட்ட உள்ளூர் மக்களைத் தேடி வந்த காவல்துறையினர்தாம். இந்தத் தீர்ப்பாயங்கள், அசாமில் வசிக்கும் 'வெளிநாட்டவர்' என்று முத்திரை குத்தப்பட்ட 'குடிமக்கள் அல்லாதோரை' கண்டுபிடித்து நாடு கடத்துவதற்காகவே அமைக்கப்பட்டவை.[2] ஒருமுறை குற்றம் சாட்டப்பட்டால், தன் குடியுரிமையை நிரூபிப்பது அந்தந்தத் தனிநபரின் பொறுப்பாகிவிடுகிறது.

---

2. 'Assam Foreigners Tribunal,' Amnesty International India, 7 February 2020, https://amnesty.org.in/assam-foreignerstribunal/.

ஊருக்குள் செல்லச்செல்ல, தார்ச்சாலைகள் மறைந்து ஒற்றையடி மண் சாலைகள் பொன்நிறத்தில் வரவேற்க, இரு பக்கமும் செழித்து வளர்ந்த வயல்வெளிகளுக்கிடையே சிறுசிறு குளங்களும் தென் பட்டன.

தன் வழக்கமான மாலை நேர அலுவல்களுக்கு கிராமம் தயாராகிக் கொண்டிருந்தது. வேலை முடிந்து வயல்வெளிகளிலிருந்து மக்கள் வீடு திரும்பிக்கொண்டிருந்தனர். நோபின் ஹுசைன் தன் வண்டியை ஓரமாக நிறுத்திவிட்டு சாலையைக் கடந்து வயல்கள் சூழ்ந்த ஒரு திறந்தவெளியைக் காட்டினார். அண்மையிலிருந்த ஒரு மண் குடிசையில் மூன்று முதல் பத்து வயதுவரையுள்ள குழந்தைகள் கண்ணாமூச்சி விளையாடிக்கொண்டிருந்தார்கள். இப்பகுதியின் பெயர் டொஹோத்தியா ஹபி: முப்பத்தைந்து வருடங்களுக்கு முன் இந்த மிகப் பெரிய பிரேதக்குழியில்தான் 2-10 வயது வரையிலான 350 குழந்தைகளின் சடலங்களை நோபின் அடக்கம் செய்திருந்தார்.

அந்த மைதானத்தின் முனையில் நின்று பேசிக்கொண்டிருந்தபோது, அருகிலிருந்த தங்கள் வீட்டிலிருந்து இரு நாற்காலிகளைக் கொண்டு வந்து கொடுத்து அமரச் சொல்லி உபசரித்தனர் அந்தக் குடும்பத்தினர். கடந்து சென்ற சில நபர்கள் நோபினை அடையாளம் கண்டு பேசத் தொடங்கி, தங்கள் நினைவுகளையும் பகிர்ந்துகொண்டனர். பொருந்திவரும் புதிரின் பாகங்கள்போல, பின்தங்கிவிட்ட சுமையின் இழப்புகள் பொருந்திப் போயின. தாங்கள் பல தலைமுறைகளாக வாழ்ந்துவருவதைச் சொல்லும் இஸ்லாமியரில் பெரும்பான்மை யினர் தங்கள் குடியுரிமையை நிரூபிக்கும் சில கசங்கிய தாள்களை நம்பியே நாள்களைத் தள்ளிக்கொண்டிருக்கிறார்கள்.

விளிம்பில் மீன்கள் வரையப்பட்ட இளம்பச்சை சேலையிலிருந்த அந்தப் பெண், ‘ஒரு கல்யாணத்துக்குப் போயிருந்தேன், திரும்பி வந்தப்போ ஒருத்தரும் மீதமில்ல’ என்று 1983 படுகொலைகளை நினைவுகூர்ந்தார்.

அப்போதுதான் வயலிலிருந்து திரும்பிய பெரியவரொருவர், ‘என்னை அவங்க கண்டுபிடிச்சு காப்பாத்தற வரைக்கும் ஒரு பிணத்துக்கடியில ரெண்டுநாள் படுத்திருந்தேன்’ என்றார்.

அந்தக் காலகட்டத்தில் நதியின் மறுபக்கம் வசித்துவந்த, முப்பது களில் இருக்கும் இளைஞரொருவர், ‘ஆத்துல பிணங்களா மிதந்து ட்டிருந்துது’ என்றார்.

ஆண்களும் பெண்களும் பாடல்கள் பாடி இறந்தவர்களை நினைவு கூரத்தொடங்க, தன்னிச்சையாக நிகழ்ந்த அந்த நினைவேந்தலை கவனித்துக்கொண்டிருக்கையில், அவர்கள் இழப்பின் நினைவுகளைப் பதிந்து பட்டியலிட்டுக்கொண்டிருக்கும் ஒரு சுற்றுலா பயணிபோல உணர்ந்தேன். உண்மையில், மக்களின் துயரங்களைப் பதிவுசெய்யும் ஒரு சுருக்கெழுத்தராகத்தான் வாழ்வு என்னைப் பயணப்பட வைத்திருக்கிறது. ஆனாலும், பதிந்த இந்தப் பட்டியல்கள் சாதித்தது என்ன?

சிறு வயதில் நான் படித்த ரஷ்ய நாட்டுப்புறக் கதைகளடங்கிய புத்தகம் நினைவுக்கு வந்தது. அதிலிருந்த கதையொன்றில், திரும்பத் திரும்ப கதை கேட்கும் தன் பேத்தியை எச்சரிக்கும் மூதாட்டி: 'அவங்கவங்களால சுமக்க முடியற அளவு கதைகளைத்தான் எல்லாரும் சுமக்கணும். பூமியால சுமக்க முடியாத அளவு கதைகளின் பாரம் கூடிப்போகும்போது, அந்தக் கதைகள் அப்படியே வெடிச்சு நட்சத்திரத்துகள்களா மாறி வானத்துக்குப்போய் கலந்துடும்' என்பார்.

என்னிடமுள்ள கதைகளின் கனம் கூடி, சுமக்கும் திறனைக் கடந்து விட்டேன். அவற்றில் கொஞ்சமேனும் மேகங்களின் இருளுக்குள் மறைத்துக்கொண்டால், தூரத்தின் முகட்டிலிருந்து தரிசனம் செய்து கொள்வேன்.

படுகொலை நடந்தபோது 23 வயது இளைஞனாயிருந்த 58 வயது நோபின், தன் வாழ்வு முழுவதும் நெல்லியில் கழித்தவர். காலை எட்டு மணியளவில் ஊருக்குள் நுழைந்த கும்பல் வீடுகளைக் கொளுத்தத் தொடங்கியது. வீடுகளிலிருந்து அலறியடித்து வீதிக்கு ஓடிய மக்களை காத்திருந்த கும்பலின் துப்பாக்கித் தோட்டாக்கள் பதம் பார்த்தன. அந்தக் கும்பலில் டிவா பழங்குடியினர், வங்காளி இந்துக்கள், அசாமிகள் ஆகியோர் கலந்திருந்தனர்.

நோபினையும் தோட்டாக்கள் பதம் பார்க்க, காலில் பாய்ந்த குண்டோடு, உதவி கேட்டு சி.ஆர்.பி.எப். முகாமை நோக்கி ஓடினார். வந்த கும்பலில் உள்ளூர்க்காரர்கள் எவருமில்லாதபோதும் ஊரின் வரைபடத்தைத் தெளிவாகத் தெரிந்துவைத்து, ஊரைவிட்டு வெளியேறும் வழிகளையும் சுற்றிவளைத்து, தப்பித்து ஓடி வெளி யேற எத்தனித்தவர்களை எல்லையில் வைத்து கொன்று போட் டார்கள். வேண்டி விரும்பி, திட்டமிட்டு, மிக மோசமான சேதத்தை விளைவிக்கத் தயாராகவே வந்திருந்தது அந்தக் கும்பல்.

மீறி தப்பிக்க முயன்றவர்கள் வேட்டையாடிக் குரூரமாகக் கொன்று புதைக்கப்பட்டனர். எதிர்க்க முயன்ற இளைஞர்கள் 'தீர்க்கப்பட', ஆண்களைக் 'கவனித்து அனுப்பிய' பின்னர், 'பெண்களையும் குழந்தைகளையும் முடித்து வைப்பது சுலபமாகவே இருந்தது'.

குண்டடிபட்ட காலுடன் தத்திச் சென்ற நோபினுக்கு நெடுஞ் சாலையைத் தொட்டுப் பிடிக்கவே பல மணி நேரங்கள் ஆயின. ஒரு தர்காவுக்குப் பக்கத்தில் எரிக்கப்படாமல் எஞ்சியிருந்த இஸ்லாமியர் ஒருவரின் வீட்டில் தஞ்சம் புகுந்து, அவர்களின் உதவியுடன் நெல்லி பகுதி பொறுப்பிலிருந்த ஜாகிரோடு காவல்நிலையத்திற்கும் சி.ஆர். பி.எப். படையினருக்கும் தகவல் தெரிவித்தார்.

ஜாகிரோடு காவல் அதிகாரியைச் சந்தித்தபோது, குற்றச்சாட்டு நோபினுக்கெதிராகவே திரும்பியது. நோபினை கலகக்காரர்களுள் ஒருவரெனக் குற்றஞ்சாட்டிய அவர், கைது செய்யப்போவதாகவும் மிரட்டினார். அவரிடம் நோபின் கெஞ்சிக்கொண்டிருந்தபோது, சி.ஆர்.பி.எப். படையினர் வந்து சேர்ந்தனர். மொழி தெரியாத அவர்களிடம் நடந்தவற்றை விளக்கி, நம்பச்செய்து கிராமத்துக்குள் வரவழைக்கப் போராடினார் நோபின்.

'அவங்க எங்களை நம்பவோ, பொருட்படுத்தவோ இல்ல.'

அங்கிருந்து தப்பித்து ஓடிவந்த அப்துல் முத்தலிபு என்ற மற்றொரு நபரும் நோபினும் சேர்ந்து சி.ஆர்.பி.எப். படையினரை நம்பவைக்க இன்னுமொரு இரண்டு மணி நேரம் பிடிக்க, ஒருவழியாக சி.ஆர். பி.எப். படையினர் வந்து சேர்ந்தபோது, மீதமிருந்த கும்பல் கலைந்து காணாமல் போயிருந்தது. காவல்துறையோ, சி.ஆர்.பி.எப். படையினரோ அவர்களைத் தேடி கைதுசெய்ய முயலவுமில்லை. நெல்லியிலும், சுற்றியுள்ள பதினான்கு இஸ்லாமியப் பெரும் பான்மை கிராமங்களிலுமாக சேர்த்து ஏறத்தாழ 3,000 மக்கள் கொல்லப்பட்டிருந்தனர்.

மாலையில் நோபின் ஊர்திரும்பியபோது அவர் வீடு பாதி எரிந் திருக்க, அவரில்லாதபோது அவருடைய அக்கா ஜமீலா ஃகாத்தூன் சுட்டுக்கொல்லப்பட்டிருந்தார். குண்டடிபட்டு வீழ்ந்திருந்த தன் இரு குழந்தைகளையும் கையில் பிடித்தபடி வீட்டு வாசலில் விழுந்து கிடந்தார் ஜமீலா.

தப்பிப்பிழைத்தவர்கள் ஒன்றுசேர்ந்து அன்றிரவு கண்விழித்து காவல் காத்து, விடிந்தவுடன் காணாமல் போனவர்களைத் தேடினர். எந்நேரமும் கலவரக் கும்பல் திரும்பக்கூடுமென்ற பயம்வேறு

ஆட்டிப்படைத்தது (சில இடங்களில் அரிவாள்களோடு திரும்பி வரவும் செய்தார்கள்). அந்தக் கும்பல் அடுத்த மூன்று நாள்களுக்கு உயிருடன் எஞ்சியிருப்பவர்களைத் தேடி அலைய, மக்களோ உயிரைத் தேக்கி, இறந்தவர்களோடு இறந்தவர்களாக மறைந்துகொண்டு பயத்தில் உறைந்திருந்தார்கள். நோபினுடைய அம்மாவும் ஒரு குளத்தினருகே அல்லிச்செடியின் கீழ் மறைந்துகொண்டிருந்தார்.

கலவரக்கும்பல் திரும்பிவிடுமோ என்ற பயம் கொஞ்சம்கொஞ்சமாக விலகியவுடன் இறந்தவர்களை மொத்தமாக அடக்கம் செய்யத் தயாரானார்கள். இறந்தவர்களில் குழந்தைகளின் உடல்களைத் தனியே ஓரிடத்தில் சேகரிக்க மட்டும் இரண்டு நாள்களாயின. இன்னும் இரு நபர்களைச் சேர்த்துக்கொண்டு குழிகள் தோண்டி, இதோ, நாங்கள் நின்றுகொண்டிருக்குமிடத்தில் சுமார் 350 குழந்தை களைப் புதைத்தார்கள். மாலை ஐந்து மணி சுமாருக்கு அருகருகே உடல்களை அடுக்கி அவசரமாக அடக்கம் செய்யத் தயாராகிக் கொண்டிருந்தபோது, ஒரு குழந்தை ஈனஸ்வரத்தில் மெல்லிசாக மூச்சுவிட்டுக்கொண்டிருந்தது. அன்று அதிர்ஷ்டவசமாக உயிர் பிழைத்த குழந்தை அப்துல் ரஷீத், இன்று 37 வயது இளைஞனாக இன்றும் அதே கிராமத்தில் வாழ்ந்துகொண்டிருக்கிறார்.

'ஏன் எந்தக் கல்லறையிலும் நினைவுச்சின்னங்களோ, பெயர், விவரங்களோ இல்லை?' என நோபினிடம் கேட்க, 'அப்துல்தான் நடமாடும் நடுகல்' என்றார்.

இந்தக் கல்லறையிலும், இதைப் போன்ற மேலும் இரு கல்லறைகளி லும் தலா நூறு குழந்தைகளை அடக்கம் செய்திருக்கிறார் நோபின். படுகொலை நிகழ்ந்த நெல்லியிலும் சுற்றியுள்ள 14 கிராமங்களிலும் சேர்த்து இதேபோன்ற பொதுக்கல்லறைகள் குறைந்தபட்சம் நூறாவது இருக்கின்றன. அவற்றின் அளவுகள் மட்டும் சற்றேறக்குறைய மாறுபடும். நாங்கள் நின்றிருந்த இடத்திற்கெதிரே புதர்மண்டிக் கிடந்த பெரிய மரத்தடியைக் காட்டினார் நோபின் — 'அங்க மூணு பேரை அடக்கம் பண்ணினோம். சில பேரை எங்கெங்க கண்டெடுத் தோமோ அங்கங்கேயே அடக்கம் பண்ணிட்டோம்.'

சில நாள்கள் கழித்து காவல்துறையும் சி.ஆர்.பி.எப். படையினரும் நிவாரணப் பொருட்களுடன் ஊருக்குள் வந்தனர். தேதி முடிந்து போன பிஸ்கட் பொட்டலங்களையும் போர்வைகளையும் கொடுத் தவர்கள், மக்கள் தங்களைத் தாங்களே 'சுத்திகரித்துக்கொள்ள' விட்டுவிட்டுச் சென்றனர். மீட்பு உதவிகளெதுவும் ஊருக்குள் வரவேயில்லை. காயமடைந்தவர்களை மிஞ்சியிருந்த மக்களே

அருகிலிருந்த மருத்துவமனைகளுக்கும் மருத்துவ முகாம்களுக்கும் தூக்கிச் சென்றனர். முகாம்களில் மருத்துவர்கள் இல்லாததால் மக்கள் வலி மிகுந்த மரணத்தைத் தழுவிய கொடுமையும் நடந்தது.

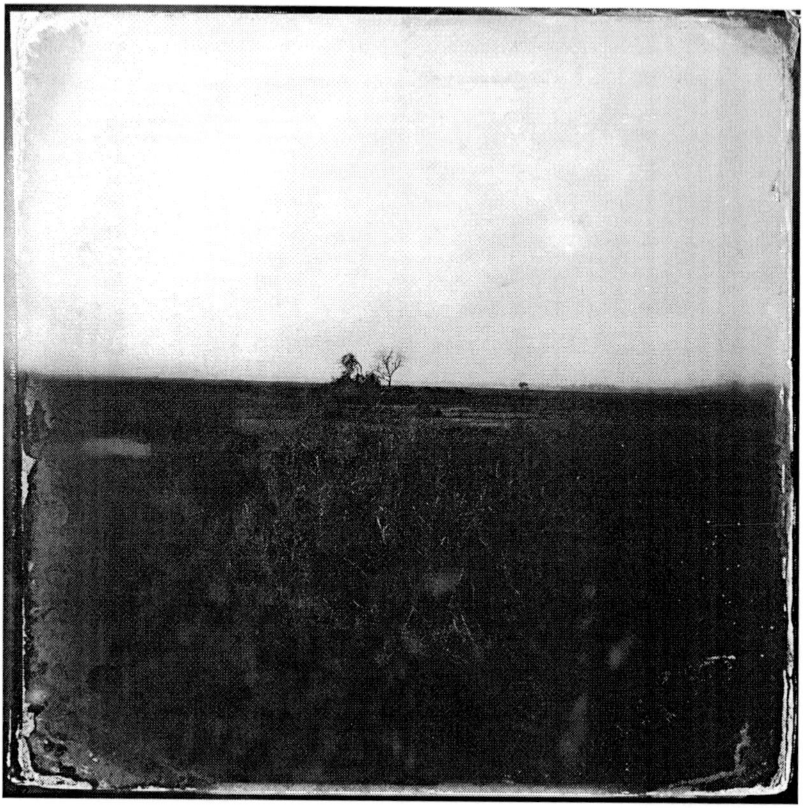

ஒரு வருடம் கழித்து இறந்தவர்களுக்கு 5,000 ரூபாயும் காயமடைந்தவர்களுக்கு 2,000 ரூபாயும் இழப்பீடாக அரசு வழங்கியது. 'யாரும் உதவிக்கு வரல' என்று மீண்டும் தொடங்கிய நோபின்: 'இங்க நீதின்னு எதுவுமே கிடையாது. அரசியலமைப்புச் சட்டம்ன்னு ஒரு புத்தகம் இருக்காமே, அது யாருக்காகன்னு தெரியல. காவல்துறை சுட்டப்போ செத்துப்போன கலவரக்காரர்களுக்கும் அரசாங்கம் காசு குடுத்துச்சு. பக்கத்து கிராமத்துல கலவரக்காரர்கள் கலைஞ்சு போறதுக்காக சி.ஆர்.பி.எப். சுட்டது. அந்த கொலைகாரங்கலாம் இப்ப தியாகியாகிட்டாங்க' என்றார்.

அசாமின் எந்தச் செய்தித்தாளும் இந்தப் படுகொலை சம்பவங்களைப் பற்றி எழுதவோ, புகைப்படங்களைப் பிரசுரிக்கவோ இல்லை. அரசு தரப்பில் விசாரித்துச் சமர்க்கப்பிட்ட ஒரே விசாரணை அறிக்கை இதுவரை பிரசுரிக்கப்படவேயில்லை. இதுநாள்வரை, இந்தப் படுகொலைகளுக்காக ஒருவர்கூடக் குற்றவாளியென தண்டிக்கப்படவுமில்லை.

ஒவ்வொரு வருடமும் ஊர்க்காரர்களுடன் சேர்ந்து நினைவேந்தல் நிகழ்ச்சி நடத்துகிறார் நோபின். மக்கள் ஓரிடத்தில் மௌனமாகக் கூடி அஞ்சலி செலுத்தி கலைந்து செல்கின்றனர். நோபினைப் போல இறந்தவர்களை அடக்கம் செய்தவர்களுக்கு ஒவ்வொரு கல்லறையிலும் எத்தனை உடல்கள் இருக்கின்றன என்ற கணக்கு தெரிந்தாலும், ஒவ்வொன்றிலும் அடக்கம் செய்யப்பட்டவர்களின் பெயர்கள் தெரியவில்லை. கணக்கில் வராத நிறைய உடல்களில் சில அடையாளம் காணவியலாத அளவு சிதைந்திருந்தன. இன்றுவரை அகழப்படாத இந்தக் கல்லறைகள், நோபின் தலைமுறைக்குப் பிறகு எந்த நிரூபணமும் அற்று துயிலும்.

கிளம்புவதற்குமுன், நோபினுடைய அக்கா மகள்கள் இருவரின் பெயர்களை விசாரித்தேன். ஆறு வயது மூத்தவளின் பெயர் ஃபஸீலா. சிறிது யோசித்துவிட்டு, 'ராஷி' என மூன்று வயது இளையவளின் பெயரையும் நினைவுறுத்திக் கூறினார். அவரிடம் குழந்தைகளின் புகைப்படங்கள் எதுவும் இல்லை. சில வருடங்கள் முன்பு பத்திரிகை யாள நண்பர் கேட்டுக்கொண்டதற்கிணங்க தன் சகோதரியின் புகைப் படத்தைப் பகிர்ந்திருந்தார் நோபின். அந்தப் பத்திரிகையாளர் இவர்களைப் பற்றி எழுதவுமில்லை, புகைப்படத்தைத் திரும்பத் தரவுமில்லை. நோபினுக்கும் அவரைப் போன்ற இலட்சக்கணக்கான மக்களுக்கும் நியாயம் கிடைக்கவில்லையென்றாலும், அவர்கள் கதையைப் பகிர நினைப்பவர்களாவது அந்த மக்களுக்கு உரிய மரியாதையையும் பரிவையும் கொடுத்தே ஆக வேண்டும்!

பேசிக்கொண்டிருக்கையில், என்னுடன் வந்த அஹ்மது என்கிற பத்திரிகையாளர், அடக்கம் செய்யப்படுமுன் குழந்தைகளின் உடல்கள் வரிசையாக அடுக்கப்பட்டிருந்த கறுப்பு வெள்ளைப் புகைப்படமொன்றைக் காட்டினார். 'இது இங்க எடுக்கப்பட்ட புகைப்படம்தான்' என்றார் அஹ்மது. நோபின் அதை உறுதிப் படுத்தினார். அனைத்து பத்திரிகையாளர்களும் கிளம்பிய பிறகும், ஒருவர் மட்டும் இருபது நாள்கள் தனியராக இங்கு தங்கியிருந்து புகைப்படமெடுத்ததை நினைவுகூர்ந்த நோபினுக்கு, அவர் பெயர்

நினைவிலில்லை. ஊரில் பலருக்கும் இந்தப் புகைப்படங்கள் நினைவிலிருந்தன. பத்திரிகையில் வெளிவந்த படங்களைக் கத்தரித்துப் பத்திரப்படுத்தியிருந்தவர்கள், இப்போது தங்கள் தொலைபேசியில் சேமித்திருக்கிறார்கள்.

கடந்த ஐந்து ஆண்டுகளாக நான் கேட்டிருந்த கதைகளின் கனம் என்னை அழுத்தத் தொடங்கியிருந்தன. குவஹாத்தியிலிருந்து வந்து நோபின் தங்கையின் படத்தை எடுத்துச் சென்றுவிட்ட புகைப்படக்காரரைப் போல, நானும் என்னுடைய பொறுப்புகளைப் புறந்தள்ளி, உண்மைக் கதைகளை இருட்டிப்பு செய்துவிடுவேனோ என்ற கவலை சூழ்ந்தது.

அன்றிரவு விடுதிக்குத் திரும்பிய பின், நண்பரும் புகைப்படக் கலைஞருமான ரித்தேஷ் உத்தம்சந்தானியை தொலைபேசியில் அழைத்தேன். எங்களுக்கு இடையே பத்து வருடங்களுக்கும் மேலான நட்பு. இருவரின் சந்தேகங்களும் மனப்போராட்டங்களும் பொதுவானவை – வன்முறையுடனான மக்களின் அனுபவங்களைப் புகைப்படமெடுப்பதும் பதிவுசெய்வதும் எதை உணர்த்துகின்றன? அந்தப் புகைப்படங்களின் பயன் என்ன? சம்பவத்தின் சாட்சிகளாக புகைப்படக் கலைஞர்களின் பங்குதான் என்ன? நெல்லி படுகொலையைத் தன் கறுப்பு வெள்ளைப் புகைப்படங்கள் மூலம் பதிவுசெய்த அந்தப் புகைப்படக் கலைஞரிடம் பேச வேண்டும் என்று விரும்பினேன். அவர் பார்த்தவை, முக்கியமாக, அவர் புகைப்படங்களில் பதிவாகத் தவறியவை குறித்தும் கேட்டறிய எண்ணினேன். எழுத்தாளர்களைப் போலன்றி, புகைப்படக் கலைஞர்கள் தாட்சண்யமற்ற பதிப்பாளர்கள். காட்சியின் கருவை, மனநிலையை, சுற்றியுள்ள மற்ற எவற்றையும் நீக்கிவிட்டு, கத்தரித்தாற்போலப் பதிவுசெய்து ஆவணப்படுத்துவது வேறெதிலும் சாத்தியமில்லை.

ரித்தேஷின் உதவியுடன் பவன் சிங்கை, அவர் மகன் விரேந்தர் சிங் மூலம் தொடர்புகொண்டேன். விரேந்தரின் அழைப்பின் பேரில் தில்லியிலிருக்கும் அவர் வீட்டுக்கு மறுநாளே குவஹாத்தியிலிருந்து கிளம்பினேன்.

தன் எழுபதுகளின் மத்தியில் இருந்த பவன் சிங், ஏறக்குறைய தன் வாழ்நாளின் ஐம்பது வருடங்களை இந்தியக் குடியரசை ஆவணப்படுத்தச் செலவழித்தவர். நெல்லி படுகொலையை ஆவணப்படுத்திய ஒரே புகைப்படக் கலைஞர். நெல்லி படுகொலை குறித்த பதிவுகளுக்காக ‘வேர்ல்டு பிரஸ் ஃபோட்டோ அவார்டு’

பரிசு பெற்றவர். நடந்த சம்பவங்களின் நினைவாக அந்தப் பொதுக் கல்லறைகள் குறித்து ஒரு நடுகல்கூட இல்லாத நிலையில், அவர் எடுத்த புகைப்படங்கள் மட்டுமே கற்பனைக்கெட்டாத வன்முறையின் ஒட்டுமொத்த சாட்சியாக காலங்கடந்து நிற்கும் என்பதை அவரிடம் தெரிவித்தேன்.

பவன் மௌனமாக அமர்ந்திருந்தார். அவருடைய புகைப்படங்கள் செய்தித்தாள்களிலும் பத்திரிகைகளிலுமிருந்து வெளியாகி, அந்த மக்களின் வாழ்க்கை நினைவுகளாகவும் ஆதாரங்களாகவும் மாறியிருந்தது பற்றி அவர் அறிந்திருக்கவில்லை.

பவன் சிங் 1980களில் இந்தியக் கிராமங்கள் குறித்த அறிக்கைகளுக்காக குவஹாத்தியில் பணிபுரிந்தபோது, படுகொலை குறித்த செய்தி பரவ, பணிபுரிந்த பத்திரிகை சார்பாக அங்கு அனுப்பப்பட்டார். அதற்கு முன்புவரை நெல்லி என்ற பெயரை அவர் அறிந்திருக்கவில்லை. எந்த உதவியும் செய்யாமல் சி.ஆர்.பி.எப்.பும் காவல்துறை அதிகாரிகளும் ஒதுங்கிக்கொண்டது, மக்கள் தங்களைத் தாங்களே தேற்றிக்கொண்டது என நோபின் கூறியவற்றை உறுதிசெய்தார் பவன். சில நாள்கள் கழித்து, உயிருடன் எஞ்சியிருப்பவர்களைத் தேடிக்கொண்டு மீண்டுமொரு கும்பல் வந்து நோட்டம் விட்டுச் சென்றதை அமைதியாக நினைவுகூர்ந்த அவர்: 'இந்த நாட்டை புகைப்படங்களா ஆவணப்படுத்தறதுக்காக என் வாழ்நாள் பூராவும் பயணப்பட்டிருக்கேன், ஆனா, இப்படியொரு சம்பவத்தை எங்கேயும் பார்த்ததில்ல.'

'சில நேரங்கள்ல என் புகைப்படங்களைப் பார்க்கும்போது என் தேசத்தின் மீதான அன்பு மிகுதியாகும். சட்டுனு வேறொரு படம் என் கோபத்தைத் தூண்டி, எதிர்காலத்தின் மீதான பயம் அதிகரிக்குது...'

'இந்த வெறுப்பு எங்கிருந்து வருது? இது எங்கு போய் முடியப் போகுது?' என்றார்.

நெல்லி சம்பவத்தை ஆவணப்படுத்திய வெகுசில பத்திரிகைகளுள் இவரை அங்கு அனுப்பிய இந்தியா டுடேவும் ஒன்று. பிரதமர் இந்திரா காந்தி இங்கு வந்திறங்கியபோது, அவரைப் புகைப்படமெடுக்க காத்திருந்த பவனைக் கண்டு அதிர்ச்சியடைந்தார். 'வெறும் அஞ்சே நிமிசம் அந்தக் கிராமத்துல இருந்துட்டு பக்கத்து திடல்ல நிறுத்தியிருந்த ஹெலிகாப்டர்ல ஏறி கிளம்பிட்டாங்க' என்றார் பவன்.

‘மிகப் பெரிய அதிகாரமும், சரியான நவடிக்கைகள் எடுக்கக்கூடிய வாய்ப்புகளும் இருந்தும் எதுவுமே செய்யாத தலைவர்களை நான் பார்த்திருக்கிறேன். எல்லாத்தையும் இழந்துட்டு நிக்கறவங்களை அத்தனை அலட்சியமா நடத்துவாங்க. இறந்தவங்க உடல்களை வரிசைப்படுத்தி ஃபோட்டோ எடுத்ததுக்காக என்மீது அவ்வளவு கோவப்பட்டாங்க. ஆனால், இது ஏன் நடந்ததுன்னு புரிஞ்சுக்கவோ, அந்த மக்கள் பேர்ல பரிவு காட்டவோ, இல்லை, இதை நடக்காமலே தடுத்திருக்கனும்ங்கற யோசனையோ இவங்ககிட்ட கிடையாது’ என்று கூறினார்.

1983இல் நெல்லி படுகொலையைத் தடுத்து நிறுத்த உரிய நடவடிக்கையை உடனடியாக எடுக்கத் தவறியது ஏன் என்று பிரதமர் இந்திரா காந்தியிடம் கேட்டதற்கு, அவர்: ‘நாம் குறுக்கிடுமுன் இதுபோல நிகழ்வுகளை அதன் போக்கில் விட்டுவிட வேண்டும்’ என்று பதிலளித்தார்.[3]

பவனுடன் நெல்லியில் இருந்த மற்றொரு பத்திரிகையாளரான தி டெலிகிராஃப் இதழின் புகைப்படக் கலைஞர், சில புகைப்படங்களை எடுத்துவிட்டு, மறுநாளே கல்கத்தாவிற்குக் கிளம்பிவிட்டார். அவர் சம்பந்தப்பட்ட நிகழ்வு ஒன்றை பவன் கூறினார். அந்தப் புகைப்படக் கலைஞர், பாதி எரிந்திருந்த குர்ஆனை நோக்கி நீளத் துடித்த ஒரு முதியவரைப் படமெடுக்க முயன்றார். அவரை பவன் தடுத்தார். இருவருக்குமான வாக்குவாதம் கருத்து மாறுபாட்டோடு முடிந்தது. பவனைப் பொறுத்தவரை, கொலைக்களத்துக்கு நடுவே ஒரு மனிதனின் வேதனையை, குர்ஆனுடனான மற்றுமொரு இஸ்லாமியரின் வெற்றுப் புகைப்படமாகச் சுருக்கிவிடுவதும் அவர்களுக்கெதிரான வன்முறையின் வேறு வடிவம்தான்.

புகைப்படக்காரர்களும் ‘சுடுகிறார்கள்’. நாம் காமிராக்களால் மக்களை சுட்டுக்கொண்டேயிருக்கிறோம். மெதுமெதுவே அவர்களுடைய மனிதத்தன்மையைச் சிதைத்து வெறும் மந்தைக்கூட்டமாக மாற்றியும் விடுகிறோம்.

இவ்வளவு ஆண்டுகளாகச் சேகரித்து வைத்திருந்த அவருடைய ஆயிரக்கணக்கான புகைப்படங்களின் ‘தொடர்பு பட்டியலை’ பார்வையிட்டுக்கொண்டே, முழு நாளையும் அவருடனே கழித்தேன்.

---

3. Rajeev Mantri and Harsh Gupta, ‘Nellie and Delhi: “Secular” riots versus “communal” riots’, *Firstpost*, 12 February 2014, https://www.firstpost.com/india/nellie-and-delhi-secular-riots-versus-communal-riots-1384231.html.

அவை அந்த உன்னதக் கலைஞனின் ஆகச் சிறந்த படைப்புகள். இந்திய நாட்டுப்புறம், அதன் கிராமங்கள், அதன் மக்கள் என அவற்றைத் தொடர்ந்து நாற்பது வருடங்களாக ஆவணப்படுத்தியதன் உச்சகட்டம். இந்தியக் குடியரசின் ஒவ்வொரு மாநிலத்திற்கும் நேரில் சென்று தேசத்தின் மாற்றங்களைப் பதிவுசெய்திருந்தார். இதுபோன்றதை நான் எங்கும் கண்டதில்லை.

'காட்சித் திரிபென்பது கூட்டுணர்வின் விடாப்பிடியான களை' என்று அந்தோனியோ கிராம்ஷி 1921இல் எழுதினார். 'வரலாறு கற்பித்துக் கொண்டேதான் இருக்கிறது; மாணவர்கள்தாம் எவருமில்லை.' நாம் வரையும் கோடுகள், எழுப்பிய வேலிகள், வலியுறுத்தும் எல்லைகள் அனைத்தும் காட்சித்திரிபுகள். இவையெதுவும் உண்மை யில்லையென்றாலும், அவையேற்படுத்திய கொடிய பின்விளைவுகள் நம் கூட்டுணர்வின் ஒரு பகுதியாகவே ஆகிவிட்டன. இந்த நூற் றாண்டில் மனிதகுலத்தின் குறிப்பிடத்தக்க அரசியல் மற்றும் ஒழுக்கக் குலைவுகள் எல்லைக்கோடுகளை ஒட்டித்தான் தொடங்கின. நம்மில் மிக நாகரிகமானவர்கள்கூட எல்லையில் நடைபெறும் ஒடுக்கு முறை, ஈவிரக்கமற்ற வன்முறைச் செயல்களுக்கு சாக்கு சொல்லத் தொடங்கிவிட்டனர். சுதந்திரம், வளர்ச்சி, உரிமை என நாம் சர்வ சாதாரணமாகப் பேசும் அனைத்து குறிக்கோள்களும் அவர்களி னின்று விலக்கப்பட்டவை. வரலாற்றிலிருந்து பாடங்களைக் கற்போ மேயானால், மனிதர்களைக் கொன்றுகுவிக்கும் எல்லைகளற்ற சுதந்திர தேசங்கள் குறித்த சாத்தியக்கூறுகளை சிந்திக்கத் தொடங்க வேண்டும்.

பிரிவினைக் குழப்பங்களுக்கு நடுவே, 1951இல் இந்தியா என்.ஆர். சி.யைத் தொடங்கியது. இந்தியக் குடியுரிமைச் சட்டம் 1955இன்படி இந்தியக் குடிமக்களாகத் தகுதி பெறுபவர்களின் பட்டியல் அடங்கிய அதிகாரபூர்வ ஆவணம் அது. 1951 மக்கள்தொகைக் கணக்கெடுப்பைக் கொண்டு தொகுக்கப்பட்ட அந்தப் பட்டியல் பெரிய கவனமின்றியே கிடந்தது – அசாம் மாநிலத்திற்காக சமீபத்தில் உயிரூட்டப்படும் வரை.

குடியுரிமைச் சட்டத்தின் சட்டப்பிரிவு 5, அரசியலமைப்புச் சட்டம் அமல்படுத்தப்பட்ட காலத்தில் இந்தியாவில் குடியிருந்தவர்களையும் இங்கு பிறந்தவர்களையும் குடிமக்களாக அங்கீகரித்தது. 1986இல்

ஏற்படுத்தப்பட்ட சட்டத்திருத்தம், இந்தியாவில் பிறப்புரிமையினால் மட்டுமே குடியுரிமை வழங்கியது. தற்பொழுது இருவரில் ஒரு பெற்றோராவது இந்தியராக இருந்தால் மட்டுமே அக்குழந்தை குடிமகனா(ளா)கத் தகுதிபெறும். இச்சட்டத்திருத்தம், மூலச்சட்டம் மற்றும் பிறப்புரிமையினால் குடியுரிமை பெறும் சட்டத்திருத்தக் கொள்கைகள்மீது கடுமையான வரையறைகளை வைத்தது.

உண்மையான இந்தியக் குடிமக்களின் உறுதியான பட்டியலுக்காக ஏற்படுத்தப்பட்ட அந்தப் பதிவேடு, பிரிவினைக்குப் பிறகு முதன் முதலாக 2019இல் புதுப்பிக்கப்பட்டது. நான் சந்தித்தவரை, 1983 படுகொலைகளில் பாதிக்கப்பட்ட அநேக மக்கள் இறுதிப் பட்டியலில் இடம்பெறவில்லை. சிட்டிசன்ஸ் ஃபார் பீஸ் அன்ட் ஜஸ்டிஸ் எனும் அசாமைச் சேர்ந்த மனித உரிமை அமைப்பு, நெல்லி அருகேயுள்ள போர்குரி கிராமத்தைச் சேர்ந்த 90% மக்கள் பட்டியலில் சேர்க்கப்படவில்லையெனத் தகவலறிக்கை வெளி யிட்டது.[4] அதே மாதத்தில் இந்தக் குடியுரிமை நடவடிக்கை, 'இனப்படுகொலைக்கான பாதை' அமைப்பதற்குரிய வழிவகைகள் வகுத்திருப்பதாக 'இனப்படுகொலை கண்காணிப்பு அமைப்பு' எச்சரிக்கை விடுத்தது.[5]

1960களில் ஆவணப்படுத்தப்படாத வெளிநாட்டவரை அடையாளம் காணும் பொருட்டு அமைக்கப்பட்ட மாநில சிறப்புக் காவல் படையோடு 'வெளிநாட்டுத் தீர்ப்பாயமும்' ஏற்படுத்தப்பட்டது. 1997லிருந்து தேர்தல் ஆணையம் வாக்காளர்களில் 'சந்தேகத்துக் கிடமானவர்களை' அடையாளம் கண்டு அவர்களை வாக்காளர் பட்டியலில் இருந்து தன்னிச்சையாக நீக்கியது. ஏறக்குறைய 3,70,000 நபர்கள் 'சந்தேகத்துக்கிடமானவர்கள்' என அறிவிக்கப்பட்டு, குடிமக்களா இல்லையா என்ற தீர்ப்புக்காக, 'வெளிநாட்டவர் தீர்ப்பாயம்', வெளிநாட்டவர் (தீர்ப்பாயம்) சட்டம் 1964இன் கீழ் அமைக்கப்பட்ட நீதிசார் அமைப்புகள் முன் விசாரணைக்குட்

---

4. Gayatri Korgaonkar, '36 Years On, Survivors of Nellie Massacre Suffer in Perpetuity, 40% Out of NRC: CJP's Assam State Co-ordinator, Zamser Ali Reports from Nellie', Citizens for Justice and Peace, 9 November 2019, https://cjp.org.in/36- years-on-survivors-of-nellie-massacre-suffer-in-perpetuity-40- out-of-nrc/.

5. Gregory H. Stanton, 'Genocide Watch for Assam, India – Renewed', Genocide Watch, 18 August 2019, https://www.genocidewatch.com/single-post/2019/08/18/Genocide-Watch-for-Assam-India---renewed.

படுத்தப்பட்டனர். மொத்தமுள்ள 3,70,000 வழக்குகளில் வெறும் 1,99,631 வழக்குகள் மட்டுமே தீர்ப்பாயத்தின் முன் குறிப்பிடப் பட்டு விசாரணைக்கு எடுத்துக்கொள்ளப்பட்டது. முதற்கட்ட விசாரணையில் 3,686 நபர்கள் வெளிநாட்டவர் எனத் தீர்ப்பளிக்கப் பட்டு, அவர்களுடைய பெயர்கள் வாக்காளர் பட்டியலில் இருந்து நீக்கப்பட்டன.

நோபின் ஹுசைனும் ஒரு டஜனுக்கும் மேற்பட்ட அவர் கிராமத்தைச் சேர்ந்தவர்களும், குடியுரிமையை நிரூபிக்குமாறு விசாரணைக்காக அழைக்கப்பட்டிருக்கின்றனர். 1985லிருந்து 2019க்குள் அசாம் முழுவதிலும் உள்ள நூற்றுக்கணக்கான வெளிநாட்டவர் தீர்ப்பாயங்கள் 1,17,164 நபர்களை வெளிநாட்டவர்கள் என அறிவித்தது. அவற்றுள் 63,959 பேர் (அல்லது 58 சதவிகிதம்) மறுதரப்பிலா (ex parte) வழக்குகளின் எதிர்ப்பிலா தீர்ப்புகளின் மூலம் வெளிநாட்டவரென அறிவிக்கப்பட்டனர். அதாவது, ஒரே ஒரு முறைகூட தீர்ப்பாயத்தின் முன் ஆஜர்படுத்தப்படாமல் அவர்கள் வெளிநாட்டினர் என அறிவிக்கப்பட்டுள்ளனர். அவர்களில் மிக அதிக சதவிகிதத்தினர் இஸ்லாமியர்கள்.

நோபின் ஹுசைனின் பெயரும் என்.ஆர்.சி.யின் இறுதிப் பட்டியலில் இடம்பெறவில்லை. அவருக்கும் அவரைப் போல இறுதிப் பட்டியலிலிருந்து விலக்கப்பட்ட 19 இலட்சம் மக்களின் நிலையென்னவென யாருக்கும் தெரியாது. அவர்கள் குடிமக்கள் இல்லையெனத் தீர்ப்பு வழங்கப்பட்டால், உலகின் மிப்பெரிய ‘நாடற்ற’ கீழ்வகுப்பு ஒன்று உருவாக்கப்படும். தற்சமயம் கட்டப்பட்டு வரும் தடுப்பு முகாம்களில் சிறை வைக்கப்படும் அபாயமும் அவர்களைச் சூழ்ந்துகொண்டிருக்க — நான் அங்கு சென்றபோது முதல் தடுப்பு முகாம் கட்டப்பட்டுக்கொண்டிருந்தது. சுமார் ஏழு கால்பந்தாட்ட மைதானங்களின் அளவில் இருந்த அந்த முகாமில், அதன் கட்டுமானத்தில் ஈடுபட்டுக்கொண்டிருக்கும் தொழிலாளர்களேகூட சிறைவைக்கப்படக்கூடும்.[6]

என்.ஆர்.சி.யை இந்தியா முழுமைக்கும் நீட்டிக்க வேண்டுமென்ற இந்திய அரசின் சட்டம், மனிதகுல வரலாற்றிலேயே ஆகப்பெரிய நாடற்ற சமூகத்தை உற்பத்தி செய்துவிடுமென்பது திண்ணம்.

6. Sigal Samuel, 'India's Massive, Scary New Detention Camps, Explained', *Vox*, 17 September 2019, https://www.vox.com/future-perfect/2019/9/17/20861427/india-assam-citizenship-muslim-detention-camps.

7
குவஹாத்தி
மூன்று தடுப்புக்காவல் கதைகள்

To
The Hon'ble united Nations High Commissioner for Refugee (Jurbag) line No. 14 New Delhi-03

Dated the 7th October 2017

Sub: prayer for help me to Release from jail and Give me Refugee status on humantarian ground.

Respected Sir,

with due Respect and humbly submission I have the honour to state that I am a Rohingha Muslim, Amir Hakim, Age-30 years, s/o Sayed Hussain, vill- Kansama Monuhowa, word No. 5, P/S & Dist- Buthi Dawng, state- Rekaing, Preni, MYANMAR.

Sir I had come to India from Myanmar to save my life. As you know I am a Rohingha Muslim Myanmar Army and Government are killing us so when I come to India for save my life, I couldn't bring my supporting documents of Myanmar National, but got arrested here in Assam on 24th April 2009 by paltan-bazar police station at Guwahati Assam in the conection of case No. 221/09, u/s-14 of the foreignets Act 1946. After few days in paltan bazar police station I had sent to the Guwahati central jail on 26th April 2009. After that Guwahati CGM court had convicted me for 7th Month. After completing my conviction in Guwahati central jail. Again I have been taken to the P.S. paltan bazar. They had kept me there in lockup without any case for 20 days. After that they had sent to the Goalpara district jail on 16th December 2009 and till now.

I am languishing here in district jail Goalpara without any case or reason. It had been 9 years nobody visited me ever and nobody know I am suffering here in jail. Because of high tension my maintaly and phsically situation unhealthy being.

Therefor sir I would like to humbly request you to help me to release me from jail, It is almost 9 years. I am suffering here because I am a Rohingha Muslim. kindly take some necessary and immidiatly steps to take me out of this help.

Thanking you sir

your faithfully
Amir Hakim

I

பலமுறை மடிக்கப்பட்டு, கிழிந்துவிடும் நிலையிலிருந்த ஒரு மெல்லிய தாளில் ஆமிர் ஹக்கீம் எழுதியிருந்த கடிதத்தை, ஒரு தடுப்பு முகாமைப் போலச் செயல்பட்டுக்கொண்டிருந்த கோல்பாரா மாவட்டச் சிறையிலிருந்து வெளியே கடத்திக்கொண்டுவந்தார் இம்ருல் இஸ்லாம். 2009ஆம் ஆண்டிலிருந்து கோல்பாரா சிறையில் அடைக்கப்பட்டிருக்கும் ஆமிர், வெளியுலகத்திடம் உதவிகோரி அனுப்பிய கடிதம் அது. முன்னூறுக்கும் அதிகமான ரோஹிங்கியா அகதிகள் சட்டவிரோதமாக இந்தியாவிற்குள் நுழைந்ததாகக் குற்றம் சாட்டப்பட்டு இந்தியச் சிறைகளில் அடைக்கப்பட்டிருக்கின்றனர். அவர்களின் குற்றம், மியான்மரில் நிகழும் இனப்படுகொலையிலிருந்து உயிர்பிழைக்க வேண்டி, முறையான அனுமதியின்றி இந்தியாவிற்குள் தஞ்சம் புகுந்தது. '70களின் இறுதியிலிருந்து, ஏறக்குறைய 10 இலட்சம் ரோஹிங்கியாக்கள் மியான்மரிலிருந்து வலுக்கட்டாயமாக வெளியேற்றப்பட்டிருக்கின்றனர். அலையலையாக வெளியேறிய ரோஹிங்கியாக்களில் பலர் இந்தியாவிலும் கரையொதுங்கினர்.

ஆமிரின் கடிதத்தை முதல்முறையாகப் படித்தபோது அவர் என்ன ஆவணங்களைக் கையில் வைத்திருக்கக்கூடுமென யோசித்தேன். 1990களிலிருந்து, ரோஹிங்கியாக்களிடமுள்ள ஒரே ஆவணம், 'வெள்ளை அட்டை' எனப்படும் அடையாள அட்டைதான். குடியுரிமையோ, வேறெந்த உரிமைகளோ வழங்கிடாத வெற்று அடையாள அட்டை அது. அது தவிர வருடாந்திர மக்கள்தொகைக் கணக்கெடுப்பின் பகுதியாக வழங்கப்பட்ட 'வீடுசார் பட்டியல்' மட்டுமே ஒரே அத்தாட்சியாக இருந்தது. கணக்கெடுப்புப் பணி என்பது மக்கள்தொகைக் கணக்கீடு, பட்டியல் தயாரித்தல் வழியாக மேற்கொள்ளப்பட்ட அதிகாரத்துவ 'சுற்றிவளைத்துத் தேடும்' (cordon-and-search) நடவடிக்கையாகும். ஒவ்வொரு ஆண்டும் இப்பணியானது, ஏற்கனவே பயத்தோடு பிழைத்துக்கிடக்கும் மக்களைக் கண்காணித்து, மேலும் பயமுறுத்தி, அவமதித்து, துன்புறுத்தி, அவர்களைச் சுற்றிவளைத்து தேடுதல் வேட்டையாடும் இராணுவ உத்தியாகச் செயல்படுத்தப்பட்டது.

இந்த வீடுசார் பட்டியல், வெறும் பெயர்களையும் பிறந்த தேதிகளையும் மட்டுமே பதிந்துகொண்டதே தவிர, பிறந்த ஊர் பற்றிய விவரங்கள்கூட அதில் இல்லை. ரோஹிங்கியாக்கள் மியான்மரில் பிறந்ததற்கான குறைந்தபட்ச ஆதாரம்கூட இல்லாமல் நேர்த்தியாக மறு(றை)க்கப்பட்டு, ஆவணப்படுத்தப்படாததே அவர்களின் நாடற்ற நிலைக்கு முன்னுரை எழுதியது.

ரோஹிங்கியாக்கள் அதிகாரபூர்வ ஆவணங்களோ, பொதுவுரிமை பெற வழி வகுக்கும் பதிவு அட்டைகளோ பெறுவதைத் தொடர்ந்து தடுத்தும், மறுத்தும் வந்திருக்கிறது மியான்மர் அரசு. 1982ஆம் ஆண்டு அமல்படுத்தப்பட்ட குரியுரிமைச் சட்டம் ரோஹிங்கியாக்களின் குடியுரிமையை சட்டபூர்வமாகவே மறுத்தது. பர்மாவை ஒரு பௌத்த நாடாக மாற்றும் முயற்சிக்கு, ரோஹிங்கியாக்களின் அடையாளம், வரலாறு, மொழி ஆகிய அனைத்தையும் சுவடில்லாமல் அழிப்பது முக்கியத் தேவையாக இருந்தது. வலுக்கட்டாய வேலை திணிக்கப்பட்டு, சொத்துகள் அபகரிக்கப்பட்டதோடு, ரோஹிங்கியாக்களின் நடமாடும் சுதந்திரத்தின் மீதும் கட்டுப்பாடுகள் விதிக்கப்பட்டன. மேல்நிலைக் கல்வி குடிமக்களுக்கு மட்டுமேயென்றான பின், ரோஹிங்கியாக்களின் கல்வியுரிமையும் அடிப்படைக் கல்வியோடு நின்றுபோனது.

சிறையிலிருந்து விடுதலையான இம்ருல்லை குவஹாத்தியில் சந்தித்தேன். சிறை வாழ்க்கையைப் பற்றிப் பேசத் தொடங்கியவுடனே இம்ருலின் முகம் மாறியது. 'எல்லா விஷயத்துலேயும் குறைந்தபட்ச மனிதத்தன்மைக்கும் சிறு கருணைக்கும்கூட நாம தகுதியில்லாத மாதிரிதான் உணர வைப்பாங்க' என்றார். நல்ல உயரமாக இருந்த இம்ருலின் கண்களில் அன்பு நிறைந்திருந்தது. அசாமில் பிறந்து, வளர்ந்து உள்ளூரில் வியாபாரம் செய்துகொண்டிருந்த இம்ருல், தான் வாங்கிய காருக்கு தவணை சரியாக செலுத்தாத விவகாரத்தில் கைதாகி, செப்டம்பர் 2017இல் கோல்பாரா சிறை சென்றார். இந்தியச் சிறைகளில் இருக்கும் மூன்றில் ஒரு பங்கு கைதிகளின் குற்றம் நிரூபிக்கப்படவேயில்லை. இம்ருலும் முன்விசாரணைக்காகக் கைதுசெய்யப்பட்டு தடுப்புக்காவலில் வைக்கப்பட்டார். வழக்கு நடத்த வழக்குரைஞர்களோ வேறு வழிமுறைகளோ இல்லாமல், இந்தியச் சிறைகளில் தளர்ந்துகிடக்கும் ஆமிர் போன்றவர்களை அப்பொழுதுதான் சந்தித்தார் இம்ருல். 'நிறைய பேருக்கு விடுதலையாவோம்ங்கற நம்பிக்கையே போயிருச்சு. அங்க சாப்பாடு, சூழல், சுகாதாரமன்னு எல்லாமே படுமோசமா இருக்கும்' என்றார்.

தற்சமயம் மொத்தம் ஆறு தடுப்புக்காவல் முகாம்கள் — கோல்பாரா, சில்ச்சர், கோக்ராஜ்ஹார், தேஸ்பூர், ஜோர்ஹாட், டிப்ரூஹார் — அனைத்தும் மிகப் பெரிய சிறைச்சாலை வளாகங்களுள் அமைந்திருக்கின்றன. கடந்த சில வருடங்களாக சிறைச்சாலைகள், 'வெளிநாட்டவர்' என அரசு சுட்டும் மக்களையும் வழக்கை எதிர்நோக்கிக் காத்திருப்போரையும் சிறைவைக்கும் அரசுத் தடுப்பு

முகாம்களாக மாற்றப்பட்டு வருகின்றன. மாநிலத்திலுள்ள நூற்றுக்கணக்கான தீர்ப்பாயங்களினால் வெளிநாட்டவர் எனச் சுட்டப்படுபவர்கள், நாட்டைவிட்டு வெளியேறும்வரையோ, வழக்கு முடிந்து விடுதலையாகும்வரையோ தடுப்பு முகாம்களில் சிறைவைக்கப்பட வேண்டுமென்ற குவஹாத்தி உயர்நீதிமன்ற வழிகாட்டுதலின்பேரில், 2009இலிருந்து 2015க்குள் இந்தத் தடுப்பு முகாம்கள் ஏற்படுத்தப்பட்டன.

வழக்கு நிலுவையிலுள்ள குற்றவாளிகள், நூறு ரூபாய்க்கும் குறைவாக திருடிய ஜேப்படி திருடர்கள், 'தீவிரவாதச் செயல்'களுக்காகக் குற்றம் சாட்டப்பட்டவர்கள், 'வெளிநாட்டவர்' எனக் கருதப்பட்டவர்கள் அனைவரும் ஒரே கூரையின் கீழ் அடைக்கப்பட்டனர்.

இதைத் தவிர, இந்திய அரசு 'சட்டவிரோதம்' எனக் கருதுபவர்களைச் சிறையிலிட நாடு முழுவதும் இதேபோன்ற தடுப்புக்காவல் முகாம்கள் எழுப்பப்பட்டு வருகின்றன. 2019 ஜனவரி 31வரை 938 கைதிகள் இந்த முகாம்களில் சிறைவைக்கப்பட்டிருக்கின்றனர்.

சிறைவைக்கப்பட்ட சிறிது நாள்களுக்குள் இம்ருலுக்கு சிறைக்குள் நிலவும் வன்முறையும் படிநிலைகளும் புரிந்துபோனது. சிறைக் கைதிகளை அதிகாரப் படிநிலைப்படி தரம் பிரிக்கும் காலனித்துவ இந்தியாவின் பிரத்தியேக வழக்கம் இன்னமும் கலைவடிவமாகக் கடத்தப்பட்டிருக்கிறது. 1894இல் இயற்றப்பட்ட சட்டங்கள் தற்காலம் வரை புழக்கத்தில் இருக்க, அங்கு இருப்பவர்களை மூன்று பிரிவு களாகப் பிரித்துள்ளனர்: ஏ, பி, சி.

ஏ, பி பிரிவினர், 'சமூக அந்தஸ்து, கல்வி, வாழ்வியல் காரணமாக மேல்தட்டு வாழ்க்கை முறைக்குப் பழகிப்போனவர்கள். அடிக்கடி வந்து செல்லும் கைதிகளை ஐ.ஜி உத்தரவின் பேரில் இந்தப் பிரிவில் சேர்க்க இயலும்.[1] சி பிரிவு, எஞ்சியவர்களுக்கு — 'ஏ, பி பிரிவில் பொருந்தாதவர்களுக்கு — ஆனது'.[2] இதன் பலனாக பணமோ, சொத்தோ, அதிகாரமோ, கல்வியோ பெற்றவர்கள் எளிதில் இலக்காகக்கூடிய, கல்வியறிவற்ற ஏழைகளிடமிருந்து தனியே பிரித்து வைக்கப்பட்டனர். 'சட்டவிரோதிகள்' எனக் கருதப்பட்டவர்கள், மனிதத்தன்மையே இல்லாத சூழலில் மிக மோசமாக நடத்தப்பட்டனர்.

---

1. Human Rights Watch, *Prison Conditions in India*, New York, 1991, p. 29.
2. Ibid.

கோல்பாரா சிறைச்சாலையின் முதல் நாளில், இம்ருல் 32 வயது பாகிஸ்தானி இளைஞர் முனீர் ஃகானைச் சந்தித்தார். 2010இல் வடகிழக்கு மாநிலமான திரிபுரா எல்லையிலிருந்து இந்தியாவுக்குள் நுழைய முயன்றபோது, 'இந்திய ஒருமைப்பாட்டிற்கும் இறையாண்மைக்கும் எதிரான நடவடிக்கைகளைத் தடுக்கும்பொருட்டு' இயற்றப்பட்ட ஊபா சட்டத்தின் கீழ் கைதானார். பிறகு, சட்டவிரோதமாக எல்லை தாண்டுவது தவிர ஊபா உட்பட மீதமுள்ள அனைத்து வழக்குகளிலிருந்தும் விடுதலை செய்யப்பட்டார். உரிய தண்டனைக் காலமான 5 வருடங்களை முடித்துவிட்டு வெளியே வந்தவரிடம், 'இன்னுமொரு பதினைந்து நாள்கள் குவஹாத்தி சிறையில் கழித்த பின்பு பாகிஸ்தானுக்கு அனுப்பப்படுவீர்கள்' என்ற உறுதிமொழி அளிக்கப்பட்டு ஆறாண்டுகள் கடந்துவிட்டன.

முனீர் ஃகான் வழியாகத்தான் இம்ருலுக்கு குவஹாத்தி சிறையில் முடிவின்றி இருக்கும் மற்ற கைதிகளின் அறிமுகம் கிடைத்தது. சட்டவிரோதமாக இந்தியாவிற்குள் நுழைந்ததற்காகக் கைதான வங்கதேசத்தைச் சேர்ந்த நாற்பது வயது மூசா, ஒரு சிறு சண்டையில் கோபித்துக்கொண்டு வீட்டைவிட்டு வெளியேறி, தவறுதலாக இந்தியா பக்கம் வந்துவிட்டவர். இந்தியாவின் 70% எல்லை வேலியிடப்பட்டிருந்தாலும், மீதமுள்ளவை வரையறுக்கப்படாமல் புரையோடிய பகுதிகள்தாம்.

சில வருடங்களுக்கு முன் நாகாலாந்தில் எனக்கேற்பட்ட அனுபவம், எத்துணை சுலபமாக எல்லையின் மறுபக்கம் தவறுதலாகச் சென்றுவிட முடியும் என்ற புரிதலை ஏற்படுத்தி இருந்தது. 2017இல் அடர் பனிமூட்டத்தில் ரோந்துப் பணியில் ஈடுபட்டிருந்த இந்திய எல்லைக் காவல் படையைச் சேர்ந்த மூன்று வீரர்கள் தவறுதலாக வங்கதேசத்தின் வடக்கு எல்லையைச் சேர்ந்த ராஜ்ஷாஹி பபா உபாசிலா மாவட்டத்திற்குள் நுழைந்துவிட்டனர். வங்கதேச எல்லைப்படையினர் அவர்களைப் பிடித்து மீண்டும் இந்தியாவிடம் ஒப்படைத்தனர். எல்லைக் காவல் படையினருக்கே இந்திய எல்லையின் முடிவு, வங்கதேச எல்லையின் தொடக்கம் குறித்த தெளிவில்லாதபோது, மூசாவின் நிலை என்ன?

சட்டவிரோதமாக எல்லை தாண்டியதற்கான இரண்டு ஆண்டு சிறைக்காவல் தண்டனை முடிந்து வீடு திரும்புவதற்காக கடந்த ஐந்தாண்டுகளாக தடுப்புக்காவலில் காத்திருக்கிறார் மூசா. இம்ருலுக்கு சிறையில் இதுபோல இன்னும் நிறைய நபர்களின் அறிமுகம் கிடைத்தது.

அவர்களுக்குக் கடிதமெழுதவும், யாராலும் குடும்பத்தைத் தொடர்பு கொள்ள இயலாத நிலையில், அவர்களிடமிருந்த பழைய தொலை பேசி எண்களைப் பெற்று அவர்களின் குடும்பங்களைத் தொடர்பு கொள்ளவும் முயன்றார். இவ்வளவு காலக் காத்திருப்புக்குப் பின், திரும்ப வருவார்கள் என்ற நம்பிக்கையை அவர்களின் குடும்பத்தினர் இழந்திருக்கக்கூடும். அநேக கைதிகள் கடும் மன உளைச்சலாலும் மன அழுத்தத்தாலும் பாதிக்கப்பட்டிருந்தனர். இன்னும் எத்தனையாண்டு காலம் இப்படி சிறைச்சுவர்களுக்குள் கழிக்க வேண்டுமென்ற கேள்வி பெரும்பாரமாக அவர்கள் மேல் அழுத்திக்கொண்டிருந்தது.

ரோஹிங்கியாக்கள், பங்களாதேஷிகள், பாகிஸ்தானிகள், நேபாளி கள், ஹஜோங்-காச்சின் பழங்குடியினர், 'வெளிநாட்டவர்' என ஒருதலைப்பட்சமாக தீர்ப்பு வழங்கப்பட்ட இந்தியர்கள் ஆகிய அனைவரும் ஒன்றாக அங்கே இருக்க, பலவீனர்களின் ஐ.நா சபைபோல இருந்தது அந்தத் தடுப்பு முகாம்.

தொடர்ந்த புறக்கணிப்பும் வரலாற்றின் ஏய்ப்பும் உலகெங்கிலும் தவறான நடத்தைக்காக ஆவணங்களின்றிச் சிறைவைக்கப்பட்டி ருக்கும் அடிமட்ட மக்களின் நீண்ட பட்டியலில் இவர்களையும் இணைத்திருக்கிறது. 35 வயதான ரஷீத் அஹ்மது மட்டும் விதி விலக்கு. இந்திய எல்லையை ஒட்டிய வங்கதேச கிராமமான தௌகியில் வசித்துவந்தவர், பணத்திற்காகக் கடத்தப்பட்டு, இந்தியா விற்குள் அழைத்துவரப்பட்டார். எல்லைக் கிராமங்களில் எல்லை தாண்டிய கடத்தல்கள் தொடர்ந்து நிகழ்ந்தவண்ணம் இருந்தன. சில சிறு குற்றவாளிகளால் நிகழத்தப்பட்டவை என்றாலும், பல உள்ளூர்க் கிளர்ச்சிக் குழுக்கள் தங்கள் இயக்கத்தின் பணத் தேவைகளுக்காக நிகழ்த்தியவை.[3]

ரஷீத் தன்னைக் கடத்தியவர்களிடமிருந்து தப்பிக்க முயலும்போது, சட்டவிரோதமாக எல்லை தாண்டிய குற்றத்திற்காக 2013ஆம் ஆண்டு காவல்துறையால் கைது செய்யப்பட்டார். ரஷீதின் பக்கம் கொஞ்சம் அதிர்ஷ்டமிருந்தது. குடும்பத்தினரின் தொடர்பு கிடைக்க, இந்தியா வந்த அவருடைய அண்ணன் ரஷீதின் விடுதலைக்கான முயற்சிகளை மேற்கொண்டார்.

---

3. Willem van Schendel, *The Bengal Borderland: Beyond State and Nation in South Asia*, Anthem Press, London, 2005, p. 341.

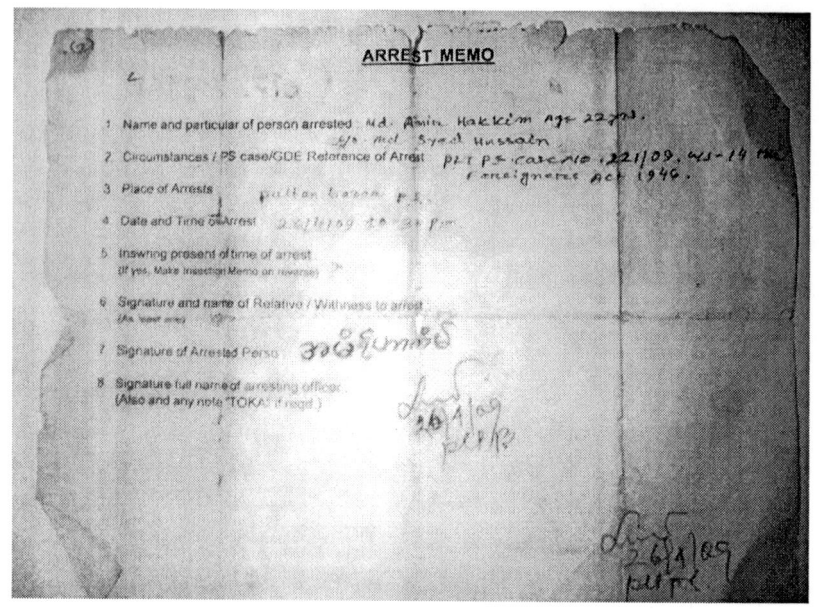

ARREST MEMO

1. Name and particular of person arrested Md. Amin Hakkim Age 22 yrs. S/o Md. Syed Hussain
2. Circumstances / PS case/GDE Reference of Arrest
3. Place of Arrests
4. Date and Time of Arrest
5. Inswring present of time of arrest (If yes, Make Inspection Memo on reverse)
6. Signature and name of Relative / Withness to arrest
7. Signature of Arrested Person
8. Signature full name of arresting officer (Also and any note "TOKA" if reqd.)

ஆனால், ஆமிர் ஹக்கீம் அவ்வளவு அதிர்ஷ்டம் செய்திருக்கவில்லை. முப்பது வயதான ஆமிர் தன் வளரிளம்பருவம் முழுவதையும் அசாமின் ஒரு சிறையிலிருந்து மற்றொரு சிறைக்கு மாற்றப்பட்டு, அடைப்புச்சுவர்களுக்குள்ளேயே கழித்திருந்தார். பத்து ஆண்டுகளுக்கு முன்பு, இருபது வயதேயான ஆமிர் சட்டவிரோதமாக இந்திய எல்லைக்குள் நுழைந்ததற்காக 1946ஆம் ஆண்டு இயற்றப்பட்ட வெளிநாட்டவர் சட்டத்தின் கீழ் குற்றவாளியெனத் தீர்ப்பெழுதப்பட்டது. குவஹாத்தியிலுள்ள பால்டன் பஜார் காவலர்களால் ஏழு மாதக் காவலில் வைக்கப்பட்டார். காவலிலிருந்து வெளியே வந்தவுடன் தில்லியிலுள்ள சிறு ரோஹிங்கியா குழுவினருடன் ஐக்கியமாகிவிட எதிர்பார்த்துக் காத்திருந்தார் ஆமிர்.

குவஹாத்தி மத்தியச் சிறையில் தன் தண்டனைக் காலத்தை கழித்த பிறகு, அசாமின் எட்டாவது காவல் பட்டாலியனிடம் ஒப்படைக்கப்பட்டார். அங்கிருந்து குவஹாத்தி உள்ளூர் காவல் நிலையத்திற்கு அழைத்துச் செல்லப்பட்டு ஒரு மாதகாலக் காவலில் வைக்கப்பட்டிருந்தபோது, தன் விடுதலைக்காகக் குரலெழுப்பிய ஆமிர், கோல்பாரா தடுப்பு முகாமிற்கு அனுப்பப்பட்டார். 2009ஆம் ஆண்டு டிசம்பர் 16ஆம் தேதி முதல் இன்னமும் அங்கு அடைபட்டிருக்கிறார் ஆமிர்.

ஆயிரக்கணக்கான ரோஹிங்கியா அகதிகளைப் போல, ஆமிரும் தப்பியோடி வங்கதேசத்தின் காக்ஸ் பஜாரை வந்தடைந்தார். காக்ஸ் பஜாரில் இரண்டு அரசு முகாம்கள் இருந்தன — உலகின் மிகப் பெரிய குட்டுபலொங் அகதிகள் முகாம், மியான்மரிலிருந்து தப்பி யோடி வருபவர்களுக்காக அமைக்கப்பட்ட நயபரா அகதிகள் முகாம்.[4]

மியான்மரின் ரக்கினி மாநிலத்தில் புத்திதவுங் மாவட்டத்தின் கன்சாமாவில் பிறந்த ஆமிர் எழுதிய கடிதமிது:

> ஐயா,
>
> மியான்மரிலிருந்து என் உயிரைக் காப்பாற்றிகொள்ள இந்தியா வந்திருக்கிறேன். நான் ஒரு ரோஹிங்கியா முஸ்லிம் என்பது உங்களுக்குத் தெரியும். இராணுவமும் அரசும் எங்களைக் கொன்று கொண்டிருப்பதால், என் உயிரைக் காப்பாற்றிக்கொள்ள இந்தியா வந்தேன்.

'ரோஹிங்கியா' என்ற சொல் மியான்மர் எல்லையிலுள்ள அரக்கான் பகுதியில் வாழும் இஸ்லாமிய மக்களைக் குறிக்கிறது.

1799இல் வெளியான பிரான்சிஸ் புசானனின் A Comparative Vocabulary of Some of the Languages Spoken in the Burma Empire ஆவணம், ரோஹிங்கியாக்களை அரக்கான் பகுதியின் பூர்வீக மக்களென முதன்முதலாக ஆவணப்படுத்தியிருக்கிறது.[5] ரோஹிங்கியாக்களின் முன்னோர்கள் அறபுநாட்டிலிருந்து புலம்பெயர்ந்திருந்தாலும், எட்டாம் நூற்றாண்டைச் சேர்ந்த நினைவுச்சின்னங்களில் அவர்களின் இருப்பு குறித்த தரவுகள் இருப்பதாக தொல்லியல் ஆய்வாளர்கள் உறுதிப்படுத்தியிருக்க, மியான்மர் அரசு இன்னமும் அவர்களை 'சட்டவிரோத வங்காள இஸ்லாமிய வந்தேறிகள்' என்றே குறிப்பிடுகிறது.

---

4. 'The 2010–2020 UN News Decade in Review, Part Three', *UN News*, 27 December 2019, https://news.un.org/en/story/2019/12/1053761.

5. See, Francis Buchanan, 'A Comparative Vocabulary of Some of the Languages Spoken in the Burma Empire', *Asiatic Researches*, 5, 1799, pp. 219–240.

ரக்கினி இனப்படுகொலைக்கு ஐந்து மாதங்கள் முன்பு, சரியாக 2016ஆம் ஆண்டு மே 13ஆம் தேதி, மியான்மர் இராணுவத் தளபதி மின் ஆங் ஹ்லேய்ங், 'ரோஹிங்கியா என்ற இனமே இங்கு கிடையாது, அவர்களை ஏற்றுக்கொள்வதற்கில்லை' என்றதோடு, அவர்களை 'வங்காளிகள்' என்றே குறிப்பிட்டார்.[6] 'மியான்மரின் இனக்குழுக்களுடன் எந்தக் கலாச்சார ஒற்றுமையும் அவர்களுக்கு இல்லை'யெனக் கூறிய அவர், 'வங்காளிகள் குடியுரிமை பெற முயன்றதே இந்தக் கிளர்ச்சிகளுக்கு மூலகாரணம்' என்றும் சாதித்தார்.[7]

1970களில் மியான்மரின் இராணுவச் சர்வாதிகாரம் தொடங்கியது முதல், ரோஹிங்கியா இனக்குழுவினர் பல்வேறு உரிமை மீறல் பிரச்சினைகளால் அவதிக்குள்ளாகி வருகின்றனர். துன்புறுத்தல் தாங்காமல் மியான்மரிலிருந்து வெளியேறத் தொடங்கிய ரோஹிங்கியாக்களின் முதல் குழு, 1978இல் இந்தியா வந்தடைந்தது. பெரும்பாலான அகதிகள், ரக்கினி மாகாணத்தின் புத்ததௌங், மௌங்டா, ராதேதௌங் நகரங்களிலிருந்தே வந்திருந்தார்கள். அதில், ஆமிரின் ஊரான புத்திதௌங் நகரத்தின் வரலாறு, கொடூரங்களால் தோய்ந்தது.

1982ஆம் ஆண்டு இயற்றப்பட்ட பர்மியக் குடியுரிமைச் சட்டம், குடியுரிமையை மறுத்து நாடற்ற இனமாக ரோஹிங்கியாக்களை உற்பத்தி செய்யத் தொடங்கியது. 1823 ஆங்கிலேயக் காலனியாதிக்கத்திற்கு முன்பிருந்து மியான்மரில் வசித்துவந்ததாக சட்டபூர்வமாக அங்கீகரிக்கப்பட்ட 135 பூர்வகுடிகளின் பட்டியலில் ரோஹிங்கியாக்கள் இடம்பெறவில்லை. புதிய சட்டத்திருத்தமோ, 1823க்கு முன்பிருந்தே தங்கள் குடும்பம் மியான்மரில் வசித்து வந்ததாக நிரூபிப்பவர்களுக்கு மட்டுமே குடியுரிமை வழங்கியது. 1823ஆம் ஆண்டு – மியான்மர் மீதான முதல் ஆங்கிலேயப் படையெடுப்பு பிரிட்டிஷ் இந்தியாவிலிருந்தும் சீனாவிலிருந்தும் தொழிலாளர்களையும் தொழிலதிபர்களையும் மியான்மரில் குடியேற்றியது. வெவ்வேறு இடங்களிலிருந்து குடியேறிய கலப்பினங்கள், மாறுபட்ட இடங்களிலிருந்து புலம்பெயர்ந்த குடும்பங்கள் – இவர்களில் யார் குடியுரிமை உள்ளவர்களென தன்னிச்சையாக முடிவெடுக்க வழிசெய்கிறது புதிய சட்டத்திருத்தம்.

---

6. 'There Are No Rohingyas in Myanmar: Military Chief', *Nation Thailand*, 15 May 2016, https://www.nationthailand.com/news/30285997.
7. 'U.N. Chief "Shocked" by Top Myanmar General's Comments on Rohingya,' *Reuters*, 27 March 2018, https://in.reuters.com/article/idINKBN1H31VM.

நூறாண்டுகள் பழைய ஆவணங்களை அகழ்ந்தெடுத்துவந்து குடும்ப வேர்களை நிரூபிப்பதென்பது நடைமுறையில் சாத்தியப்படாத காரியம். எதை வைத்து தங்கள் இருப்பை நிரூபிக்க முடியும்? குடியுரிமைக்கான சாட்சியமாக எந்த ஆவணம் ஒரு குடும்பத்தின் வரலாற்றைப் பதிந்துவைத்திருக்கும்?

1982 குடியுரிமைச் சட்டம் அமலுக்கு வருவதற்கு முன், ரோஹிங்கியாக்களுக்கு குடியுரிமை பெறும் அனைத்து உரிமைகளும் இருந்தன. 1948 மியான்மர் விடுதலைக்குப் பின் அமைந்த, பிரதமர் யூ னூ தலைமையிலான முதல் அரசு, ரோஹிங்கியாக்களை மியான்மரின் பூர்வகுடிகளாக அங்கீகரித்தது.

இந்தச் சட்டங்கள் இனப்பாகுபாடு மிக்க தேசமாக பர்மாவை உருமாற்றியதுடன், சாதியப் படிநிலைகள் கொண்ட குடியுரிமையையும் அறிமுகப்படுத்தியது — முழுமையான குடிமகன்கள், இணைக் குடிமகன்கள், பிறப்புரிமையால் குடியுரிமை பெற்றவர்கள், சுத்திகரிக்கும் பொருட்டு மியான்மரின் தேசிய-அரசியல்-இன எல்லைகளிலிருந்து அப்புறப்படுத்தப்பட்டவர்கள்.

முழுமையான குடிமகன்களுக்கு இளஞ்சிவப்பு அட்டைகள்; இணைக் குடிமகன்களுக்கு நீல அட்டைகள்; பிறப்புரிமை பெற்றவர்களுக்கு பச்சை அட்டைகள். ரோஹிங்கியாக்களுக்கு எந்த அடையாள அட்டைகளும் கிடையாது. ஐக்கிய நாடுகளின் அகதிகளுக்கான உயர் ஆணையரின் (UNHCR) தொடர் வற்புறுத்தலுக்குப் பிறகு பர்மிய அதிகாரிகள் ரோஹிங்கியாக்களுக்கென தற்காலிகப் பதிவட்டை அல்லது வெள்ளை அட்டையை விநியோகித்தனர்.[8] வெள்ளை அட்டையில் பிறப்பிடம் குறித்த எந்தக் குறிப்பும் இல்லாததால் அதை குடியுரிமை பெறுவதற்கான ஆவணமாகப் பயன்படுத்த இயலாது.[9]

ரோஹிங்கியாக்களின் அவலமும் தேசமற்ற நிலையும் இக்குடியுரிமைச் சட்டங்களாலும் நிறுவனமயமாக்கப்பட்ட வெறுப்புப் பிரச்சாரங்களாலும் உருவாக்கப்பட்டவை. குடியுரிமையின் கடைசி உத்திரவாதமும் அழிக்கப்பட்ட பிறகு ரோஹிங்கியாக்களின் பாதுகாப்பு கேள்விக்குறியானது. ஐக்கிய நாடுகள் சபையின் சிறப்பு

8. Chris Lewa, 'North Arakan: An Open Prison for the Rohingya in Burma', *Forced Migration Review*, 32, 2009, p. 11, https://www.fmreview.org/sites/fmr/files/FMRdownloads/en/stat elessness/lewa.pdf.

9. Ibid.

சாசனம், நாடற்றவரென எந்தவொரு தனிமனிதனும் இருக்கக் கூடாதென விதி நிர்ணயித்திருக்க, உலகின் மிகப் பெரிய நாடற்ற இனக்குழுவாக ரோஹிங்கியாக்கள் இருக்கிறார்கள்.

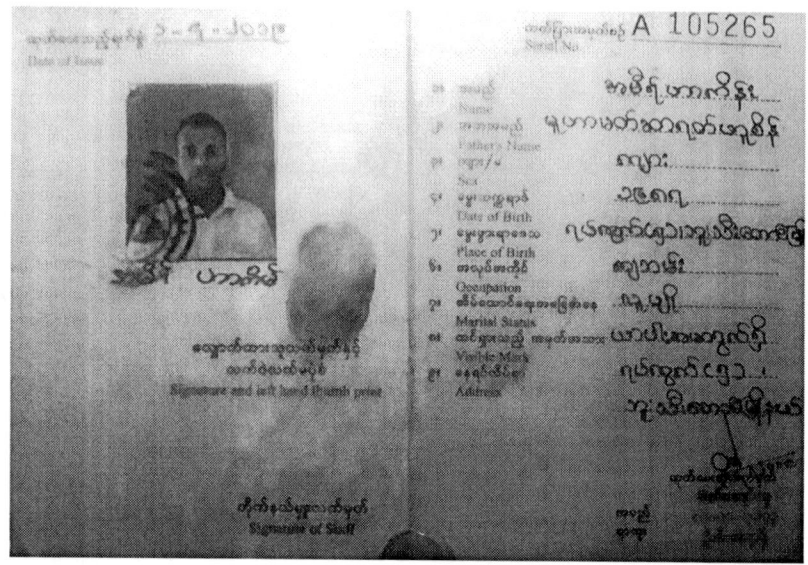

2001இல் ரோஹிங்கியாக்கள் தங்களுடைய பூர்வீக இடங்களிலிருந்து வலுக்கட்டாயமாக அப்புறப்படுத்தப்பட்டு, மௌங்டா மற்றும் புத்திதௌங் மாவட்டங்களுக்கு அனுப்பிவைக்கப்பட்டனர். ரக்கினி பகுதியின் இஸ்லாமிய இருப்பிடங்கள், 'இஸ்லாமியர்களற்ற' பகுதிகளாயின. இங்கு வாழ்வதற்கான உரிமையும் மறுக்கப்பட்டது. மசூதிகளும் இடுகாடுகளும் முற்றிலும் இடித்து அழிக்கப்பட்டு, அவர்களின் நிலங்களும் அபகரிக்கப்பட்டன. 2003இல் இஸ்லாமியர் களுக்கெதிரான பௌத்த தேசியவாதிகளின் வன்முறை அதிகரிக்க, அதன் இரண்டாம் அலையில் அவர்கள்மீது சுமத்தப்பட்ட இடப் பெயர்வு, எஞ்சியிருந்த ரோஹிங்கியாக்களையும் வெளியேற்றியது.

ஆகஸ்ட் 2005இல் இராணுவக்குழுவினர் ஆட்சியில் உண்டான செயற்கை விலையேற்றம் அரிசி மற்றும் அத்தியாவசியப் பொருட்களின் விலையை உச்சத்தில் வைக்க, ரோஹிங்கியாக்கள் மிகுதியாக இருக்கும் வடக்கு ரக்கினி மாகாணத்திற்கு அரிசி அனுப்புவது தடை செய்யப்பட்டது. பிறகு, ரோஹிங்கியாக்கள் அரிசியை எடுத்துச் செல்லவோ, வாங்கவோ, விற்கவோ இயலா மலும் தடை செய்யப்பட்டனர். புத்திதௌங் மாகாணத்தில் அரிசி

அதன் விலையைவிட நான்கு மடங்கு கூடுதலாக விற்கப்பட்டது. விளைவாக, ரக்கினி மாகாணத்தில் கடும் ஊட்டச்சத்துக் குறைபாடும் பட்டினியும் நிலவியதை ஐக்கிய நாடுகள் சபையின் மனித உரிமைக் குழுவும், உள்நாட்டு-வெளிநாட்டுத் தன்னார்வத் தொண்டு நிறுவனங்களும் உறுதிசெய்தன. இவ்வளவையும் அனுபவித்தபோது ஆமிருக்கு வயது வெறும் பதினான்கு.

கல்வி பயிலவோ, வணிகம் செய்யவோ, ஏன், தன் நிலத்தை உழுது பயிர் செய்யவோ முடியாது. பாலியல் பலாத்காரம், கொலை, கொள்ளை அன்றாட நிகழ்வுகளாயின. விவசாயம் செய்ய, மீன் பிடிக்க, விறகு சேகரிக்க, கால்நடை வளர்க்க என எல்லாவற்றிற்கும் வரிகள். தலைக்குமேல் கூரை இருப்பதற்குகூட ரோஹிங்கியாக்கள் வரி செலுத்தவேண்டியிருந்தது.

இத்தனை வரிகளுக்கும் மேலாக, இராணுவத்தின் கோபத்தை தாஜா செய்வதற்கு கையூட்டுக்கும் கவனிப்புக்கும் தனியே எடுத்துவைக்க வேண்டிய நிலை.

திருமணம் செய்வதற்குகூட, ரோஹிங்கியாக்கள் வடக்கு ரக்கினி மாகாணத்தின் பர்மிய எல்லைப் பாதுகாப்பு மற்றும் குடியேற்ற அதிகாரிகளின் அனுமதி பெற வேண்டும். 45-65 அமெரிக்க டாலர்கள் செலவு பிடிக்கும், பல வருட காலம் காத்திருக்க வேண்டியிருக்கும் இந்த நடைமுறைக்கு செலவு செய்யுமளவு எந்த ரோஹிங்கியாவிடமும் பணம் கிடையாது. ஆமிரின் சொந்த ஊரிலிருந்த புத்திதௌங் சிறை, திருமணம் தொடர்பான சட்டப்பிறழ்வுகளுக்காகவும் முறையான ஆவணங்களின்றி ரக்கினி மாகாணத்திற்குள் உலவுவதற்காகவும் கைது செய்யப்பட்டு ஐந்து ஆண்டுகளுக்கும் மேலாக உள்ளிருக்கும் கைதிகளால் நிரம்பி வழிகிறது.

இராணுவக்குழுவினரின் முழுக் கட்டுப்பாட்டில் ரோஹிங்கியாக்கள் இருக்க, அரசு அவர்களை முற்றிலுமாய் கைகழுவியது. புறக் கணிக்கப்பட்ட பள்ளிகள் திடீர் இராணுவச்சோதனைகளின் போது எரிக்கப்பட்டன. சுத்தமான குடிநீர் அரிய பொருளாக, குண்டுகளுக்கு தப்பிப் பிழைத்தவர்களை மலேரியா, வயிற்றுப்போக்கு, காலரா ஆகிய நோய்கள் பலிகொண்டன. புத்திதௌங்கில் இருந்த 2,80,000 மக்களுக்கு வெறும் இரண்டே மருத்துவர்கள் இருக்க, கர்ப்பிணிப் பெண்களின் இறப்பு விகிதம் மிக மோசமாக இருந்தது.

ஐக்கிய நாடுகள் சபையின் அறிக்கையைப் படித்தபோதும் பின்னர் ஆமிரின் புறப்பாட்டுக்கு முந்தைய ஆண்டுகளில் அங்கு பணி

புரிந்த களப்பணியாளர்கள், மனித உரிமை ஆர்வலர்களை தொடர்பு கொண்டபோதும் ஆமிர், ஒரு திறந்தவெளிச் சிறையில் வாழ்ந் திருக்கிறார் என்கிற விஷயம் புலப்பட்டது.

தன்னுடைய தலைமுறையைச் சேர்ந்த இளைஞர்களைப் போலவே ஆமிர் ஹக்கீமும் ரக்கினி மாகாணத்தைவிட்டு வெளியேற முயற்சி செய்தார். 2009இல் புத்திதௌங் மாவட்டத்தை துடைத்தழித்த மற்றொரு வன்முறை அலை ஆமிரை மியான்மரிலிருந்து வெளி யேறச் செய்தது.

1951 ஐக்கிய நாடுகள் சபையின் அகதிகள் ஒப்பந்தத்திலோ, 1967இல் வெளியான அந்த உடன்படிக்கையின் மூலவரைவிலோ இந்தியா கையெழுத்திடவில்லை. அகதிகள்மீதான அணுகுமுறை குறித்து எந்தவொரு தெளிவான சட்டவரையறையும் இங்கு கிடையாது. வெவ்வேறு அகதிக் குழுக்களுக்கு வெவ்வேறு வரைகூறுகளையும் கொள்கைகளையும் கொண்டுதான் இந்தியா அவர்களைக் கையாள் கிறது. இந்தியா முழுவதுமிருக்கும் சுமார் 40,000 ரோஹிங்கியா அகதிகள் தொடர் இகழ்ச்சியைச் சந்தித்து, நாடுகடத்தப்படும் அச்சத்துடனே வாழ்ந்துவருகிறார்கள். ஆதாரமில்லா அவர்களின் எதிர்காலம் ஊசலாடிக் கிடக்கிறது.

டிசம்பர் 2019இல் இந்தியா புதிய சட்ட வரையறையொன்றைக் கொண்டுவந்தது. குடியுரிமை சட்டத்திருத்தம் (சி.ஏ.ஏ.) பாகிஸ்தான், ஆஃப்கானிஸ்தான், வங்கதேசம் ஆகிய நாடுகளிலிருந்து ஆவணங் களற்றுப் புலம்பெயர்ந்தவர்களுக்கு குடியுரிமை வழங்க வழிசெய்யும் இச்சட்டமானது, மொத்த மக்கள்தொகையில் பதினைந்து சதவிகித மிருக்கும் இஸ்லாமியர்களை மட்டும் வெளிப்படையாகவே விலக்கிவைத்தது.

ஆமிரைப் போன்றவர்களுக்கு இச்சட்டத்திருத்தத்தால் எந்தப் பயனுமில்லை. எத்தனை வதைகளைச் சகித்துக்கொண்டிருந்தாலும், இவரைப் போன்ற இலட்சக்கணக்கான மக்கள் ‘முறைகேடான வர்கள்’தாம்.

2018 மார்ச் மாதத்தில், சுமார் நாற்பது ரோஹிங்கியா அகதிகள் தங்கியிருந்த தில்லியின் கலிண்டி குன்ஞ் முகாமுக்குச் சென்றேன். புத்திதௌங்கிலிருந்து வந்தவர்கள் எவரையேனும் சந்திக்க முடிந்தால் ஆமிரின் குடும்பத்தினருக்கு செய்தி அனுப்ப இயலுமா என்ற எதிர்

பார்ப்பிலிருந்தேன். இல்லை, அவரது குடும்பத்தினரேகூட ஏதாவது முகாம்களில் இருக்கக்கூடும். அவர் பெயர், வயது, அவரெழுதிய கடிதத்தின் பிரதிகள் ஆகியவற்றோடு பயணப்பட்டிருந்தேன். ஏதோவொரு துப்போ, தொடர்போ, இல்லை, புத்திதௌங்கிலிருந்து வந்திருக்கும் யாரோ ஒருவரின் அறிமுகமோ — ஏதேனுமொன்றைத் தேடியடைவதே என் நோக்கமாக இருந்தது.

யாருக்கும் ஆமிரைத் தெரிந்திருக்கவில்லை. ஆனாலும், ஜம்மு விலிருக்கும் ரோஹிங்கியா அகதிகளைத் தெரிந்திருந்த அவர்கள், அந்த எண்களையும் பகிர்ந்தார்கள். ப்ச், எந்தத் தகவலுமில்லை. நான் சென்றுவந்த சில மாதங்கள் கழித்து, ஏப்ரல் மாதத்திலொரு நாள் அந்த முகாமை தீ சூறையாடி, நாற்பது குடும்பங்களின் ஆவணங்கள், வீடுகள், உடமைகளென மொத்தத்தையும் பொசுக்கிப்போட்டது.

II

குவஹாத்தியிலிருந்து இரண்டு மணி நேரப் பயணத்தில், ஒரு நதிக் கரையோரமிருக்கும் கிருஷ்ணாய் எனும் கிராமத்துக்கு இம்ருலுடன் கிளம்பினேன். குவஹாத்தியின் காலை நேரப் போக்குவரத்து நெரிசலை மெல்ல கடந்து, அழகிய பசுமை நிறைந்த நிலப் பரப்புக்குள் நுழைந்தோம். அங்கிருந்த ஒரு சிறிய சந்துக்குள் சென்று, சுவர்களுக்கு இன்னமும் வண்ணம் அடிக்கப்படாமல், கட்டி முடிக்கப்படாமலிருந்த ஒரு வீட்டின் முன் கார் நின்றது.

பிப்ரவரி 2018இல் நான் சந்தித்தபோது ராஷ்மினாரா பேகத்திற்கு முப்பது வயதிருக்கும். மகள் நஃபீசாவிற்கு ஒரு வயது முடிந்து ஓரிரு மாதங்களிருக்கும். ஆரஞ்சு நிற ஃப்ராக்கிலிருந்த குழந்தையை பாட்டி ஜமீலா பேகம் தூங்க வைத்துக்கொண்டிருந்தபோதுதான் நாங்கள் வீட்டினுள் சென்றோம். வெந்தய மஞ்சளில் வெளுத்துப் போயிருந்த சுவர்கள், அலமாரியை மூடியிருந்த இளஞ்சிவப்பு நிற திரைச்சீலை என வீடு எளிமையாக இருந்தது. ராஷ்மினாராவின் மற்ற இரு மகள்கள் மரியமும் ருக்ஷானாவும் வீட்டைச் சுற்றி விளையாடிக்கொண்டிருந்தனர். மூன்று குழந்தைகளின் அம்மாவான ராஷ்மினாராவை ‘வெளிநாட்டவர்’ எனக் காவல்துறை கைது செய்தபோது நஃபீசா அவரது வயிற்றில் மூன்று மாதம். கோல்பாரா சிறையிலிருந்தவர், உச்சநீதிமன்றத் தலையீட்டினால் பிணை கிடைத்து வீடு திரும்பியிருந்தார்.

கோல்பாரா மாவட்டத்திலுள்ள காரிஜா மணிக்பூர் எனும் கிராமத்தில் பிறந்த ராஷ்மினாரா, முதலில் உள்ளூர் தொடக்கப் பள்ளியிலும், பின்னர் ஹப்ரகத் கில்லிஜார் பள்ளியில் ஆங்கிலமும் படித்தார். இப்பகுதியைத் தாங்கிப்பிடித்து உயிர்ப்புடன் வைத்திருக்கும் பிரம்மபுத்திரா, பராக் நதிகள் ஒவ்வொரு மழைக்கும் இந்த நிலத்தை விழுங்கவும் செய்யும். 2003இல் ராஷ்மினாராவின் கிராமத்தில் சில பகுதிகள் நீருக்குள் மூழ்க, அவர் உயர்நிலைப் பள்ளி இழுத்து மூடப்பட்டது. 2002இல் பள்ளியில் படித்துக்கொண்டிருந்தபோதே டெய்லரான முனீருல் இஸ்லாமுடன் திருமணம் நடந்துவிட்டிருந்தது. தொடர் வன்முறைக்கும் வெள்ளத்திற்கும் ஆவணங்களை இழந்தவர்களின் வரிசையில் ராஷ்மினாராவும் இணைந்தார். நான் சந்தித்த அநேகம் பேர் இதே காரணத்தால் பாதிக்கப்பட்டிருந்தனர்.

அதிர்ஷ்டவசமாக ராஷ்மினாராவிடம் மற்ற ஆவணங்கள் இருந்தன. 2015இல் அவர் வயது, பிறப்பிடம், பழைய/புதிய முகவரிகளைக் குறிப்பிட்டு உள்ளூர் கிராம அதிகாரி கையெழுத்திட்ட சான்றிதழில் அவர் 2002இல் திருமணத்திற்குப் பிறகு கணவரின் முகவரிக்கு மாறியதும் குறிப்பிடப்பட்டிருந்தது.

2016 தேர்தலில் ஓட்டுப்போடச் சென்றபோது சந்தேகத்திற்குரிய வாக்காளர் பட்டியலில் இருந்தது ராஷ்மினாராவின் பெயர். ஒரு வருடம் முன்புதான் இதே காரணத்திற்காக வெளிநாட்டவர் சட்டத்தின் கீழ் ராஷ்மினாராவை 'வெளிநாட்டவர்', 'பங்களாதேஷி' எனச் சந்தேகித்து வழக்குப்பதிவு செய்திருந்தார்கள். வழக்கு எண். 29/K/2015 கோல்பாராவிலுள்ள வெளிநாட்டவர் தீர்ப்பாயம் நெ.2இல் பதியப்பட்டது.

அவர்கள் குடும்பம் ஒரு வழக்குரைஞரை அமர்த்தி, தங்கள் வசமிருந்த ஆதாரங்கள் அனைத்தையும் சமர்ப்பித்தது. அடுத்த ஒரு வருடத்திற்கு தங்கள் சம்பாத்தியம் முழுவதையும் சேமித்து வைத்து ராஷ்மினாரா மாதம் ஒரு முறையாவது தீர்ப்பாயத்தில் ஆஜரானார். மூன்று சந்தர்ப்பங்களில் அவருடைய அடையாளத்தை நிரூபிக்க சாட்சியை அழைத்து வருமாறு அவரின் வழக்குரைஞர் சொல்ல, ராஷ்மினாரா தன் அம்மாவை மூன்று முறையும் அழைத்துச் சென்றிருக்கிறார். 'மூன்று முறையும் அம்மாவை அழைத்துப் போயிருந்தேன். ஆனால், ஒவ்வொரு முறை அங்கு போகும்போதும், என் வக்கீல் புலக் கோஷ் இந்த கேஸுக்கு சாட்சி எதுவும் தேவையில்லைன்னு சொல்லிடுவாரு' என்றார்.

பேசத் தொடங்கும்போதே அழ ஆரம்பித்துவிட்டார் ஜமீலா பேகம். 'மூணு தரம் போனேன். அவ குடியுரிமைய நிரூபிக்க எங்ககிட்ட இருந்த ஆவணமே போதும்ன்னு வக்கீல் சொல்லிட்டாரு'. இந்த நடைமுறையின் சிக்கல்களை அனுபவித்த அனைவரையும்போல, ராஷ்மினாராவும் குடும்பத்தினரும் தங்கள் வழக்குரைஞர்களால் ஏமாற்றப்பட்டதாகவே குமைகிறார்கள்.

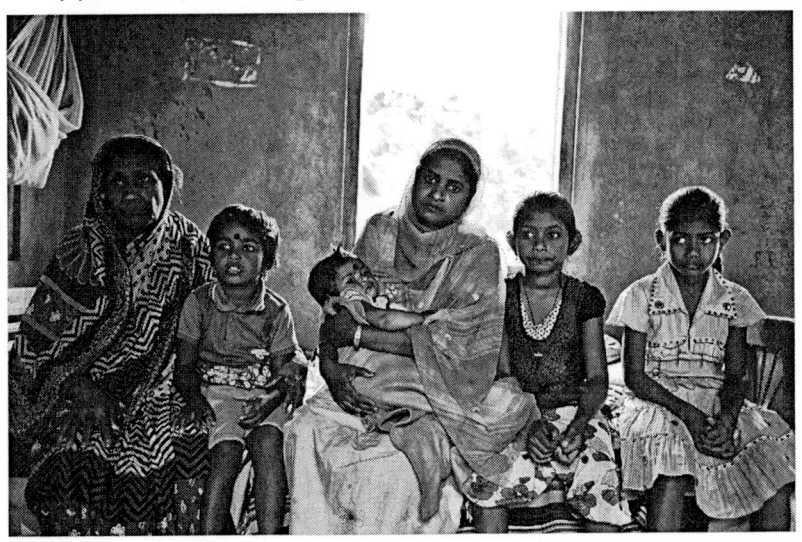

இந்தத் தீர்ப்பாயங்கள் அனைத்துமே 1964 வெளிநாட்டு (தீர்ப்பாயங்கள்) அரசு ஆணையின் அடிப்படையில் அமைக்கப்பட்டவை. அவற்றால் தீர்ப்பு வழங்க முடியாது; தங்கள் அபிப்ராயத்தை மட்டுமே பகிர இயலும். ஆனால், அந்த 'அபிப்ராயங்களின்' அடிப்படையில் 'வெளிநாட்டவர்' என முத்திரை குத்தப்பட்ட விளிம்புநிலை மக்கள் — பெரும்பாலும் இஸ்லாமியர்களை காலவரையறையின்றித் தடுப்புக்காவலில் வைக்க முடிந்தது. அந்த நீதிபதிகள் பெரும்பாலும் சாட்சியங்கள் பற்றிய விதிமுறைகளுக்கோ, குற்றவியல் மற்றும் குடிமை நடைமுறைகளுக்கோ கட்டுப்பட்டு நடப்பதில்லை என அங்குள்ள வழக்குரைஞர்களும் மனித உரிமை ஆர்வலர்களும் கூறுகின்றனர். அவர்கள் எந்தவித மேற்பார்வையோ, தங்கள் அதிகாரத்துக்கு எதிரான சவால்களோ இல்லாமல் செயல்படுகிறார்கள். இங்குள்ள கட்டுப்பாடுகளற்ற தன்னிச்சையான விதிமுறைகள், தேவைப்படும் ஆவணங்கள் மற்றும் சான்றிதழ்கள் குறித்து நியாய மற்ற கோரிக்கைகளை வைத்தன. நீதிபதிகளும் வழக்கு நடந்து கொண்டிருக்கும்போதே மிக சகஜமாக புதிய விதிமுறைகளை

அறிமுகப்படுத்தினர். ஏற்கனவே விளிம்புநிலை ஏழைகளாயிருந்த மக்கள் அதிகாரத்துவ ஒழுக்கக்கேட்டில் சிக்கி அவதியுற்றனர். 'Designed to exclude' என்ற தலைப்பில் ஆம்னஸ்டி இன்டர்நேஷனல் அமைப்பு, அதிக எண்ணிக்கையிலான மக்களை 'வெளிநாட்டவர்' எனத் தீர்ப்பளிக்கும் நீதிபதிகளுக்கு சாதகமான பணி மதிப்பீடுகள் வழங்கப்படுவதாக 2019இல் ஆதாரத்துடன் அறிக்கை வெளியிட்டது.[10] இவர்களில் பலர் ஒப்பந்த நியமனத்தில் இருந்த நீதிபதிகள் என்பதால், 'சாதகமான பணி மதிப்பீடுகள்' என்பதற்கு அந்த ஒப்பந்தங்களின் புதுப்பித்தல் என்று அர்த்தமானது. அசாமில் 2015க்கு முன்புவரையில் வெறும் 36ஆக இருந்த தீர்ப்பாயங்களின் எண்ணிக்கை 2018இல் நூறாக உயர, மேலும் 400 தீர்ப்பாயங்களை ஏற்படுத்த அரசு திட்டமிடுகிறது. இவை ஏழைகளுக்கு, மகளிருக்கு, இஸ்லாமியர்களுக்கு எதிரானவை.[11]

ஒவ்வொரு முறையும் தீர்ப்பாயங்களுக்குச் சென்று திரும்புவதில் உள்ள சிரமங்களை ராஷ்மினாராவும் அவருடைய அம்மாவும் பகிர்ந்துகொண்டனர். 'எல்லாரும் எங்க கஷ்டத்துல பணம் பண்ண நினைக்கறாங்க' என்றார் ஜமீலா பேகம். மேலும்மேலும் பணம் மட்டும் கேட்டு வாங்கிக்கொண்ட அவரின் வழக்குரைஞர், உண்மை நிலவரத்தைப் பகிராமல் அவர்களை இருட்டிலேயே வைத்திருந்தார். ராஷ்மினாரா 'வெளிநாட்டவர்' என 2016 அக்டோபர் மாதம் வந்த தீர்ப்பைக்கூட, நிலவரத்தைத் தெரிந்துகொள்வதற்காக அதற்கு அடுத்த மாதம் தீர்ப்பாயத்திற்குச் சென்றபோது அவராகவே தெரிந்துகொண்டார். வழக்குரைஞரிடமிருந்து ஒரு தகவலு மில்லை. அங்கு சென்றவுடன் சுற்றி வளைத்த காவலர்களால் வெளிநாட்டவருக்கென ஏற்படுத்தப்பட்ட கோல்பாரா மையத்தில் காவலில் வைக்கப்பட்டார். அந்தத் தீர்ப்பு ஒரு தவறான தகவலின் அடிப்படையில் எழுதப்பட்டதெனப் பின்னர் தெரிய வந்தது: ராஷ்மினாராவின் வயது வெவ்வேறு ஆவணங்களில் 30, 32, 33 எனப் பதியப்பட்டிருந்தது.

---

10. Amnesty International India, *Designed To Exclude: How India's Courts Are Allowing Foreigners Tribunals to Render People Stateless in Assam*, Indians for Amnesty International Trust, Bangalore, 2019, p. 5, https://amnesty.org.in/wp-content/uploads/2019/11/Assam-Foreigners-Tribunals-Report-1.pdf.

11. Human Rights Watch, 'Shoot the Traitors: Discrimination against Muslims under India's New Citizenship Policy', 9 April 2020, https://www.hrw.org/report/2020/04/09/shoottraitors/discrimination-against-muslims-under-indias-new-citizenship-policy.

2016ஆம் ஆண்டு நவம்பர் 9ஆம் தேதி கோக்ராஜ்ஹார் தடுப்புக் காவல் முகாமுக்கு அழைத்துச் செல்லப்பட்டார் ராஷ்மினாரா. 'நான் மூன்று மாத கர்ப்பம். அதிகாரிகளுக்கும் அது தெரியும். அதிகாரிகளிடம் அதைச் சொல்லி திரும்பத்திரும்ப கெஞ்சினேன். யாரும் மனமிரங்கவில்லை' என்று கூறினார்.

ராஷ்மினாராவின் குடும்பம் குவஹாத்தி உயர்நீதிமன்றத்தில் 2016 நவம்பர் 29ஆம் தேதி வழக்கு தாக்கல் செய்தது. அவரை மாவட்ட தலைமை மருத்துவமனைக்கு மாற்றி, தேவையான மருத்துவ வசதிகளையும் செய்து கொடுக்குமாறு சிறை அதிகாரிகளுக்கு உத்தரவிட்டது உயர்நீதிமன்றம். காவலிலிருந்த நிலையிலும் மருத்துவமனையில் அனுமதிக்கப்பட்ட ராஷ்மி, 2017 ஏப்ரல் 29ஆம் தேதி நஃபீசாவைப் பெற்றெடுத்தார்.

2017 மே 22ஆம் தேதி, வெளிநாட்டவர் தீர்ப்பாயம் ராஷ்மினாராவை வெளிநாட்டவரென அளித்த தீர்ப்பை நிறுத்திவைக்க உத்தரவிட்ட குவஹாத்தி உயர்நீதிமன்றம், அப்பொழுதுதான் பிரசவித்திருந்த அவரை மூன்று மாதப் பிணையில் விடுவிக்கவும் ஆணையிட்டது. ஜூன் 2017இல் ராஷ்மினாரா உச்சநீதிமன்றத்தில் ஒரு மனுவை பதிவுசெய்தார். ஆகஸ்ட் 2017இல் அவரின் பிணையை நீட்டித்து அனுமதி வழங்கியது உச்சநீதிமன்றம். இதோ, இந்த அத்தியாயத்தை எழுதிக்கொண்டிருக்கும் நிமிடம்வரை இறுதித்தீர்ப்பு வழங்கப் படவில்லை. ராஷ்மினாராவின் பிணை எந்நேரம் ரத்து செய்யப் பட்டாலும் அவர் தடுப்புக்காவல் முகாமுக்குத் திரும்ப வேண்டும்.

அசாமிய சமூகத்தின் குறுக்குவெட்டுத் தோற்றத்தை இந்த ஏழு மாதத் தடுப்புக்காவலில் தரிசித்திருந்தார் ராஷ்மினாரா. 136 கைதிகளில் வெறும் இருவர் மட்டுமே பங்களாதேஷிகள். அவர்களுடைய துன்பியல் கதைகளனைத்தும் ராஷ்மினாராவுக்கு நினைவிலிருந்தன: மூர்க்கமாகக் கைது செய்யப்பட்ட பெண்கள்; குடும்பத்திலிருந்து பிரித்துச் செல்லப்பட்ட பெண்கள்; தன்னிடமிருந்த கடைசி ரூபாய் வரை வழக்குக்காகச் செலவழித்த பிறகும் சிறைக்குள்ளேயே அடைபட்டிருந்த பெண்கள்; 15 வித ஆவணங்களைக் கொடுத்தும் காத்திருக்கும் பெண்கள்.

தடுப்புக்காவலில் உள்ள வங்கதேசக் குடும்பமொன்றைப் பற்றி பகிர்ந்தார் ராஷ்மினாரா: கோக்ராஜ்ஹார் தடுப்பு முகாமில் குழந்தை களுடன் அந்தப் பெண் அடைபட்டிருக்க, அவரின் கணவர் சலீம் கோல்பாரா முகாமில் அடைபட்டிருந்தார். கோக்ராஜ்ஹார் சிறை யிலுள்ள கல்யாணி என்ற பெண்தான் தான் சந்தித்தவர்களிலேயே

மிக அதிக காலம் — ஒன்பது வருடங்களாக — அங்கு அடைபட்டிருப்பதாகக் கூறிய ராஷ்மினாரா, அங்குள்ள ஜெயிலர் கூறியதையும் பகிர்ந்தார். 'அவங்க கணவர் பங்களாதேஷிங்கறதுதான் அவங்க சிறைவைக்கப்பட்டிருக்கறதுக்கான காரணம்ன்னு ஜெயிலர் கிண்டலா சொன்னாங்க. உண்மையான்னு தெரியல.' தவறான அடையாளங்களால் கைது செய்யப்பட்டு பதினெட்டு மாதங்கள் சிறையிலிருந்த மர்ஸினா பேகம் (ராஷ்மினாராவின் சொந்தமல்ல) பற்றியும் கூறினார். 'பக்கத்துலதான் இருக்காங்க, பார்த்துட்டுப் போங்க' என்றார்.

விடைபெறும்போது, தன்னுடைய கைது தனது மகள்கள் ருக்ஷானா, மரியமிடம் ஏற்படுத்தியிருக்கும் மாற்றம் குறித்து ராஷ்மினாரா கவலைப்படுவதாக ஜமீலா பேகம் என்னிடம் கூறினார். 'ரொம்ப பயப்படறாங்க, சிரிக்கறதேயில்ல. அம்மாவை திரும்பவும் கொண்டு போயிடுவாங்கன்னு பயப்படறாங்க. பிறந்ததுலேர்ந்து இந்த ஊர்ல மட்டுந்தான் வாழ்ந்திருக்கோம், இப்ப எங்க போவோம், என் பொண்ணுங்க எங்க போவாங்க' என்றார் ராஷ்மினாரா.

மியான்மரைப் போல இந்தியாவும் இந்தியர்களிலிருந்து வெளிநாட்டவரை உற்பத்தி செய்கிறது.

III

ராஷ்மினாராவின் வீட்டிலிருந்து கிளம்பும்போது மர்ஸினா பேகமின் எண்ணைத் தொடர்புகொண்டோம். தொடர் அழைப்புகளுக்குப் பிறகு அவர் எடுத்துப் பேச, நேரில் சந்திக்க விருப்பம் தெரிவித்தோம். மர்ஸினாவின் வீடு சில மைல்கள் தொலைவில், கிருஷ்ணாய்க்கு அருகில், போல்போல்லா கிராமத்தின் ஹரிகோன்-பல்பலா சாலையருகே, பிரதான சாலையிலிருந்து ஐந்து நிமிடத் தொலைவில் இருந்தது. ஆனால், சாலையிலிருந்து வலது பக்கம் திரும்பிய நொடியில் தார்சாலை மறைந்து கல்லும் மண்ணுமாய் தூசு பறந்து, குண்டும் குழியுமாக காரை ரோடு பொத்தலாகப் பல்லிளிக்க, எல்லா இடங்களிலும் புறக்கணிப்பும் சீர்குலைவும் பளிச்செனத் தெரிந்தது. அரை மைல் தொலைவு சென்றதுமே கரையில்லாத ஆற்றுக்குள் விழாமல் மேலே வண்டி நகர்வது முடியாதெனப் புரிய, இறங்கி நடக்கத் தொடங்கினோம்.

இப்பகுதியிலுள்ள பெரும்பான்மையான இஸ்லாமியக் கிராமங்களைப் போல இந்தக் கிராமத்தைச் சேர்ந்தவர்களும் கடந்த ஏழு வருடங்களாக வெளியாள்களைப் பார்த்ததில்லை. ஒரு வெள்ளம்

இந்த ஊரை மொத்தமாக விழுங்கிவிட, கழுதைப்புலிகள்போல வட்டமிட்ட உள்ளூர் அரசியல்வாதிகளும் மந்திரியும் உடன் வந்த அதிகாரிகளும்தான் கடைசியாக இங்கு வந்த வெளியாள்கள். அரசு இயந்திரம் பின்னொதுங்கிய இடங்கள் இவை.

மர்ஸினா பேகம் வீட்டுக்குச் செல்லும் வழியில் கிட்டத்தட்ட இருபது பேர் எங்களைப் பின்தொடர்ந்து வர, வீட்டையடைந்த வுடன் வீட்டின் பின்கட்டில் இன்னுமொரு இருபது பேர் எங்களைச் சுற்றி அமர்ந்துகொண்டனர்.

இடுப்பில் செருகியிருந்த முந்தானையுடன் சிவப்பு நிறச் சேலை யிலிருந்த 28 வயதான மர்ஸினாவின் அழகிய வட்ட முகத்தில் வயதுக்கு மீறிய முதிர்வும் சோர்வும் நிழலாடின. திருமணம் முடித்து 2009இல் கணவர் வீடு வந்தார் மர்ஸினா.

செப்டம்பர் 2017இல் தவறுதலாகக் கைது செய்யப்பட்டார் மர்ஸினா. தீர்ப்பாயத்தால் வெளிநாட்டவர் எனத் தீர்ப்பளிக்கப்பட்ட அவரைக் கைது செய்ய, இரண்டு வண்டிகளுடனும் சம்மனுடனும் நடு இரவில் வந்து நின்றது காவல்துறை. இரண்டு பெண் காவலர்களுடன் மொத்தம் 16, 17 பேர் இருந்ததாக நினைவுகூர்ந்தார் மர்ஸினா. கணவர் காதர் அலி மற்றும் குழந்தைகளுடன் தூங்கிக்கொண்டிருந்தவரை இரண்டு பெண் காவலர்களும் சேர்ந்து வீட்டுக்கு வெளியே இழுத்துப் போட்டனர். பயத்திலும் குழப்பத்திலும் அவர்கள் எதிர்க்க, மர்ஸினாவின் கணவரின் நெற்றிப்போட்டில் துப்பாக்கியை வைத்து மிரட்டினர். கைகள் கட்டப்பட்டு வெளியே இழுத்து வரப்பட்ட மர்ஸினா, காவல்துறையினரின் வண்டியில் ஏற்றப்பட்டு, உள்ளூர் அகியா காவல்நிலையத்துக்கு அழைத்துச் செல்லப்பட்டார்.

இந்தியாவின் குற்றவியல் நெறிமுறைச் சட்டம் 'மனிதர்களின் கைது' — குறிப்பாக, பெண்களின் கைது — தொடர்பாக கடுமையான விதிமுறைகளை வகுத்திருக்கிறது:

> தவிர்க்கவியலாத சூழ்நிலைகள் தவிர, எந்தப் பெண்ணையும் சூரியோதயத்திற்கு முன்போ, சூரியோதயத்திற்குப் பின்போ கைது செய்யக் கூடாது. அப்படியொரு தவிர்க்கவியலாத சூழல் ஏற்படுமாயின், ஒரு பெண் காவல்துறை அதிகாரி, குற்றம் நடந்த அல்லது கைது நிகழும் இடத்தின் அதிகாரப் பொறுப்பிலுள்ள முதன்மை மாஜிஸ்திரேட்டிடம் எழுத்துபூர்வ முன்னனுமதி வாங்கியிருக்க வேண்டும்.[12]

---

12. Section 46(4) of the Criminal Procedure Code, 1973, which governs the arrest of women.

மர்ஸினாவின் விஷயத்தில் இவை எதுவுமே பின்பற்றப்படவில்லை. ஆனாலும், இதுகுறித்த சிறு ஆச்சரியமோ அதிர்ச்சியோ மர்ஸினாவுக்கு இல்லையென்பது, இந்தத் துன்பத்தை சாதாரணமாக விவரிக்கும் தொனியிலிருந்தே நன்றாகப் புரிந்தது. சட்ட-நிர்வாக ரீதியான வன்முறை, காவல்துறையினரின் கொடூரங்கள் என ஓயாத வளையத்துக்குள் சிக்கிக்கொண்ட வாழ்வு, வன்முறையைச் செயல்படுத்துபவர்கள் குறித்து மர்ஸினாவிடம் துல்லியமான புரிதலை ஏற்படுத்தியிருந்தது. தெளிவாகப் பேசினார்: ‘அவங்களுக்கு எங்களைப் பிடிக்காது. நாங்க இங்க இருக்கக் கூடாதுன்னு நினைக்கறாங்க.’ மர்ஸினா போன்றவர்கள் வாழ்விற்கு ஈடாக அடகு வைப்பது – தங்கள் உரிமையை, தங்களின் கௌரவத்தை, பல சமயங்களில் தங்களுடைய உயிரற்ற உடல்களை.

மர்ஸினாவின் குடும்பம் தங்களிடமிருந்த ஆவணங்களை எடுத்துக்கொண்டு காவல்நிலையத்துக்கு ஓடியது. ஆவணங்களை சரிபார்த்த அகியா காவல்நிலைய அதிகாரிகளுக்கும், (வெளிநாட்டவர் நடமாட்டத்தை கட்டுப்படுத்தும் பணியில் இருக்கும்) எல்லைப் பாதுகாப்பு அதிகாரிகளுக்கும் அது போதுமானதாக இருக்கவில்லை. மர்ஸினா கோக்ராஜ்ஹார் தடுப்பு முகாமுக்கு அழைத்துச் செல்லப்பட்டார். எட்டு மாதங்கள், இருபது நாள்கள் சிறையிலிருந்ததாக துல்லியக் கணக்கைத் தெரிவித்தார் மர்ஸினா.

மர்ஸினாவின் குடும்பம் ஒரு வழக்குரைஞரை அமர்த்தியது – 10,000 ரூபாய் பணம் வாங்கிக்கொண்டதைத் தவிர வேறெதுவும் செய்யாத வழக்குரைஞர். உள்ளூர் அரசியல்வாதியான பத்ருத்தீன் அஜ்மல் வேறு ஒரு வழக்குரைஞரைப் பிடித்து, வழக்கை உயர்நீதிமன்றத்திற்கு நகர்த்தி மர்ஸினாவின் விடுதலையை உறுதி செய்தார். நிரபராதியெனத் தீர்ப்பு வழங்கப்பட்டாலும் எந்த இழப்பீடும் வழங்கப்படாததால், வழக்கு செலவுகளைச் சமாளித்தே நொடித்துப் போன குடும்பத்திற்காக மர்ஸினாவின் கணவர் வேலை தேடி அசாம் சென்றார். நான் அங்கு சென்றபோது, அவர் குடும்பத்தைவிட்டுப் பிரிந்துச் சென்று ஆறு மாதங்கள் கடந்திருந்தன.

கோக்ராஜ்ஹார் முகாம் கொடுங்கனவாக இருந்தது – சாப்பிட விளங்காத உணவு, சகிக்கவியலாத சுகாதாரம், மிக மோசமான மருத்துவ வசதிகள். ஆனாலும், மர்ஸினாவின் மிகப் பெரிய பயம் அதுவல்ல; ‘சட்டவிரோதமானவர்’ என அங்குள்ள காவலர்களால் இகழப்படுவது குறித்தே மிகவும் பயந்திருந்தார். ஒருமுறை, ‘உங்களைப் போல சட்டவிரோதமானவங்க எல்லாம் முகாம்லேயே இருந்து அழியனும்’ என்று ஒரு காவலர் கூறியிருக்கிறார்.

முகாமில் எல்லா இனப் பெண்களும் இருந்ததை உறுதிசெய்தார் மர்ஸினா. பெங்காலி இந்துக்கள், இஸ்லாமியர்கள், ரோஹிங்கியா அகதிகள் — சிலர் பத்து வருடங்களுக்கும் மேலாக உள்ளே இருந்து நலிந்திருந்தனர். தான் முகாமில் இருக்கையில் அங்கு அழைத்து வரப்பட்ட கௌதிசா ஃகார்த்தூம் எனும் 65 வயது பெண்மணியைப் பற்றியும் நினைவுகூர்ந்தார் மர்ஸினா.

நாங்கள் பேசி முடிக்கும்போது இரவு கவிந்திருந்தது. ஏறக்குறைய முழுக் கிராமமும் அங்கே குழுமியிருந்தது. அதிகப்படியான காவல்துறை நடமாட்டம் குறித்தும், எல்லைப் படையினரின் இரவு ரோந்து குறித்தும் பேசிய அவர்களுக்கு, அப்பொழுது சட்டவரைவில் இருந்த என்.ஆர்.சி. குறித்தும் உள்ளுக்குள் கவலையிருந்தது.

கட்டப்பட்டுக்கொண்டிருந்த முகாமின் கட்டுமான வேலைகளுக்காக கிராமத்தவர்களில் ஆறு பேர் தினக்கூலிகளாக வேலைக்கு சேர்ந்தி ருந்தனர்.

‘எங்க சிறையை நாங்களே கட்டி, எங்க குழிய நாங்களே தோண்டிக் கறோம்’ என்றார் காலிப் மியா.

‘எங்கள்ல பத்து இலட்சம் பேர உள்ள தள்ளிடுவாங்களா?’ — இருபதுகளிலுள்ள இளைஞனொருவன் கேட்க, ‘இல்லை’ என்றது உறுதியானதொரு குரல். ‘நாம செத்துப்போறதுதான இன்னும் கம்மியா செலவு பிடிக்கும்.’

அசாமின் பார்பேட்டா மாவட்டத்திலுள்ள ஹௌலியில் தன் குடியுரிமையை நிரூபிக்கும் போராட்டத்தில் ‘சந்தேகத்துக்கிடமான வாக்காளர்’ எனப் பட்டியலிடப்பட்டிருந்த 25 பேரைச் சந்தித்தேன். நான் சென்றபோது, நாங்கள் பேசுவதற்காக உள்ளூர் இமாம் தன் அலுவலகத்தை ஒதுக்கிக் கொடுத்தார். நான் அரசு அதிகாரி என்றும், ஆவணங்களைச் சரிபார்க்க தயாராக இருக்கிறேன் என்றும் தவறான தகவல் பரவிவிட, தங்களிடமிருந்த ஆவணங்களை எடுத்துக்கொண்டு மேலும் பலர் வந்துசேர்ந்தனர்.

ஷஹீரா ஃகார்தூமுக்கு தன் வயதே தெரியாது — நாற்பது இருக்கக் கூடும் என்பது அவரது கணிப்பு. பதினைந்து வயதில் பள்ளியை விட்டு வெளியேறிய அவருக்கு இருபத்தோரு வயதில் திருமணம் நடந்தது. ஷஹீரா ஃகார்தூம், அவரது பெற்றோர், தாத்தா, பாட்டிகள்

என அனைவரும் பாஸ்கா மாவட்டம் சல்பாரி எனும் ஊரில்தான் பிறந்தனர். பிறகு, குடும்பமாக பார்பேட்டாவிற்கு குடிபெயர்ந்தனர்.

1994இல் சுமார் நூறு முஸ்லிம்களை போடோ போராளிகள் கொன்று குவித்த சம்பவத்தையும், அதைத் தொடர்ந்து பாஸ்காவில் பரவிய வன்முறையையும் நினைவுகூர்ந்தார் ஷஹீரா ஃகார்தூம்.

சம்பவம் நடந்த மாதமெல்லாம் நினைவில் இல்லை; ஆனால், அந்த மழைக்காலத்தின் தொடக்கமென்பதும் பள்ளிகள் இழுத்து மூடப்பட்டதும் அவருக்கு நினைவிலிருந்தது. அந்த மழைக்காலத்தின் முடிவில் ஷஹீராவின் வீடு எரிக்கப்பட்டு தரைமட்டமாகியிருந்தது. அவருடைய மாமா யாகூப் அலி மறைந்தார். ஷஹீராவின் சிறு அதிர்ஷ்டம், நூலிழையில் அவரை சிறைவாசத்திலிருந்து தப்ப வைத்தது.

கயாகுச்சி நிவாரண முகாமில் தஞ்சமடைந்த ஷஹீராவின் குடும்பம், இரண்டு மாதங்களுக்குப் பிறகு ஹௌலிக்கு இடம்பெயர்ந்தது. முகாமில் உதவி கிடைத்தாலும், நிவாரண இழப்பீடு எதுவும் கிடைக்கவில்லை. ஹௌலி வாக்காளர் பட்டியலிலும் அவர் பெயர் சேர்க்கப்பட்டது. ஆனாலும், ஷஹீரா தேர்தலில் வாக்களிக்கவில்லை. திருமணத்திற்குப் பின்னர் ஹதிஜன் வாக்காளர் பட்டியலில் அவர் பெயர் சேர்க்கப்பட்டது. 2002, 2003 வாக்கில் ஓட்டுபோடச் சென்ற

போது அவர் ‘டி’ பட்டியலில் வைக்கப்பட்டிருந்தார். ‘டி’, சந்தேகத் திற்குரியவர்களின் பட்டியலைக் குறிக்கும் — போதுமான ஆவணங்கள் இல்லாததைச் சுட்டிக்காட்டிக் குடியுரிமையைப் பறித்துவிடுவதற்காக அசாமில் அறிமுகப்படுத்தப்பட்ட பகுத்தறிவற்ற அதிகாரத்துவப் பிரிவு அது. ஆரம்பத்தில் ‘டி’ பிரிவு வாக்காளர்களுக்கு ஓட்டுரிமை மட்டும்தான் மறுக்கப்பட்டது. 2011இல் குவஹாத்தி உயர்நீதிமன்றம் ‘டி’ பிரிவு வாக்காளர்களின் வழக்குகளை வெளிநாட்டவர் தீர்ப் பாயத்திற்கு மாற்றி, தடுப்பு முகாமில் காவலில் வைக்க உத்தர விட்டது.

‘டி’ பிரிவு குறித்த விவரங்களை அறிந்த ஷஹீராவின் குடும்பத்தினர் ஒரு வழக்குரைஞரை அமர்த்தி, மிக நீண்ட, மிகக் கடினமான அந்த வழக்காடலுக்காக 70,000 ரூபாய் செலவு செய்தனர். சுமார் ஆறு ஆண்டுகள், ஒவ்வொரு ஆண்டும் சுமார் பத்து அமர்வுகளென அலைந்தபின் ஷஹீரா நிரபராதியெனத் தீரப்பு வந்தது. இந்த அறுபது அமர்வுகளிலும், ஷஹீராவை நோக்கி பெற்றோர், எத்தனை குழந்தைகள்போன்ற அடிப்படை விவரங்கள் குறித்த ஒரே கேள்வி களை மட்டுமே நீதிபதி கேட்டுக்கொண்டிருந்தார். வழக்குரைஞரோ, வழக்கு அமர்வுகள் குறித்த எந்த விவரங்களையும் பகிரவில்லை.

இந்த ஆறு வருடங்களில் மூன்று முறை தலைமறைவில் இருந்தார் ஷஹீரா. சில வருடங்களுக்கொரு முறை அதிகாரிகள் ஹௌலியை முற்றுகையிட்டு ஆண்கள், பெண்களென மக்களைத் தடுப்பு முகாம்களுக்கு அழைத்துச் செல்வதும் மக்கள் பீதியடைவதும் வாடிக்கையாகிப் போனது. பிடிபட்டுவிடுவோமென்ற பயத்தில் வெவ்வேறு உறவினர்களின் வீடுகளில் தஞ்சம் புகுந்த ஷஹீரா நிரபராதியென்ற தீர்ப்பு வந்தபிறகுதான் வீடு திரும்பினார். ஒவ்வொரு முறை தலைமறைவாகும்போதும் பத்து, ஐந்து, இரண்டு வயதேயான தன் மூன்று குழந்தைகளையும் தன் கணவரின் உறவினர்களின் பாதுகாப்பில் விட்டுச் செல்ல வேண்டியிருந்தது. இவ்வளவு தடைகளைத் தாண்டி தன் குடியுரிமையை நிரூபித்தவர்களுக்கு நிவாரணமென அரசு சார்பில் எதுவுமே வழங்கப்படுவதில்லை. ‘நானென்னத்த சொல்றது?, யாராவது என்னை பங்களாதேஷின்னு கூப்பிட்டா நான் அமைதியா நகர்ந்துடுவேன்’ என்ற ஷஹீரா, ‘நீ முஸ்லிம், அதனால உன்னோட இடம் இது கிடையாதுங்கறதுதான் அவங்க சொல்ல வர்றது’ என்றார்.

ஷஹீராவுக்கு தன் குடியுரிமையை நிரூபிக்க முடிந்ததில் மிகுந்த நிம்மதி. ஆனால், அவருக்குத் தெரிந்த இன்னும் இருபது பெண் களாவது தடுப்பு முகாம்களில் சிறைப்பட்டிருக்கின்றனர்.

அவர்களில் ஒருவரான 62 வயது ராஹிலா ஃகாத்தூனுக்கு 2015 ஆம் ஆண்டு அழைப்பாணை வந்தது. ஷஹீராவைப் போல இவர் குடும்பமும் ரூ 30,000 கொடுத்து ஒரு வழக்குரைஞரை அமர்த்தியது. இரண்டு வருடப் போராட்டத்திற்குப் பின்பு ராஹிலா நிரபராதியென விடுவிக்கப்பட்டார். பன்னிரண்டு முறை தீர்ப் பாயத்தின் முன் ஆஜராகியும் ஒரு கேள்விகூட அவரிடம் கேட்கப் படவுமில்லை, அங்குள்ள நடைமுறைகள் குறித்து அவருக்கு எவ்விதப் புரிதலுமில்லை. நான் சந்தித்தவரை, சிறிதளவாவது பணம் திரட்ட முடிந்தவர்களால்தான் ஓரளவாவது சட்டத்தை எதிர்கொள்ள முடிகிறது. படிப்பறிவில்லாத உழைக்கும் வர்க்கத்திற்கும் காசு, பணம் இல்லாதவர்களுக்கும் 'வெளிநாட்டர்' என்ற தீர்ப்பெழுத்தைத் தவிர வேறெதுவுமில்லை.

65 வயது சோமேஷ் அலியின் உடம்பில் எலும்புகளையும் பழுப்பு நிற தாடியையும் தவிர வேறெதுவுமில்லை. 2016இன் இறுதியில் முதல் சம்மன் வந்ததாகச் சொல்லும் இவர், தன் இருபது மற்றும்

முப்பதுகளில் லக்கீம்பூரில், பிரம்மபுத்திரா நதியின் வடக்குக்கரையில் தன் சிறு துண்டு நிலத்தில் விவசாயம் செய்திருக்கிறார். '90களில் பிரம்மபுத்திராவின் வெள்ளத்தில் அவரின் நிலம் வருடத்திற்கு இருமுறையெனத் தொடர்ந்து மூன்று வருடங்களில் நீருக்குள் மூழ்கிவிட, விவசாயம் செய்யவியலாத நிலத்தைவிட்டு வெளியேறிப் பிழைப்புக்காக ஹௌலியில் தங்கிவிட்டார். தீர்ப்பாயத்தின் நீதிபதி அவருடைய நிலப்பத்திரங்களை ஆதாரமாக ஏற்றுக் கொள்ளவில்லை. அவருடைய பெற்றோர்களின் பெயரோ, தாத்தா பாட்டியின் பெயரோ என்.ஆர்.சி. பட்டியலிலும் இல்லை. 2018இல் அவரை முதன்முறையாகச் சந்தித்தபோது என்.ஆர்.சி. பட்டியல் தயாராகிக்கொண்டிருந்தது, இன்னும் புழக்கத்திற்கு வந்திருக்கவில்லை. 'எப்படியிருந்தாலும் நான் இந்தியன்தான். இந்தியனா அடையாளப்படுத்தப்படறதுதான் என்னுடைய விருப்பமும். இவங்க என்னை நிராகரிச்சுட்டா பங்களாதேஷ் ஏத்துக்குமா, எதுக்கு ஏத்துக்கனும், நான் எங்க போவேன், என்ன செய்வேன்?'— இரண்டு மாதங்கள் கழித்து முகாமுக்குக் கொண்டுசெல்லப்பட்ட சோமேஷ் அலியிடமிருந்து அதற்குப் பிறகு தகவலே இல்லை.

எழுபது வயது ஃபலூ மியா 1971வரை ஹௌலியில் வாழ்ந்தவர். பிறகு மூன்று வருடங்கள் லக்கீம்பூரில் குடியிருந்துவிட்டு ஹௌலிக்கே மீண்டும் திரும்பினார். 1945இல் பிறந்து, சுதந்திர இந்தியாவைவிட வயதில் மூத்தவரான அவர் பள்ளிக்கும் சென்றதில்லை, தான் பிறந்த ஊரும் நினைவிலில்லை. அவர் தாயைவிட்டு தந்தை பிரிந்து சென்றவுடன், தன் தம்பியுடன் ஒவ்வொரு உறவினர் வீடாக மாறிமாறி இருந்து வளர்ந்தவருக்கு எந்த ஆவணமுமில்லை.

'இங்க இருக்கற மக்களுக்கு, என்னையும் நான் இந்த இடத்தை சேர்ந்தவங்கறதும் தெரியும். கோர்ட்டு ஒத்துக்குமா? யாருகிட்ட போய் ஆதாரத்த கேட்குறது? 'எங்கம்மா செத்துப்போய் அறுவது வருஷம் ஆச்சு. என்னை வளர்த்தவங்களும் யாரும் உயிரோட இல்லை' என்றார் ஃபலூ மியா.

'பத்தாயிரம் ரூவா சேர்த்து வக்கீல புடிக்கறதெல்லாம் ரொம்ப கஷ்டங்க' என்ற ஃபலூ மியாவிற்கு அந்தப் பணத்தைச் சம்பாதிக்க ஆறுமாதம் பிடிக்கும். 'எனக்கு வயசாகிடுச்சுங்க. எம்புள்ளைங்க தலையில அந்தக் கடனை கட்டிட்டுப் போக எனக்கு இஷ்டமில்ல.'

ஆறு மணி நேரத் தொடர் பேட்டிகளின் முடிவில், பகிரப்பட்ட அனைத்து கதைகளும் அச்சமும் வேதனையும் மிகுந்த புள்ளியில் ஒன்றிணைந்தன. அநேகமாக அனைத்து மக்களும் பல்வேறு

காரணங்களுக்காக பல முறை இடம்பெயர்ந்திருக்கின்றனர். பார்பேட்டா படுகொலையும் பயிர்செய்யும் நிலங்களைப் பாழ் படுத்தும் பிரம்மபுத்திரா வெள்ளமும் பெரும்பாலானோரை அவரவர் இடங்களிலிருந்து நகர்த்தியிருந்தன. ஒருவருக்கும் படிப்பறி வில்லை. பெரும்பாலான பெண்களுக்கு திருமணத்திற்குப் பிறகு பெயர் மாறியிருந்தது. அவர்களின் ஆவணங்கள் வெள்ளத்திலும் வன்முறையிலும் தொலைந்துபோயிருந்தன அல்லது பயன்படுத்த முடியாதவாறு பழையதாகவும் சேதமடைந்தும் இருந்தன. ஆவணங் களில் எழுத்துப்பிழையுடன் பெயர்கள் பதியப்பட்டிருந்தன. அதிகாரத்துவத்தின் சிக்கலான நடைமுறைகளும் ஊழல் பீடித்த வழக்குரைஞர்களும், இவர்களை அதிகாரிகளின் சபல புத்திக்கு இரையாக உந்தித் தள்ளின. விளங்கிக்கொள்ளவே இயலாத சட்ட நடைமுறைகளும், எந்நேரமும் வாசலில் கதவு தட்டப்படக்கூடிய சாத்தியக்கூறுகளும் அவர்களை பயத்திலேயே வைத்திருந்தன.

தன் குடியுரிமையை நிரூபிக்கும் முயற்சியில் அசாமில் மட்டும் இதுவரை அறுபது பேர் உயிரிழந்திருக்கின்றனர். விரக்தி, பதற்றம், என்.ஆர்.சி. குறித்த இயலாமை, தடுப்பு முகாமின் சிறைவாசம் குறித்த பயம் பலரை உயிரை மாய்த்துக்கொள்ள வைத்தது. இன்னும் சிலர் மர்மமான முறையில் சிறையிலேயே உயிரிழந்தனர். அந்த எண்கள் வெறும் புள்ளிவிவரக் கணக்காக மட்டுமே குறித்துக் கொள்ளப்பட்டன. அவர்களில் அதிர்ஷடமிக்கவர்களின் பெயர்கள் செய்தியறிக்கையில் தகவலாகவாவது இடம்பெற, மீதமுள்ளவர்கள் தடயமின்றி மறைந்துபோனார்கள்.

இந்தக் கதைகள் தனி மனிதர்களின் தலைவிதியையோ, துரதிர்ஷ்டம் குறித்தோ பேசுபவை அல்ல. பெரும்பான்மையின தீவிரவாதம் தேசத்தின் சட்டங்களாக மாறும்போது ஏற்படும் அரசியல் விளைவு களை சுவரோவியமாக தீட்டும் கதைகள் இவை.

இந்தப் பட்டியல், அதில் வரும் பெயர்கள் அனைத்தும் ஆவணப் படுத்தி, நினைவில் நிறுத்தி, மனனம் செய்யப்பட வேண்டியவை.

குடியுரிமைச் சாவுகள்

வ. எண்	கைதிகளின் பெயர்	சிறையின் பெயர்	சிறை படுத்தப்பட்ட தேதி	இறந்த தேதி	இறப்புக்கான காரணம்
1	நரேஷ் கோச்	கோல்பாரா தடுப்பு முகாம்	2017	ஜன. 3 2020	கீழ் அசாமின் கோல்பாரா மாவட்ட சிறையில் உள்ள தடுப்பு முகாமில் இருந்தபோது கோச், பக்கவாதத்தால் பாதிக்கப்பட்டார். குவஹாத்தி மருத்துவக் கல்லூரிக்கு கொண்டு செல்லப்பட்ட அவர் ஜனவரி 3, இரவு மரணமடைந்தார். அவருக்கு வயது 55.
2	துலால் சந்தர் பால்	டெஸ்பூர் தடுப்பு முகாம்	2017	அக். 2019	வெளிநாட்டவராக அறிவிக்கப்பட்டு பால், டெஸ்பூர் தடுப்பு முகாமில் அடைக்கப்பட்டார். அவரை சர்க்கரை நோயும் இதய நோயும் அவதிப்படுத்தி வந்ததாகக் கூறப்படுகிறது.
3	அம்ரித் தாஸ்	கோல்பாரா தடுப்பு முகாம்	மே 2017	ஏப். 2019	கோல்பாரா தடுப்பு முகாமுக்கு வந்த பிறகு தாஸ், நெஞ்சு வலியை உணர்ந்தார். மூச்சுவிட சிரமப்படுவது பற்றி புகார் தெரிவித்த அவரை ஏப்ரல் 6, 2019 அன்று மருத்துவமனைக்கு அழைத்துச் சென்றனர். அங்கு அவர் தனது இறுதி மூச்சை இழந்தார்.

4	ஃபலு தாஸ்	கோல்பாரா தடுப்பு முகாம்	ஜூலை 2017	அக். 2019	ஃபலு தாஸின் உடல்நிலை மோசமானதைத் தொடர்ந்து அக்டோபர் 11 அன்று அவர் ஒரு மருத்துவமனையில் சேர்க்கப்பட்டார். அவரை அங்கிருந்து குவஹாத்தி மருத்துவக் கல்லூரி & மருத்துவமனைக்குக் கொண்டுசெல்ல அறிவுறுத்தினர். அங்கு அவர் மரணமடைந்தார்.
5	சுப்ரதோ தே	கோல்பாரா தடுப்பு முகாம்	27 மார்ச் 2018	26 மே 2018	சுப்ரதோ தே, மர்மமான முறையில் கோல்பாரா தடுப்பு முகாமில் இறந்து கிடந்தார். ஆனால், 'உடல்நிலை நலிவு காரணமாக' அவர் இறந்ததாக அரசு அறிக்கை கூறியது.
6	இஸ்மாயில் அலி துலக்தார்	கச்சார்	23 ஆக. 2016	30 மார்ச் 2019	உடல்நலக் குறைவு
7	சுந்தர் மோனி ராய்	கச்சார்	5 செப். 2016	4 மார்ச் 2019	உடல்நலக் குறைவு
8	தஸீமுத்தீன்	டெஸ்பூர்	17 ஜூலை 2016	30 அக். 2017	உடல்நலக் குறைவு
9	நாகேன் தாஸ்	டெஸ்பூர்	23 அக். 2016	1 ஜூன் 2018	உடல்நலக் குறைவு
10	அபு ஷாஹிது	கோல்பாரா	28 மார்ச் 2017	22 அக். 2017	உடல்நலக் குறைவு
11	ரஷீது அலி	ஜோர்ஹாட்	19 டிச. 2015	22 நவ. 2017	உடல்நலக் குறைவு
12	சித்தீக் அலி	கோல்பாரா	5 மே 2018	26 ஜூன் 2018	உடல்நலக் குறைவு

13	அமீர் அலி	கோல்பாரா	23 மே 2016	24 மே 2018	உடல்நலக் குறைவு
14	துலால் மியா	கோல்பாரா	11 ஜூன் 2016	16 ஜூன் 2016	உடல்நலக் குறைவு
15	முஹம்மது ஜப்பார் அலி	டெஸ்பூர்	17 ஜூலை 2017	4 அக். 2018	உடல்நலக் குறைவு
16	காக்கன் மண்டல்	கோல்பாரா	9 மார்ச் 2016	8 அக். 2018	உடல்நலக் குறைவு
17	சஷி மோகன் சர்கார்	கோல்பாரா	27 ஜூலை 2017	9 டிச. 2018	உடல்நலக் குறைவு
18	முஹம்மது ஜாஹிர் ஹுசைன்	டெஸ்பூர்	17 ஜூலை 2016	25 டிச. 2019	உடல்நலக் குறைவு
19	ஷ அம்ரித் தாஸ்	கோல்பாரா	20 மே 2017	6 ஏப். 2019	உடல்நலக் குறைவு
20	பாசுதேவ் பிஸ்வாஸ்	டெஸ்பூர்	8 ஆக. 2015	11 மே 2019	உடல்நலக் குறைவு
21	முஹம்மது சுரூஜ் அலி	டெஸ்பூர்	9 ஏப்ரல் 2018	6 ஜூன் 2019	உடல்நலக் குறைவு
22	ஸ்ரீ புனா முண்டா	கோல்பாரா	16 டிச. 2018	10 ஜூன் 2019	உடல்நலக் குறைவு
23	ஹுசைன் அலி	டெஸ்பூர்	22 ஜூலை 2016	28 ஆக. 2017	உடல்நலக் குறைவு
24	புலு சதாக்கர்	கச்சார்	5 அக். 2015	17 மார்ச் 2016	உடல்நலக் குறைவு
25	முஹம்மது குத்தூஸ் அலி	டெஸ்பூர்	26 ஜூலை 2017	16 ஜூலை 2019	உடல்நலக் குறைவு
26	பிரபா ராய்	கோக்ராஜ் ஹர்	20 டிச. 2015	27 செப். 2016	உடல்நலக் குறைவு
27	கபூத்தர் பாஸ்ரோஃப்	டெஸ்பூர்	20 ஆக. 2015	6 செப். 2016	உடல்நலக் குறைவு
28	சந்தோஷ் பிஸ்வாஸ்	கோல்பாரா	18 ஆக. 2015	2 மார்ச் 2017	உடல்நலக் குறைவு

29	நஸ்ருல் இஸ்லாம்	கோக்ராஜ் ஹர்	26 மே 2011	11 ஆக. 2011	உடல்நலக் குறைவு
30	ஜப்பார் அலி	டெஸ்பூர்	–	5 அக். 2018	மர்மமான முறையில் இறந்து கிடந்தார்
31	சோமா முண்டா	கோல்பாரா	–	ஜூன் 2019	காவலில் இருந்த போது இறந்தார்

தற்கொலை/சுய தீங்கு/மன அழுத்தம்/விஷமருந்தல்/உணர்வுபூர்வ அதிர்ச்சி ஆகியவற்றால் நிகழ்ந்த என்.ஆர்.சி. இறப்புகள்

வ. எண்	பெயர்	வயது	இடம்	இறந்த தேதி
1	ரஹுமுத்தீன்	–	அசாம் ஹோஜாய் மாவட்டம்	22 ஜூலை 2019
2	25 வயது ஆண்	25	துப்குரி பகுதி, வட வங்காளம்	செப். 2019
3	55 வயது ஆண்	55	ஜல்பாய்குரி, வட வங்களம்	செப். 2019
4	ஷாயிரா பேகம்	60	அசாம் சோனித்பூர் மாவட்டம், டெஸ்பூர் நகரத்தில் இருந்து 4 கீ.மில் உள்ள நெ.1, டோல்பாரி கிராமம்,	31 ஆக. 2019
5	நூர் நெஹ்ரா பேகம்	17	தராங் மாவட்டத்திலுள்ள கருபேட்டியா நகரம்	ஜூன் 2019
6	நிரோத் பரன் தாஸ்	63	தராங் மாவட்டத்திலுள்ள கருபேட்டியா நகரம்	அக். 2018
7	ஷராஃபத் அலி	68/74	துபுரி கிராமம், ஜல்பாய்குரி மாவட்டம், மேற்கு வங்கம்	ஜூன் 2019
8	ஹிட்மத்/ஹிக்மத் அலி	55	கபஹர்டரி, டர்ரங் மாவட்டம், பர்பேட்டா மாவட்டம்	ஜூன் 2019
9	அஷ்ரப் அலி (தற்கொலை எனச் சொல்லப்படுகிறது)	93	கம்ரூப் மாவட்டம், அசாம்	மே. 2019
10	தீபக் தேப்நாத்	49	காக்ரா கிராமம், உடல்குரி, அசாம்.	அக். 2018
11	பலிஜான் பீபீ	43	கேளுவபரா கிராமம், போங்கல்கோவன் மாவட்டம், மேற்கு அசாம்	செப். 2016

12	கோபால் தாஸ்	65	நிஸ்லமாரி கிராமம், தங்லா காவல்நிலைய எல்லை, உடல்குரி மாவட்டம்.	ஜூன் 2018
13	கௌரங்கா ராய் (மாரடைப்பு)	–	அசாம்	அக். 2019
14	முஜுபுர் ரஹ்மான்	–	அசாம்	2019
15	தேபேன் பர்மன்	70	துப்ரி மாவட்டம்	ஆக. 2018
16	ஷஹிமூன் பீபி	45	துப்ரி மாவட்டம்	ஏப். 2018
17	அபோலா/அபலா ராய்	40	துப்ரி மாவட்டம்	ஜூலை 2018
18	அன்கட் சுத்ரதார் (தற்கொலை எனச் சொல்லப்படுகிறது)	–	–	ஜூலை 2015
19	ஸைபுன்னிசா லஷ்கர்	45	சோனை, கச்சார்	1 ஜூலை 2015
20	ஜமீர் ஃகான்	75	டின்சுகியா	நவ. 2015
21	ஹனீஃப் ஃகான்	40	காசிபுர் (பார்ட்–2), சில்ச்சர், கச்சா	1 ஜனவரி 2018
22	அக்ரமுத்தீன் பர்பூயன்	–	சில்ச்சர், கச்சா	3 டிச. 2017
23	அக்லிமா பேவா (மகள் வெளிநாட்டவர் என எல்லைக் காவல்துறையால் சந்தேகிக்கப்பட்டார்)	62	டன்கினமாரி, மஞ்கோன், போன்கைகான்	6/8 செப். 2016
24	பீஜித் சென்	60	சில்ச்சர், கச்சா	19 மார்ச் 2018
25	சுனில் பய்ட்யா	58	கச்சார்	26 மார்ச் 2018
26	ரத்தன் ரே	40	பண்டு, கௌஹாத்தி, கம்ரூப்	9 ஏப்ரல் 2018
27	ஷஹிமூன் பீபி	45	பிட்யாபரா, துப்ரி	ஜூலை 2018
28	கோர்கோ பஹதூர் குரங்	57	சடியா, டின்சுகியா	7 ஜூலை 2018
29	தேபேன் பர்மன்	72	துப்ரி	7 ஆக. 2018

30	ராகேஷ் ஷர்மா	–	நஹூட்டி (பாகம்2), தர்ஷி டீ எஸ்டேட், மஜ்பத்	8 ஆக. 2018
31	நிர்மல் பால் (தற்கொலை எனச் சொல்லப்படுகிறது)	60	கடிரெயில், கடிகோரா, கச்சார்	13 ஆக. 2018
32	மிதுன் ராய்	–	பலன்கட், கச்சார்	13 ஆக. 2018
33	பிமல் சந்த்ர கோஸ்	59	கரீம்சௌக், மண்டோலோய், டர்ரங்	14 அக். 2018
34	சன்ஜீப் தாஸ்	75	துலியஜான், திப்ருகார்	30 அக். 2018
35	அஃப்ஸல் அலி (நெஞ்சு வலி)	–	பர்காஜுலி, தமுல்புர்	11 நவ. 2018
36	அப்துல் ஜலீல்	35	பாலாகுடம், அபௌபுரி, போன்கைகோன்	12 நவ. 2018
37	ஷம்சுல் ஹக்	–	பங்காரிகுரி, பார்பேட்டா	14 நவ. 2018
38	சுரேந்த்ர பர்மன்	27	ஸ்ரீராம்பூர் காலனி, கோக்ராஜ்ஹார்	19 நவ. 2018
39	முன்னாஸ் அலி	65	கமர்சுரி, தெல்மாரா, சோனித்பூர்	20 நவ. 2019
40	கைலாஷ் தன்ட்டி	–	சயன்டைலா, தோலாய், கரீன்கன்ஜ்	1 டிச. 2018
41	மஹிப்புர் ரெஹ்மான் (என். ஆர்.சி. சேவா கேந்த்ராவில் மூர்ச்சையுற்று விழுந்து இறந்தவர்)	65	தலாசிரா, நயாக்ராம், கரீம்கன்ஜ்	3 டிச. 2018
42	சந்தியா சக்ரபர்த்தி (தற்கொலை என கூறப்பட்டது)	50	மங்கோலாய், டர்ரங்	8 பிப். 2019
43	பபேன் தாஸ்	48	போலாபாரி பகிச்சா, கலியாகோன், உடல்கிரி	4 ஏப். 2019
44	ப்ரஜேந்ர தாஸ்	–	போலாபாரி பகிச்சா, கலியாகோன், உடல்கிரி	1989

45	அர்ஜுன் நாமசூத்ரா	32	ஹரிதிக்கார் (பகுதி 1), சில்ச்சர், கச்சார்	8 ஜூன் 2012
46	திரேன் ஷில்	53	உடல்டோர், சபோட்க்ரம், துப்ரி	19 ஜூன் 2015
47	லைஃபான் அலி	–	சடகோன், பர்பேட்டா	23 மார்ச் 2018
48	சட்கி ப்ரஜாபதி	–	டின்சுகின்	18 ஆக. 2018
49	பினோய் சந்தா	–	திமல்பூர், டமுல்புர், பாக்சா	9 செப். 2018
50	சஹுரா பானு	–	பார்பேட்டா	1 டிச. 2018
51	சஷி சர்க்கார்	85	துல்ஷிஜ்ஹோரா, சிராங்	7 டிச. 2018
52	அப்துல் காதர் ஷேக்	–	மஜ்ராபாரி, போங்கைகோன்	21 ஏப். 2019
53	அல்ஃபாஸ் உத்தீன்	–	–	7 மே 2019
54	ஸைனுல் ஆபிதீன்	–	துமேர்கிரி, அபயகிரி, போங்கைகோன்	3 ஜூலை 2019
55	ரஹூம் அலி	37	பன்டிபூர், காயாகுச்சி, பார்பேட்டா	6 ஜூலை 2019
56	குல்ஸூம் பேகம்	–	பார்கேட்ரி, நல்பாரி	7 ஜூலை 2019
57	அமர் மஜும்தார்	–	சிலபதார், தேமஜி	8 ஜூலை 2019
58	ஸைனுல் அலி	–	அபயாபுரி, போங்கைகோன்	3 ஜூலை 2019
59	அம்பர் அலி	59	சுன்புரா கிராமம், கபர்தனா காவல்நிலைய சரகம்	8 ஜூலை 2019
60	லால் சந்த் அலி	66	பார்பேட்டா மாவட்டம், அசாம்	மே 2018
61	அன்வர் ஹுசைன்	37	பாஹ்முரா, கோல்பாரா	3 டிச. 2017
62	ரத்தன் ராய்	40	ஷடகோன் கிராமம், பார்பேட்டா	9 ஏப். 2018
63	சுபாஷ் சந்த்ர கலிடா (என்.ஆர்.சி. நிர்வாக ரீதியிலான மன அழுத்தம் காரணமாகத் தற்கொலை)	52	சோனாப்பூர் அசாம்	பிப். 2018

இந்தியா முழுவதிலும் காவல்துறை வன்முறையால் நிகழ்ந்த என்.ஆர்.சி. இறப்புகள்

வ. எண்	பெயர்	வயது	இடம்	இறந்த நாள்
1	சாம் ஸ்டாஃபோர்ட்	17	அசாம்	12 டிச. 2019
2	திபாஞ்சல் தாஸ்	19	அசாம்	12 டிச. 2019
3	அப்துல் அமீன்	23	அசாம்	12 டிச. 2019
4	ஈஷ்வர் நாயக்	25	அசாம்	12 டிச. 2019
5	அஸீஸுல்	45	ஷிபாஜ்ஹர்	12 டிச. 2019
6	ஜலீல் குத்ரோலி	49	மங்களூர்	19 டிச. 2019
7	நௌஷீன் பென்க்ரே	23	மங்களூர்	19 டிச. 2019
8	முஹம்மது சகீர்	8 (*scroll* இணையதளத்தில் வந்த கட்டுரையின்படி வாரணாசி நெரிசலில் சிக்கி இறந்த சகீர் அஹ்மதின் வயது 11)	வாரணாசி	20 டிச. 2019
9	முஹம்மது வக்கீல்	32	லக்னோ	2019 டிச. 19–22க்குள்
10	அஃப்தாப் ஆலம்	22	கான்பூர்	2019 டிச. 19–22க்குள்
11	முஹம்மது சைஃப்	25	கான்பூர்	2019 டிச. 19–22க்குள்
12	அனஸ்	21	பிஜ்நோர்	2019 டிச. 19–22க்குள்

13	முஹம்மது சுலைமான்	35	பிஜ்நோர்	2019 டிச. 19-22க்குள்
14	பிலால்	24	சம்பல்	2019 டிச. 19-22க்குள்
15	முஹம்மது ஷெஹ்ரோஸ்	23	சம்பல்	2019 டிச. 19-22க்குள்
16	ஜாஹூர்	33	மீரட்	20 டிச. 2019
17	முஹ்சின்	28	மீரட்	20 டிச. 2019
18	ஆஸிஃப்	20	மீரட்	20 டிச. 2019
19	ஆரிஃப்	20	மீரட்	20 டிச. 2019
20	நபி ஜான்	24	ஃபிரோஸாபாத்	2019 டிச. 19-22க்குள்
21	ஃபைஸ் ஃகான்	24	ராம்பூர்	2019 டிச. 19-22க்குள்
22	ராஷிது	35	ஃபிரோஸாபாத்	20 டிச. 2019
23	28 வயது எச்.ஐ.வி. நோயாளி	28	கான்பூர்	20 டிச. 2019
24	ஆலம் அன்சாரி	24	மீரட்	20 டிச. 2019

பாகம் 5

இந்தியா – பாகிஸ்தான் எல்லை

மிகுதியாக இராணுவமயமாக்கப்பட்ட இந்திய–பாகிஸ்தான் எல்லையில் இரு நாடுகளும் ஆயிரக்கணக்கான படைவீரர்களை அதன் மொத்த நீளத்திற்கும் நிறுத்தியிருக்க, சர்ச்சைக்குள்ளான ஜம்மு-காஷ்மீர் பகுதியில் சற்று அதிகமாகவே துருப்புகளின் நடமாட்டம் இருந்தது. 1947 பிரிவினையின் போது இந்தியத் துணைக்கண்டம் இரு வேறு நாடுகளாகப் பிரிய, நகரங்கள், விவசாய நிலங்கள், வாழத்தகுதியற்ற பாலைவனங்களின் ஊடே இரு நாடுகளையும் பிரிக்கும் இந்த 1,800 மைல் எல்லைக்கோடு பிறந்தது. பிரிவினையிலிருந்து இன்றுவரையிலான தொடர் சச்சரவுகளுக்குக் காரணமாக இருக்கும் இப்பகுதிதான் 1947, 1965, 1999களில் இரு நாடுகளுக்கிடையேயான போர்களுக்கும் காரணமாக அமைந்தது. இந்திய–பாகிஸ்தான் எல்லை, சிக்கல்கள் நிறைந்த, உலகின் மிகக் கொடிய, ஆபத்தான எல்லைப்பகுதியாகக் குறிப்பிடப்படுகிறது. மொத்த நீளத்திற்கும் 1,50,000 ஒளிவெள்ள விளக்குகளும் 50,000 காவல் கம்பங்களும் நிறுவப்பட்டு விண்வெளியிலிருந்து பார்த்தால்கூட இரவிலும் காணமுடிகிற பிரகாசம். தொடர்ச்சியாக அரங்கேறும் வன்கொடுமைகள், காஷ்மீர் விடுதலைக்கான போராட்டம், அதீத இராணுவமயமாக்கல், இரு நாடுகளிலும் உள்ள சிறுபான்மையினரின் பதிலற்ற கேள்விகள் என இன்றுவரை தொடரும் அனைத்துச் சிக்கல்களும் பிரிவினையெனும் ஒற்றை முடிச்சில் பின்னிப் பிணைந்தவை. இந்தியாவின் சமீபத்திய குடியுரிமைச் சட்டங்கள், பிரிவினையின் காயங்களை, சீழ்பிடித்த ஊனத்தை மீண்டும் கிளறுவதாக மக்கள் கருதுகின்றனர்.

பிரிவினையின் நினைவுகள் பல்வேறாகவும் முரண்பட்டும் இருக்க, அதற்கான காரணங்களும் அவ்விதமே இருக்கின்றன. வன்முறை நிறைந்த காலனித்துவ வரலாறு, இந்தியத் துணைக்கண்டத்தின் மக்களை மதரீதியாகப் பிளவுபடுத்தி, இந்துக்களும் இஸ்லாமியர்களும் சேர்ந்து இயங்கவே இயலாத இரு சமூகங்கள் என்ற பிம்பத்தையும் ஏற்படுத்தியது. பிரிட்டிஷ் பேரரசின் கடைசி பத்தாண்டு கால ஆட்சி

அரசியல் நிலப்பரப்பை முற்றிலுமாக உருமாற்றி, பாகிஸ்தான் என்ற இஸ்லாமியர்களுக்கான தனி நாடு கோரிக்கையை வலுப்பெறச் செய்தது. மனசாட்சி, ஒழுங்கு ஆகிய அனைத்தையும் அடகு வைத்து, இந்தியத் துணைக்கண்டத்தை சிதைத்துப் போடும் ஒப்பந்தத்திற்கான பேச்சுவார்த்தையில் பெரிய மனிதர்கள் ஈடுபட்டுக் கொண்டிருந்தபோது, சாமானியர்கள் அனைத்தையும் இழந்திருந்தனர் — வீடுகள் தாக்கப்பட, வீட்டினுள் இருந்தவர்கள் கொல்லப்பட்டனர். தாக்குதலுக்குள்ளாகி, கடத்தப்பட்டு வன்புணர்வு செய்யப்பட்ட பெண்கள் ஏராளம். முற்றிலுமாக அழிக்கப்பட்ட கிராமங்களில் பிணங்கள் சாலையோரமாகக் கிடத்தப்பட்டிருந்தன.

இன்றைக்கும், பிரிவினையின் தீராத குழப்பங்களைக் காஷ்மீரில் தீவிரமாக உணர முடியும்.

அடக்குமுறையின் நீண்ட, நெடிய வரலாற்றைக் கொண்டது காஷ்மீர். 1586இல் காஷ்மீர் பள்ளத்தாக்கிற்குள் நுழைந்த முகலாயப் படைகளைத் தொடர்ந்த ஆஃப்கானியப் படைகள், பின்னர் வந்த சீக்கியர்கள், இறுதியாகப் படையெடுத்த டோக்ராக்கள் — காஷ்மீரின் எதிர்ப்பையும் மீறி ஆண்டனர். 1947 இந்திய-பாகிஸ்தானியப் பிரிவினையால் எஞ்சியிருந்த காஷ்மீரின் இறையாண்மையும் செல்லரித்துப் போனது. புவியியல்ரீதியாக சீனா, இந்தியா, பாகிஸ் தான் என முக்கோண எல்லைக்குள் சிக்கிய காஷ்மீரை மூன்று நாடு களும் ஆக்கிரமித்து உரிமை கோருகின்றன. எல்.ஓ.சி. எனப்படும் எல்லைக் கட்டுப்பாட்டுக் கோடு காஷ்மீரில் இஸ்லாமியர் பெரும் பான்மையாக வசிக்கும் பகுதியை இந்தியாவிற்கும் பாகிஸ்தானுக்கு மிடையே பிரிக்கிறது. பிரிவினையைத் தொடர்ந்த போர்நிறுத்த உடன்படிக்கையில் சிதறிய மிச்சமான இந்த எல்லைக்கோடு குறித்த தங்கள் எதிர்ப்பை உலகளாவிய சமூகமும் காஷ்மீர் சுதந்திரத்திற்காய் வாதாடுபவர்களும் இருபதாம் நூற்றாண்டின் இறுதியிலும் இருபத் தோராம் நூற்றாண்டிலும் இன்னமும் தெரிவித்துக்கொண்டே யிருக்கிறார்கள்.

உள்ளூர்க் கிளர்ச்சியாளர்கள் 1990களில் இந்திய ஆக்கிரமிப்புக் காஷ்மீரின் விடுதலையைக் கோரி அரசுக்கெதிரான ஆயுதமேந்திய போராட்டத்தில் ஈடுபட்டார்கள். பதிலாக, இந்தியாவும் கிளர்ச்சியை ஒடுக்கும் விதமாக அவசரச் சட்டங்களைப்[1] பிரகடனப்படுத்த, அது,

---

1. The Armed Forces (Jammu and Kashmir) Special Powers Act, 1990, Indian Ministry of Law and Justice, http://legislative.gov.in/actsofparliament-fromtheyear/armed-forces-jammu-and-kashmir-special-powers-act-1990; *Hu-*

சட்டத்திற்கப்பாற்பட்ட படுகொலைகள்,² சித்தரவதைக்கூடங்கள்,³ நிறுத்தப்பட்ட குடியியல் உரிமைகளென இன்றுவரை தொடரும் ஊழிக்காலத்தின் துவக்கத்தைக் கட்டியம் கூறியது.

'90களுக்குப் பிறகு இந்தியாவிற்கெதிரான ஆயுதப்போராட்டங்கள் குறைந்துவிட்டாலும், மக்கள் எதிர்ப்பின் வேகம் அதிகரித்திருக்கிறது. 2010இல் நடந்த இந்தியாவிற்கெதிரான மிகப் பெரிய போராட்ட மொன்றில், இந்தியாவிடமிருந்து சுதந்திரம் வேண்டிப் பெருந்திரளான மக்கள் பங்கேற்றார்கள். காஷ்மீர் போராளிக் குழுத் தலைவர் புர்ஹான் வானி இந்திய இராணுவத்தினரால் கொல்லப்பட, அதை எதிர்த்துப் போராடிய மக்களைப் பழிவாங்கும் விதமாக 2016 கோடையில் நூறு நாள்கள் ஊரடங்கை அமல்படுத்தியது அரசு.⁴ ஊரடங்கால் பதற்றம் மேலும் அதிகரிக்க, முழுபலத்துடன் கிளர்ச்சிகளை அடக்க நினைத்த அரசு சிறு குண்டுகளைப் பிரயோகித்ததில் நூற்றுக்கணக்கான காஷ்மீரி இளைஞர்கள் பார்வையிழந்தனர்; பலர் கொல்லப்பட்டனர்.

---

man Rights Watch, *Human Rights Watch World Report 1993—India*, Human Rights Watch, 1 January 1993, https://www.refworld.org/docid/467fca6917.html.

2. Amnesty International, 'India: Sopore: A Case Study of Extrajudicial Killings in Jammu and Kashmir', April 1993, https://www.amnesty.org/download/Documents/188000/asa200 171993en.pdf; Haley Duschinski, 'Reproducing Regimes of Impunity', *Cultural Studies* 24, no. 1, pp. 110–132, https://doi.org/10.1080/09502380903221117.

3. Jason Burke, 'WikiLeaks Cables: India Accused of Systematic Use of Torture in Kashmir', *The Guardian*, 16 December 2010, https://www.theguardian.com/world/2010/dec/16/wikileaks-cables-indian-torture-kashmir.

4. Press Trust of India, 'Wani's Killing: Curfew Lifted across Kashmir after 99 Days of Unrest', *India Today*, 15 October 2016, https://www.indiatoday.in/india/jammu-and-kashmir/story/kashmir-unrest-curfew-across-kashmir-lifted-burhan-wani-346696-2016-10-15.

8

காஷ்மீர்

அடக்குமுறையின் ஆவணங்கள்

ஒரு தோட்டா, ஒரு பகைவன்.

— அலூசாவிலுள்ள 27ஆவது ராஷ்ட்ரிய ரைஃபில்ஸ் இராணுவ முகாமிலிருந்த பதாகை

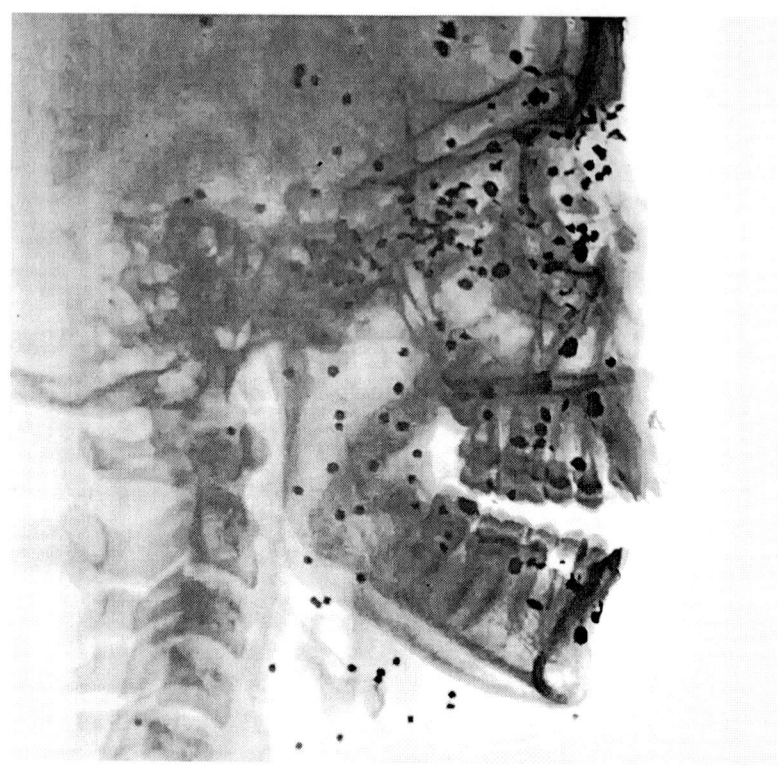

2014இல் உரியைச் சுற்றியுள்ள எல்லைக் கிராமங்களில் வாழும் குடும்பங்களை நான் சந்திக்கத் தொடங்கியபோது, பெரும்பாலும் இறந்தவர்கள், காணாமல் போனவர்கள் பற்றிய கதைகளையே கேட்க முடிந்தது. 1990களில் இராணுவத்தால் சுற்றிவளைத்துப் பிடித்து விசாரணையின்றிக் கொல்லப்பட்ட பள்ளி ஆசிரியர்; கிரிக்கெட் மேட்ச் முடிந்து வரும்போது பாகிஸ்தான் கொடி ஏந்தியிருந்ததற்காக இழுத்துச் செல்லப்பட்ட சிறுவன் (பிறகு வீடு திரும்பவேயில்லை); கொடூரமாகச் சித்தரவதை செய்து கொல்லப்பட்ட பின் கண்ணி வெடிகள் புதைந்த நிலப்பரப்பில் வீசி எறியப்பட்ட உள்ளூர் அரசியல் தலைவர். இக்கிராமங்களில் இந்தக் கதைகள்தாம் வீடுகளின் முகவரியாகவும் இருந்தன. ஒவ்வொரு வீட்டிலும் வன்முறையால் ஏற்பட்ட இழப்பின் தழும்பு ஆறாமலிருக்க, அவரவர் வீட்டு எண்களைக் காட்டிலும் இராணுவத்தினரின் கைகளால் இறந்து/ காணாமல் போனவர்களுடைய பெயர்களை வைத்து அறியப்படுவது இயல்பாக இருக்கிறது.

வழியிலிருந்த ஒரு சோதனைச்சாவடியில் சுமார் இரண்டு மணி நேரக் காத்திருப்புக்குப் பின் ஒருவழியாய் எல்.ஓ.சி.க்கு மிக அருகிலிருக்கும் கிராமத்திற்குச் சென்றேன். அங்கிருக்கும் ஒரு குடும்பத்தைச் சந்தித்துப் பேச இரு வாரங்களுக்கு முன்பே அனுமதியும் வாங்கியிருந்தேன். ஆனால், நேரில் சந்தித்தபோது அவர்கள் மனம் மாறியிருந்தது. ஒரு மணி நேரம் உட்கார்ந்தும் ஒரு வார்த்தை பெயரவில்லை. பேச இயலாததற்காக மன்னிப்பு கேட்ட தொனியில் பயமும் கவலையும் அவர்களிடம் தோய்ந்திருந்தது. ஒருவழியாக ஒருமணி நேர உரையாடலை நிறைவுசெய்தபோது, தேநீர் குடித்துவிட்டுப் போகும்படி உபசரிக்க, அமர்ந்தோம். தேநீர் குடித்துக்கொண்டிருக்கும்போது, அந்தக் குடும்பத்தின் மூத்தவர் ஒரு பழைய நோட்டுப்புத்தகத்தை எடுத்து வந்தார் — அந்தக் குடும்பத்தின் புகைப்பட ஆல்பமாக மாறியிருந்தது அந்த நோட்டுப்புத்தகம்.

1990களில் ஊடுருவல் பிரச்சினையில் இராணுவம் ஆங்காங்கே சுற்றிவளைத்து தேடுதல் வேட்டையில் ஈடுபட்டபோது, இவர்களின் வீடுகளிலும் திடீர் சோதனை நடந்தது. இராணுவத்தினரின் கண்களில் இவர்கள் மகன் தன் நண்பர்களுடன் எடுத்துக்கொண்ட புகைப்படம் கிடைக்கவும் அந்த இளைஞர்கள் தீவிரவாதிகள் என்று முத்திரை குத்தப்பட்டு இழுத்துச் செல்லப்பட்டனர். அந்தச் சம்பவத்திற்குப் பின் அவர்கள் தங்கள் புகைப்படங்கள் அனைத்தையும் சேகரித்து அமைதியாக நெருப்பிலிட்டுப் பொசுக்கினர். பிறகு, அந்தக் குடும்பத் தலைவர் செய்தித்தாள்களில் இருந்து புகைப்படங்களைச் சேகரிக்கத் தொடங்கினார். 'உங்க பையனுடைய நிலை என்ன?' என்ற என்னுடைய கேள்விக்கு, சிறு விசும்பலுடன் 'அவன் திரும்பவேயில்ல' என்றார். தங்கள் குடும்பங்களின் நினைவுகள் மறுக்கப்பட்ட காஷ்மீரிகள், செய்தித்தாள்களில் இருந்து புகைப்படங்களைச் சேகரித்து ஆல்பமாக்கத் தொடங்கினர். அவர்களின் தனிப்பட்ட வாழ்வு கடுமையான கண்காணிப்புக் குள்ளானபோது, அசல் பிரதிகளுக்கு மாற்றாக ஒட்டுமொத்த சமூகத்திற்கான பத்திரிகைப் படங்கள் அவ்விடத்தில் நேர்த்தியாகப் பொருந்திக்கொண்டன.

முப்பது வருடங்களுக்கும் மேலாக, தடுப்புக்காவல், சித்தர வதை, கொலை, கடத்தல்போன்ற நயவஞ்சகங்களுடன் வாழப் பழகிவிட்டனர் காஷ்மீரிகள். சட்டவிரோதப் படுகொலைகள், என்கவுன்டர் படுகொலைகள் மிக சகஜமான நிகழ்வுகளாகி விட்டன. 'என்கவுன்டர் கொலைகள்' அரசு அனுமதியுடன் இராணுவத்

தாலோ, காவல்துறையாலோ அரங்கேற்றப்படுபவை. அவர்களால் தூண்டப்பட்டோ, அல்லது ஜோடிக்கப்பட்ட ஆயுதச்சண்டையாகவோ நிகழ்த்தப்படும் இவற்றின் முடிவில் தீவிரவாதிகள் என்று சந்தேகிக்கப்பட்ட இளைஞர்கள் பரிதாபமாக உயிரிழந்தனர்.[1] மரணத்திற்குப் பின், கொலையுண்டவர்களை 'தீவிரவாதிகள்', 'பாகிஸ்தானியர்கள்', 'வெளிநாட்டுக் கிளர்ச்சியாளர்கள்', 'பிரிவினைவாதிகள்' என்றெல்லாம் குற்றம்சாட்டி காஷ்மீருக்குள் ஊடுருவும் போதோ, காஷ்மீரிலிருந்து பாகிஸ்தானுக்கு ஆயுதப்பயிற்சி பெறச் செல்லும்போதோ சுட்டுக்கொல்லப்பட்டதாக செய்தியாக்கிவிடுவர். அரசும் அவர்களை சட்டபூர்வக் குற்றவாளிகளாக அங்கீகரித்துவிட, அநேக வழக்குகளில் அதிகாரிகளே சடலங்களின் கைகளில் ஆயுதங்களைத் திணித்து, போலி அடையாள அட்டைகளை அவற்றின் மீது போட்டுவிடுவதும் நடக்கிறது.

இராணுவம் இவற்றை 'என்கவுன்டர்' எனச் சொல்ல, உள்ளூர் மக்களோ 'போலி என்கவுன்டர்கள்'[2] என்கின்றனர். முன்கூட்டியே திட்டமிடப்பட்டு, முறையாகப் பரவலாக்கப்பட்டு, காஷ்மீர் வாழ்வின் ஓர் அங்கமாகவே மாறிவிட்ட இந்நிகழ்வுகளுக்கு ஆயுதப் படைக்குள் நிலவும் ஊழலும் காரணம்.[3] சட்டத்திற்குப் புறம்பான முறையில் வன்முறையைப் பிரயோகித்து சட்டம் ஒழுங்கை நிர்வகிக்கவும் தண்டிக்கவும் அரசு அனுமதியளித்து, அந்தச் செயல்களுக்கு தண்டனையிலிருந்து விலக்கும் அளித்துவிட, ஜோடிக்கப்பட்ட நிகழ்வுகளால் நிகழும் மரணங்களும் சகஜமாகிவிட்டன.[4]

---

1. Haley Duschinski, 'Reproducing Regimes of Impunity', *Cultural Studies*, 24, no. 1, p. 111, https://doi.org/10.1080/09502380903221117.

2. Ibid.

3. Ather Zia, 'The Killable Kashmiri and Weaponised Democracy', in *Resisting Disappearance: Military Occupation and Women's Activism in Kashmir*, Decolonizing Feminisms, Washington University Press, Seattle, pp. 50–61; Patricia Gossman, Human Rights Watch and Human Rights Watch Asia, *India's secret army in Kashmir: New patterns of abuse emerge in the conflict*, New York, 1996.

4. *Structures of Violence: The Indian State in Jammu and Kashmir*, The International Peoples' Tribunal on Human Rights and Justice in Indian-Administered Kashmir [IPTK] and The Association of Parents of Disappeared Persons [APDP], Srinagar, September 2015, https://jkccs.files.wordpress.com/2017/05/structures-of-violence-e28093-main-report.pdf; 'Everyone Lives in Fear: Patterns of Impunity in Jammu and Kashmir', 18, no.11(C),

எல்லைக்கோட்டை ஒட்டிய கிராமங்களின் இறுக்கமான மௌனத்தையும் மீறி ஒரு கதை என்னை வந்தடைந்தது. 2012 ஜூலை 24ஆம் தேதி வடக்கு காஷ்மீரிலுள்ள அலூசா கிராமத்தின் ஹிலால் அஹ்மது தர் இரு உள்ளூர்க்காரர்களின் உதவியுடன், இராணுவத்தினரால் 'என்கவுன்டரில்' கொல்லப்பட்டார். அவரைத் தீவிரவாதியென பழிசுமத்திய இராணுவம், பிறகு தன் கதையைத் திரும்பப் பெற்றுக்கொண்டது. உள்ளூர் உளவாளிகள் மூலம் செட் அப் செய்யப்பட்டு, பிறகு சித்தரவதைக்குள்ளாகி, கொல்லப்பட்டதாக நம்புகின்றனர் ஹிலால் குடும்பத்தினர்.

காஷ்மீரில் மரணம், அழிவு, காணமல் போவது ஆகியவை முடிவிலிக் காட்சிகளாக மீண்டும்மீண்டும் நிகழ்ந்துகொண்டேயிருக்கின்றன. சச்சரவுகள், ஆக்கிரமிப்பு இராணுவமயமாக்கலின் விளைவாகத் தொடர்ந்த நாள்களில் தண்டனையின்மை என்பது ஒரு கலாச் சாரமாகவே வளர்ந்தது. ஆட்சியின் கொள்கையாக, வெளிப் படையாகவே புழக்கத்திலிருந்த அரச வன்முறை, இப்பகுதியில் இந்திய இறையாண்மையின் ஒருங்கிணைந்த பகுதியாகவே மாறி விட்டது. வாழ்வின் ஒவ்வொரு அம்சத்திலும் அடக்குமுறை நிறுவனமயமாக்கப்பட்டுவிட, அரசைக் கேள்வி கேட்பதென்பது இயலாததாகிவிட்டது. சட்ட நிறுவனங்களின் இருப்பு, அவற்றின் தார்மீகப் பொறுப்பையும் பரிகாரத்திற்கான முகாந்திரத்தையும் உறுதி செய்தாலும், பூசி மெழுகி மூடி மறைப்பதும் நீதி மறுப்பும் சட்ட அமைப்பு முழுவதும் பரவலான பழக்கமாக விரவிக் கிடக் கிறது. கிடைக்கவே கிடைக்காத பதில்களுக்காக ஆண்டுக்கணக்கில் வழக்குத்தொடுத்துக் காத்திருக்கின்றன குடும்பங்கள்; நீதிதான் மரணித்துக் கிடக்கிறது. அதில் கொலையுண்ட ஆயிரக்கணக் கானவர்களில் ஹிலாலும் ஒருவர்.

என்னுடைய இளவயது முழுவதும் அரசு வன்முறையையும் கிடைக்கும் நீதியையும் யோசித்தே கழிந்திருக்கிறது. என்னுடைய தந்தை 1994இல் உச்சநீதிமன்றத்தில் தாக்கல் செய்திருந்த மனுமீதான வழக்காடலுக்காக தில்லி புறப்பட்டுக்கொண்டிருந்தபோது வீட்டு வாசலில் வைத்துத் தாக்கப்பட்டார். அன்றைக்கு தமிழகத்தை ஆண்டுகொண்டிருந்த ஆளுங்கட்சிதான்[5] இதைத் திட்டமிட்டுச்

Human Rights Watch, https://www.hrw.org/report/2006/09/11/everyone-lives-fear/patterns-impunity-jammu-and-kashmir.

5. இக்காலத்தில் தமிழ்நாட்டின் ஆளுங்கட்சியாக அ.தி.மு.க. (1991-1996) இருந்தது. (ப.ஆ).

செய்ததாக வதந்தி பரவியது. அப்போது எனக்குப் பத்து வயது. மிக மோசமான தாக்குதலில் ஏறக்குறைய உயிரிழந்த நிலையில், பல எலும்பு முறிவுகளுடன் மருத்துவமனையில் அனுமதிக்கப்பட்ட அவர், உயிர்பிழைத்தது அபூர்வம். பல சிக்கலான அறுவை சிகிச்சைகளுக்குப் பிறகு, உடல்நிலை தேற ஏறக்குறைய ஒரு ஆண்டு பிடித்தது. பதினெட்டு வருடங்களுக்குப் பிறகு, குற்றம் சாட்டப்பட்ட பதினெட்டு பேரையும் நிரபராதிகளென விடுதலை செய்தது நீதிமன்றம். இனம்புரியாத உணர்வுகள் என்னைச் செலுத்த ஹிலால் குடும்பத்தினருக்குக் கிடைக்காத பதில்களைக் கண்டறிய விரும்பினேன்.

அன்றிரவு ஹிலாலுக்கு என்ன நடந்ததென்ற விசாரணையில் இறங்கிய நான், வழக்கில் சம்பந்தப்பட்ட பலரிடம் பேசினேன். அவரைக் கொன்றதாகக் குற்றம் சாட்டப்பட்ட நஸீர் அஹ்மது பட், போராளியாக இருந்து இராணுவ உளவாளியாக மாறிய முஹம்மது ரம்ஸான் லோன் உட்பட அனைவரிடமும் பேசினேன். இராணுவத்தின் உள்விசாரணை அறிக்கை போலி என்கவுன்டர் குற்றச்சாட்டை முற்றிலுமாக மறுத்தது. மாநில அரசு வழக்குரை ஞரின் வாதங்களையும் தடயவியல்துறை அறிக்கையையும் பெற்று படித்துப் பார்த்தேன். இரண்டு அறிக்கைகளுமே இராணுவ அறிக்கை யுடன் பெரிய அளவில் முரண்பட்டன. இறுதியாக, இராணுவ ஆக்கிரமிப்புக்கு தங்கள் மகனைப் பறிகொடுத்த அதிர்ச்சியையும் வேதனையையும் பகிர்ந்துகொண்ட ஹிலால் குடும்பத்தினருடன் உரையாடினேன்.

பலதரப்பட்ட கோணங்களில் இருந்த பல்வேறு முரண்கள் வழக்கின் மிக அடிப்படைக் கேள்விகளுக்குகூட பதிலளிக்கவில்லை: ஹிலால் அஹ்மது தர் என்பவர் யார், யாரால், எதற்காகக் கொடூரமாகக் கொல்லப்பட்டார்? குறிப்பாக, அவர் ஏன் இலக்காகத் தேர்ந் தெடுக்கப்பட்டார்? அவர் பிடிபட்டு, சித்தரவதைக்குள்ளாக்கப்பட்டு, கொல்லப்பட்ட அந்த இறுதி மணித்துளிகளில் தெரியவந்தது என்ன? அவர் எதற்காக இறக்க வேண்டும்? சில நூறு ரூபாய்கள் ஒரு என்கவுன்டரை நிகழ்த்தி விடுமா?[6] அரசால் முன்கூட்டியே

---

6. Naseer Ganai, 'J&K government issues award money of Rs 12.5 lakh for killing militant', 11 February 2016, https://www.indiatoday.in/mail-today/story/jandk-government-issues-award-money-of-rs-12-5-lakh-for-killing-militant-308175- 2016-02-11; Angana P. Chatterji, International People's Tribunal on Human Rights and Justice in Indian-administered Kashmir

திட்டமிட்டு நிகழ்த்தப்படும் போலி என்கவுண்டர்கள் எவ்வாறு கவனம் பெறாமல் தண்டனையற்றுப் போய்விடுகின்றன?

இதில் வெளிவந்த பல்வேறு முரண்கள், கடந்த முப்பது ஆண்டுகளாக காஷ்மீரின் இராணுவமயமாக்கல் இப்பகுதியை தண்டனைக் காலனியாக மாற்றியிருக்கிறது என்பதை வெளிச்சமிட்டுக் காட்டியிருக்கிறது. ஒரு பகுதியின் ஆக்கிரமிப்பு எவ்வாறு அப்பகுதியின் ஞாபகங்கள், உண்மை, விசுவாசம் ஆகியவற்றில் பிறழ்வை ஏற்படுத்தியிருக்கிறது; இத்தகைய வன்முறை, பதில்களுக்கான எளிய தேடலை எவ்வாறு நீதி கேட்கும் போராட்டமாக, பொய்புரட்டுக்கெதிரான சண்டையாக, உண்மையை நிலைநாட்டும் போராட்டமாக மாற்றியிருக்கிறது என்பதை ஹிலாலின் கொலைக் கதை விளக்குகிறது.

ஹிலாலின் மாமா, முஹம்மது கமால் ராத்தர்

முஹம்மது கமால் ராத்தரை முதன்முதலில் நான் சந்தித்த நாளில் விடாது மழை பொழிந்துகொண்டிருந்தது. வடக்கு காஷ்மீரின் பந்திப்பூரிலுள்ள அஜாஸ் எனும் கிராமத்தின் பேருந்து நிலையத்தில் அவரைச் சந்தித்து அவர் வீட்டிற்குப் போகும் ஒற்றையடிப் பாதையில் நடந்தோம். சில வாரங்களுக்கு முன்புதான் ஸ்ரீநகரிலுள்ள 'ஜம்மு-காஷ்மீர் சமூகக் குடியுரிமை கூட்டணி'யின் (ஜே.கே.சி.சி.எஸ்.) அலுவலகத்தில் நான் சந்தித்த மனித உரிமை ஆர்வலர் குர்ரம் பர்வேஸ் கமாலைப் பற்றி என்னிடம் கூறினார். முன்னாள் பி.எஸ்.எப். வீரரான கமால், தன் மருமகனான ஹிலால் அஹ்மது தர்ரின் 'என்கவுன்டர் படுகொலை' பற்றி ஒரு புத்தகம் எழுதியிருந்தார். ஷஹீது ஹிலால் என்னும் அந்த உருது மொழிப் புத்தகம், ஹிலாலின் வாழ்வு, மரணம், தொடர்ந்த கிளர்ச்சி ஆகிய அனைத்தையும் பேசுகிறது.

நாங்கள் பேச அமர்ந்தவுடன் தன்னுடைய புத்தகத்துடன் மூன்று கோப்புகளையும் உடன் எடுத்துவந்தார் கமால். காவல்துறை அறிக்கைகள் & நீதிமன்ற ஆவணங்கள், செய்தித்தாள் குறிப்புகள், மருத்துவத்துறை அறிக்கைகள் ஆகியவை அடங்கிய கோப்புகள் அவை.

& Association of Parents of Disappeared Persons, *Buried Evidence: Unknown, Unmarked, and Mass Graves in Indian-administered Kashmir: A Preliminary Report*, 2009; Pankaj Mishra, 'Death in Kashmir', *The New York Review*, 21 September 2000, https://www.nybooks.com/articles/2000/09/21/death-in-kashmir/.

அங்கங்கே கோடிட்டும் குறிப்புகள் எழுதியும் வைக்கப்பட்டிருந்த புத்தகத்தை நான் புரட்டிக்கொண்டிருக்கும்போதே வேகவேகமாகப் பேசத் தொடங்கினார் கமால். அந்தப் புத்தகத்தின் முன்னட்டை ஹிலாலின் இறுதி ஊர்வலப் புகைப்படத்தைத் தாங்கியிருக்க, பின்னட்டை தாடியுடன் இருந்த இளைஞன் ஹிலாலின் க்ளோசப் படமொன்றை ஏந்தியிருந்தது.

உள்ளே எழுத்தாளர் குறிப்பில், 1969ஆம் ஆண்டு பி.எஸ்.எப்.இல் சேர்ந்த புதிதில் எடுக்கப்பட்ட கமாலின் இளவயதுப் புகைப்படம் இருந்தது. மின்னும் கண்களில் நிமிர்ந்த பார்வையுடன் காலர் வைத்த சட்டையில் குறுஞ்சிரிப்புடன் இருந்தார் கமால். '80களில் பள்ளி, கல்லூரி முடித்தவுடன் வேலைக்கு விண்ணப்பிக்கவும், பிறகு பெண் வீட்டிற்கு அனுப்பவும் அனைத்து இளைஞர்களும் எடுத்துவைத்துக்கொள்ளும் வழக்கமான புகைப்படம்தான் அது. அந்தக் கறுப்பு-வெள்ளைப் புகைப்படத்திலிருந்த முகம் சடாரென எதையோ உணர்த்தியது – மரணங்கள் வாழ்வைச் சிதைத்துவிடாத காலத்திலிருந்த அந்த இளைஞனுக்கும், என்முன் அமர்ந்திருந்த மத்திம வயது ஆண்மகனுக்கும் நிரம்ப வித்தியாசங்கள் இருந்தன. காலத்தின் கொடூர முகத்தை தரிசித்திருந்த இன்றைய கமால் தன் நிஜ வயதைக்காட்டிலும் பத்து வருடங்கள் மூப்படைந்தவராகத் தெரிந்தார்.

அவசரஅவசரமாகப் பேசத்தொடங்கிய கமால், சொன்ன சம்பவங் களையே திரும்பத்திரும்ப விவரித்து, பேசியதையே பேசிக் கொண்டிருந்தார். தேர்ந்த பிரச்சாரகரின் குரலில் இந்த இழப்பின் கதையைச் சொல்லத் தொடங்கியபோது அவர் முற்றிலும் வேறொரு வராக மாறியிருந்தார்.

ஹிலால் இறப்பதற்கு வெகுகாலம் முன்பிருந்தே, 2008லிருந்தே இப்பகுதியில் நிகழும் கொலைகளின் பட்டியலைத் தயாரிக்கத் தொடங்கியிருந்தார் கமால். அவரின் மருமகன் இறந்தவுடன், அவர் வாழ்வை நினைவுகூரும் வகையில் இந்தப் புத்தகத்தை எழுதத் தொடங்கிய கமால், தன் குடும்பம் அழிந்த கதையைச் சொல்லும்போது பல வருடங்களாகத் தங்கள் கிராமம் அனுபவிக்கும் வன்முறையின் கொடுமைகளையும் பதிவுசெய்திருந்தார்.

மருமகனின் இழப்பு கமாலை வெகுவாகப் பாதித்திருந்தது. காஷ்மீர் பள்ளத்தாக்கில் நான் சந்தித்த அநேக மக்களைப் போல, தாங்கள் மறக்கப்பட்ட கோபம் அவரை திணறடித்துக்கொண்டிருந்தது. வன்முறைக்கு முன்னான தங்கள் வாழ்வின் நினைவுகளில் மூழ்கிய

அவர், இவ்வளவு சோகம் அழுத்தும்போதும், அந்த இழப்பின் காயத்தையும் அதிர்ச்சியையும் உயிர்ப்புடன் வைத்திருக்கப் பிரயத் தனப்பட்டார்.

'ஒருநாள் நானும் போய்ச் சேர்ந்துடுவேன். ஆனா அவன் இறப்பை யாரும் மறந்துடக் கூடாது. இந்தப் புத்தகத்தால ஏதோ கொஞ்சம் நினைவுகள் – அவன் இருந்தான்கறதுக்கு ஆதாரமாவது மிச்ச மிருக்கும்' என்றவாறு உள்ளூர் செய்தித்தாள் ஒன்றில் வெளிவந்தி ருந்த ஹிலாலின் புகைப்படத்தைப் பாரத்துக்கொண்டேயிருந்தார்.

'கொலை செய்யப்பட்ட ஹுஃபாஸ் சகோதரர்கள் நால்வர் பத்தின கதை தெரியுமா?' என்று கேட்டார். எனக்குத் தெரிந்திருக்கவில்லை. 'அவங்களை யாருக்கும் ஞாபகமில்லை. அவங்களுக்கு என்னாச் சுன்னும் யாருக்கும் தெரியாது. அவங்களைப் போன்ற உயிரிழந்த பிள்ளைகளை மறந்ததுபோல ஹிலாலையும் யாரும் மறந்துடக் கூடாது' என்றார்.

நான் கமாலிடம் அவருடைய பி.எஸ்.எப். நாள்களைப் பற்றியும், அவர் ஏன் அதிலிருந்து வெளியேறினார் என்பது பற்றியும் கேட்க நினைத்திருந்தேன். ஆனால், அவர் தன் மருமகனைப் பற்றியே பேசிக்கொண்டிருந்தார். ஆறு பேர் கொண்ட அந்தக் குடும்பம், மூத்த பிள்ளையான ஹிலாலின் சம்பாத்தியத்தை நம்பித்தான் இயங்கிக்கொண்டிருந்தது. அலூசாவிலிருந்து மூன்று மணி நேரப் பயணத்திலுள்ள கைபர் சிமெண்ட்ஸ் நிறுவனத்தில் செக்யூரிட்டி யாகப் பணியிலிருந்த ஹிலால், தன்னுடைய திருமணத்திற்கான ஏற்பாடுகளைச் செய்வதற்காய் மூன்று நாள்கள் விடுப்பில் ஊருக்கு வந்திருந்தார்.

தீவிர பக்திமானான தன் மருமகன் தப்லீக் ஜமாஅத் அமைப்பில் இணைந்திருந்ததைக் குறிப்பிட்டார் கமால். சுன்னீ பிரிவின் அடிப் படைக் கோட்பாடுகளுக்கு திரும்பச் சொல்லி வலியுறுத்தும் மத அமைப்பான தப்லீக் ஜமாஅத் உடை, தனி மனித ஒழுக்கம் மதச் சடங்குகள் என அனைத்திலும் பழமைக்குத் திரும்பச் சொல்லி வலியுறுத்துகிறது. ஹிலால் அதில் சேர்ந்து அருகிலிருந்த தப்லீக் ஜமாஅத் மசூதியில் மதப்பிரச்சாரகராகவும் பணியாற்றினார்.

'வாழ்க்கைல அவன் துப்பாக்கியே தொட்டதில்ல. அது மாதிரி ஆளுங்களோட பழக்கமும் வச்சுக்கிட்டதில்ல' என்ற கமால், 'ஹிலாலோட மதம், நம்பிக்கை, அவன் தோற்றம் இதெல்லாம்தான் அவன் இறப்புக்குக் காரணம்' என்றார்.

‘இப்பல்லாம் நீங்க உங்க மதவழிபாட்டைப் பின்பற்றினாக்கூட சுலபமா உங்களுக்கு தீவிரவாத முத்திரை குத்திடுவாங்க’— இஸ்லாமியர்களை தீவிரவாதிகளென முத்திரை குத்தும் அரசின் பிரச்சாரம் குறித்துக் கவலைப்பட்டார் கமால்.

2012 ஜூலை 24ஆம் தேதி மாலை 5.15க்கு ஹிலால் வெளியே சென்றபோது, அவரின் பெற்றோர் அவரைக் கடைசியாகப் பார்த்தனர். மறுநாள் விடியற்காலையில் அஷ்திங்கூ காடுகளில் குண்டுகள் துளைத்த ஹிலாலின் உடல் கிடைத்தது. முதல்நாள் மாலையிலிருந்து மறுநாள் காலைக்குள் என்ன நடந்ததென்பது யாருக்கும் புரியாத புதிராகவே இருக்க, வதந்திகளுக்கும் சதித்திட்டம் குறித்த பேச்சுகளுக்கும் குறைவேயில்லை.

ஜூலை 25 அதிகாலை ரத்னாரைச் சேர்ந்த கூலித் தொழிலாளி ஃபயாஸ் அஹ்மது, கிராம எல்லையிலுள்ள அஷ்திங்கூ காட்டில் விறகு சேகரிக்கச் சென்றார். ஃபயாஸ் காட்டுக்குள் சென்றபோது ராஷ்ட்ரிய ரைஃபில்ஸ் பிரிவினர் (27ஆர்.ஆர்.) பெரிய குழுவாக அங்கு கூடியிருந்தார்கள். விறகு சேகரிக்கச் சென்ற ஃபயாஸ் கைது செய்யப்பட்டு விசாரணைக்குப் பிறகு விடுதலையும் செய்யப்பட்டார். விசாரணையின் போது குப்புறக் கவிழ்ந்த நிலையில் கண்ட சடலத்தை, ‘ரத்தமேயில்லாம காய்ஞ்சு போயிருந்தது’ என்ற ஃபயாஸ், ஒரு ஜோடி கையுறைகளும், காலி நெவ்லா புகையிலை பொட்டலங்களும் அந்த உடலருகில் கிடந்தன என்கிறார்.[7] ஆனால், இந்தப் பொருட்கள் பற்றிய எந்தக் குறிப்பும் இறுதிப் புலனாய்வு அறிக்கையில் இல்லை.

கைகள் பின்னுக்குக் கட்டப்பட்ட நிலையில்தான் நான் ஹிலாலைப் பார்த்தேன். கழுத்து, மார்பு, முதுகெலும்புகள் உடைபட்டிருந்த நிலையில் உடல், முகம் முழுவதும் சித்தரவதைக்குள்ளாக்கப்பட்ட காயங்களுடன் பதினோரு குண்டு துளைத்த அடையாளங்களும் இருந்தன. காட்டுக்குள் ஆடு, மாடு மேய்க்கும் குஜ்ஜார் நாடோடிகள் ‘நடுச்சாமத்தில் அழுகை, அலறலைத் தொடர்ந்து துப்பாக்கிச் சத்தத்தையும் கேட்டதாகச் சொன்னார்கள்’ என்றார் கமால்.

ஹிலாலின் இறுதிச் சடங்குகளை செய்வதற்காக ஹிலாலின் தந்தை குலாம் மொஹியுத்தீன் தர்ருடன் உடன் சென்றபோது, உடலைச்

---

7. Suhail Ajmal, ‘Bandipora Seethes in Anger’, *Greater Kashmir*, 14 March 2015, https://www.greaterkashmir.com/news/more/news/bandiporaseethes-in-anger/.

சுத்தம் செய்கையில் உடல் முழுவதும் சித்தரவதை செய்யப்பட்ட அடையாளங்களைக் கண்டிருக்கிறார். 'கழுத்தெலும்பும் உடைபட்டிருந்தது' என்றார் கமால்.

(4) **RESTRICTED**

HANDING OVER OF SEIZED / REC ITEMS FROM ENCOUNTER SITE AT ALUSA, BANDIPURA ON 25 JUL 2012 AT 0900 HRS

1. The following items/articles have been seized at encounter site at Alusa, Bandipura on 25 Jul 2012 at 0900 hrs :-

Ser No	Item Name	Qty Rec	Total	Remarks
(a)	AK-47 Rifle (Registration No- 1395AFK2966)	01	01	
(b)	Magzine AK-47 Rifle	02	02	
(c)	Live Rounds of AK-47	43	43	
(d)	Fired Cases of AK-47	15	15	
(e)	Purse	01	01	
(f)	Cash (Indian Currency)	Rs 1320/-	Rs 1320/-	
(g)	ATM Card of J&K Bank	01	01	
(h)	Identity Card	01	01	
(j)	Visiting Card (Dr. Bengali Clinic)	01	01	
(k)	Pearl Chain	01	01	

HANDED OVER BY

Signature _____
No JC 4600050
Rank Subedar
Name S Salunke
Office Seal _____

TAKEN OVER BY

Signature _____
No 071/PIN
Rank _____
Name _____
Office Seal _____

RESTRICTED

இதனிடையே 27ஆர்.ஆர். பட்டாலியனால் ஒரு தீவிரவாதி என்கவுன்டர் செய்யப்பட்டதாக இராணுவம் அறிக்கை வெளியிட்டது. இராணுவத்தின் செய்தித் தொடர்பாளர் வெளியிட்ட அறிக்கை பின்வருமாறு:

> இறந்தவர் ஒரு தீவிரவாதி; பதுங்கியிருந்த வீரர்களின் மேல் துப்பாக்கித் தாக்குதல் நடத்தியவர். 23.45 மணியளவில் சந்தேகத்திற்குரிய நடமாட்டமிருக்க, தாக்குதல் நடத்திய 27ஆர். ஆர். வீரர்கள்மீது மறு தாக்குதல் நடத்தப்பட்டது. தொடர்ந்த சிறு சண்டைக்குப் பின், அந்த இடத்தில் தேடும்போது ஓர் உடலும் ஏகே-47 துப்பாக்கியும் வெடிமருந்துகளும் கைப்பற்றப்பட்டன. பிறகு, இறந்துபோன நபர் பந்திப்பூரின் அலூசா கிராமத்திலுள்ள குலாம் மொஹியுத்தீன் தர்ரின் மகன் ஹிலால் அஹ்மது தர் என்று கண்டறியப்பட்டார். கைப்பற்றப்பட்ட ஆயுதமும் வெடிபொருட்களும் காவல்துறை வசம் ஒப்படைக்கப்பட்டன.[8]

ஹிலாலின் மரணம் பந்திப்பூரிலும் சுற்றியுள்ள பகுதிகளிலும் பெரும் கொந்தளிப்பை ஏற்படுத்தியது. படுகொலையின் செய்தி தீயாய் பரவ, மக்கள் இந்திய அரசுக்கெதிரான சுதந்திர கோஷங்களை எழுப்பியபடி அஷ்திங்கூ காடுகளை முற்றுகையிட்டனர். துக்க வீட்டினர் உடலை வாங்க மறுத்துவிட, காவல்துறைக்கும் போராளிகளுக்குமிடையே சண்டை மூண்டது. தொடர்ந்த நாள்களில் காவல்துறையினர் உட்பட ஏறக்குறைய இருபது பேர் காயமடைந்ததாகவும் உள்ளூர் செய்தித்தாள்கள் தெரிவித்தன.[9] தடியடியும் கண்ணீர் புகையும் பயன்படுத்தி கிளர்ச்சியாளர்களை விரட்டிய காவல்துறை, பதற்றம் அதிகரித்ததில் உடலைத் தர மறுத்து இறுதி ஊர்வலத்தைத் தன்வசப் படுத்தியது. மாலை மங்கும் நேரத்தில் இறுதிச்சடங்கிற்கு குடும்பத் தாரிடம் உடலை ஒப்படைத்து, ஊரடங்கையும் அறிவித்தது.

---

8. Ahmed Ali Fayyaz, 'Corps Commander, DGP Face First Killing in Bandipore', *Early Times*, 25 July 2012, http://www.earlytimes.in/newsdet.aspx?q=96807.
9. 'Protest in Valley after Youth Killed in Army Firing', *India TV News*, 25 July 2012, https://www.indiatvnews.com/news/india/protest-valley-youth-killed-army-firing-17126.html; Suhail Ajmal, 'Day 3: Bandipora on Boil; 30 Injured In Fresh Clashes', *Greater Kashmir*, 27 July 2012, https://kashmir-global.com/2012/07/27/day-3-bandipora-on-boil-30-injured-in-fresh-clashes-greater-kashmir.html.

மாலை இறுதிச்சடங்கின் போது டி.ஜி.பி.யும் இராணுவக் கமாண்டரும் குடும்பத்தினரைச் சந்தித்ததைக் கூறினார் கமால். 'எல்லாம் சரியாகிடும்ன்னு சொன்னாங்களே தவிர, மன்னிப்பு கேட்கல.' இறுதி ஊர்வலம் முடிந்து சில நாள்களில் ஹிலாலின் கிராமத்தைச் சேர்ந்த இரண்டு இளைஞர்கள் படுகொலையில் தொடர்பிருப்பதாகக் கைது செய்யப்பட்டார்கள். ஆறு மாதங்களுக்குப் பிறகு காவல்துறை விசாரணையை முடித்து, இராணுவம் நிரபராதியெனத் தீர்ப்பளித்து எல்லாக் குற்றங்களிலிருந்தும் அதனை விடுவித்தது. ஆனால், அந்த இரண்டு இளைஞர்கள் குற்றம் சாட்டப்பட்டு சிறையில் அடைக்கப்பட்டனர்.

'எங்களுக்கு நீதி கிடைக்கனும்' என்றார் கமால். எதை நீதியெனச் சொல்கிறீர்கள் என கேட்டவுடன், சிறு மௌனத்தால் தாமதித்தார் கமால். 'எனக்குத் தெரியல. எங்களை கோழிக்குஞ்சுகளை நசுக்கற மாதிரி நசுக்கறாங்க' என்றார்.

'எப்பவாவது இராணுவம் இதுக்கெல்லாம் பொறுப்பேத்துக்குமா? காஷ்மீர் மாநிலம் முழுசும் — எங்க காவல்துறையும் அரசியல் வாதிகளும்கூட — இராணுவத்தைப் பார்த்தா பயப்படுவாங்க. மொத்த மாநிலமும் அவங்களைப் பார்த்து பயப்படும்போது, எனக்கெப்படி நீதி கிடைக்கும், எங்க போய் கேட்பேன்?' என்றார் கமால்.

கமாலுடனான என் பேட்டியை முடித்தபோது நீல நிற ஹிஜாப் அணிந்த பெண் தேநீர் கொண்டுவந்தார். ஹிலாலின் பெயரைக் கேட்டதும் சிறிது தாமதித்தவள், தன் ஹிஜாபை சரிசெய்துகொண்டு அங்கிருந்து நகர்ந்தாள். தேநீரை உறிஞ்சத்தொடங்கிய கமால், 'இதான் ஹிலாலுக்கு நிச்சயிக்கப்பட்டிருந்த பொண்ணு' — சொல்லும்போதே அவருக்கு கண்ணீர் பொங்கியது. மறுபடியும், 'எங்களை கோழிக் குஞ்சுகளாட்டம் நசுக்கறாங்க' என்றவர், 'இராணுவம் எங்களை இந்தியர்கள்ன்னு சொல்லுது. நாங்க இந்தியர்கள்ன்னா, எதுக்காக பயப்படனும்?' என்றார்.

சிறு மௌனத்திற்குப் பின், ஹிலாலைக் கொன்றதாகக் குற்றம் சாட்டப்பட்டு கைது செய்யப்பட்ட ரமீஸும் நஸீரும் இரண்டு நாள்களுக்கு முன்புதான் பிணையில் விடுவிக்கப்பட்டிருந்த செய்தியைப் பகிர்ந்தார்.

'என் தங்கை அவங்களை தினமும் பார்க்கனும். எங்க பிள்ளையை கொன்னவங்க பக்கத்துலேயே நாங்க வாழ்ந்தாகனும்.'

இப்பொழுது ஒரு புதிய பயம் அவர்களைச் சூழ்ந்திருந்தது. இந்திய இராணுவத்தின் கூட்டுச்சதியில் தங்கள் பிள்ளையைக் கொன்றவர்கள் சூழ வாழ்ந்து, தினமும் மசூதிக்குப் போகும்போதோ, தெருவில் நடக்கும்போதோ அவர்களை எதிர்கொள்வது. ஒவ்வொரு நாளும் ஹிலாலின் மரணத்தை எதிர்கொள்வதுபோன்ற அந்த அனுபவம் கொடுத்த பயம், மரணம் கொடுத்த வலிக்குக் கொஞ்சமும் குறைந்ததில்லை.

உளவாளி, முஹம்மது ரம்ஸான் லோன் (என்கிற ரமீஸ்)

அதே நாள் பின்னேரத்தில், சலீம் பின் அஹ்மது என்ற உள்ளூர் பத்திரிகையாளர் உதவியுடன், ஹிலால் படுகொலையின் முதல் குற்றவாளியான முஹம்மது ரம்ஸான் லோன் எனும் ரமீஸின் முகவரியைக் கண்டுபிடித்தேன். பிணையில் வெளிவந்தவுடன், அலூசாவின் லஹிபோரா பகுதியிலுள்ள தன் வீட்டில் தங்கியிருந்தார் ரமீஸ். நான் தங்கியிருந்த பந்திப்பூர் விடுதியிலிருந்து மேற்கே இரண்டு மணி நேரப் பயணத்தின் முடிவில் எல்லையினருகே இருந்தது அவர் வீடு. சலீமும் நானும் ரமீஸின் வீடடைந்தவுடன், திண்ணையில் அமர்ந்திருந்த பெரியவரிடம் சென்று பேசினார் சலீம். அவர் ரமீஸிடம் பேச, பெரியவரின் ஒப்புதலுடன் எங்களிடம் பேச ஒப்புக்கொண்டார் ரமீஸ்.

உள்ளே சென்று மேற்கு பார்த்த அந்த விசால அறையில் அமர்ந்து பேசத் தொடங்கினோம். மாலை நேர வெளிச்சத்தில் ரமீஸின் நீண்ட, மெலிந்த முகம் இன்னும் நீண்டது போலிருந்தது. முப்பதுகளின் மத்தியிலுள்ள வசீகரமான இளைஞன். அவர் தலைமுறையின் அநேக இளைஞர்களைப் போல, காஷ்மீரிலுள்ள அவரது வீட்டைவிட்டு வெளியேறி இந்தியாவிற்கெதிரான கிளர்ச்சியில் ஈடுபட்டார். 1996 வாக்கில் தன்னுடைய பதினைந்தாவது வயதில் கேரன் வழியே பாகிஸ்தான் சென்று, முஸாஃபராபாத்தில் பயிற்சியெடுத்தார் ரமீஸ். 2008இல் பாகிஸ்தான் கடவுச்சீட்டுடன் நேபாளம் அனுப்பப்பட்டு ஒரு கைவினைப் பொருட்கள் கடையில் பணியமர்த்தப்பட்டார். பாகிஸ்தானிலிருந்து நேபாளம் சென்று பின்பு ஊர் திரும்பிய அவரின் பயண விவரங்கள் குழப்பமாகவே இருந்தன.

நேபாளத்திலிருந்து ஸ்ரீநகர் வரும் வழியில் கிளர்ச்சியாளர்களை ஒடுக்குவதற்கான ஜம்மு-காஷ்மீர் காவல்துறை, ஸ்பெஷல் டாஸ்க் ஃபோர்ஸின் ராஜ்பாக் பிரிவு காவலர்களால் கைது செய்யப்பட்டார் ரமீஸ். காவல்துறையால் சித்தரவதைக்குள்ளாக்கப்பட்டு இராணுவத்

திடம் ஒப்படைக்கப்பட்டார். அவர்கள் ரமீஸைக் கைதுசெய்து சுமார் ஒன்றரை ஆண்டுகள் அலூசாவில் உள்ள இராணுவ முகாமிலும், பிறகு வட்லாபிலும் சிறை வைத்திருந்ததாகக் கூறினார் ரமீஸ். ஒரு சிறு பொந்தின் அளவேயுள்ள அறையில் தனியே அடைக்கப்பட்ட அவர், 2010ஆம் ஆண்டு 15ஆம் தேதி விடுதலை செய்யப்பட்டார்.

முஸாஃபராபாத்தில் தனக்குப் பயிற்சியளித்தவர்களுடன் 2008ஆம் ஆண்டுவரை தொடர்பிலிருந்ததாகக் கூறினார் ரமீஸ். அங்கிருந்த வரை பாகிஸ்தானிலுள்ள மேஜர் தாரிக்கிடமும், அவருக்கு அடுத்த நிலையிலுள்ள காஷ்மீரின் காந்தெர்பலிடமும் அறிக்கையளித்துக் கொண்டிருந்தார். 'முதல்முறை கைது செய்யப்பட்டதிலிருந்தே அந்தத் தொடர்புகள் விட்டுப்போச்சு' என்றார்.

நான்கு மணி நேரப் பேட்டியின் முடிவில் இந்திய இராணுவத்திற்கு தான் உளவாளியாகப் பணியாற்றவேயில்லை என மறுத்தார் ரமீஸ். 'சரணடைந்த தீவிரவாதி'யின் நிலையை, விளைவுகளை நன்கு புரிந்திருந்தும் ஊருக்குத் திரும்பிய சாதாரண மனிதனாகவே தன்னைச் சித்தரித்துக்கொண்டார். அவரை உளவாளி என்று எழுதிய செய்தித்தாள்களைக் காண்பித்தபோதும் தான் உளவாளியில்லை என மறுத்தார்.

செய்தியின் 'மூலமான' உளவாளி இல்லை, முஃக்பிர் எனப்படுபவர். தன்னைச் சுற்றியுள்ள சமூகத்தை மறைமுகமாக உளவறிந்து, வழக்கத்திற்கு மாறான நடவடிக்கைகள், போராளிகளின் நடமாட்டம், பாதுகாப்பு நிறுவனங்கள் தவறென நினைக்கும் விஷயங்கள் ஏதும் நடப்பதாக உணர்ந்தால் இராணுவத்திற்கும் காவல்துறைக்கும் தகவல் தெரிவிக்கும் பணியைச் செய்பவர்கள் அவர்கள். சரணடைந்த போராளிகளைக் கைது மற்றும் மிக மோசமான விளைவுகளைக் கூறி பயமுறுத்தி, வற்புறுத்தலின் பேரில் உளவாளிகளாகப் பணியமர்த்துவது என்பது சகஜமானது.

மற்ற பிரச்சினைகளில் பணம்தான் தூண்டுதலாக இருந்தது. அவர்களால் அடையாளம் காணப்படும் 'தீவிரவாதிகளின் வகை'க்கேற்ப உளவாளிகளுக்கு சன்மானம் கிடைக்கும்: ஏ++, ஏ+, ஏ, பி மற்றும் சி. எல்லைப்பகுதி அதிகாரி ஒருவருடனான அதிகாரபூர்வமற்ற சந்திப்பொன்றில்: சி கிரேடு போராளியொருவர் மேலும் இழிநிலையடைந்து பி மற்றும் ஏ கிரேடாக தகுதிபெறும்வரை பொறுத்திருந்து, பிறகு வேட்டையாடப்படுவார் என்று கூறினார்.

படுகொலைக்கான சன்மானம் எனும் இந்தப் பழக்கம் அதிகாரபூர்வ கொள்கையாகவே அமல்படுத்தப்பட, போராளிகளைப் பிடிக்கும் பழக்கமென்பது கொடை வேட்டையாகவே பரிணமித்துவிட்டது. 2010ஆம் ஆண்டு நடந்த கொடூரமான மக்கில் போலி என்கவுன்டர் வழக்கிற்குப் பின், இராணுவத்தின் இக்கொள்கை கடுமையான விமர்சனத்துக்குள்ளானது. ஷேஸாது அஹ்மது ஃகான், ரியாஸ் அஹ்மது லோன், முஹம்மது ஷஃபீ லோன் ஆகிய மூவரும் எல்லைக் கட்டுப்பாட்டுக் கோட்டருகில் உள்ள மக்கில் பிரிவு இராணுவத்தால் ஜோடிக்கப்பட்ட என்கவுன்டர் ஒன்றில் கொல்லப்பட்டார்கள்.[10]

கொல்லப்பட்ட மூவரும், முன்னாள் சிறப்புக் காவல்படை அதிகாரி பஷீர் அஹ்மது மற்றும் அவரின் உதவியாளர்களால் வேலை தருவதாக ஆசைகாட்டி எல்லைக்கோடுவரை அழைத்துச் செல்லப் பட்டவர்கள். பின்னர் நடந்த விசாரணையில், பஷீருக்கும் அவரின் உதவியாளர்கள் மூவருக்கும் தலா 50,000 ரூபாய் சன்மானமாக வழங்கப்பட்டது தெரியவந்தது.[11] 2014இல் மக்கிலில் மூன்று இளை ஞர்கள் கொல்லப்பட்டதற்காக இராணுவம் தனது அதிகாரிகள் ஐவருக்கு ஆயுள் தண்டனை வழங்கித் தீர்ப்பளித்தது.[12] ஆனால், அந்தத் தீர்ப்பு நிறுத்திவைக்கப்பட்டு ஜூலை 2017இல் ஐவரும் விடுதலை செய்யப்பட்டார்கள்.

ஒவ்வொரு கிராமத்திலும் உளவாளிகளை உருவாக்க இராணுவம் ஏகப்பட்ட நேரத்தையும் பணத்தையும் வாரியிறைக்கிறது. தன் இராணுவ ஆக்கிரமிப்பைப் பலப்படுத்தவும் விரிவுப்படுத்தவும் மிகப் பெரிய தகவல் சேகரிப்புக் கட்டமைப்பை நிறுவியுள்ளது. மக்களின் வாழ்வை ஊடுருவும் இந்த முறைமைகள் பரவலாக

---

10. Human Rights Watch, *'Everyone Lives in Fear: Patterns of Impunity in Jammu and Kashmir'*, 11 September 2006, https://www.hrw.org/report/2006/09/11/everyone-lives-fear/patterns-impunity-jammu-and-kashmir; Tariq Ali, Hilal Bhatt, Angana P. Chatterji, Pankaj Mishra and Arundhati Roy, *Kashmir: The Case for Freedom*, Verso, London, 2011.

11. Naseer Ganai, 'J&K Government Issues Award Money of Rs 12.5 Lakh for Killing Militant', *India Today*, 11 February 2016, https://www.indiatoday.in/mail-today/story/jandk-government-issues-award-money-of-rs-12-5-lakh-for-killing-militant-308175-2016-02-11.

12. Human Rights Watch, *World Report 2016: Events of 2015*, 2016, p. 298, https://www.hrw.org/sites/default/files/world_report_download/ wr2016_web.pdf.

இருந்தன. கடந்த காலத்தில் தங்கள் சமூக அரசியல் செயல்பாடுகளில் சமரசம் செய்துகொண்டோ, இக்கட்டில் மாட்டிக்கொண்டோ இருப்பவர்களை மிரட்டி உளவாளிகளாகப் பணியமர்த்துகிறார்கள். அவர்கள், சரணடைந்த போராளிகளாகவோ, கல்லெறிதல்போன்ற தவறுகளுக்காகவோ, காஷ்மீர் பொதுப் பாதுகாப்புச் சட்டம் 1978இன் கீழ் கைது செய்யப்பட்ட சிறுவர்களின் குடும்பத்தினராகவோ இருக்கலாம் — எவரொருவரும் உளவாளியாகும் சாத்தியம் உண்டு. ஒரு சிலர் சித்தரவதை செய்யப்பட்டு அடிபணிய வைக்கப்படவும், சிலர் லஞ்சத்தால் தங்கள் சமூகத்திற்கெதிராகத் திருப்பவும் படுகிறார்கள்.

காஷ்மீரின் ஒடுக்குமுறையில் கடுமையான கண்காணிப்புக்கும் சரிவிகிதப் பங்குண்டு. உளவாளிகள் பணியமர்த்தப்பட்டவுடன் அரசின் இன்னொரு கண்ணாகவே மாறிவிடுகின்றனர். சமூகத்தில் எந்த அந்தஸ்தும் இல்லாத அவர்கள், தாங்கள் விட்டுவந்த போராளிகள் குழுக்களாலும் துரோகிகளாகவே பார்க்கப்படுகின்றனர். ஃபலஸ்தீனத்தில் இஸ்ரேலுடன் கைகோர்த்துச் செயல்படும் ஃபலஸ்தீனியர்களுக்கு அளிக்கப்படும் மரணதண்டனையை காணொளியாகப் பதிவுசெய்து பரவலாக்க, அக்குறிப்பிட்ட நபரின் குடும்பமே சமூகத்தால் புறக்கணிக்கப்பட்டுவிடுகிறது. காஷ்மீரில் அப்படி வீடியோ எடுக்கப்படும் பழக்கம் இல்லையென்றாலும், இராணுவத்துடன் ஒத்துழைப்பதும் உளவாளியாக பணியாற்றுவதும் மிகப் பெரும் களங்கமாக சமூகத்தில் பார்க்கப்படுகிறது. 2011இல் ஸ்ரீநகரின் வடகிழக்கிலுள்ள பாரமூலா மாவட்டத்திலுள்ள சோபோர் எனும் சிற்றூரில் இரண்டு பதின்வயதுச் சிறுமிகள் (அக்கா, தங்கை) காவல்துறை உளவாளியாக இருந்ததற்காய் தென்கிழக்கு ஆசியாவின் பெரும் போராளிக் குழுமமான லஷ்கர்-இ-தொய்பா குழுவினரால் சுட்டுக்கொல்லப்பட்டார்கள்.[13]

ஹிலாலைப் பற்றிக் கேட்டவுடன் அவரைச் சந்தித்தே இல்லை என்றார் ரமீஸ். ஹிலாலின் இறப்பைத் தொடர்ந்து அவர் கிராமத்தில் வெடித்த கலவரத்திற்குப் பின்தான் அவரைப் பற்றிக் கேள்விப்பட்டதாகவும் கூறினார்.

13. Press Trust of India, 'Two Sisters Shot Dead by LeT Militants in Kashmir', *The Hindu*, 1 February 2011; Firdous Syed, 'Caught between Militants and Forces in Kashmir', *DNA*, 9 February 2011, https://www.dnaindia.com/india/comment-caught-between-militants-and-forces-in-kashmir-1505203.

‘அவர் இறுதிச் சடங்குக்குப் பிறகு ஊர் பெரியவர்கள் சிலர் ஹிலால் ஒரு லஷ்கர் போராளின்னும், ஊருக்குள்ள துப்பாக்கியோட பார்த்திருக்கறதாவும் சொன்னாங்க. ஹிலால் ரொம்ப மத நம்பிக்கை யுடைய ஆளுன்னும், ஒரு சிமெண்ட் ஃபாக்டரில வேலை பார்த்த தாவும் சொன்னாங்க’ என்றார்.

ஹிலால் இறந்து மூன்று நாள்களுக்குப் பின்னர், ஜூலை 28ஆம் தேதி ரமீஸுக்கு உள்ளூர் காவல்நிலைய அதிகாரியிடமிருந்து காவல்நிலையத்துக்கு வரச்சொல்லி அழைப்பு வந்தது. தகவல் களுக்காக அவரை வழக்கமாக அழைக்கும் அந்த அதிகாரிதான் உளவு வேலைக்காக இளைஞர்களையும் சரணடைந்த போராளிகளையும் ஆளெடுப்பவர். ‘இராணுவமும் காவல்துறையும் அந்தந்த ஏரியாவுல இருக்கற சரண்டைந்த போராளிகளின் பட்டியலை வச்சிருக்காங்க’ என்ற ரமீஸ் தான் உளவாளியென்பதை மீண்டும் மறுத்தார். தான் அந்தச் சிறப்பு அதிகாரியை நேரில் சந்தித்ததேயில்லை என்றும் தொலைபேசியில் மட்டுமே பேசியிருப்பதாகவும் கூறினார். ‘நான் சும்மா பிறப்பு, இறப்புன்னு சில்லறை தகவல்களை மட்டும்தான் அவங்களுக்கு குடுத்திருக்கேன். அவங்ககூட ஒத்துழைக்கலேன்னா தேவையில்லாத பிரச்சினையெல்லாம் வரும், அதுக்காகத்தான்’ என்ற ரமீஸுக்கு, தான் திரும்பவும் சித்தரவதை செய்யப்படுவோமா என்ற பயம் மிகுந்திருந்து.

காவல்நிலையத்துக்குச் சென்றதும் சிறை வைக்கப்பட்டார் ரமீஸ். எஸ்.பி.ஓ. (Special Police Officer) பஷீர் ஃகான், நஸீர் குற்றத்தை ஒப்புக்கொண்டு வாக்குமூலம் கொடுத்து ரமீஸையும் சிக்கவைக்கும் காணொளி ஒன்றைக் காட்டினார். மேலும், நீதிமன்ற ஆணையின்படி எடுக்கப்பட்ட தொலைபேசி அழைப்புப் பட்டியலின் ரெக்கார்டுகள், கொலையுண்ட அன்று இரவு ஹிலால் எண்ணிலிருந்து இரண்டு எண்களுக்கு அழைப்பு சென்றிருப்பதாகக் கூறின: அந்த இரண்டு எண்களில் ஒன்று நஸீருடையது, மற்றொன்று ரமீஸுடையது.

அப்போழுதும் அந்த எண் தன்னுடையது இல்லை எனவும், தான் ஹிலாலுடன் பேசியதே இல்லையென்றும் மறுத்தார் ரமீஸ்.

மறுநாளே பாரமூலா சிறைக்குக் கொண்டுசெல்லப்பட்ட ரமீஸை இராணுவத்தைச் சேர்ந்த மேஜர் ஜெனரல் ஒருவர் சந்தித்து சில ஆவணங்களில் கையெழுத்திடச் சொல்லி நிர்பந்தித்தார். தான் எதற்கு, எதில் கையெழுத்திட்டேன் என எந்த விவரமும் தெரியாது என்று உறுதியாகக் கூறினார் ரமீஸ். அடித்துத் துன்புறுத்தப்பட்டு, வற்புறுத்தலின் பேரில் ஹிலால் கொலையை ஒப்புக்கொள்ளச் செய்தனர்.

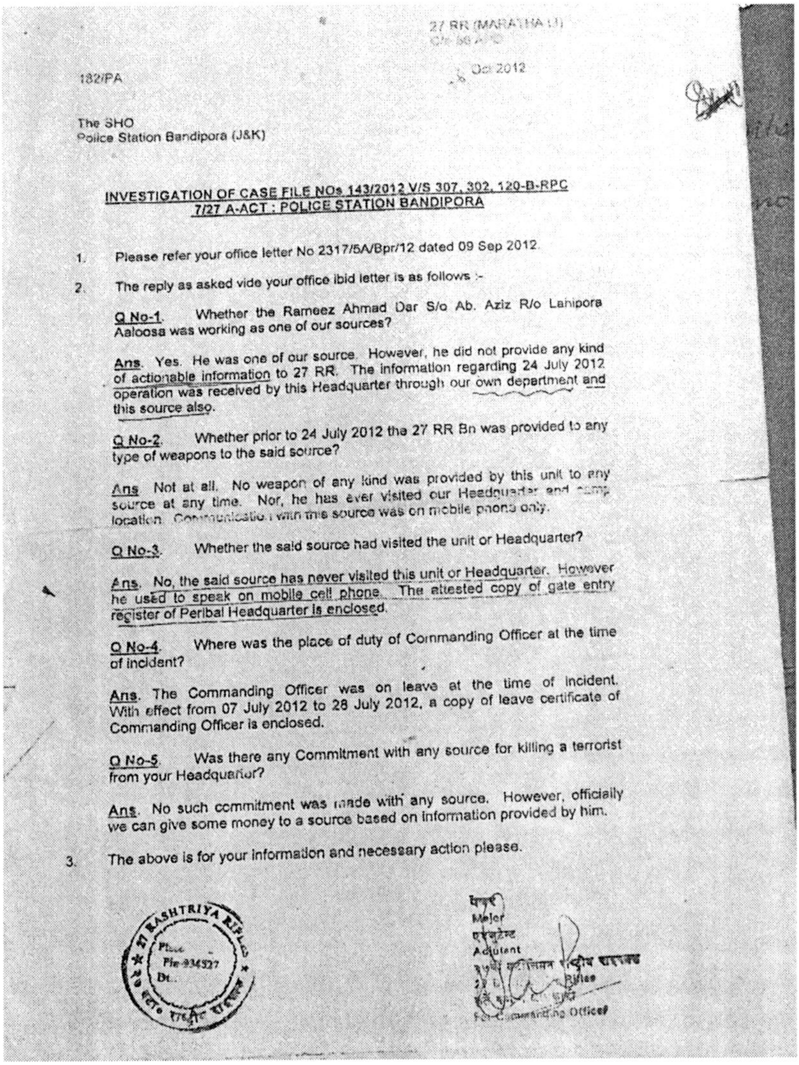

27 RR (MARATHA LI)
C/o 56 APO

182/PA

Oct 2012

The SHO
Police Station Bandipora (J&K)

INVESTIGATION OF CASE FILE NOs 143/2012 V/S 307, 302, 120-B-RPC 7/27 A-ACT : POLICE STATION BANDIPORA

1. Please refer your office letter No 2317/5A/Bpr/12 dated 09 Sep 2012.

2. The reply as asked vide your office ibid letter is as follows :-

Q No-1. Whether the Rameez Ahmad Dar S/o Ab. Aziz R/o Lahipora Aaloosa was working as one of our sources?

Ans. Yes. He was one of our source. However, he did not provide any kind of actionable information to 27 RR. The information regarding 24 July 2012 operation was received by this Headquarter through our own department and this source also.

Q No-2. Whether prior to 24 July 2012 the 27 RR Bn was provided to any type of weapons to the said source?

Ans. Not at all. No weapon of any kind was provided by this unit to any source at any time. Nor, he has ever visited our Headquarter and camp location. Communication with this source was on mobile phone only.

Q No-3. Whether the said source had visited the unit or Headquarter?

Ans. No, the said source has never visited this unit or Headquarter. However he used to speak on mobile cell phone. The attested copy of gate entry register of Peribal Headquarter is enclosed.

Q No-4. Where was the place of duty of Commanding Officer at the time of incident?

Ans. The Commanding Officer was on leave at the time of incident. With effect from 07 July 2012 to 28 July 2012, a copy of leave certificate of Commanding Officer is enclosed.

Q No-5. Was there any Commitment with any source for killing a terrorist from your Headquarter?

Ans. No such commitment was made with any source. However, officially we can give some money to a source based on information provided by him.

3. The above is for your information and necessary action please.

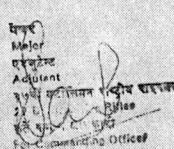

27 RASHTRIYA RIFLES
Place
File-934527
Dt.

Major
Adjutant
Rifles
For Commanding Officer

ரமீஸ் என்னை நேருக்கு நேர் பார்த்து மெல்லிய, நிதானமான குரலில் பேசிக்கொண்டிருந்தார். சூழலால் தடம் புரண்ட மனிதனின் குணத்தைப் பிரதிபலித்த அவர், முன்னுக்குப் பின் முரணாக, தன் தரப்பு வாதங்களுக்கு எவ்வித ஆதாரமுமில்லாமல் பொய் பேசினார். மேலும் அழுத்தம் கொடுத்தபோது, பேச்சு திசை மாறியது.

நஸீரைப் பற்றியும் அவரைப் பற்றி உலவிய வதந்திகள் பற்றியும் பேசத் தொடங்கிய ரமீஸ், 2002ஆம் ஆண்டில் நஸீர் தன் முதல் மனைவியையும் மாமியாரையும் கையெறிகுண்டை எறிந்து கொன்ற தாகச் சொல்லப்படும் செய்தியையும் என்னிடம் பகிர்ந்தார்.

ரமீஸைப் பொறுத்தவரை, நஸீரின் மருமகள் சோனியும் அவர் தோழி ரஃபீயாவும்தான் ஹிலாலைக் கொல்ல திட்டம் தீட்டிய முதன்மைக் குற்றவாளிகள். நஸீரும் அந்தப் பெண்களும் ரமீஸுடன் சேர்ந்து கைதாகி சிறையில் அடைக்கப்பட்டார்கள். ஆனால், ஆறு இலட்ச ரூபாய் லஞ்சமாகக் கைமாறியதில் பெண்களிருவரும் விடுதலை செய்யப்பட்டதாகக் கூறிய ரமீஸ், இந்தக் கைது விவரங்கள் காவல்துறை ஆவணங்களிலிருந்தே நீக்கப்பட்டதாகவும் கூறினார். ரஃபீயாவும் சோனியும் ரகசியமாக கிறிஸ்தவத்திற்கு மாறிவிட, ஹிலால் அந்தப் பெண்களை இஸ்லாத்திற்குத் திரும்பச் சொல்லி தொடர்ந்து துன்புறுத்தி வந்தார்.

என்கவுன்டருக்கு ஒரு வாரம் முன்புகூட இஸ்லாத்திற்கு திரும்பா விட்டால் உள்ளூர் மசூதியில் அவர்களை மதத்திற்கு எதிரான வர்களாக அறிவித்துவிடுவோமென ஹிலால் மிரட்டியதாகவும் கூறினார். இன்னும் கொஞ்சம் இலகுவாகவும் பகட்டாகவும் பேசத் தொடங்கிய ரமீஸ், இதை ஹிலாலின் அம்மாவே ஒப்புக்கொண்டு கோர்ட்டில் வாக்குமூலம் அளித்ததாகவும் உறுதியாகக் கூறினார். (பிறகு ஹிலாலின் தாயிடம் பேசியதில் இது முற்றிலும் பொய்யென்பது தெரியவந்தது. 2014இல் நேரில் நாங்கள் சந்திக்கும்வரை அவர் நீதிமன்றத்தில் சாட்சியமளித்ததுகூட இல்லை.)

பாரமூலா சிறையின் ஒரே செல்லில் தாங்கள் அடைக்கப்பட்டபோது தான் முதன்முதலாக நஸீரைப் பார்த்ததாகக் கூறிய ரமீஸ், நஸீர் தன்னை அடித்ததாகக் கூறினார். சிறு இடைவெளிக்குப் பின், ‘நஸீருக்குக் கொஞ்சம் பிரச்சினை இருந்ததுன்னு நினைக்கறேன், மனநிலை பிழற்வு இருந்திருக்கும்போல’— சிரித்துக்கொண்டே கூறினார்.

பேட்டியை முடிக்குமுன், ரமீஸிடம் ஹிலால் கொல்லப்பட்டபோது அவர் எங்கு இருந்தார் எனக் கேட்டேன். பதினைந்து கிலோமீட்டர் தொலைவிலுள்ள ஒரு கிராமத்தில், தன் மாமனார் வீட்டில் இருந்த தாகக் கூறினார்.

ரமீஸ் கூறிய செய்திகள் ஒன்றுக்கொன்று முரண்பட்டவையாக இருந்தன. எந்தப் புள்ளியில் பொய்கள் தொடங்கி, உண்மை முடிவுக்கு

வந்ததென்று புரியவில்லை; ஏதும் உண்மை இருந்ததாவென்றுகூட தெரியவில்லை.

அன்றிரவு பந்திப்பூரிலுள்ள அரசு விடுதிக்குத் திரும்பியபோது கனமான பார்சல் ஒன்று எனக்காகக் காத்திருந்தது. ஹிலால் இறப்பு சம்பந்தமாக தன்னிடமிருந்த அனைத்து ஆவணங்களையும் பிரதியெடுத்து என்னிடத்தில் விட்டுச் சென்றிருந்தார் கமால். காவல்துறை அறிக்கைகள், ரமீஸ்-நஸீரின் கையெழுத்திடப்பட்ட ஒப்புதல் வாக்குமூலங்கள், பிரேத பரிசோதனை-புலனாய்வு அறிக்கைகள், கால்துறையின் கேள்விகளுக்கு இராணுவத்தினரின் பதில்கள், சம்பவம் நடந்த இடத்தின் (கையால் வரையப்பட்ட) வரைபடங்கள், அங்கு கிடந்த உயிரற்ற ஹிலாலின் புகைப்படங்கள், 27ஆர்.ஆர். பிரிவினரைக் 'குற்றமற்றவர்களாக'த் தீர்ப்பளித்து எழுதப்பட்ட காவல்துறையின் இறுதி அறிக்கை ஆகிய அனைத்தும் இருந்தன.

இரவு முழுவதையும் அந்தக் கோப்புகளுடனே கழித்தேன். அடக்குமுறையின் சாட்சிகளான அந்த ஆவணங்களின் கனம் என்னை அழுத்தியது. வழக்கின் கோப்புகள், காவல்துறை அறிக்கைகள், இராணுவத்தினரின் பேட்டிகள், ஒப்புதல் வாக்குமூலங்கள், சாட்சிகளின் பட்டியல்கள், தடயவியல் அறிக்கைகள், குடும்ப உறுப்பினர்களின் பேட்டிகள் ஆகிய அனைத்துக் கதைகளும் முன்னாள் போராளிகளாக இருந்து இந்நாள் உளவாளிகளாக மாறியவர்களின் சிக்கலான வாழ்க்கையையும் தங்கள் பிள்ளையின் இறப்புக்குப் பின்னேயுள்ள உண்மையை அறிந்துகொள்ளத் தவிக்கும் ஒரு குடும்பத்தின் தவிப்பையும் பேசின. அடக்குமுறைக்கான ஆயுதங்களை மக்களினுள்ளிருந்தே தயாரித்துக்கொள்ளும் இராணுவ ஆக்கிரமிப்பு, அவர்களையே அவர்கள்மீதான அடக்குமுறைக்கும் பயன்படுத்திக்கொள்கிறது.

கையெழுத்திடப்பட்ட ஒப்புதல் வாக்குமூலத்தில், நஸீரும் ரமீஸும் சேர்ந்து எடுத்துக்கொண்ட புகைப்படப் பிரதியொன்றும் இருந்தது.

நஸீரின் மனைவியும் மகனும்

அடுத்த நாள் அலூசா திரும்பி, ஹிலால் கொலையின் இரண்டாவது குற்றவாளியான நஸீர் அஹ்மது பட்டைச் சந்தித்தேன். சலீமும் நானும் அங்கு சென்றபோது நஸீர் வீட்டில் இல்லை. அவரின் பதினெட்டு வயது மகனுடனும் மனைவியுடனும் பேசிக்கொண்டிருந்தோம்.

சுவரின் கருநீல வண்ணப் பூச்சு இருளான அந்த அறையை மேலும் இருளாகக் காட்டியது. நாங்கள் அமர்ந்திருந்த அந்த அறை ஹிலாலுக்கென வடிவமைக்கப்பட்ட நினைவிடம் போலிருந்தது. ஹிலாலை தியாகியாகப் போற்றும் கையால் வரைந்த சுவரொட்டிகள் மெக்காவின் படத்தினருகில் வைக்கப்பட்டிருந்தன. கொலை நடந்த இடத்திற்கு ஹிலாலை வரவழைக்க ரமீஸுடன் சேர்ந்து திட்டம் தீட்டியதாக நஸீர்மீது குற்றம் சாட்டப்பட்டிருந்தது. ஹிலால் யாரென்றே தெரியாது என மறுத்த ரமீஸைச் சந்தித்த பிறகு, இத்தகைய காட்சியைப் பார்ப்பேன் என்று நான் எதிர்பார்த்திருக்கவில்லை.

நஸீரும் ஹிலாலும் சில ஆண்டுகளுக்கு முன்புதான் நட்பானதாகவும், மத ஈடுபாடில்லாமல் சாதாரண முஸ்லிமாக இருந்த தன் தந்தை ஹிலாலுடனான பழக்கத்திற்குப் பிறகு தவறாமல் மசூதி சென்று வழிபடும் மனிதராக மாறியதையும் கூறினான் நஸீரின் மகன் ரயீஸ்.

மிக ஒல்லியாக ஒடிந்து விழுவதுபோலிருந்த நஸீரின் இரண்டாவது மனைவி, தன் ஆறு வயது மகள் தஸீனாவை மடிமேல் போட்டுக் கொண்டு ஹிலாலைப் பற்றி பேசினார். ‘என் வீட்டுக்காரரர் கொலையாகாம காப்பாத்தினது ஹிலால்தான். அதுக்காக எங்க குடும்பமே அவருக்கு கடமைப்பட்டிருக்கோம். அவர் தன் உயிரைக் கொடுத்து இவரைக் காப்பாத்தியிருக்கார்’ என்றார்.

நஸீரின் மாமா மன்ஸூர் அஹ்மது பட், ‘90களில் கொலையுண்ட பிரபல உள்ளூர் உளவாளி. ‘98இலிருந்து 2000க்குள் நஸீர், அவர் சகோதரர், தந்தை என குடும்பத்தின் ஆண்கள் அனைவரும் அடிக்கடி பிடித்துச் செல்லப்பட்டு சித்தரவதைக்குள்ளானார்கள். ‘குறைந்த பட்சம் பதினைந்து முறையாவது கூட்டிட்டு போயிருப்பாங்க’ என்றார். நஸீர் எந்த வேலைக்கும் சென்றதில்லை; இழைக்கப்பட்ட கொடுமைகள் அவரை நடைப்பிணமாக மாற்றியிருக்க, வாழ்வு முழுவதும் உள்ளும் புறமும் அலைக்கழிக்கப்பட்டே கழித்தார். கைவசமிருந்த சொத்துகளைக் கொஞ்சம்கொஞ்சமாக விற்றும் உறவினர்களிடம் உதவி பெற்றும் ஓடிய குடும்பம், நஸீரின் இந்த வழக்குக்காகவும் தங்கள் சக்திக்கு மீறி செலவு செய்துகொண்டிருந்தது.

2000ஆம் ஆண்டு நஸீரின் முதல் மனைவியும் மாமியாரும் ஒரு குண்டுவெடிப்பில் கொல்லப்பட்டார்கள். என்ன நடந்ததென்று யாருக்கும் தெரியாதென்றாலும், அவர்கள் இறப்பின் பின்னுள்ள சதியாலோசனை குறித்த வதந்திகள் வளர்ந்தவண்ணம் இருந்தன என்றார் நஸீரின் இரண்டாவது மனைவி. கதையின் வில்லன்கள்

மாறியவண்ணம் இருந்தனர்: சிலசமயம் நஸீர்; சிலநேரம் இராணுவத்தினர்; சில சமயங்களில் பெயர் தெரியாத யாரோ ஒரு காதலி. அதற்கான நோக்கமும் பணம் முதல் பழிவாங்குதல், விபச்சாரம்வரை ஒவ்வொரு விதமாக வித்தியாசப்பட்டது. முந்தைய நாள் எங்களிடம் கூறிய கதையில் நடுநடுவே கையெறிகுண்டுகளையும் சேர்த்துச் செருகி வேறொரு வடிவை ரமீஸ் பகிர்ந்திருந்தார்.

ஹிலால் பாகிஸ்தானுக்குச் சென்று பயிற்சிபெற்று ஜிஹாதில் இணைய ஆர்வமாக இருந்தார் என்றார் ரயீஸ். ரமீஸின் நினைவடுக்கிலிருந்து சொல்லப்பட்ட கதையில் ஹிலால் இதைப் பற்றி வெளிப்படையாகவே விவாதிக்க, நஸீரும் அவருடன் சேர்ந்து கொள்ள ஆர்வமாக இருந்தார். ரமீஸ் ஏன் ஹிலாலைத் தேர்வு செய்தார் என்று புரியாத ரயீஸ், அவரின் நீண்ட தாடியும் நடையுடை பாவனைகளும், தப்லீக் ஜமாஅத் விதிமுறைகளைக் கடுமையாகப் பின்பற்றுவதும் காரணமாக இருக்கலாம் என்று நம்புகிறார்.

மேலும், ஹிலால் எல்லையைக் கடக்க உதவுவதாக வாக்களித்த ரமீஸ், 27ஆர்.ஆர். படைப்பிரிவின் தொடர்புகள் மூலம் கிடைத்த இரு ஏகே-47 துப்பாக்கிகளைத் துடைத்து சுத்தம் செய்யும் வேலையை அவரிடம் ஒப்படைத்துவிட்டு எல்லையைக் கடக்க நேரம் அமையும் வரை காத்திருக்கக் கூறினார். இந்தத் துப்பாக்கிகளில் ஒன்றைத்தான் ஹிலால் நஸீரிடம் கொடுத்திருக்க வேண்டுமென்ற ரயீஸ், நஸீர் கைதான பிறகு, காவல்துறை அவர்கள் வீட்டிலிருந்து துப்பாக்கியைக் கைப்பற்ற முடிந்ததையும் குறிப்பிட்டார்.

ரமீஸ், ஹிலாலிடம் தன்னைக் காட்டில் சந்திக்கச் சொல்லி, எல்லையைக் கடக்க உதவும் போராளி ஒருவரை அங்கு அறிமுகம் செய்துவைப்பதாகக் கூறினார். மாலை சுமார் நான்கு மணியளவில் நஸீரும் ஹிலாலும் ரமீஸைச் சந்திக்க ஒன்றாகப் புறப்பட்டுச் சென்றனர். மலைமேல் ஹிலால் முதலில் செல்ல, நஸீர் கீழே காத்திருந்தார். சுற்றிலும் வீரர்கள் பதுங்கியிருப்பது தெரிந்தவுடன் நஸீரைக் கூப்பிட்டு தப்பித்து ஓடிவிடுமாறு எச்சரித்தார். நீதிமன்ற உத்தரவின் பேரில் காவல்துறை சமர்ப்பித்த ஹிலாலின் தொலைபேசி அழைப்புப் பட்டியல், கடைசியாக அவர் நஸீரிடம் பேசியதையும் அந்த அழைப்பு வெறும் எட்டே விநாடிகள் நீடித்ததையும் காட்டியது.

ஜூலை 25ஆம் தேதி நள்ளிரவு இரண்டு மணிக்கு காலில் இரத்தம் சொட்டச்சொட்ட மிரண்டுபோய் ஓடிவந்த நஸீர், ரயீஸிடம் எல்லா கதவு, ஜன்னல்களையும் மூடுமாறு அவசரப்படுத்தினார். கொஞ்சம் குழம்பி, கவலை மிகுந்து காணப்பட்ட நஸீர் இரவு முழுவதும்

பதற்றமாக ஏதோ முணுமுணுத்துக்கொண்டே இருந்ததாகக் கூறினார் ரயீஸ். மறுநாள் காலை இராணுவம் தங்களைத் தேடி வருமென்று நஸீர் சொல்லிக்கொண்டிருக்க, அவர்கள் வீட்டு ஜன்னலை உடைத்துக்கொண்டு உள்ளே வந்து மிரட்டியதென்னவோ ரமீஸ்.

மறுநாள் மாலை பந்திப்பூர் காவல்நிலையத்திற்கு அழைக்கப்பட்டு கைது செய்யப்பட்ட நஸீர், அங்கிருந்து பாரமூலா சிறைக்கு அழைத்துச் செல்லப்பட்டார். பிறகு அவரது வீட்டைச் சோதனையிட்ட காவல்துறை துப்பாக்கியுடன் திரும்பியது.

நஸீர் அன்றிரவு வீடு வந்தபோது கையில் துப்பாக்கி இருந்ததா என்பது ரயீஸுக்கு உறுதியாகத் தெரியவில்லை. ஞாபகமில்லை. ஹிலாலின் மரணத்தை தன் தந்தை நேரில் கண்டிருக்கக்கூடும் என்பது ரயீஸின் கணிப்பு. தன் அப்பாவும் சிற்றன்னையும் கிசுகிசுத்த குரலில் பேசிக்கொண்டிருந்ததையும் ஊருக்குள் உலவிய வதந்திகளைக் கேட்டும் அந்த முடிவுக்கு வந்திருந்தார் அவர்.

2014 ஜூலை 23ஆம் தேதி நஸீரும் ரமீஸும் பிணையில் விடுவிக்கப் பட்டார்கள்.

சம்பவம் நடந்த இரவு பயத்தில் உளறியதைத் தவிர, நஸீர் தன் மகனிடம் இதைப் பற்றி எதுவுமே பேசவில்லை. பெரும்பாலான நாள்கள் நஸீரும் அவர் மனைவியும் எதுவுமே நடக்காததுபோல நடந்துகொண்டனர். ரயீஸுக்கு தன் வாழ்வில் நடந்த பெரும்பான்மையான சம்பவங்களின் பின்னணி தெரிந்திருக்கவில்லை. தன் தாத்தாவும் கொள்ளுத்தாத்தாவும் இறந்தது எப்படி? தன் அம்மாவும் பாட்டியும் கொல்லப்பட்ட குண்டுவெடிப்பின் பின்னுள்ள உண்மை என்ன? எந்தக் கேள்விக்கும் பதில் தெரியாது. ஹிலால் கொலையில் தன் தந்தையின் பங்கு என்ன என்பது குறித்த கேள்வியும் இனி அந்தப் பட்டியலில் இணைந்துகொள்ளும்.

ரயீஸிடம் அவர் அத்தை மகள்களான சோனி, ரஃபீயா பற்றியும் அவர்களின் மதமாற்றம் மற்றும் ஹிலாலுடனான மோதல் பற்றியும் விசாரித்தேன். ஆச்சரியத்துடன் அவசரமாக மறுத்தார். இந்த செய்தியே அவருக்கு ஆச்சரியமா இருந்ததா, இல்லை, இவ்வளவு விஷயங்கள் எனக்குத் தெரிந்திருக்கிறது என்பதால் வந்த ஆச்சரியமா எனத் தெரியவில்லை. சோனி தன் வீட்டுக்கருகிலேயே வசித்ததையும் தன்னைவிட 4, 5 வயது மூத்தவளான அவளுக்கு திருமணம் நிச்சயிக்கப்பட்டிருந்ததையும் கூறிய ரயீஸ், ஹிலால் தன் தந்தையுடன் பேசும்போது, மக்கள் கொஞ்சம்கொஞ்சமாக இஸ்லாத்தின் மீது நம்பிக்கை இழந்து ரகசியமாக கிறிஸ்தவ

மதத்திற்கு மாறுவது பற்றிய தன் கவலையைப் பகிர்ந்ததையும் கூறினார். 'ஹிலால் எப்பவும் இவங்க கிறிஸ்தவத்துக்கு மாறிட் டாங்க, அவங்க மாறிட்டாங்கன்னே பேசிட்டிருப்பார். உள்ளூர் மசூதியிலயே கிறிஸ்தவர்கள் இருக்காங்கன்னு சொன்ன அவர், எப்படி அவங்கல்லாம் ரகசியமா மதம் மாறுறாங்கன்னும் சொன் னார்.'

ரயீஸிடம் சோனியின் தொலைபேசி எண்ணைக் கேட்டேன். தன் தொலைபேசியை எடுத்து அவர் சோனியின் எண்ணுக்கு அழைக்க, அது அணைத்துவைக்கப்பட்டிருந்தது. கடைசிவரை அந்த எண்ணை ரயீஸ் எனக்குப் பகிரவுமில்லை. அக்கம்பக்கத்தில் விசாரித்தபோது, அவர்கள் சமீப காலமாக சோனியைப் பார்க்கவேயில்லை என்றும், அவர் எங்கிருக்கிறார் என்பது குறித்த தகவல் யாருக்கும் தெரியா தென்றும் தெரிவித்தனர்.

அன்று முழுவதும் நஸீருக்காக அவர் வீட்டிலேயே காத்திருந்து விட்டு, இரவு கவியும் நேரத்தில் சந்திக்காமலேயே கிளம்பினோம்.

'ஓர் உளவாளியோட மகனா இருக்கறது ரொம்ப கஷ்டமா இருக்கு' என்ற ரயீஸ், 'எங்கப்பாவோட செயல்களால மக்கள் என்னையும் நம்ப மறுக்கறாங்க. ஆனா, அவரால சரியா யோசிக்க முடியாதுன்னு எப்படி புரிய வைப்பேன்? ஒவ்வொரு முறையும் இராணுவம் அவரைப் பிடிச்சிட்டு போனபோது, அவருடைய ஒரு பகுதி காணாமல் போயிருந்தது' என்றான்.

நஸீர் அஹ்மது பட், இணைக் குற்றவாளி

சலீமும் நானும் நஸீரைச் சந்திப்பதற்காக மறுநாளும் அவர் வீட்டிற்குச் சென்றோம். அரை மணி நேரம் காத்திருந்துவிட்டு கிளம்பும்வரை ரயீஸையும் பார்க்க முடியவில்லை — அவன் தன் தங்கையைப் பார்க்க சென்றிருக்கலாம் என்றார் நஸீரின் மனைவி.

கிராமத்தின் மசூதியை நோக்கி நடந்துகொண்டிருந்தபோது எதிரே வந்த மனிதரை எங்கோ பார்த்ததுபோலிருந்தது எனக்கு. வழக்கு கோப்புகளின் புகைப்படங்களிலிருந்த நஸீரா அது? அடையாளத்தை உறுதிசெய்வதற்காக சலீம் முன்னால் சென்று அவரிடம் பேச, நஸீர் முதலில் தயக்கமும் பதற்றமுமாய் பேச மறுத்தார். பின்னர் ஒப்புக்கொண்டபோதும் தன் வீட்டில் பேச மறுத்து, ஒரு பெரிய வீட்டின் முன்புறத்தைத் தேர்வுசெய்து அமர்ந்தார். 'எதுவும் பிரச் சினைல மாட்டிக்கறதுக்கு நான் தயாராயில்ல' என்றார்.

நஸீருக்கும் ஹிலாலுக்கும் சுமார் ஐந்து வருடங்களாகப் பழக்கம். அருகருகே குடியிருந்தவர்கள் நாளடைவில் — 2008ஆம் ஆண்டளவில் — நெருங்கிய நண்பர்களாயினர். ஹிலால் நஸீரை அநேகமாக தினமும் அவர் வீட்டில் வைத்துச் சந்திப்பார். தலைமுறைகளைக் கடந்த நட்பு அது — தன் நாற்பதுகளில் இருந்த நஸீருக்கு பதின்ம வயது ஹிலால்தான் மார்க்க வழிகாட்டியாக வழிபாட்டு முறைகளையும் ஒழுக்கத்தையும் கற்றுக்கொடுத்தார்.

தன்னுடைய புதிய மத ஒழுக்கங்கள், தீவிரக் கட்டுப்பாடுகள், பழமைவாதம் ஆகியவை தன் சக வயது பையன்களிடமிருந்து அவரைத் தனிமைப்படுத்தியே வைத்திருந்ததாக ஹிலால் நம்பினார். மசூதியில் உரை நிகழ்த்தும் நேரம் தவிர பிற சமயங்களில் மெலிந்த, உயரமான அந்தச் சிறுவன், தன் சக தோழர்களுடன் பொருந்த முடியாமல் தடுமாறித்தான் போனான்.

2010 வாக்கில் இந்திய இராணுவத்திற்கெதிரான ஜிஹாதை தன் மதக் கடமையாக ஹிலால் பேசத் தொடங்கியதைக் குறிப்பிட்டார் நஸீர். ‘நமக்கான சரியான பாதையை நிர்ணயிப்பதற்காக தியாகங்களை செய்யத்தான் வேண்டும். வெறும் கைகளால் ஜிஹாது செய்வோம்’ எனப் பலமுறை கூறியதாக நஸீர் நினைவுகூர்ந்தார்.

அவ்வப்போது மசூதியில் அவர் நிகழ்த்திய உரைகளில் இடம் பெற்றிருந்த விடுதலைச் சார்பு, இந்திய எதிர்ப்பு ஆகிய செய்திகளால் மக்கள் இடையே பிரபலமாகவும் இருந்தார்.

கிறிஸ்தவத்திற்கு மாறியதாக ஹிலாலால் குற்றம் சாட்டப்பட்ட ரஃபீயா, சோனி பற்றிக் கேட்டபோது, சோனி தனது மருமகளென்ற நஸீர், அவளுடைய தந்தை சரணடைந்த முன்னாள் போராளி என்பதையும் குறிப்பிட்டார். இறப்பதற்கு இரு வாரங்களுக்கு முன்பு இரண்டு பெண்களுடனும் வாக்குவாதத்தில் ஈடுபட்ட ஹிலால் நஸீரை அழைத்து, ‘இஸ்லாத்துக்கு திரும்பச்சொல்லி வற்புறுத்தினா என்னை கொன்றுவிடுவதாக சோனி மிரட்டுறா’ என்று புகாரளித்தார். நஸீர் இருவருக்குமிடையே மத்தியஸ்தம் செய்துவைக்க முயல, இவ்வளவு நடந்த பிறகும் ஹிலாலுடன் இன்னமும் நட்பிலிருப்பதற்காக குடும்பம் அவரிடம் கோபித்துக்கொண்டது.

ரமீஸைப் பற்றிக் கேட்டபோது, ஒரு சரண்டைந்த போராளியாக மட்டுமே அவரைத் தெரியுமென்ற நஸீர், ‘90களில் எல்லையைக் கடந்துசென்ற அவரது பயணங்கள் பற்றிக் கேள்விப்பட்டிருப்பதாகக் கூறினார். எல்லையைக் கடந்துசென்ற ஒரு தலைமுறை நபர்கள்

இராணுவத்தினரால் பிடித்துச் செல்லப்பட்டு சித்தரவதைக் கூடங்களில் அடைக்கப்பட்டனர். போராளியாக இருந்த நஸீரின் மாமாவும் பிடித்துச் செல்லப்பட்டு கொல்லப்பட்டார். சிலர் காணாமல் போய்விட, பலர் உயிரிழக்க, சிலர் கைகால் இழந்து குற்றுயிருடன் திரும்பினர். காஷ்மீரிலுள்ள ஒவ்வொரு வீட்டிலும் பகிர்ந்துகொள்ள இதுபோன்ற கதைகளிருந்தன.

ரமீஸைத் தெரிவதற்கு வெகு காலம் முன்பே ரமீஸ் ஒரு பெண்ணைக் கடத்திச் சென்று திருமணமும் செய்துகொண்டதாக கேள்விப்பட்டதாகக் கூறிய நஸீர், 'நான் இந்த வதந்திகளை நம்புவதில்லை; மக்கள் தெளிவா சிந்திக்கிறவங்க இல்லைதானே' எனக் கூறிச் சிரித்தார். எங்கள் உரையாடலின் முழு நேரத்திலும் நஸீர் புன்னகைத்துப் பாரத்தது இந்த ஒருமுறைதான். 'என்ன நடக்குதுன்னே புரியல. நடக்கற எல்லாத்தையும் சொல்லிப் புரிய வைக்கவும் முடியல. நாங்களா கதைகளை புனைஞ்சு எல்லாருக்கும் புரிய வைக்க முயல்றோம், ஒரு நேரத்துக்குப் பிறகு, எல்லாரும் அதை நம்பத் தொடங்கிடறாங்க. கொஞ்ச நாளைக்குப் பிறகு கதையை உருவாக்கினவங்களே அதை நம்பத் தொடங்கிடறாங்க' என்றார்.

சில நாள்களுக்குப் பிறகு ஹிலால் வழக்கின் அரசு தரப்பு வழக்குரைஞரைச் சந்தித்தபோது, 'ரமீஸோட பழைய கிரிமினல் ரெக்கார்டையெல்லாம் புரட்டிட்டிருந்தபோது, இப்போ அவன் மனைவியா இருக்கற பெண்ணை அவன் கடத்தி கூட்டிட்டு வந்ததா அவன் மேல வழக்கு பதிவாகியிருக்கு' என்றார் அவர்.

ஹிலாலும் ரமீஸும் எப்பொழுது சந்தித்தார்கள் என்பது பற்றிய விவரங்கள் நஸீருக்குத் தெரியவில்லை. ஆனால், எல்லை தாண்டி பாகிஸ்தானுக்குள் செல்ல உதவும் நபர்களை அறிமுகப்படுத்துவதாகக் கூறி ஹிலாலிடம் அடிக்கடி ரமீஸ் பேசிக்கொண்டிருந்தது தனக்குத் தெரியுமென்றார் நஸீர். போராளிகள்மீது பரிதாபம் கொண்டவராக நடித்து ஹிலாலை அங்கு அழைத்துச் சென்ற ரமீஸ், இராணுவம் அல்லது காவல்துறையிடமிருந்து பணம் பெறுவதற்காக இந்த செட்அப்பைச் செய்ததாக நினைத்தார் நஸீர்.

ஹிலால் மிகச் சரியான இலக்கு. வெள்ளந்தியான, மத நம்பிக்கை மிகுந்த ஹிலால், ஜிஹாது செய்வது தன் கடமை என்று நம்பினார். உள்ளூர் ஊடுருவல்காரர்களுடன் எந்தத் தொடர்பும் இல்லாத அவரைப் பலிகடாவாக ஆக்குவது மிகச் சுலபமாக இருந்தது.

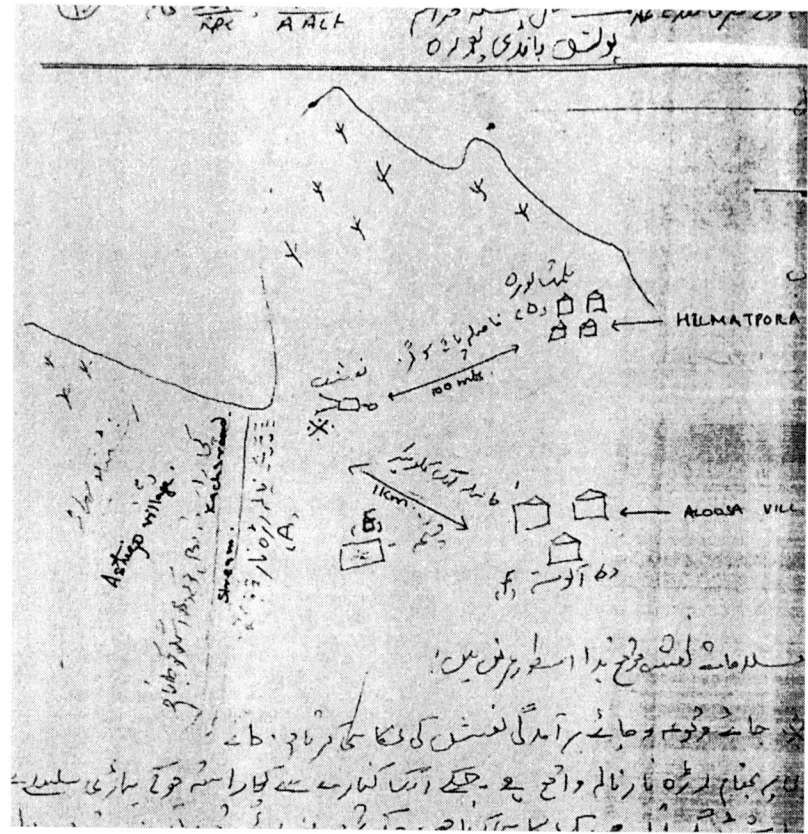

2012 ஜூலை 24ஆம் நாள் நஸீரும் ஹிலாலும் பலமுறை சந்தித்தார்கள். இடமும் நேரமும் சொல்லி ரமீஸ் ஹிலாலை வரச்சொல்ல, ஹிலால் நஸீரையும் கூட்டிச் சென்றார். 5.30 மணிக்கு மசூதியிலிருந்து கிளம்பிய அவர்கள் பிற்பாடு தங்கள் நோன்பை முடித்துக்கொள்ள வழியிலேயே கொஞ்சம் ஜூஸூம் வாங்கிக்கொண்டு சென்றார்கள். எல்லையைக் கடக்க உதவும் வழிகாட்டியைச் சந்திப்பதற்காக திட்டமிடப்பட்டிருந்த தொடர் சந்திப்புகளின் தொடக்கப்புள்ளி அது.

காட்டினுள் சுமார் நான்கு மணி நேரம் மலையேறிய ஹிலாலும் நஸீரும் இரவு சுமார் 10.30 மணிவரை ரமீஸுக்காகக் காத்திருந்தனர். ரமீஸ் வரவேயில்லை. ஆனால், சீக்கிரமே வந்துவிடுவதாகவும், இன்னும் கொஞ்ச நேரம் அங்கேயே காத்திருக்கும்படியும் தகவல் மட்டும் அனுப்பியபடியிருந்தார். காத்திருக்கும்போது ஏதோ சலசலப்பு கேட்க, நஸீரை அங்கேயே காத்திருக்கும்படி சொல்லி

விட்டு மனிதர்கள் நகரும் அந்தச் சத்தத்தை நோக்கி முன்னேறினார் ஹிலால். ஐந்து நிமிடத்தில் ஹிலாலிடம் இருந்து நஸீருக்கு அழைப்பு வந்தது.

'என் கதை முடிஞ்சது. நீ தப்பிச்சு ஓடிடு' — நஸீரிடம் ஹிலால் பேசிய கடைசி வார்த்தைகள் இவை.

அந்த இரவு கட்டுக்கடங்காத ஆவேசத்துடனும் குழப்பத்துடனும் கடந்ததாகக் கூறிய நஸீர், இராணுவ வீரர்களைப் பார்த்தது போலவும் இருந்தது, பார்க்காதது போலவும் இருந்தது என்றார். காலில் வெட்டுப்பட்டு கிராமத்தை நோக்கி ஓடிய நஸீரின் வீட்டில் அவரின் சகோதரியும், மகளும் இருக்க, மகனைக் காணவில்லை. தன் கால்சராயைத் தூக்கிவிட்டு அன்றிரவு தன் காலில் ஏற்பட்ட தழும்புகளைக் காண்பித்தார் நஸீர். அன்றிரவு ஏற்பட்ட காயங்கள் எத்தனை, அதற்குமுன் பதினைந்து முறை பிடித்துச் செல்லப்பட்டு சித்தரவதைக்கு உள்ளாக்கப்பட்டபோது ஏற்பட்ட காயங்கள் எத்தனை என்று தனக்கு உறுதியாக நினைவில்லை என்றார் நஸீர்.

மறுநாள் காவல்நிலையத்திற்கு அழைக்கப்பட்ட நஸீர், அங்கு சிறை வைக்கப்பட்டார். அங்கிருந்து பாரமூலா சிறைக்கு மாற்றப்பட்ட நஸீரை இராணுவ அதிகாரிகள் மீண்டும் விசாரணை செய்தனர்.

உதவிக்கு ஆள்களை அழைத்துக்கொண்டு ஏன் திரும்பிச் செல்ல வில்லை என்ற என்னுடைய கேள்விக்கு நஸீரிடமிருந்து மௌனமே பதிலாகக் கிடைத்தது.

துப்பாக்கிகளைப் பற்றிக் குறிப்பிடும்போது, இந்தப் பதுங்கு வேட்டைக்கு மூன்று மாதங்கள் முன்பாகவே ரமீஸ், ஹிலாலிடம் ஆயுதங்களைக் கொடுத்ததாகக் கூறிய நஸீர், அவற்றை அதற்குப் பின்பு தான் பார்க்கவே இல்லை என்றும், என்கவுன்டர் நடந்த அன்று இரவுதான் திரும்பவும் காட்டில் துப்பாக்கிகளைப் பார்த்தேன் என்றும் கூறினார். ஹிலாலின் உடலருகில் கிடந்த அந்தத் துருப் பிடித்த துப்பாக்கி ஹிலாலுடையதல்ல என்ற நஸீர், ரமீஸ் ஹிலாலுக்காகக் கொடுத்த துப்பாக்கி, நன்றாக வேலை செய்யும் தரத்தில் இருந்ததாகவும் கூறினார். பிறகு ஏன் சம்பவம் நடந்த அன்று ஹிலால் துப்பாக்கி எடுத்துச் சென்றதை யாருமே பார்க்கவில்லை, அல்லது இதைப் பற்றி யாரும் இதுவரை குறிப்பிடவுமில்லை என்ற என்னுடைய கேள்விக்கு, 'ஹிலால் துப்பாக்கிகளை முன்னமே மலைமேல் எடுத்துச் சென்று புதைத்திருக்கக்கூடும்' என்றார்.

நஸீரிடம் கொஞ்சம் அழுத்தம் கொடுத்து, அவன் மகன் ரயீஸ் பகிர்ந்த விவரங்களைச் சொல்லி துப்பாக்கிகளைப் பற்றிக் கேட்டவுடன், 'அவன் தான் என்ன பேசறோம்ன்னே புரியாம பேசுவான். அவன் அப்போ வீட்ல இல்லவே இல்ல. நான் ஓடிவரும்போது என் கைல துப்பாக்கி இல்லவே இல்ல' என்ற நஸீர் பின்பு, 'போலீசே அந்தத் துப்பாக்கிகளை தன் வீட்டில் வைத்திருக்கலாம்' என்றார்.

கிராம எல்லைக்கருகே ரோந்துப்பணியில் ஈடுபட்டிருந்த உள்ளூர் ஆர்.ஆர். தரைப்படை பிரிவினரின் சத்தம் கேட்டவுடன் நஸீரிடம் பதற்றம் தொற்றியது. அவர் எழுந்து நடக்கத் தொடங்க, கிடைத்த பேட்டி பாதியில் நின்ற விரக்தியில் பின்னால் ஓடிய நான், 'சரி, ஒப்புதல் வாக்குமூலத்துல என்ன இருந்ததுன்னு தெரியுமா?' எனக் கேட்க, 'நானெல்லாம் பள்ளிக்கூடத்துல படிக்கவேயில்ல. ஒழுங்கா எழுதப் படிக்கவே தெரியாது' என்றார். ரமீஸைப் போல நஸீரும் ஒப்புதல் வாக்குமூலத்தில் என்ன எழுதியிருக்கிறது என்பது தெரியாமலேயே கையெழுத்து போட்டிருந்தார்.

விடைபெறும்போது விரக்தியும் கெஞ்சலும் மிகுந்த குரலில், 'நீங்க திரும்ப வந்துடாதீங்க' என்று கூறிய வேகத்தில் அவசரமாகத் தன் வீட்டுக்கு எதிர்திசையிலுள்ள சந்து ஒன்றில் சென்று மறைந்தார்.

எனக்கு மனம் முன்னிலும் அமைதியில்லாமல் தவித்தது. இதுவரை நான்கு நபர்களிடம் பேசியிருந்தேன். நான்கு பேரும் ஒரே சம்ப வத்தின் வெவ்வேறு வடிவங்களைப் பகிர்ந்திருந்தனர். அவை ஹிலால் குறித்தும், அவரின் இறப்பு குறித்தும் என் மனதிலிருந்த பிம்பத்தை மேலும் இருளடித்துவிட்டன.

நஸீர் பதிலற்ற கேள்விகளை என்னிடத்தில் விட்டுச் சென்றுவிட்டார். நிஜமாகவே ஹிலாலுடன் எல்லையைத் தாண்ட நினைத்தாரா? குடும்பம், குழந்தைகள் உள்ள, நாற்பதைத் தொட்டுவிட்ட மனிதர் எல்லை தாண்டிச் சென்று போராளியாக ஒத்துக்கொள்வாரா? ஏன் அவர் திரும்பி வந்து ஒருவரையும் உதவிக்கு அழைக்கவில்லை? அவரின் இளவயது வாழ்க்கை, அவர் போராளி மாமாவின் வாழ்க்கை, சித்தரவதைகளாலும் வன்முறையாலும் அவர் எதிர்கொண்ட பிரச்சினைகள் என்ன? எந்தக் கேள்விக்கும் பதிலில்லை.

இரண்டு ஆண்டுகள் கழித்து நஸீரும் ரமீஸும் மறுபடி கைது செய்யப்பட்டிருந்தார்கள். பிணை ரத்துசெய்யப்பட்டு சாட்சிகளை மிரட்டியதற்காக பாரமூலாவிலுள்ள மாவட்ட சிறைச்சாலையில்

மீண்டும் சிறை வைக்கப்பட்டார்கள்.[14] அரசு வழக்குரைஞர் ஷஃபீக் அஹ்மது பட், ரமீஸும் நஸீரும் பிணையில் வெளியே வந்தவுடன் சம்பந்தப்பட்ட சாட்சிகள் நீதிமன்றத்துக்கு வராததை நீதிபதியிடம் சுட்டிக்காட்டினார். சாட்சிகளின் வீடுகளுக்கருகிலேயே வசித்த அவர்கள், பல்வேறு சந்தர்ப்பங்களில் அவர்களை மிரட்டியவாறே இருந்தனர். மேலும், காவல்நிலையத்தின் நிர்வாக எல்லையைவிட்டு வெளியே சென்று பிணை நிபந்தனைகளை மீறிய அவர்கள், விசாரணைகளுக்கு நேரில் ஆஜராவதும் இல்லை என்றார் ஷஃபீக் அஹ்மது பட்.[15]

முதல் கைதின் போது ரமீஸ், நஸீர் இருவரும் கையெழுத்திட்ட ஒப்புதல் வாக்குமூலங்களை அதன் வழக்குக் கோப்பில் படித்துப் பார்த்தேன். அதற்கும் அவர்கள் என்னிடம் கூறிய கதைகளுக்கும் எந்தச் சம்பந்தமுமில்லை.

கையெழுத்திட்ட ஒப்புதல் வாக்குமூலத்தில் ரமீஸ் இரண்டு துப்பாக்கிகளையும் மூன்று புத்தகங்களையும் 27ஆர்.ஆர். படைப்பிரிவின் தலைவர் கில்லிடமிருந்து பெற்றதாகச் சொல்லியிருந்தார். கில் 24 ஜூலையன்று மாலை, ‘நஸீர், ரமீஸ் இருவரையும் ஆயுதங்களுடன் ராட்நார் (என்கவுன்டர் நடந்த இடம்) வரச்சொல்லிவிட்டு, இராணுவத்தினரிடம் அந்தப் பகுதியில் போராளிகள் நடமாட்டம் குறித்து தகவல் தெரிவிக்க, மலாங்கம் முகாமின் மேஜர் நிகால் எனது தொலைபேசியில் அழைத்து (எண்: 9797792410) ஹிலாலை உயிருடன் பிடித்துவிட்டதாகத் தெரிவித்தார்’.[16] துப்பாக்கியைக் கொடுத்து இக்கொலைகளைத் திட்டமிட்டு அரங்கேற வைத்த இராணுவத்தை ரமீஸின் வாக்குமூலம் குற்றவாளியாக சிக்கவைத்தது. 27ஆர்.ஆர்., ரமீஸை தன் உளவாளிகளுள் ஒருவராக உறுதிசெய்தாலும் அவருக்கு ஆயுதங்கள் வழங்கியதை மறுத்தது.

ஆனால், காவல்துறை நஸீரின் வீட்டிலிருந்து துப்பாக்கியைக் கைப்பற்றியது. அந்தத் துப்பாக்கி எப்பொழுது, யாரால் நஸீரிடம்

---

14. Sheikh Saleem, ‘Aloosa Fake Encounter: Court Cancels Bail of Two Army Informers, Sent to Jail’, *Rising Kashmir*, 11 March 2016, http://risingkashmir.com/news/aloosa-fake-encounter-court-cancels-bail-of-two-army-informers-sent-to-jail.

15. Ibid.

16. ‘Bandipora Fake Encounter Police Close Case, Indicts Army Informer’, Monthly Newsletter of the Public Commission of Human Rights, 186, September 2012, p. 5.

கொடுக்கப்பட்டது? என்கவுன்டர் நடந்த தினத்தன்று ரமீஸ் கொடுத்ததா? அல்லது, சில மாதங்களுக்கு முன்பே ஹிலால் ரமீஸிடமிருந்து பெற்று நஸீரிடம் கொடுத்ததா? அல்லது, நஸீர் கூறியதை அப்படியே ஏற்றுக்கொள்வதாக இருந்தாலும், அவர் வீட்டில் அந்தத் துப்பாக்கி எப்பொழுது, யாரால் வைக்கப்பட்டது?

நஸீரின் ஒப்புதல் வாக்குமூலமும் அவர் என்னிடம் கூறிய வடிவத்திலிருந்து முற்றிலும் மாறுபட்டிருந்தது. அதில் சம்பவத்தன்று மாலை ரமீஸ் அங்கு இருந்ததாகவும் ஹிலாலை முதலில் சுட்டுக் காயப்படுத்தியது ரமீஸ்தான் என்றும் நஸீர் கையெழுத்திட்டிருந்தார். இராணுவத்தின் வடிவம் மட்டுமே இந்தக் கோணத்துடன் ஒத்திருந்தது. அதிலும், சம்பவம் நடந்தபோது மூன்று நபர்கள் அந்த இடத்திலிருந்ததாகக் குறிப்பிடப்பட்டதே தவிர, அந்த மூன்றாவது நபர் யார் என்பது குறித்த எந்தத் தெளிவும் இல்லை.

கடந்த நான்கு வருடங்களாக இந்தக் கதைகளுடன் போராடும் நான் என்னையே கேட்டுக்கொள்ளும் கேள்வி — இதில் எந்த விளக்கத்தை நான் உண்மையென்று நம்புவது?

அலூசாபோன்ற ஓர் ஊர், நம்பிக்கையான கதைசொல்லிகளற்றுபோய்விட்டதா?

ஹிலாலின் தாயும் தந்தையும்: ஃபாத்திமா பேகம், குலாம் மொஹியுத்தீன் தர்

ஹிலாலின் மாமா கமாலை மட்டுமே சந்தித்திருந்த நான், அவர் குடும்பத்தின் மற்ற நபர்களைச் சந்திக்க விரும்பினேன். ஆனால், அந்தச் சந்திப்புகளுக்கு என்னைத் தயார்செய்துகொள்வது அவ்வளவு இலகுவாக இல்லை. மரணத்தின் விளைவுகளிலிருந்து மரணித்தவர்கள் வெளியேறிவிட, வலி வாழ்பவர்களின் உடைமையாகிவிடுகிறது. இது வரையிலான என் பயணத்தில் வன்முறைக்கு குடும்பத்தினரைப் பலிகொடுத்த நூற்றுக்கணக்கானவர்களிடம் பேசியிருக்கிறேன். அந்த உரையாடல்களில் வலியும் அருவருக்கத்தக்க உணர்வுகளும் மேலோங்கியிருந்தன. நானுமே காபூல், ஃபல்லூஜா, அலெப்போ ஆகிய ஊர்களில் இருந்த என் நண்பர்களை இழந்துமிருக்கிறேன். அந்தத் தருணங்களில் என்னை அறிந்தவர்களிடமிருந்தோ, நான் இழந்துவிட்ட என் நெருங்கிய நண்பர்களிடமிருந்தோ வந்த வார்த்தைகள்கூட தம் செயல்திறனை இழந்துவிட்டிருந்தன. ஹிலாலின் பெற்றோர்களைச் சந்திப்பதற்கு முதல்நாள் அரசு விருந்தினர் விடுதியில் இருந்த அந்தத் துருப்பிடித்த கண்ணாடியின் முன் நின்று

என்ன பேசுவது என்று ஒத்திகை பார்த்துக்கொண்டிருந்தேன். என் இரங்கலையும் வருத்தத்தையும் எப்படிப் பகிர்வது?

ஹிலாலின் தந்தை குலாம் மொஹியுத்தீன் தர் எதிலும் கவனமற்று ஓய்ந்துபோன மனிதராய் இருந்தார். அந்த நிலையிலும் என்னை வரவேற்று என்னுடன் பேச ஒத்துக்கொண்ட அவருடன் ஹிலாலின் தாயும் இணைய, மகள்களில் ஒருவர் எங்களுக்குத் தேநீர் தயாரிக்க உள்ளே சென்றார். ஹிலாலின் மரணச்செய்தி வெளிவந்த பத்திரிகை புகைப்படத்தில் இருந்ததைவிட மெலிந்திருந்தார் ஃபாத்திமா பேகம்.

'ஹிலால் இறந்த உடனே அனைவரும் எங்களைத் தேடி வந்தாங்க. தினமும் ஒரு பத்திரிகையாளராவது வீட்டுக்கு வருவாங்க. சில சமயங்கள்ல அஞ்சாறு பேரு. இப்போ எல்லாம் அடங்கிப் போச்சு. யாரும் எங்களை பார்க்க வர்றதில்ல. ஹிலால் பழைய செய்தியா கிட்டான். அதுக்குப் பிறகு அவனைப் போல நிறைய பசங்க கொல்லப்பட்டாங்க' என்றபடி அருகில் அமர்ந்தார் ஃபாத்திமா.

'ஹிலால் நல்ல பையன்' என்றார் குலாம். ஹைஸ்கூல் வரை மட்டுமே படித்திருந்தாலும் கடும் உழைப்பாளியான அவனை நம்பித்தான் குடும்பமே இருந்தது. கொஞ்சம் தொலைவிலிருந்த சிமெண்ட் ஆலை ஒன்றில் பணியிலிருந்த அவன் மாதத்தில் சில நாள்கள் மட்டுமே வீட்டிற்கு வருவான். அமைதியும் ஆன்மீகமும் நிரம்பியிருந்த வீட்டில் ஹிலால் ஒருநாள் தப்லீக் ஜமாஅத்தை அறிமுகப்படுத்தியதாக குலாம் கூறினார்.

தப்லீக் ஜமாஅத், உடைகளிலும் செயல்களிலும் இஸ்லாத்தின் பழைய நெறிமுறைகளை திரும்பக் கொண்டுவருவதை வலியுறுத்து கிறது. கைகள் கூட வெளியே தெரியாதவாறு பெண்கள் தங்களை முழுவதுமாக மூடியிருக்க வேண்டும் என அவர் சொல்லும்போதே, ஹிலாலின் டீனேஜ் தங்கை சிரித்துக்கொண்டே தன் சட்டையின் கைகளை முழுவதுமாக இழுத்துவிட, குலாம் சிரித்துக்கொண்டே, 'இவல்லாம் அப்போ ரொம்ப சின்ன பொண்ணு' என்றார்.

'பெரிய தாடி வளர்த்துக்கொள்வதும், நாங்கள் நேசிக்கும் நபிகளைப் பின்பற்றுவதும் கொலைக்குற்றமா என்ன' என்று தன் மௌனத்தை கலைத்தார் ஹிலாலின் அம்மா. ஒவ்வொரு நாளும் தன் வீட்டைவிட்டு வெளியே வரும்போது தன் மகன் கொலையுண்ட மலை உச்சிக்கு செல்லும் பாதையின் முகத்தில்தான் விழிப்பார். 'அன்னைக்கு ராத்திரி எனக்கு சத்தம் கேட்டுது. நான் ஏதோ மிருகங்கன்னு

நினைச்சேன். வேட்டையாடப்படறதே என் புள்ளைதான்னு எனக்கு தெரியல' என்றவர் சிறு விசும்பலூடே தொடர்ந்தார்: 'என் பையன எப்படி போராளின்னு சொன்னாங்க? ஒன்பது வயசுலேர்ந்து குடும் பத்துக்காக வயக்காட்டுல பாடுபட்டிருக்கான். நாலு தங்கச்சிங்க, மூணு தம்பிங்க. அவன் தன் கல்யாண ஏற்பாடுகள்ல எங்களுக்கு உதவியாயிருக்கறதுக்காக வீட்டுக்கு வந்திருந்தான். நாங்க அவனை நம்பியிருக்க, அவனுக்கு கல்யாணம் நிச்சயமாகியிருக்கும்போது அவன் எப்படி போராளியாகனும்ன்னு வெளியே போவான்?'

ஹிலால் கொலைக்கு முன்புவரை ரமீஸ் என்ற பெயர் அவர்களுக்கு பரிச்சயமில்லை. ஹிலால் அவரைப் பற்றிக் கூறியதுமில்லை. அவர்கள் முதன்முதலில் எங்கு சந்தித்தார்கள் என்பது குறித்து இவர்கள் அறிந்திருக்கவுமில்லை. நஸீரை அவர்களுக்குத் தெரியும் — ஹிலாலின் நண்பராக. அன்று நஸீர் இருமுறை ஹிலாலைச் சந்திக்க வந்ததாக நினைவுகூர்ந்தார் ஹிலாலின் அம்மா — மதியம் ஒரு மணிக்கு ஒருமுறையும், மீண்டும் 4 மணிக்கு ஒருமுறையும். நான்கு மணிக்குக் கிளம்பியபோது, அவருடன் சேர்ந்து தொழுகைக்குக் கிளம்பிய ஹிலால், அப்படியே தப்லீக் ஜமாஅத் பணிகள் தொடர்பாக மற்றொரு கிராமத்திற்கு செல்வதாகக் கூறிச் சென்றார். அவர்கள் கிளம்பும்போது ஹிலாலின் தம்பி வெளிவாசல்வரை உடன் ஓடி வந்தான்.

அவர்கள் கிளம்பிய பின்னர் இரண்டொருமுறை குலாம், ஹிலாலின் எண்ணிற்கு அழைத்தார். பதினோரு மணிவரை அழைப்பு சென்ற அந்த எண் அதற்குப் பிறகு அணைக்கப்பட்டிருந்தது. அவர் மசூதியிலேயே உறங்கிவிட்டதாக நினைத்தனர் பெற்றோர். மறுநாள் விடியற்காலை கதவைத் தட்டிய காவலர் இருவர் குலாமை பக்கத்து கிராமத்துக்கு அழைத்துச் சென்றனர். மார்மேல் துருப்பிடித்த துப்பாக்கியொன்று வைக்கப்பட்டிருக்க, குண்டு துளைத்த அவர் மகனின் உடல் அங்கு கிடத்தப்பட்டிருந்தது.

மயங்கிச் சரிந்தார் குலாம்.

'பிரேதப் பரிசோதனை முடிச்சிட்டு உடலை எங்ககிட்ட குடுத்தாங்க', ஹிலாலின் மாமா கமால் சொன்னது போலவே குலாமும் ஹிலாலின் உடலில் துப்பாக்கி குண்டு துளைத்த குறிகளும் சித்தரவதை செய்யப்பட்டதற்கான அடையாங்களும் காயங்களும் இருந்தன என்றார். அடக்கம் செய்வதற்கு முன் உடலைக் குளிப்பாட்டியபோது 'ஹிலாலின் கழுத்து உடைந்த பொம்மையைப் போல ஆடிக்கொண்டிருந்தது' என்றார் குலாம்.

ஹிலாலின் அடக்கம் முடிந்தவுடன் அதிகாரிகள் குழுவொன்று வீட்டுக்கு வந்து 'படைப்பகுதித் தலைவர் டில்லியனைச் சந்திக்க அவரை அழைத்துச் செல்ல, டில்லியன் என்னிடம், 'ரமீஸ் எங்க பையன்தான், 'நேபாளத்துலேர்ந்து அவனைக் கூட்டிட்டு வந்தோம்' என்று தெரிவித்தார்.

பின்னர், 27ஆர்.ஆரின் ஆணை அதிகாரி கில், குலாமையும் குடும்பத்தினரையும் அவர்கள் வீட்டில் வைத்துச் சந்தித்தார். கில், 'நான் இங்க இருந்திருந்தா இதெல்லாம் நடந்திருக்காது' என்றவர், இழப்பீடாக 6 இலட்ச ரூபாயையும் மகன்களில் ஒருவருக்கு அரசு வேலையும் அளிக்க முன்வந்தார். அந்தப் பணத்தை வாங்க மறுத்துவிட்டதாகக் கூறிய குலாம், அவர்களைச் சந்திக்க அதன் பிறகு மந்திரிகளும் அதிகாரிகளும் திட்டமிடப்பட்ட வரிசையில் வந்தார்கள். மாநில உள்துறை அமைச்சர், டி.ஜி.பி., உள்துறை முதன்மை செயலர், காஷ்மீர் ஐ.ஜி., பந்திப்பூரின் துணை ஆணையர் என அனைவரும் வந்தனர்.

ஹிலால் இறந்து ஆறு மாதங்களுக்குப் பிறகு, 27ஆர்.ஆர். படைப் பிரிவு அனைத்து குற்றங்களிலிருந்தும் விடுவிக்கப்பட்டது. இத்தனை வருடங்களுக்குப் பிறகும் ஹிலாலின் பெற்றோர்கள் அன்றிரவு என்ன நடந்ததெனப் புரியாமல் தடுமாறுகிறார்கள். உண்மையில் நடந்ததென்ன என்பதைக் கண்டுபிடிக்க முடியாத அவர்களுக்கு, அந்த உண்மை தெரியாமலேகூட போய்விடலாம். குலாம் இன்னமும் சம்பவத்துடன் தொடர்புடைய செய்திகளைச் செய்தித்தாள்களிலிருந்து கத்தரித்துச் சேகரிக்கிறார். ஒவ்வொரு புதிர்க்கட்டமாக துண்டுகளை வைத்து நிரப்பும் முயற்சியில் செய்திகளை கதைகளுக்குள் பொருந்தவைக்க முயல்கையில், அந்த இரவு குறித்து உலவும் எண்ணற்ற கதைகளின் பின்னணியில் அம்முயற்சி அர்த்தமற்றதாகவே ஆகிவிடுகிறது.

2014இல் நான் அவர்களைச் சந்திக்கச் சென்ற சில நாள்களுக்கு முன்னர் ஹிலாலைக் கொன்றதாகக் குற்றம்சாட்டப்பட்ட ரமீஸும் நஸீரும் பிணையில் வெளிவந்தனர். அந்தச் செய்தியைக் கேட்ட நாளிலிருந்து ஹிலாலின் அம்மா, வீட்டைவிட்டு வெளியே வரவே இல்லை. ஏதாவதொரு கணத்தில் அவர்களை நேருக்கு நேர் சந்தித்துவிடும் பதற்றம் இருந்துகொண்டே இருந்தது. ஆனால், கூடிய சீக்கிரமே அவர்கள் அருகிலேயே வாழப் பழகிக்கொள்ள வேண்டும் — மகனில்லாமல் வாழப் பழகிக்கொண்டதைப் போல!

கிளம்புவதற்கு முன் ஹிலாலின் அம்மாவிடம் ஹிலாலுடன் சேர்ந்து எடுத்துக்கொண்ட புகைப்படங்கள் ஏதாவது இருக்கிறதா என்று கேட்க, அவருக்கு நினைவில்லை. ஆனால், குலாம் ஞாபகம் வைத்திருந்தார். ஹிலால் சிமெண்ட் தொழிற்சாலையில் வேலைக்குச் சேர்ந்தவுடன் எடுத்த புகைப்படத்தை எடுத்து வரச்சொல்லி மகளை அனுப்பினார். புகைப்படத்தை கையில் எடுத்த குலாமின் கண்கள் பெருகி வழிந்தன. மொத்தக் குடும்பமும் கடைசியாக ஒன்றுகூடியது அந்தப் புகைப்படத்திற்காகத்தான். கடையிலிருந்து ஹிலால் அந்தப் புகைப்படத்தை வாங்கியதிலிருந்து அவர் அதைப் பார்க்கவேயில்லை. உயரமான ஹிலாலுடன் அவர் குழந்தைகள் அனைவரும் அந்தப் புகைப்படத்திலிருந்தனர். உயிருடன் உள்ள ஹிலாலின் புகைப்படத்தை முதல்முறையாகப் பார்த்தேன் — கமாலின் புத்தகத்தில்கூட அது இருக்கவில்லை. 'என் மகன் எப்படி இருப்பான்னே எனக்கு ஏறக்குறைய மறந்து போச்சு' என்றார் குலாம். கடந்த இரு ஆண்டுகளாக செய்தித்தாள்களிலும் புத்தகங்களிலும் மனித உரிமை ஆணைய அறிக்கைகளிலும் ஹிலாலின் குண்டு துளைத்த உடலின் புகைப்படம் மட்டுமே காணக்கிடைத்தது.

சலீமும் நானும் அவர்களுக்கு நன்றி சொல்லிப் புறப்பட்டோம். வாசலில் கால்வைத்த உடன் வயல்வெளிக்கு அப்பால் அஷ்திங்கூ

மலைத்தொடர் கண்முன்னே விரிந்திருந்தது — ஹிலால் கொலையான இடம். குலாம் மொஹியுத்தீன் தர்ரும் ஃபாத்திமா பேகமும் இதை தினந்தோறும் தங்கள் வீட்டிலிருந்தே பார்த்துக்கொண்டிருக்கிறார்கள். தங்கள் மகனைச் சுட்டுக்கொன்ற சீருடை அணிந்த வீரர்கள் கிராமத்தைச் சுற்றிசுற்றி வருவதை தினமும் காண்கிறவர்கள் இனி, அதற்கான திட்டம் தீட்டி அரங்கேற்றியவர்களை தங்கள் வீதிகளில் எதிர்கொள்ளப் போகிறார்கள்.

இதில் பயப்படுவதற்கு ஒன்றுமில்லை; அவர்கள் ஏற்கனவே அரசால் ஏற்படுத்தப்பட்ட திறந்தவெளிச் சிறையில்தான் வாழ்ந்து வருகிறார்கள்.

காவல்துறையின் பார்வை

ஜூலை 25ஆம் தேதி காலை ஹிலால் இறந்த சில மணி நேரங்களில் இராணுவம் ஓர் அறிக்கை வெளியிட்டது — பதுங்குவேட்டையில் அடையாளம் தெரியாத போராளியொருவரைக் கொன்றுவிட்டதாக. சம்பவம் நடந்த இடத்திற்கு வந்த காவல்துறை இறந்தவரின் உடலிலிருந்து அடையாள அட்டையைக் கைப்பற்றி ஹிலால் என உறுதிசெய்தது. ஹிலால் எல்லை தாண்டிய குற்றவாளி இல்லை, 'இராணுவத்தால் கொலை செய்யப்பட்ட' உள்ளூர் பையன் எனச் சொல்லி முதலில் உடலை நகர்த்த மறுத்துவிட்டனர்.[17]

காவல்துறை எஃப்.ஐ.ஆர். பதிவுசெய்து இருவரை — இராணுவ உளவாளி, முஹம்மது ரம்ஜான் லோன் என்கிற ரமீஸ்; உள்ளூர் ஆசாமி, நஸீர் அஹ்மது பட் — கைது செய்ததாக உள்ளூர் பத்திரிகைகள் செய்தி வெளியிட்டன.[18] காவல்துறையின் ஆரம்பகட்ட அறிக்கை, 2012 ஜூலை 24-25 இரவு அலூசா, லத்திபோராவைச் சேர்ந்த ஹிலால் அஹ்மது தர் அஷ்திங்கூவில் போலி என்கவுண்டரில் கொல்லப்பட்டார்.[19] ஹிலால் குண்டடிபட்டு இறப்பதற்கு முன்

---

17. Peerzada Ashiq, 'Army Orders Probe in Youth's Death as Police Hint at Troops' Involvement', *Hindustan Times*, 31 July 2012, https://www.hindustantimes.com/chandigarh/army- orders-probe-in-youth-s-death-as-police-hint-at-troops-involvement/story-u2zT37KW4dLGYIVf4hVbaK.html.

18. Suhail Ajmal, 'Informer Hatched Conspiracy to Stage Encounter', *Greater Kashmir*, 14 March 2015, https://www.greaterkashmir.com/news/more/news/informer-hatched-conspiracy-to-stage-encounter/.

19. Case files, police report, October 2012.

சித்தரவதைக்குள்ளாக்கப்பட்டார் என காவல்துறை சந்தேகித்தது. அருகிருந்த துருப்பிடித்த துப்பாக்கி, பலியானவரைக் கொலை செய்யும் சதித்திட்டத்திற்கான குறியீடாகவே பார்த்தது.[20] துருப்பிடித்த அந்தத் துப்பாக்கியில் எந்தக் கைரேகையும் பதிவாகவில்லை எனத் தடயவியல் பரிசோதனை அறிக்கை எழுதியது.

ஆனால், வழக்கின் அரசு தரப்பு கோப்புகளில் இரு மருத்துவர்களின் குறிப்புகள் சிறிது வித்தியாசப்பட்டன: முதல் அறிக்கை, ஹிலால் உடலில் இருந்த சித்தரவதை அடையாளங்களை ஒப்புக்கொடுக்க; இரண்டாவது அறிக்கை, ஹிலாலின் உடலில் இருந்த வெளிக் காயங்களுக்கு எந்த முக்கியத்துவமும் தரவில்லை.

காவல்துறை விசாரணையின்படி, இந்த என்கவுன்டர் 27ஆர்.ஆர். பிரிவைச் சேர்ந்த இராணுவ அதிகாரிகள், அவர்களின் உளவாளியுடன் சேர்ந்து 'திட்டமிட்டு அரங்கேற்றியது' ஆகும். பந்திப்பூரைச் சேர்ந்த காவல்துறை உயரதிகாரி ஒருவர் இந்தியன் எக்ஸ்பிரஸ் நாளிதழுக்கு அளித்த பேட்டியில், 'போராளிகளின் அனுதாபிபோல நடித்து ரமீஸ் ஹிலால் அஹ்மது தர்ரை தீவிரவாதத்திற்குள் இழுத்தார்' என்றும், 'மார்ச் 2012இல் ரமீஸ் இராணுவத்திடமிருந்து இரண்டு ஆயுதங்களைப் பெற்றுக்கொண்டார்' என்றும் பதிவுசெய்திருக்கிறார்.[21] அதே அதிகாரி தனது அறிக்கையில், ஹிலாலுக்கு வெளிநாட்டுத் தீவிரவாதிகளைச் சந்திக்க உதவி செய்வதாக வாக்குறுதி அளித்த ரமீஸ், ஹிலாலிடம் ஆர்வமாக இருக்கும் வேறு இளைஞர்களையும் தேடி அழைத்து வருமாறும் கூறியதாகக் குறிப்பிட்டுள்ளார். 'அதன் பிறகுதான் முன்னாள் போராளியான நஸீர் அஹ்மது பட்டை வெளிநாட்டுத் தீவிரவாதிகளிடம் அறிமுகப்படுத்துவதாகச் சொல்லி ஊக்கப்படுத்தினார்' என்றார் அந்த அதிகாரி.[22]

ஜூலை 24 மாலை, ஹிலாலை அழைத்த ரமீஸ், சந்திப்பு உறுதி செய்யப்பட்டு விட்டதாகவும் போராளிகளைச் சந்திக்க காட்டுக்குள் செல்ல வேண்டுமென்றும் கூறினார்.

---

20. 'Bandipora Fake Encounter Police Close Case, Indicts Army Informer', Monthly Newsletter of the Public Commission of Human Rights, 186, September 2012, p. 5.

21. Bashaarat Masood, 'Bandipore Encounter Staged, Informer Lured Youth: Police,' *The Indian Express*, 30 July 2012, http://archive.indianexpress.com/news/bandipore-encounter-staged-informer-lured-youth-police/981221/.

22. Ibid.

ஹிலாலும் நஸீரும் ரமீஸ் சொல்லியிருந்த இடத்துக்குச் சென்றபோது பதுங்குவேட்டையில் மாட்டினர். இராணுவ வீரர்கள் தாக்குதலைத் தொடங்கியவுடன் ஹிலால் சம்பவ இடத்திலேயே பலியாக, நஸீர் தப்பித்துவிட்டார். ஹிலால், ரமீஸ் ஆகியோரின் தொலைபேசி அழைப்புகளைச் சரிபார்த்த காவல்துறை, 'ரமீஸ், ஹிலாலுடனும் இராணுவ வீரர்களுடனும் தொடர்ந்து நிலையான தொடர்பில் இருந்தார்' என்றது.[23]

அதே காவல்துறையின் கோப்புகள், ஹிலாலின் உடம்பிலிருந்த காயங்கள் குறித்து எதுவும் பேசவில்லை. ஆனால், முதன்முறையாக நஸீரை 'முன்னாள் போராளி' என அடையாளப்படுத்தியது. அதற்குமுன் நஸீர் போராளியென எங்குமே குறிப்பிடப்படவில்லை. தனது முதற்கட்ட அறிக்கைகளில் 27ஆர்.ஆர். படைப்பிரிவு விசாரணைக்கு ஒத்துழைக்கவில்லை என்றது காவல்துறை. தனது இறுதிக் கட்ட துணையறிக்கையில் பின்வருமாறு எழுதி நிறைவு செய்தது காவல்துறை:

> ஆரம்பத்தில் ஒத்துழைக்காவிட்டாலும், பிறகு முக்கியக் கேள்விகளுக்கு இராணுவம் பதிலளித்ததை இறுதி சாட்சிய மாகக் கருதி விசாராணையை நிறைவுசெய்கிறோம்.[24]

இராணுவம் அதன் தவறுகளுக்காக முற்காலத்தில் குற்றம் சாட்டப்பட்டிருந்தாலும், இதிலுள்ள அபரிமிதச் சிக்கல்களும், முன்பிருந்த குற்றச்சாட்டுகளிலிருந்து தண்டனையின்றி இராணுவம் வெளிவந்த முன்மாதிரிகளும் ஆதாரங்களுடன் சுட்டிக்காட்டப்பட, குற்றங்களிலிருந்து விடுவிக்கப்பட்டது இராணுவம். அறிக்கையில் ரமீஸ் மற்றும் நஸீரின் பெயர்களும் குறிப்பிடப்பட்டிருந்தன. 2015இல் வெளியான 'வன்முறை கட்டமைப்புகள்' எனும் மனித உரிமை அறிக்கை, காவல்துறை முதல் உச்சநீதிமன்றம் வரையிலான இந்தியக் குற்றவியல் நீதி அமைப்பானது எவ்வாறு உண்மைகளையும் சாட்சியங்களையும் இருட்டடிப்பு செய்வதில் உடந்தையாக இருக்கிறது என்பதையும், காவல்துறையை விடுவிக்க தண்டனைகளற்ற சட்ட ஆட்சிமுறை எவ்விதம் இயங்குகிறது

---

23. Ibid.

24. Police final supplementary report, No.2776/5A/012/PSB, 23 November 2012, cited in Suhail Ajmal, 'Police Close Bandipora Fake Encounter Case,' *Greater Kashmir*, 14 March 2015, https://www.greaterkashmir.com/news/more/news/police-close-bandipora-fake-encounter-case/.

என்பதையும் நூற்றுக்கணக்கான வழக்குகளை மேற்கோள் காட்டி ஆவணப்படுத்தியது.[25]

காஷ்மீர் மாநில காவல்துறை, இராணுவத்தினர் குற்றவாளிகளாகக் குறிப்பிடப்பட்ட சுமார் ஐம்பது கொலை வழக்குகளை விசாரணை செய்தது. ஆனால், காஷ்மீரில் அமலிலுள்ள ஆயுதப்படை சிறப்புச் சட்டம் (AFSPA), குடிமைசார் விசாரணைக்கு இராணுவத்தினரை உட்படுத்த மத்திய அரசிடமிருந்து முறையான முன்அனுமதி பெறவேண்டுமெனச் சொல்லி இராணுவத்திற்குப் பாதுகாப்பளிக் கிறது. இந்த அனுமதி மிக அரிதாகவே வழங்கப்படும் என்பதற்கு காஷ்மீரில் பரவலாக நன்று அறியப்பட்ட பல வழக்குகள் சாட்சியம் சொல்கின்றன.

ஹிலாலின் வழக்கும் விதிவிலக்கில்லை. இராணுவம் கொலை, ஊனப்படுத்துதல், பாலியல் வன்புணர்வு, சித்தரவதை ஆகிய எதை வேண்டுமானாலும் அரங்கேற்றலாம் — எந்தத் தண்டனையுமின்றி.

ஹிலால் கொலைவழக்கில் காவல்துறையின் விசாரணை பல விதங்களில் உபயோகமாக இருந்தது. முதலில் தொலைபேசி நிறுவனத்திடமிருந்து அவர்கள் கேட்டுப் பெற்ற தொலைபேசி அழைப்புகளின் பட்டியல் ரமீஸுக்கும் 27ஆர்.ஆருக்கும் தொடர்பி ருப்பதை நிரூபித்தது. காவல்துறையின் முதல் நிலையறிக்கை, ‘குற்றஞ்சாட்டப்பட்ட முஹம்மது ரம்ஸான் என்கிற ரமீஸ் 27ஆர். ஆர். உடன் இணைந்து போலி என்கவுன்டரை திட்டமிட்டு, அதை நிறைவேற்றும் வகையில் ஹிலாலைக் கொன்றார். இராணுவம் முதலில் ஹிலாலைப் பிடித்து, பிறகு சுட்டுக்கொன்றது’ என்கிறது.

இரண்டாவதாக, காவல்துறை வரவழைப்பாணையால் கேட்டுப் பெற்ற தொலைபேசிப் பதிவேடுகள், ரமீஸுக்கும் ஹிலாலுக்குமிடையே ஆறு மாதங்களில் முப்பத்தியெட்டு அழைப்புகள் சென்றிருப்பதைப் பதிவு செய்தன — ஹிலால் இறந்த அன்று மட்டும் 12 அழைப்புகள் பதிவாகியிருந்தன.

மூன்றாவதாக, ஹிலால் இறந்த அன்று நஸீர், ரமீஸ் இருவரிடமும் பேசிய அழைப்பு — நஸீரை எச்சரிப்பதற்காக அழைத்து எட்டு விநாடிகள் பேசியதுதான் அவரது கடைசி அழைப்பு.

---

25. *Structures of Violence: The Indian State in Jammu and Kashmir*, The International Peoples' Tribunal on Human Rights and Justice in Indian-Administered Kashmir [IPTK] and The Association of Parents of Disappeared Persons [APDP], Srinagar, September 2015, https://jkccs.files.wordpress.com/2017/05/structures-of-violence-e28093-main-report.pdf.

காவல்துறையின் கேள்விகளுக்குப் பதிலளித்த இராணுவ வீர ரொருவர், 'ஜூலை 24, 25ஆம் தேதி இரவு எங்கள் 'சோர்ஸ்' ரமீஸிடமிருந்து தகவல் வர, அஷ்திங்கூவில் பதுங்கியிருக்கும்போது மூன்று நபர்களின் நடமாட்டத்தைக் கவனித்தோம். அவர்கள் எங்களை நோக்கி சுடத் தொடங்க, நாங்கள் திருப்பிச் சுட்டதில் ஒருவர் இறந்துவிட்டார். அவர்தான் ஹிலால் அஹ்மது தர்.[26]

மூன்றாவது நபர் யார், ரமீஸா அல்லது வேறு யாருமா? தீவிர விசாரணைக்குப் பிறகு, உள்ளூர் காவல்துறை ஹிலாலுக்கு எந்தத் தீவிரவாத, குற்ற நடவடிக்கையிலும் தொடர்பில்லை என்றே விசாரணை நெடுகிலும் வலியுறுத்தியது. அவர் ஒரு அப்பாவி.

காவல்துறை விசாரணையின் போது, வழக்கின் விசாரணை அதிகாரி வசீம் காதிரி பணிதாழ்த்தப்பட்டு பணியிடமாற்றத்தில் 2014 ஆகஸ்ட் மாதம் ஸ்ரீநகரிலுள்ள சிறப்புக் காவல்படைக்கு அனுப்பப்பட்டார் என்று ஹிந்துஸ்தான் டைம்ஸ் நாளிதழ் செய்தி வெளியிட்டது. அவர்மீதான விசாரணை அறிக்கை காதிரியை, 'இடித்துரைப்பாளர்' (whistle-blower) எனச் சொல்லி, பின்வருமாறு பேசியது:

இந்த விசாரணை இராணுவத்தை மிகப் பெரிய சங்கடத் துக்குள்ளாக்கியது — 2010இல் மச்சில் பகுதியில் பதவி உயர்வுக்காகவும் பரிசுக்காகவும் மூன்று அப்பாவிகளை போலி என்கவுன்டரில் சுட்டுத்தள்ளியதாகக் குற்றஞ்சாட்டப்பட்ட வழக்கைப் போன்ற பழியை இவ்வழக்கில் எதிர்கொள்ள நேரிட்டது. இதுகுறித்த விசாரணை அறிக்கை ஊடக கவ னத்தை அதிகமாகக் கவரவும், காதிரி கூடுதல் எஸ்.பி. நிலையிலிருந்து காஷ்மீர் சிறப்புக் காவல்படைக்கு டி.எஸ். பி.ஆக சென்ற வாரத்தில் பணிதாழ்த்தப்பட்டதாக தகவல்கள் தெரிவிக்கின்றன. சென்ற மாதம் டி.ஜி.பி.ஆகப் பொறுப் பேற்றுள்ள அஷோக் பிரசாத், எஸ்.பி. நிலைக்கு கீழுள்ள அதிகாரிகள் எவரும் பத்திரிகையாளர்களை சந்திக்கவோ, பேசவோ தடையுத்தரவு பிறப்பித்தார்.[27]

---

26. Suhail Ajmal, 'Informer Hatched Conspiracy to Stage Encounter', *Greater Kashmir*, 14 March 2015, https://www.greaterkashmir.com/news/more/news/informer-hatched-conspiracy-to-stage-encounter/.

27. Peerzada Ashiq, 'Kashmir: Whistleblower Cop in "Staged" Encounter Transferred, Demoted', *Hindustan Times*, 14 August 2012, https://www.hindustantimes.com/india/kashmir-whistleblower-cop-in-staged-encounter transferred-demoted/story-quOoqXQGOdSzWriGUKbkLM.html.

காவல்துறையின் இறுதியறிக்கை 27ஆர்.ஆர். படைப்பிரிவை நிரபராதி என அறிவித்தது. துணை ஐ.ஜி ஜெனரல். ராஜேஷ்குமார், 'இந்த வழக்கின் விசாரணை நிறைவடைந்தது' என்றார்.[28] ஆனாலும், உள்ளூர் பத்திரிகையான *Greater Kashmir*-இன் நிருபர் இதில் இராணுவத்தின் பங்கு குறித்து கேள்வி எழுப்ப, ராஜேஷ்குமார் பதிலளிக்க மறுத்துவிட்டார்.[29]

பெரும்பாலான காஷ்மீரிகள் பள்ளத்தாக்கிற்குள் இந்திய இராணுவ ஆக்கிரமிப்பின் நீட்சியாகவே காஷ்மீர் காவல்துறையைப் பார்க்கின்றனர். காவல்துறை விசாரணையின் மீது அவர்கள் கொண்டிருக்கும் நம்பிக்கையின்மைக்கு நீண்ட, நெடிய வரலாறும் இருக்கிறது. கடந்த முப்பது வருடங்களில் இப்பகுதியின் மிக முக்கியக் கொலை, பலாத்காரம், வழக்குகளில் இராணுவத்தை தீவிரமாகப் பாதுகாத்திருக்கிறது காவல்துறை. 2009இல் நிலோஃபர் ஜான் மற்றும் ஆசியா ஜானைக் கடத்தி, பாலியல்ரீதியாகத் துன்புறுத்திக் கொலைசெய்த ஷோபியான் வழக்கில் பலாத்காரம் நடந்ததற்கான தடயவியல் சாட்சியங்களை அமுக்கி அழித்தது காஷ்மீர் காவல்துறை. மார்ச் 2000இல் தென்பகுதி கிராமமான பத்ரிபாலில் நடந்த கொடூரக் கொலைகளிலிருந்து மிகச் சமீபத்தில் ஒரு குஜ்ஜார் இனப் பெண்ணை பாலியல் பலாத்காரம் செய்ததுவரை எல்லா நேரமும் வெவ்வேறு விதங்களில் இராணுவத்தின் தவறுகளுக்கு காவல்துறையும் உடந்தையாக இருந்திருக்கிறது — நிரபராதியென தீர்ப்பெழுதி வழக்கை மூடுவதிலிருந்து, சாட்சியங்களை அழிப்பதிலும் சிதைப்பதிலும் முனைப்புடன் உதவுவதுவரை.

இந்திய இராணுவத்தின் பார்வை

ஹிலாலின் மரணம் பந்திப்பூரைக் கொதிப்படையச் செய்தது. அப்பகுதி முழுவதும் வெடித்த எதிர்ப்புகள் வன்முறையில் முடிய, ஆயிரக்கணக்கான மக்கள் இந்தியாவுக்கெதிரான சுதந்திரப் போராட்ட முழக்கங்களை கோஷமிட்டபடி வீதிகளில் இறங்கினர். இந்தப் போராட்டங்களுக்கிடையே இந்திய இராணுவம் இதுகுறித்த

---

28. Suhail Ajmal, 'Police Close Bandipora Fake Encounter Case', *Greater Kashmir*, 14 March 2015, https://www.greaterkashmir.com/news/more/news/police-close-bandipora-fake-encounter-case/.

29. Ibid.

விசாரணையைத் தள்ளுபடி செய்தது.[30] செய்தியாளர் சந்திப்பில் பேசிய 15 கார்ப்ஸின் லெப்டினன்ட் ஜெனரல் ஓம் பிரகாஷ், ‘எங்களுக்கு நிரூபிக்க எதுவுமில்லை. இராணுவம் ஒழுக்கமும் கட்டுப்பாடும் மிகுந்த படையென்பதும் மிகுந்த நேர்மையுடனும் நாணயத்துடனும் எங்கள் பணிகளை மேற்கொள்வோமென்பதும் அனைவரும் அறிந்ததே’[31] என்றார்.

ஹிலால் மரணம் தொடர்பாகச் சொல்லப்பட்ட இந்தக் கதையை பந்திப்பூரிலுள்ள ஒருவரும் நம்பவில்லை.

எதிர்ப்புகள் வலுக்கத் தொடங்கவும் ஊரடங்கு உத்தரவு பிறப்பிக்கப் பட்டது. இந்திய உள்துறை அமைச்சர் ஏ.கே. அந்தோணி, ஸ்ரீநகருக்குப் பறந்துவந்து அதிகாரபூர்வ விசாரணை நடத்த உத்தர விட்டார். தொடர் பத்திரிகையாளர் சந்திப்புகளுக்கு ஏற்பாடு செய்த இராணுவம், தன் செய்திக்குறிப்பை வெளியிட்டது. ஆனாலும், காவல்துறை விசாரணைக்கு ஒத்துழைக்க மறுத்துவிட்டது. ஆறு மாதங்களுக்குப் பிறகு, இராணுவத்தின் மீதான குற்றங்களை நிராகரித்து, நிரபராதியென்றது காவல்துறை. ரமீஸும் நஸீரும் மட்டும் தூண்டிலில் எஞ்சியிருந்தனர்.

ஜூலை 2020இல் ஹிலாலின் ஏழாமாண்டு நினைவஞ்சலி அனு சரிக்கப்பட்டது.

செப்டம்பர் 2020 தகவல்படி, பந்திப்பூர் அமர்வு நீதிமன்றத்தில் வழக்கு இன்னமும் நிலுவையில் இருக்கிறது.

காஷ்மீர் மாநிலத்தில் அரச வன்முறை வெளிப்படையாகவே செலுத்தப்படுகிறது; இந்திய இறையாண்மையை நிலைநாட்டும் முழுமையான வழிமுறையாகவே இது கருதப்படுகிறது. ஹிலால் வழக்கைப் போல, நீதிமன்றத்தில் நிலுவையில் இருக்கும் பல்வேறு வழக்குகள் அரசின் ஈவிரக்கமற்ற தன்மைக்கான குற்றச்சாட்டுப் பத்திரத்தை நம்முன் வைக்கும் அதே வேளையில், இதற்கு உடந்தை யாய் இருந்துகொண்டே, காஷ்மீரில் மாற்றம் ஏற்படுத்தும் கருணை யுள்ள அரசாங்கத்திற்காய் வாக்குறுதி வழங்குபவர்களின் நம்பகத் தன்மை குறித்தும் யோசிக்க வேண்டியிருக்கிறது.

30. Press Trust of India, ‘J&K: Army Rules out Inquiry into Youth's Killing’, Zee News, 26 July 2012, https://zeenews.india.com/news/jammu-and-kashmir/jandk-army-rules-out-inquiry-into-youths-killing_789817.html.

31. Firdous Syed, ‘Forget Balm, Army Must Stop Inflicting Fresh Wounds’, *DNA*, 2 August 2012, https://www.dnaindia.com/analysis/column-forget-balm-army-must-stop-inflicting-fresh-wounds-1722940.

ஹிலால் கொலைக்குக் காரணமான வீரர்களுக்கு பணியிட முன்னேற்றமும் பணத்திற்காகக் கொலைகளைத் திட்டமிட்டு நிகழ்த்தச் சொல்லி ஊக்கத்தொகையும் வழங்கப்பட்டது. அது விபத்தோ, பிறழ்வோ இல்லை. திட்டமிட்டு அரசால் ஊக்குவிக்கப்பட்ட, கட்டற்ற அதிகாரத்தின் துஷ்பிரயோகம். பணத்துக்கேற்ற கொலை என்ற நியதியில் இயங்கும் அமைப்பில், என்கவுண்டர் கொலைகள் உடனே மன்னிக்கப்படுவது மட்டுமில்லாமல், ஊக்குவிக்கவும் படுகின்றன.

குப்வாரா மாவட்டத்திலுள்ள குனன் பாஷ்போரா கிராமத்தில், 1991ஆம் ஆண்டு, 4ஆவது ராஜ்புதனா ரைஃபிள்ஸ் பிரிவைச் சேர்ந்த அறுபத்தி எட்டாவது படையணி, ஐம்பதுக்கும் மேற்பட்ட பெண்களை பாலியல் பலாத்காரம் செய்தது. இந்திய இராணுவம் இந்தக் குற்றச்சாட்டுகள் ‘அடிப்படையற்றவை’ என்று ஒதுக்கித் தள்ளியதுடன் பெண்களின் அந்தப் போராட்டத்தை ‘தீய நோக்கம்’ கொண்டது என்றும் வர்ணித்தது. 1998இல் பதினோரு குழந்தைகள், ஐந்து பெண்கள் (ஒருவர் கர்ப்பிணி) அடங்கிய 19 சாமானியர்கள், பூன்ச் மாவட்டத்திலுள்ள சைலனில், அவர்கள் வீடுகளிலேயே சுட்டுக் கொல்லப்பட்டார்கள். உடல்கள் துண்டாடப்பட்டு அங்கிருந்து அகற்றப்பட்டன. வலிமையான ஆதாரங்கள் இருந்தும் இந்தக் கொடூரக் குற்றங்கள் அனைத்தும் ‘என்கவுண்டரின்’ போது நடந்த துணைச்சேதம் என்றே பதிவு செய்யப்பட்டன.[32]

2000ஆம் ஆண்டு பத்ரிபாலில் நடந்த போலி என்கவுண்டரில் ஐந்து பேரைக் கொன்றுவிட்ட இந்திய இராணுவத்தினர், பலியானவர்களை சிட்டிசிங்போராவில் சீக்கியர்களின் கொலைக்குக் காரணமான ‘வெளிநாட்டுத் தீவிரவாதிகள்’ என்று பதிந்தனர். விசாரணையின் போது, பத்ரிபாலில் பலியானவர்களின் டி.என்.ஏ. மாதிரிகள் சிதைக்கப்பட்டன. விசாரணை மேற்கொண்ட சி.பி.ஐ., ‘இராணுவம் செய்தது சில்லிட வைக்கும் கொடூரக் கொலைகள்; குற்றம்சாட்டப்பட்ட அதிகாரிகள் கடுமையாகத் தண்டிக்கப்பட வேண்டியவர்கள்’[33]

32. S. Ghosh, *The Anatomy of a Massacre: The Mass Killings at Sailan, August 3-4, 1998*, Jammu Kashmir Coalition of Civil Society, Srinagar, 2014, https://www.scribd.com/document/235731215/The-Anatomy-of-a-Massacre-The-Mass-Killings-at-Sailan.

33. Suchitra Vijayan, 'Military Justice in a Political Season', *The Hindu*, 11 November 2016, https://www.thehindu.com/opinion/op-ed/Military-justice-in-a-political-season/article11013671.ece.

என உச்சநீதிமன்றத்தில் அறிக்கை சமர்ப்பித்தது. இத்தனை விசாரணை கண்டுபிடிப்புகளுக்கிடையிலும் இந்திய இராணுவம் 2017ஆம் ஆண்டு ஜனவரி மாதம் 'குற்றம்சாட்டப்பட்ட எவரொருவருக்கு எதிராகவும் முதற்கட்ட ஆதாரம் நிறுவப்படவில்லை' என்று கூறி வழக்கை மூடி, இராணுவ விசாரணை நடத்தவும் மறுத்துவிட்டது.[34]

ஜம்மு-காஷ்மீரில் நூற்றுக்கணக்கில் இருக்கும் குறிப்புகள் எதுவுமற்ற கல்லறைகளும் பொதுப் புதைகுழிகளும் சட்டவிரோதக் கொலைகளில் பலியானவர்கள், கட்டாயத்தின் பேரில் காணாமல்போன மனிதர்கள், போலி என்கவுன்டரில் பலியானவர்கள், வன்முறை-சித்தரவதை எனப் பல்வேறு விதங்களில் நிந்திக்கப்பட்டவர்களால் நிரம்பியிருக்கிறது. ஸ்ரீநகரிலிருந்து இயங்கும் 'உயிரிழந்தவர்களின் பெற்றோர் கூட்டமைப்பு' வெளியிட்டிருக்கும் Facts Under Ground அறிக்கை, ஜம்மு-காஷ்மீரில் 1989ஆம் ஆண்டிலிருந்து சுமார் 8,000 நபர்கள் காணாமல் போயிருப்பதாகத் தெரிவிக்கிறது.[35] இராணுவத்தின் கணக்கிலடங்காத கொடுமைகள், அவற்றை மூடி மறைக்கும் தொடர் முயற்சிகள், வழக்கு தொடுப்பதில் ஆகப்பெரும் தொடர் தோல்விகள் என வருடக்கணக்கில் தொடரும் இராணுவ ஆக்கிரமிப்பின் காரணமாக, தண்டனையின்மை என்பது ஒரு கலாச்சாரமாகவே பெருகிவிட்டது. அது வெறும் வன்முறையாக மட்டும் உருவெடுக்காமல், சமூகத்தின் தினசரி வாழ்வைக் கட்டமைக்கும் கூறாகவே மாறிவிட்டது.

உச்சநீதிமன்றம்போன்ற அமைப்புகள் குறைதீர்க்கவும் பொறுப்பேற்கவும் உறுதியளித்தாலும், அதைத் தாண்டிய புறக்கணிப்புகளும் மூடி மறைத்தலும் விடாப்பிடியாக அழுத்திக்கொண்டேயிருக்கின்றன. நீதி புறக்கணிக்கப்படும் ஒவ்வொரு முறையும், இராணுவத்தின் ஆதிக்கம் வலுப்பெறுகிறது. காஷ்மீரில், தண்டனை உறுதி செய்யப்பட்ட ஒரு சில வழக்குகள் அரசியல் தலையீட்டினால் நிகழ்ந்த விதிவிலக்குகளாகவே இருந்தன.

'மாநில நிர்வாகமே இராணுவத்தைக் கண்டு பயப்படும்போது, என் நீதியை நான் யாரிடம் கேட்பது?' என்ற முஹம்மது கமால்

---

34. இத்தனை ஆய்வு முடிவுகளுக்கு மத்தியிலும் 'இந்த சாட்சியம் குற்ற வாளிக்கெதிரான முதன்மை ஆதாரத்தை நிரூபிக்கவில்லை' எனக் கூறி 2017 ஜனவரியில், இந்திய இராணுவம் இந்த வழக்கை மூடியது.

35. Association of Parents of Disappeared Persons (APDP), 'Facts Underground', JKCCS, Srinagar, 2008, https://jkccs.files.wordpress.com/2017/05/facts-underground-first-report-on-mass-graves-in-kashmir.pdf.

ராத்தரின் (ஹிலாலின் மாமா) கேள்வி அந்த எல்லைப்பிரதேசத்தில் குடியாட்சியின் நீதித்தூண்கள் செயல்படுவது குறித்த பெரும்பாலான காஷ்மீரிகளின் புரிதலையே எதிரொலிக்கிறது.

அமைப்புகளைக் கேள்வி கேட்டு நம்பகத்தன்மையை உறுதிசெய்யும் பொறுப்பிலுள்ள காஷ்மீரின் நீதித்துறை, அரச வன்முறையையும் கிளர்ச்சிகளை ஒடுக்க அரசு கையாளும் நடைமுறைகளையும் நியாயப்படுத்த அரசின் பொறுப்புடமை குறித்த கதைகளைப் புனையும் தனித்துவம் வாய்ந்த கருவியாகச் செயல்பட்டு வருகிறது.[36]

ஹிலாலின் மரணத்தை மக்களின் வாழ்விடையே ஊடுருவியுள்ள வன்முறை மற்றும் அரசால் அனுமதிக்கப்பட்ட மனித உரிமை மீறலின் நீண்ட, நெடிய வரலாற்றோடு பொருத்திப் பார்க்க வேண்டும். 1947இல் தொடங்கி இன்றுவரை அந்த மக்களின் அரசியல், சமூக, சட்டக் கோரிக்கைகளுக்கு பாரபட்சமற்ற வன்முறை, அடக்குமுறை, நாளுக்குநாள் அதிகரிக்கும் இராணுவமயமாக்கல் ஆகியவற்றின் மூலமே பதிலளித்திருக்கிறது இந்திய அரசு. பல்வேறு தருணங்களில் அடிப்படை ஜனநாயக உரிமைகள் மறுக்கப்பட்டு, தேர்தல்கள் சரிகட்டப்பட்டு, காஷ்மீரின் முக்கிய அரசியல் தலைவர்கள் கைது செய்யப்பட்டதுவரை அனைத்தும் அரங்கேறியது.

கண்ணுக்கெட்டிய தொலைவுவரை மாற்றத்திற்கான வழிகள் புலப்படவில்லை. நீதிமன்றங்களில் மக்கள் கண்முன்னே குற்ற வாளிகள் தண்டிக்கப்படும் நாள் வருமா என்றும் தெரியாது. தங்கள் குடும்பத்தின் இன்றைய நிலைக்குக் காரணமானவர்களை பாதிக்கப்பட்டவர்களும் அவர்களின் குடும்பத்தினரும் எப்போது துணிந்து எதிர்கொள்வார்கள்?

இராணுவ ஆதிக்கத்திற்கு ஒரு முடிவு வரும்வரை, சுதந்திரம் என்பது பேரணிகளின் கூக்குரலாக இல்லாமல் இயல்பாகும்வரை எதுவும் சாத்தியமில்லை.

36. Haley Duschinski and Shrimoyee Nandini Ghosh, 'Constituting the occupation: preventive detention and permanent emergency in Kashmir', *The Journal of Legal Pluralism and Unofficial Law*, 49, no. 3, 2017, pp. 314–337. DOI: 10.1080/07329113.2017.1347850.

இந்தியா இலட்சக்கணக்கான தோட்டாக்களை இறைத்து காஷ்மீரின் வீடுகளையும் அதன் மனிதர்களையும் துண்டாடியிருக்கிறது. தீவிரவாதிகள், ஊடுருவிகள், கையாள்கள் ஆகியோரை வளர்த்து விட்டு, மனிதர்களை அவரவர் சமூகத்திற்கெதிராகவே திருப்பி யிருக்கிறது. பங்கர்கள், கோல்ஃப் மைதானங்கள், அணைக்கட்டுகள், அவலட்சணமான கட்டடங்கள் என அனைத்தும் எழுப்பப்பட்டி ருந்தாலும், முடக்கப்பட்ட நாகரிகம் அன்பு செலுத்துதலை சாத்தியம் இல்லாததாக்கிவிட்டிருக்கிறது. ஆம், காஷ்மீரிகள் ஒவ்வொரு நாளும் சுதந்திரத்திற்காகப் போராடிக்கொண்டிருக்கிறார்கள். காஷ்மீரின் வரலாற்றுப் பதிவுகள் பெரும்பாலும் இந்தியாவினால் கட்டுப்படுத்தப்படுகின்றன. தனக்குச் சாதகமான கதைகளைப் புனைய இங்கு அரசு செலவழிக்கும் சக்தியைப் போல வேறெந்த மாநிலத்திலும் விரயமாக்குவதில்லை. இந்த வரலாற்றுப் புனைவுகள் மூலம் காஷ்மீர் மாகாணத்தின் மரபுவழி உரிமையாளராக தன்னை மட்டுமே நிலைநிறுத்திக்கொண்டு, பாகிஸ்தானை ஆக்கிரமிப் பாளராக எதிர்நிறுத்தும் இந்தியாவின் நகர்வை, காஷ்மீரி மக்களின் போராட்டங்களை ஊமையாக்குவதற்கான முகாந்திரமாகவே கணிக்க முடிகிறது. நம் பிள்ளைகளிடம் காஷ்மீர் பற்றிய எந்த உண்மைகளைச் சொல்லப் போகிறோம்? இந்தியா என்ற குடியரசு பற்றியும், அதன்மீது விருப்பமோ நாட்டமோ இல்லாத அதன் மக்களைப் பற்றியும் என்ன கதைகளை நாம் பகிர்வோம்?

ஹிலாலின் துயர்மிகு கதையில் எல்லை என்பது இரு நாடுகள் சண்டையிட்டுக்கொள்ளும் எல்லைக்கோடாக மட்டுமில்லாமல், ஒவ்வொரு மூலை முடுக்கிலும் அவர்களுக்காகக் காத்துக்கொண்டி ருந்த முகமற்ற வன்முறையும் ஊழலும் மிகுந்த தடுப்பு முகாமின் ஆதாரமாகவும் இருந்தது. ஹிலாலின் தந்தை தன் மகனின் உடலைக் கண்ட நொடி நினைவுக்குவரும் ஒவ்வொரு தருணத்திலும் 'தன் நெஞ்சம் உறைந்துவிடுகிறது' என்று கூறினார்.

'என்னால மூச்சுவிட முடியாது; கழுத்தைச் சுத்தி சுருக்கு விழுந்த மாதிரி இருக்கும்' என்றார்.

ஹிலாலின் குடும்பத்தைப் பற்றி யோசிக்கும் நாள்களில் நான் தூக்க மின்றி எழுந்துவிடுவேன். ஒவ்வொரு என்கவுன்டர் நிகழ்வும் அவர்க ளின் உலகை எப்படி சுருங்கச் செய்துவிடுகிறது என்பதுகுறித்து ஆச்சரியமாக இருக்கும். எல்லைகள், அடையாள அட்டைகள், சோதனைச்சாவடிகள், கண்ணீர் குண்டுகள், வன்முறை, இறுதி ஊர்வலங்கள் இல்லாத இவர்களின் வாழ்வு எத்துணை பரந்து பட்டதாக இருந்திருக்கக்கூடும்?

9

இன்றைய காஷ்மீர்

சட்டப்பிரிவு 370ஐத் திரும்பப் பெறுதல்

2019ஆம் ஆண்டு ஆகஸ்ட் நான்காம் தேதி மாலை, இந்திய ஆக்கிரமிப்பு காஷ்மீரின் மிகப் பெரிய நகரமான ஸ்ரீநகரிலிருந்து என் நண்பர் நவாஸ் குல் கானுங்கோ கடைசியாகப் பேசினார். அதற்கு பிறகு அநேகமாக ஒவ்வொரு நாளும் அவர் லேண்ட்லைனுக்கும் தொலைபேசிக்கும் அழைத்திருக்கிறேன். ஒவ்வொரு முறையும் 'நீங்கள் அழைக்கும் எண் தொடர்பு எல்லைக்கு அப்பால் உள்ளது' எனச் சொல்லும் அதே தானியங்கிக் குரல்தான் எனக்குக் கேட்கிறது. அவர் கடைசியாக எனக்கு அனுப்பிய குறுஞ்செய்திகளில் ஒன்றில், 'வெள்ளத்திற்கு முந்தைய இரவுபோல இருக்கிறது' என்று சொல்லியிருந்தார் — 2014இல் காஷ்மீரை மொத்தமாக மூழ்கடித்த கொடூர வெள்ளத்தைத்தான் அப்படிக் குறிப்பிட்டிருந்தார்.

ஆகஸ்ட் 5ஆம் தேதி விடியற்காலையில் இந்திய அரசு காஷ்மீரில் முன்னெப்போதும் இல்லாத தகவல் தடையுடன்கூடிய கடுமையான ஊரடங்கைப் பிரகடனம் செய்தது. லேண்ட்லைன், தொலைபேசி, இணையம் எனத் தகவல் தொடர்புக்கான அனைத்து வழிகளும் தடைசெய்யப்பட்டன. இன்று இதை எழுதிக்கொண்டிருக்கும்போது கூட அநேக காஷ்மீரிகள் தங்கள் குடும்பங்களை தொடர்புகொள்ள எவ்வித வழியுமற்று இருக்கிறார்கள். இந்த ஊரடங்கிற்கு முன்னர் தான் 38,000 துருப்புகள் காஷ்மீர் பள்ளத்தாக்கிற்கு அனுப்பப்பட்டனர். சமீபத்திய அறிக்கைகள் அந்த எண்ணிக்கை 10 இலட்சமாக உயர்ந்து விட்டதைத் தெரிவிக்கின்றன.

இந்திய அரசும் அது தன் பாதுகாப்பில் பொதிந்து வைத்திருக்கும் பத்திரிகையாளர்களும் இந்நிலைமையை 'இயல்பு' என்றும், 'கட்டுக்குள் இருப்பதாகவும்' கூறுகின்றனர். ஆனால், உலகின் மிக அதிகமாக இராணுவமயமாக்கப்பட்ட, வன்முறை மிகுந்த ஊரடங்கில் தகவல் தொடர்புகள் எதுவுமற்று, உலகுடனான தொடர்பு முற்றிலுமாய் துண்டிக்கப்பட்ட பகுதியில் வசிப்பதில் 'இயல்பு' எதுவுமில்லை. நடவடிக்கைகள் கடுமையாக்கப்பட்ட பிறகு, ஆண்களும் பெண்களுமாய் சுமார் நான்காயிரம் இளைஞர்கள் கைது செய்யப்பட்டுள்ளனர். *Agence France Presse (AFP)* எனும் பிரெஞ்சு செய்தி நிறுவனத்தின்படி, சிறைகள் நிரம்பி வழிந்ததால் கைது

செய்யப்பட்டவர்கள் காஷ்மீரைவிட்டு வெளியேற்றப்பட்டனர்.[1] காஷ்மீரின் அரசியல் தலைவர்கள் (இந்திய ஆதரவு, சுதந்திர காஷ்மீர் ஆதரவு இரு தரப்பு தலைவர்களும்) இன்றும் வெவ்வேறு பெயர் தெரியாத சிறைகளில் அடைக்கப்பட்டிருக்கின்றனர். வழக்குரைஞர்கள், பத்திரிகை நிருபர்கள், உள்ளூர் வியாபாரிகள், மனித உரிமை ஆர்வலர்கள் என இன்னும் பலரும் கைது செய்யப்பட்டனர் — எந்தச் சட்டத்தின் கீழ் என்பது எவரும் விடையறியாத கேள்வி.

இந்த இராணுவ முற்றுகையை அமல்படுத்திய பிறகு இந்தியாவின் பிரதமர் நரேந்திர மோடி தலைமையிலான ஆளும் வலதுசாரி பாரதிய ஜனதா கட்சி, காஷ்மீருக்கு சிறப்பு அந்தஸ்து அளித்த சட்டப்பிரிவுகள் 370 மற்றும் 35ஏவை ரத்து செய்து உத்தரவிட்டதுடன் மாநிலத்தை ஜம்மு & காஷ்மீர் மற்றும் லடாக் என இரண்டு யூனியன் பிரதேசங்களாகப் பிரித்தது. சட்டப்பிரிவு 35ஏவை நீக்கியவுடன் இந்தியா காஷ்மீரின் ஒரே காலனித்துவச் சக்தியாக உருவெடுத்தது! இந்தியா அங்கு காஷ்மீரி அல்லாதவர்களைக் குடியமர்த்தி, அதன் அடிப்படை மக்கள்தொகை அமைப்பையே மாற்றிவிடக்கூடும் என்பது அநேக காஷ்மீரிகளின் கவலையாக இருக்கிறது.

காஷ்மீர் இந்தியாவுடன் சேர்வதற்கான மிக முக்கியக் காரணமான தன்னாட்சி அந்தஸ்தை வழங்கிய சட்டப்பிரிவுதான் 370. அது ரத்து செய்யப்படும்வரை, 370 சட்டப்பிரிவின் கீழ் வெளியுறவு, செலாவணி, பாதுகாப்பு தவிர அனைத்து துறைகளிலும் காஷ்மீருக்கென தனிக் கொடி, அரசியலமைப்புச் சட்டம், சுயாட்சி என சிறப்பு அந்தஸ்து வழங்கப்பட்டிருந்தது.

*Article 370: A Constitutional History of Jammu and Kashmir*ஐ எழுதிய சட்ட வல்லுநர் ஏ.ஜி. நூரானி, சட்டப்பிரிவு 370 ரத்து செய்யப்படுவதைப் பற்றி, 'வெளிப்படையாகவும் முழுமையாகவும் அரசியலமைப்பிற்கு எதிராக நிகழ்த்தப்பட்ட செயல்'[2] என்று கூறினார். மேலும், 'மிக மோசமான வழிமுறைகளைக் கையாண்டு நிறைவேற்றப்பட்ட செயல்' என்றார். சுமார் 80 இலட்சம் காஷ்மீரிகளைப் பாதிக்கக்

1. '4,000 Detained in Kashmir since Autonomy Stripped: Govt Sources', *Agence France-Presse*, 18 August 2019, https://www.france24.com/en/20190818-4-000-detained-in-kashmir-since-autonomy-stripped-govt-sources.
2. Indian American Muslim Council, 'Indian Americans Condemn Unconstitutional Revocation of Article 370, Massive Repression in Kashmir', 7 August 2019, https://www.iamc.com/indian-americans-condemn-unconstitutional-revocation-of-article-370- massive-repression-in-kashmir/.

கூடிய அந்த முடிவு எந்தவித விவாதங்களோ, கலந்தாய்வுகளோ இல்லாமல், நாடாளுமன்ற அவைகளின் ஒப்புதலும் இல்லாமல் தன்னிச்சையாக நிறைவேற்றப்பட்டது. காஷ்மீர் இனி இந்தியா நிர்வகிக்கும், அல்லது இந்திய ஆக்கிரமிப்பு காஷ்மீரோ அல்ல. வலுக்கட்டாயமாக இணைத்துக்கொள்ளப்பட்ட நிலப்பகுதி. மிக முக்கியமாக, இச்செயல்களை, இந்தியா ஒரு குடியரசு அரசமைப்பு என்பதை மொத்தமாக அழித்துவிட்டு, அதை ஓர் இனவாத குடியேற்றக் காலனிய நாடாக மாற்ற முயலும் பாரதிய ஜனதா கட்சியின் திட்டமிட்ட உத்தியின் ஒரு பகுதி என்று பார்க்க வேண்டும்.

தகவல் தடையையும் மீறி அச்சமும் அவமானமும் மிகுந்த கதைகள், தனிநபர்களின் குறுஞ்செய்திகள், களச்செய்தியாளர்கள், சமூக ஊடகங்கள் ஆகியோர் வாயிலாக வெளிவரத் தொடங்கின. ராய்ட்டரின் ஸெபா சித்தீக்கி:

> தகவல்தொடர்பு இருட்டடிக்கப்பட்ட காஷ்மீரிலிருந்து ஒன்பது நாள் பயணம் முடிந்து வந்திருக்கிறேன். இந்த ஒன்பது நாள்களில் என்னுடன் தங்கிவிட்ட வார்த்தை 'ஸுல்ம்' (Zulm). பதின் வயதினர் தொடங்கி முதியவர்வரை பெரும்பான்மை யானோர் என்னிடம் கேட்ட கேள்வி, 'க்யூன் கர் ரஹா ஹை இந்தியா இத்னா ஸுல்ம் ஹம் பர்?' / 'ஏன் இந்தியா இவ்வளவு அடக்குமுறையை எங்கள் மேல் ஏவுகிறது?'[3] என்பதுதான்

என்று எழுதினார்.

'ஸுல்ம்' என்றால் அநீதியான, கொடூரமான செயல்கள் என்று பொருள்.

சட்டவரைவு 370 ரத்தைத் தொடர்ந்த வன்முறைச் செயல்களிலிருந்து ஒரு விஷயம் தெளிவானது: அடக்குமுறை மிகுந்த காஷ்மீர் பள்ளத்தாக்கின் நீண்ட நெடிய வரலாற்றில் அதீத வன்முறை மிக்க, இரத்தக்களரியான, காட்டுமிராண்டித்தனமான அத்தியாயம் இனிதான் தொடங்கப் போகிறது! ஆகஸ்ட் 5ஆம் தேதியிலிருந்தே

3. Zeba Siddiqui, Twitter, 21 August 2019, https://twitter.com/zebatweets/status/1164105359516024832.

வெகுசனக் கைது, சித்தரவதை, இரவு நேரச் சோதனைகள் ஆகியவை குறித்த செய்திகள் வெளிவரத் தொடங்கின. ஆகஸ்ட் ஏழாம் தேதி, முற்றுகையின் இரண்டாம் நாளில் சட்டப்பிரிவு 370 ரத்தின் பின்பான முதல் பலியைக் கண்டது காஷ்மீர். நண்பர்களுடன் மைதானத்தில் விளையாடிக்கொண்டிருந்த பதினேழே வயதான ஒசைப் அல்தாஃப், சி.ஆர்.பி.எப். படையின் தொல்லையிலிருந்து தப்பிக்க முயலும்போது வழியிலிருந்த நீர்நிலையில் மூழ்கி இறந்தார். ஊரடங்கு உத்தரவு குறித்து ஏற்பட்ட குழப்பத்தினால் அந்தச் சிறுவர்கள் துரத்தப்பட்டதாக செய்தி தெரிவித்தது Press Trust of India.[4] *Huffpost India*-விடம் பேசிய அல்தாஃபின் தந்தை, காஷ்மீர் பள்ளத்தாக்கில் பலநூறு முறை எதிரொலித்த அதே கேள்வியை எழுப்பினார் — எங்களுக்கான நீதியை யார் தருவது? நாங்கள் அடக்குமுறையின் கீழ் வாழ்கிறோம். அடக்குமுறையில் நீதிக்குதான் இடமேது?[5]

ஒடுக்குமுறை தொடங்கியதிலிருந்து அவ்வப்போது எதிர்ப்புகள் வெடித்துக் கிளம்ப, இந்திய அரசு துணை இராணுவப் படையினரைக் கொண்டு இரவு நேரச் சோதனைகளை அதிகரித்தது. கொடூரமான முறையில் வீடு புகுந்து கைது செய்த சிறுவர்களை எந்தவிதக் குற்றச்சாட்டுமின்றி சிறையிலடைத்து அடி, உதை, தந்து சித்தரவதைப்படுத்த, சிலர் குண்டுகளுக்கும் பலியானார்கள். பதினான்கும் பதினாறும் வயதேயான அலி முஹம்மது ராஹ்வின் மகன்கள் நள்ளிரவில் கைது செய்யப்பட்டனர். இரவு நேரச் சோதனையின் போது வீடு புகுந்த படையினர் மகன்களை இழுத்துச் சென்றதாக[6] கூறினார் அலி.

---

4. Press Trust of India, 'J&K Crisis: Over 500 Political Workers and Leaders in Detention in Kashmir', *Business Standard*, 7 August 2019, https://www.business-standard.com/article/current-affairs/j-k-crisis-over-500-political-workers-and-leaders-in-detention-in-kashmir-119080701825_1.html.

5. Safwat Zargar, 'Kashmir's First Casualty after Article 370: 17- Year-Old Drowns Fleeing CRPF', *HuffPost India*, 8 July 2019, https://www.huffingtonpost.in/entry/kashmir-first-civilian-casualty-after-article-370- revoked_in_5d4ab624e4b0066eb70aaca3.

6. Parvaiz Bukhari, 'Teens Swept up in Night Raids in Kashmir Clampdown', Yahoo! News, 20 August 2019, https://news.yahoo.com/teens-swept-night-raids-kashmir-clampdown-135554337.html.

துரதிர்ஷ்டவசமாக, ஊரடங்கு, இணைய முடக்கம், பாரபட்சமற்ற வன்முறை என்பதெல்லாம் காஷ்மீருக்குப் புதிதல்ல. 2016இல் சுதந்திரம் வேண்டி எழுந்த எதிர்ப்புக் குரல்களை அடக்குவதற்காக நூறு நாள்கள் ஊரடங்கை அமல்படுத்தியது இந்திய அரசு. அந்த ஊரடங்கில் இந்தியப் படைகள் ரப்பர் குண்டுகள், சிறு பெல்லட் துப்பாக்கிகள், தாக்குதல் துப்பாக்கிகள் என அனைத்தையும் பிரயோகப்படுத்தியதில் 19 நபர்கள் உயிரிழந்தனர்; சுமார் எட்டாயிரம் பேர் காயமடைந்தனர்; நூற்றுக்கணக்கானவர்கள் பார்வையிழந்தனர். அரசு வன்முறையால் ஏராளமானவர்கள் பார்வையிழந்த முதல் சம்பவம் அது. 2016இல் தொடங்கிய ஊரடங்கு மிக நெடியதாக இருந்தாலும் 1984இல் இருந்து தொடர்ச்சியாக அவ்வப்போது ஊரடங்குகளைச் சந்தித்துவந்த காஷ்மீரிகளுக்கு இது ஒன்றும் புதிதல்ல. தன்னிச்சையான மக்கள் போராட்டங்களை நசுக்கு வதற்கான கருவியாகவே காஷ்மீரில் ஊரடங்கு பயன்பட்டது.

ஓசைப் அல்தாஃப் நீரில் மூழ்கியதிலிருந்து அடுத்தடுத்து இழப்புகள் தொடர்ந்தன. காஷ்மீரி குடும்பங்களில் இன்னுமிரு இழப்புகள் — ஃபஹ்மீதா ஷாஹு, முஹம்மது அய்யூப் ஃகான். தொடர்ச்சியாக இந்தச் செய்திகளுக்கு மறுப்பு தெரிவித்துவரும் இந்திய அரசு, 'ஊரடங்கால் இந்த மரணங்கள் சம்பவித்தன என்பதற்கு எந்த ஆதாரமும் இல்லை' என்றும் 'எட்டுபேருக்கு லேசான காயம் மட்டும் ஏற்பட்டது' என்றும் தெரிவித்தது.[7]

*AFP*யின் அறிக்கை, 'இறப்புச் சான்றிதழ்களை விநியோகிக்க வேண்டாம் என்று காவல்துறை மருத்துவர்களைக் கேட்டுக்கொண்டது' என்கிறது.[8] அதாவது, மரித்த உடலே ஆதாரமாகக் கிடைத்தாலும் நிரூபணங்களும் உண்மைகளும் பொருட்டேயில்லை. அது போலவே, காஷ்மீரில் வன்முறை என்பது பிறழ்வல்ல. மாறாக, அது எல்லா காலத்திலும் பரவலாக, முறைசார்ந்தும் அமைப்புரீதியாகவும் செய்யப்படுவது. அத்துடன் இராணுவமானது கொலை, சித்தரவதை, ஊனமாக்கல் ஆகிய செயல்களுக்கு தண்டனையற்ற முழுவுரிமையை அனுபவித்து வருகிறது. சட்டத்திற்கு அப்பாற்பட்ட கொலைகள்,

---

7. Jalees Andrabi (*AFP*), 'Kashmir families demand answers for "unaccounted for" deaths', *Yahoo! News*, 21 August 2019, https://news.yahoo.com/kashmir-families-demand-answers-unaccounted-deaths-071208840.html.

8. AFP, 'Kashmir families demand answers for "unaccounted for" deaths, France 24, 21 August 2019, https://www.france24.com/en/20190821-kashmir-familiesdemand-answers-for-unaccounted-for-deaths.

கடுமையான மனித உரிமை மீறல்கள், வலுக்கட்டாயமாகக் காணாமல் போகச் செய்தல், பாலியல் வன்முறை, கைது, சித்தரவதை என அனைத்தும் வன்முறையின் கருவிகளாயின — அனைத்தும் மனிதநேயத்திற்கெதிரான குற்றங்களுக்காக இயற்றப்பட்ட சட்ட வரம்புகளை மீறியவை.

ஆகஸ்ட் 25ஆம் தேதி ஸ்ரீநகரைச் சேர்ந்த எனது பத்திரிகையாள நண்பர் பர்வேஸ் புகாரி ஒரு மின்னஞ்சல் அனுப்பியிருந்தார்: 'இந்தக் கருந்துளைக்குள் வாழ்வது எப்படியிருக்கும் என்று உள்ளேயே இருக்கும் என்னைவிட உங்களுக்கு நன்றாகப் புரியும்'. '90களின் கொடூரக் காலங்களுக்குப் பின் இராணுவ டாங்கர்கள் ஊருக்குள்ளே வந்து போகும் காட்சி மக்களுக்கு காணக்கிடைக்கவில்லை. நகரம் சிறுசிறு பகுதிகளாகப் பிரிக்கப்பட, ஒவ்வொரு பகுதியும் ஒரு சிக்கலறைபோல வடிவமைக்கப்பட்டு ஸ்டீல் கம்பிகளாலும் முள்வேலிகளாலும் பகுக்கப்பட்டு, காவலர்களால் கண்காணிக்கப் பட்டது. அந்தச் சிக்கலறைகளின் நுழைவாயில், வெளியேறும் வழி, அதன் கதவுகள், சோதனை மையங்கள், முள்வேலியிட்ட அந்தப் புதிர்ச்சாலைகளில் திடீர்திடீரென அறிவிக்கப்பட்டு தினம் தினம் பலமுறை மாற்றியமைக்கப்படும் மாற்றுவழிகள் என ஃபலஸ்தீனத்தில் இஸ்ரேல் கையாளும் அடக்குமுறை உத்திகள் இங்கேயும் பின்பற்றப்பட்டன. Associated Press (AP) இடம் பேசிய உள்ளூர்க்காரர் ஒருவர், 'எங்க ஊரோட சாலைகள், அதன் பாதைகள், எல்லாத்தையும் மாத்திட்டாங்க. எங்க வீதிகளுக்குள்ளேயே நாங்க அந்நியமாகிட்டோம்'⁹ என்றார்.

மக்கள் நிறைந்த நகரங்களை முற்றிலுமாக மாற்றியமைப்பது எதிர்ப்புகளை நீர்க்கச் செய்வதற்காக மட்டுமல்ல, தேவையற்ற குழப்பங்களை ஏற்படுத்துவதற்காகவும்தான். காஷ்மீரிகளை ஒழுங்கு படுத்தி, தண்டிக்கும் அதே வேகத்துடன் அவர்களை தங்கள் கட்டுப் பாட்டுக்குள் வைக்கவும் நினைத்தவர்கள், தங்களால் முடிந்தவரை ஒவ்வொரு வழியிலும் அவர்களை முடங்கச் செய்தனர். உள்ளூர் மக்களை முற்றுகையிட்டுக் கட்டிப்போடுவதால் தனிமைப்படுத்தப் படும் சமூகங்கள், தங்களுக்குள் துண்டிக்கப்பட்டு தாங்கவியலாத

---

9. Aijaz Hussain, 'Kashmir's Main City a Maze of Razor Wire and Steel Barriers', *AP*, 13 August 2019, https://apnews.com/aa7048cf325646298fb773d-7cb12d3b6.

வாழ்வை வாழ்ந்துகொண்டிருக்கின்றன. ஸ்ரீநகரின் வான்வீதிகள்கூட தொடர்ந்து சலசலக்கும் ட்ரோன்களால் நிரம்பத் தொடங்கிவிட்டன.

மொத்தமாக அழிந்துபோவதைக் காட்டிலும், சாகும்வரை போராடி, எதிர்ப்பை பதிவுசெய்யும் நிலைக்குத் தள்ளப்பட்டிருக்கிறார்கள். ஸ்ரீநகரின் அருகேயுள்ள சொவுர் எனும் பகுதியில் உள்ளூர் இளைஞர்கள் ஒன்றுசேர்ந்து அப்பகுதிக்குள் நுழையவும், வெளியேறவும் தற்காலிகத் தடுப்பு அரண்களை அமைத்து இந்தியப் படைகளை உள்ளே நுழைய விடாமல் இதுவரை (இதை எழுதிய காலம்வரை) சமாளித்து வருகிறார்கள்.

கதையாடல்களும் பெரிய அளவில் மாறிவிட்டன. முப்பது வருடங்களாக வன்முறையில் தோய்ந்த வாழ்வை உடுத்திக்கொண்டாலும், வெளியே இது இந்தியாவிற்கும் பாகிஸ்தானுக்கும் இடையேயான எல்லைப் பிரச்சினையாகவே பேசப்படுகிறது. இன்று காஷ்மீரின் சுய நிர்ணய உரிமைகள் குறித்த விழிப்புணர்வும் அங்கீகாரமும் அதிகரித்திருக்கும் நிலையில், அவர்கள் சுதந்திரப் போராட்டத்திற்கு ஆதரவாக உலக அளவில் ஒற்றுமைக் குரல்கள் இந்திய-பாகிஸ்தான் கட்டுமானங்களை மீறி ஒலிக்கத் தொடங்கியிருக்கின்றன. சமீபத்தில் பேசிய காஷ்மீர் நண்பரொருவர், 'எங்களிடமிருந்து அனைத்தையும் பிடுங்கிக்கொள்வதில் அவர்கள் உறுதியாக இருக்கும்போது, போராடுவதைத் தவிர வேறென்ன செய்துவிட முடியும்? சுதந்திரம் கிடைக்கும்வரை போராடுவோம். ஜிந்தாபாத்' என்றார்.

இந்தப் புத்தகம் அச்சிலேறும்போது, காஷ்மீரிகள் முன்னெப்போதும் இருந்திராத வகையில் மனிதகுல வரலாற்றின் மிக நீண்ட தகவல் தடைக்கிடையே ஒரு வருடத்திற்கும் மேலாக வாழ்ந்து முடித்திருந்தார்கள். சுதந்திரத்திற்கான 'ஆஸாதி' முழக்கங்கள் காஷ்மீரின் எல்லைகளைத் தகர்த்து இந்திய வீதிகள் முழுவதும் எதிரொலிக்கத் தொடங்கியிருக்கின்றன — தில்லியின் ஷாஹீன் பாக் தொடங்கி சென்னையில் என் வீடிருக்கும் வீதிவரை!

10
ராஜஸ்தான்
ஒரு பிரதேசத்தின் கொடுங்கோன்மை

ஒரு குளிர்கால மாலையில் ராஜஸ்தானிலுள்ள இந்திய-பாகிஸ்தானிய எல்லையின் பி.எஸ்.எப். கண்காணிப்புக் கோபுரத்தின் உச்சியில் நின்றுகொண்டிருந்தேன். உலகின் மிக விரிந்த எல்லைவேலி ஆரஞ்சு வண்ண ஒளிவெள்ளத்தில் உயிர்பெற்றுவருவதைக் காண முடிந்தது. 1988-1993வரை பாகிஸ்தானுடனான பஞ்சாபின் 250 மைல் நீள எல்லைவேலியை அமைத்து ஒளியூட்டியது இந்தியா. 1999இல் மற்றொரு 650 மைல் நீள ராஜஸ்தான்-பாகிஸ்தான் எல்லைக்கு வேலியிட்டது.

என்னை கண்காணிப்புக் கோபுர உச்சிக்கு அழைத்துச்சென்ற எல்லையோரக் காவல்படை வீரர் பீம், காவல்வீரரின் அருகே நின்றுகொண்டிருந்தார். விளக்குகள் ஒளிர்ந்த நொடியில் அவர் முகத்தில் பெருமிதப் புன்னகை படர்ந்தது.

'எதுவும், யாரும் இனி எல்லையைத் தாண்டி வர முடியாது' உற்சாகத்துடன் பேசினார். வேலியின் அந்தப்பக்கம் இருந்த இருளைச் சுட்டிக்காட்டி, 'அங்கிருந்து இனிமே எதுவுமே உள்ளே வரமுடியாது, ஏர்டிட்' (Airtight) என்றார், ஏர்டைட்டிலிருக்கும் 'டைட்'டை 'டிட்' என உச்சரித்தப்படி.

பாலைவன நிலப்பரப்பினூடே எல்லையின் மறுபக்கம் அந்தியின் வெறுமை, மௌனத்திற்கிடையே, சிறு விளக்குகள் மின்னி மறைந்தன. காவல்படை வீரர் பீம் மறுபடி, 'ஏக் தம் ஏர்டிட்' என கூறிய நொடியில் வேலியின் மறுபுறமுள்ள மசூதியொன்றிலிருந்து மாலைநேரத் தொழுகையின் பிரார்த்தனைக் குரல்கள் கேட்டன — அவர் கூறிய அளவு 'ஏர்டிட்' இல்லை போலும்!

மசூதியிலிருந்து வரும் பாங்கொலி மட்டுமில்லை, எல்லை கடந்து செழிப்பாக நடைபெறும் ஹெராயின் கடத்தலையும் அவர்களால் தடுத்து நிறுத்த முடியவில்லை. இந்திய-வங்கதேச எல்லையைப் போல, யாருக்குமற்ற தேசத்தின் பூட்டப்பட்ட வேலிகளுக்குள் மாட்டிக்கொண்ட விளைச்சல் நிலங்கள், ஒவ்வொரு முறையும் அதற்கு உள்ளே வருவதற்கும் வெளியேறுவதற்கும் நேரக் கட்டுப் பாடுகள் என எல்லாமும் இங்கும் உண்டு. வங்கதேச எல்லையைப்

போல இல்லாமல் — இது பகுதியளவு புரையோடி, பாதி வேலி யிடப்பட்டு, மக்கள்தொகை மிகுந்த வீடுகள்-கிராமங்கள்-கோவில் களை இரண்டாக வெட்டிச் செல்லும் சர்வதேச எல்லை — பாகிஸ்தா னுடனான இந்தியாவின் மேற்கு எல்லையானது மக்களற்ற பாலை வனப் பிரதேசம்.

என் கண்முன் இருந்த காட்சி அழகியலைப் பொறுத்தமட்டில் அற்புதமானது; அதன் இருப்பைப் பொறுத்தமட்டில் கொடூரமானது. இதுவரை, இந்திய எல்லைகளினூடே சுமார் பத்தாயிரம் மைல் கள் பயணித்திருக்கிறேன். இதே வேலிகளை வங்காளம், கிழக் கிந்திய மாநிலங்கள், காஷ்மீர் ஆகிய எல்லா இடங்களிலும் பார்த்தி ருக்கிறேன். ஒவ்வொருமுறை இவற்றைப் பார்க்கும்போதும், உத்தரவின் பேரில் சுட்டுக்கொல்லும், ஊனப்படுத்தும் சீருடை அணிந்த வீரர்கள்தாம் நினைவுக்கு வருகின்றனர். கூடவே, இந்த வேலிகளையும் அவற்றைப் பற்றிய பயத்தையும் முதலீடாகக் கொண்டு வெற்றியடையும் அரசியல்வாதிகளும், சுதந்திரத்தின் பெயரில் இவற்றை நியாயப்படுத்தும் அரசும் வந்து செல்கின்றனர்.

நம் எல்லைகளை அதிசயக் காட்சிப்பொருளாக, நாம் ஆர்ப்பரித்து கைதட்டிப் பார்க்கிறோம்.

மாலையின் கடைசி வெளிச்சக்கீற்றும் மறைந்து இரவின் இருள் விரவத் தொடங்க, அந்தக் கண்காணிப்புக் கோபுரத்தின் இருபுறமும் ஒளிவெள்ளம் பாயத்தொடங்கியபோது, எரிமலைக்குழம்பு வழிந்து ஓடி மலைகள் சூழ்ந்த அந்தப் பாலைவனப் பிரதேசத்தை நனைப்பது போலிருந்தது. சீனப்பெருஞ்சுவருக்கு சவால் விடுவதைப் போல இந்திய–பாகிஸ்தானின் எல்லைவேலியையும் விண்வெளியில் இருந்து காண முடியும்.

மனித வரலாறு முழுவதும் இதுபோன்ற சுவர்களும் வேலிகளும் தோற்றே வந்திருக்கின்றன. பண்டைய ஏதென்ஸின் சுவர்கள், கான்ஸ்டாண்டிநோபிளின் சுவர்கள், சீனப்பெருஞ்சுவர் ஆகிய அனைத்தும் தோற்றே வந்திருக்கின்றன. இருபத்தெட்டாண்டுகளுக்கு முன் பெர்லின் சுவரும் இடிந்துவிழுந்தது. இதற்கு முன் வீழ்ந்த சுவர்களைப் போல, இந்த வேலியும் ஒருநாள் வீழும் எனக் காவல்படை வீரர் பீமிடம் சொல்ல நினைத்தேன்.

‘ஒரு இன்ச் கூட நம்மிடமிருந்து பாகிஸ்தானால் எடுக்க முடியாது’, என்று என் மௌனத்தை உடைத்தார் பீம்.

அந்தச் சுவர்களைவிட மக்களின் மனதில் சுவராக எழும்பியிருக்கும் இதுபோன்ற தவறான அபிப்பிராயங்கள் வெறும் கல், மண்ணால் ஆன இந்த வேலிகளைவிட வலுவானவை என்று அந்த நிமிடத்தில் தோன்றியது.

தன் எட்டு மணி நேர பணிப்பொறுப்பைத் தொடங்குவதற்காக எங்கள் அருகில் நின்று இந்த நிகழ்வைப் பார்த்துக்கொண்டிருந்தார் எல்லைக் காவல்படைக் காவலர் பிரசாத். அவரிடம் 'இங்கு பணிக்கு வந்தது லேர்ந்து ஏதும் சம்பவங்களைச் சந்திச்சிருக்கீங்களா?' என்றேன். நான் இதுவரை எல்லைப்பகுதிகளில் சந்தித்த காவலர்களிலேயே மூத்தவ ராகத் தெரிந்த பிரசாத், 'இங்கு வேலைக்கு சேர்ந்த முதல் வாரத்துல ஒரு முள்ளம்பன்றியைப் பார்த்தேன். நான் அதுக்கு முன்ன முள்ளம் பன்றிய பார்த்ததே இல்ல. ஓர் இராணுவ தலைக்கவசத்தை அது தலையில வச்சு ஒரு ஃபோட்டோ எடுக்கப் பார்த்தா, என்னோட குட்டி காமிராஃபோன் ஃப்ளாஷுக்கே அது ஓடிப்போயிருச்சு' என்றார்.

'ப்ச், அது தலையில காமிராஃபோனை வைக்கவே அரை மணி நேரமாச்சு தெரியுமா? ஆனா ஒரு படங்கூட எடுக்க முடியல', என்றவரிடம், 'அதை எதுக்கு செய்வீங்க' என்றேன்.

'இங்க இருளும், தனிமையும் போர் அடிக்குதுல்ல' என்றார்.

பிரசாத்தின் நேர்மையானது, எல்லையைப் பாதுகாக்கும் நாயகர் களாகத் தங்களைச் சித்தரித்துக்கொள்ளும், வழக்கமாக நான் சந்தித்த சொல்வன்மை மிக்க பி.எஸ்.எப். காவலர்களிடமிருந்து அவரை வித்தியாசப்படுத்திக் காட்டியது. யாரும் சொல்லாத ஓர் உண்மையும் இருக்கிறது. ஜவான் வேலையில் பெரும்பகுதி உட்கார்ந்தே கழிந்துவிடுகிறது; அவ்வப்போது முள்ளம்பன்றியின் தலையில் தொப்பியைப் பொருத்தி அழகு பார்ப்பதிலும்!

இங்கு பணிக்கு வருவதற்குமுன் இவர் பணிபுரிந்த முர்ஷிதாபாத் வந்த ஜவஹர்லால் நேரு, 'ஆங்கிலேயரின் ஆட்சி இந்தியா-வங்கதேச எல்லையின் விரும்பத்தகாத தொடக்கங்களுக்கு அடிகோலியதாக'க் கூறியதை நினைவுகூர்ந்தார். அங்கு பாலியல் தொழிலாளர்களை எதிர்கொண்ட இவர், இங்கு வெறும் முள்ளம்பன்றிகளைத்தான் கண்டார். அங்கு சந்தித்த பாலியல் தொழிலாளர்கள் அவர் சந்தித்த வேறு எவரையும்விட உலகையும் அதன் மனிதர்களையும் புரிந்தவர் களாக இருந்தார்கள்.

பிரசாத் அவர்களைப் பற்றிச் சொல்லிக்கொண்டிருக்கும்போது இடைமறித்த பீம், அந்தப் பெண்கள் எல்லோரும், 'சட்டவிரோத மானவர்கள்' — வங்கதேச எல்லையைத் தாண்டி வந்தவர்கள் என்றார். எல்லையைக் கடந்து வந்த ஒற்றைச் செயலால் அவர்கள் உடல் பாலியல் சுரண்டலுக்குத் தானாகவே தகுதி பெற்றுவிடுகிறது போலும். 'அவங்க எல்லாம் தேன்கிண்ணம் மாதிரி, நம்ப வீரர்களை வேவு பார்க்க உபயோகப்படறவங்க' என்று தீவிர யோசனையுடன் கூறியவர், பயன்படுத்திக்கொள்பவர்கள் யார் என்பதைக் குறிப்பிட மறந்துபோனார்.

இரு வருடங்களுக்கு முன் முர்ஷிதாபாத் சென்றிருக்கிறேன். இந்தியாவில் தொடங்கும் நதிகளின் குறுக்கே அணையெழுப்பும் நீர்மின் திட்டங்களுள் ஒன்றான ஃபரக்கா தடுப்பணைக்குச் செல்லும் சாலையின் இரு புறமும் சிறு குடிசைகள் வரிசையாக இருக்க, அந்தக் குடிசைகள் முழுவதும் பெண் பாலியல் தொழிலாளர்களால் நிரம்பியிருந்தன. பி.எஸ்.எப். படைகளும் படைவீரர்களும் எல்லையில் நிறுத்தப்பட்டவுடன் இவர்களின் எண்ணிக்கையும் அதிகரித்தது. ஏற்கனவே இஸ்லாமியப் பகுதிகளாக இருந்த இவை, சிவப்பு விளக்குப் பகுதிகளாகத் தனிமைப்படுத்தப்பட்டன. கடத்தலும் பாலியல் தொழிலும் ஒன்றுக்கொன்று உதவிசெய்து வளர்ந்தன.

கடத்தல்காரர்கள் பி.எஸ்.எப். வீரர்களுக்கு பெண்கள், சிறுமிகளை அனுப்பிவைத்து, தங்கள் பொருட்கள் மறுபக்கம் செல்வதை உறுதிசெய்துகொண்டனர். குழுவாக எல்லையைத் தாண்டும் பெண்களில் ஒருவர் தாமாக முன்வந்து எல்லையிலுள்ள பி.எஸ்.எப். வீரருக்கோ, பி.பி.ஜி. (வங்கதேச எல்லை பாதுகாப்பு) வீரருக்கோ தன்னையே விருந்தாக்க, மீதிப் பெண்கள் பொருட்களைப் பத்திரமாக கோட்டுக்கு அந்தப் பக்கம் எடுத்துச் சென்றுவிடுவர்.

இந்திய-வங்கதேச எல்லையில் தான் பார்த்த காதல், துரோகக் கதைகளை உயரதிகாரியான பீம் முன் கொஞ்சமும் கவலைப்படாமல் சொல்லிக்கொண்டே போனார் பிரசாத். அதில் ஒரு கதையில், உள்ளூர் பாலியல் தரகர் ஒருவருக்கு புதிதாகத் திருமணமான தென்னிந்திய பி.எஸ்.எப். அதிகாரி ஒருவர்மேல் காதல் வர, அவரோ, உள்ளூர் திருநங்கையான கமலாமீது காதல்வயப்பட்டார். அவர் கூறியது உண்மையாக இருக்கும்பட்சத்தில், மற்றொரு தரகரால் அந்த அதிகாரிக்கு அன்பளிப்பாக அளிக்கப்பட்டவர் கமலா. ஒருநாள் பி.எஸ்.எப். குடியிருப்பிலிருந்து அந்த அதிகாரியின் புத்தகங்களிலிருந்து எல்லாவற்றையும் சுருட்டிக்கொண்ட கமலா,

காக்ஸ் பஜாரிலிருந்த தன் காதலனுடன் தப்பித்து எல்லை தாண்டி வங்கதேசத்துக்கு ஓடிப்போனாள். சில வருடங்களுக்கு முன், உள்ளூரில் கிளர்ச்சியைக் கிளப்பிய இந்த நான்முனைக் காதல் கொஞ்ச காலத்திற்குப் பேசுபொருளாக இருந்தது.

ஏற்கனவே பலமுறை இந்தக் கதையை சொல்லிப் பழகிய தொனி யில் பேசி முடித்துப் பெருமூச்சு விட்ட பிரசாத், இந்தக் கதையில ட்விஸ்டே அந்தப் பொண்ணு முஸ்லிம், அந்த அதிகாரி இந்து என்றார்.

பெரிதாகச் சிரித்த பீம், ‘ஆமாம், இந்த முஸ்லிம் ஆண்கள் எப்பவும் இந்துப் பொண்ணுங்களை கவர்றதுல குறியா இருப்பாங்க. இப்ப நம்ப ஆண்களையும் விட்டு வைக்கல’ என்றார்.

கெட்டில் கொதித்தவுடன் பிரசாத் டீக்கு சர்க்கரை சரிபார்த்துக் கொண்டிக்க, அவரைப் போன்ற அதிகாரிகள் பலமுறை சொல்லிக் கேட்டதைப் பகிர்ந்தார் பீம்: ‘இஸ்லாமியர்கள் இந்தியாவை கையகப்படுத்தத் திட்டமிடுகிறார்கள். இந்தியாவில் வாழ்ந்தாலும் அவர்கள் பாகிஸ்தானின் உண்மையான விசுவாசிகள்.’

‘கிரிக்கெட் மேட்ச் நடக்கும்போது அவங்க எல்லாரும் பாகிஸ்தா னுக்கு ஆதரவா இருக்காங்கன்னா, அவங்களை எப்படி நம்பறது?’ என்றார் கோபத்தோடு.

தொலைவில் பார்த்து வேலியைச் சுட்டியவர், மறுபடியும் ‘ஏர்டிட்’ என்றார். அவர் சொல்லிக்கொண்டிருக்கும்போதே, சுவரின் அந்தப் பக்கம் மசூதியிலிருந்து வந்த மாலைநேரப் பிரார்த்தனைகள் ஒலிக்கத் தொடங்க, சில நிமிடங்களில் அருகிலிருந்த சீக்கிய குருத்வாராவிலிருந்து அவர்களின் பிரார்த்தனையும் கேட்கத் தொடங்கியது. எல்லையை ஒட்டி வாழ்ந்த சீக்கியக் குடும்பங்கள் இஸ்லாமிய சமூகத்தினரோடு அணுக்கமாகவே வாழ்ந்துவந்தனர். இங்குள்ள தர்காக்களும் மசூதிகளைப் போலவே ஐந்துமுறை பிரார்த் தனைகள் நடத்தின. ஒரு இராணுவ வேலியும் எழுபது வருடப் பிரிவினையும்கூட இன்றுவரை இப்பழக்கத்தை மாற்றவில்லை.

முன்னதாக அன்று காலை பாபா குடும்பத்தின் முகவரியைக் கண்டுபிடித்திருந்தேன். எல்லைக் கோபுரத்திலிருந்து சுமார் 43 மைல் தொலைவில் வாழ்ந்துகொண்டிருந்த அவர்கள், பிரிவினைக்கு முன் சொந்தமாக ஒரு ஃபோட்டோ ஸ்டுடியோ வைத்திருந்தார்கள்.

1960கள் வரை அந்த ஸ்டூடியோ செயல்பட்டுக்கொண்டிருந்தது. இளைஞராயிருந்த பாபா காமிராவின் மீதிருந்த கிறுக்கால் பிரிவினைக்குப் பிறகு இங்கு குடியேறிய குடும்பங்களைப் புகைப்படமெடுத்து வைத்திருந்தார். அவரின் குடும்பத்திடம் இன்னும் சில புகைப்படங்களின் நெகடிவ்கள் இருக்கக்கூடும், அவற்றைப் பிரதியெடுத்து ஆவணப்படுத்தலாம் என்ற ஆசையில் அங்கு சென்றேன்.

பாபாவின் வீட்டில் கடைசி படச்சுருளும் அழிக்கப்பட்டிருந்தது. அவரே இறந்துவிட்ட பின், அவற்றை வைத்திருப்பதில் எந்தப் பிரயோஜனமும் இல்லை என்றெண்ணிய குடும்பத்தினர் அவற்றை அழித்துவிட்டனர்.

இதைக் கேட்டவுடன் மனம் உடைந்துபோன என்னிடம், அந்தக் கிராமம் மற்றொரு கதையைப் பகிர்ந்தது. பாபாவின் தம்பி சோட்டு பாபா, அந்தக் கிராமத்தினூடே பயணிக்கும் இந்தியா–பாகிஸ்தான் இடையிலான பன்னிரண்டு மைல் நீள எல்லைக்கோடு, பார்வை குன்றிய 75 வயது விவசாயி ஒருவருடைய குறிப்புகளை வைத்து வரையப்பட்டது என்று தெரிவித்தார்.

பெரும்பாலும் வழக்குரைஞர்கள், நீதிபதிகள், குடிமைப்பணி அதிகாரிகளைக் கொண்டு முதன் முதலில் அமைக்கப்பட்ட பிரிவினைக்கான ஆணையம், நிலத்தின் கூறுகளைப் பற்றிக் கவலைப்படாமல் வெறும் வரைபடத்தில் கோடுகளைக் கிழித்து எல்லையை நிறுவியது. முதல் சில மாதங்களுக்கு எல்லையை ஒட்டி வாழ்ந்த மக்களுக்கு தாம் இந்தியாவில் இருக்கிறோமா, பாகிஸ்தானில் இருக்கிறோமா என்ற குழப்பமே தெளியவில்லை.

உண்மையான எல்லைக்கோட்டை நிர்ணயம் செய்யும் பொறுப்பு உள்ளூர் சர்வேயர்கள், அதிகாரிகள், காவல்துறையினர் வசம் ஒப்படைக்கப்பட்டது. அப்படி சர்வேயர்களும் அதிகாரிகளும் நில அளவைப் பணிக்காக வரும்போது, உள்ளூர் விவசாயிகள் அவர்களுடன் செல்வது மிக வழக்கமான ஒன்றுதான். (இரு நாடுகளுக்கிடையேயான எல்லைக்கோட்டுக்குள் தன் நிலம் மாட்டிக் கொள்ளாமல் காப்பாற்றிக்கொள்வது இதற்கு முக்கியக் காரணம்.) பிரிவினைக்குப் பிறகு நில அளவை ஆய்வுக்குழு பாபாவின் புழுதி படிந்த கிராமத்திற்கு வந்தபோது, ஒற்றைக் கண்ணில் பார்வையிழந்த (தன் குதிரையைத் திருடிச் சென்றவனிடமிருந்து மீட்க நடந்த போராட்டத்தில் பார்வையிழந்தவர்) எழுபத்தைந்து வயது மோட்டா சிங் எல்லைக்கோட்டை குறிக்க அவர்களுடன் சென்றார்.

ஒற்றைக் கண்ணை மறைக்கும் சிறு திரை, உதிரித் தாள்களை தைத்து மகள் செய்து கொடுத்த சிறு நோட்டை எடுத்துக்கொண்டு, பஞ்சத்தில் அடிபட்டதுபோல் இருந்த தன் குதிரையில் ஏறிக் கிளம்பிப் போனார் மோட்டா சிங். அதிகாரிகள் கூறிய ஒவ்வொரு தகவலையும் குறித்துக்கொண்டவர், எங்கெங்கு எல்லைத்தூண்கள் அமைக்க வேண்டும் என்பதையும் குறித்துக்கொண்டார். சர்வேயர்கள் கிளம்பிச் சென்ற பிறகு, மோட்டா தன் வீட்டுக்குச் சென்று அந்தப் புத்தகத்தைப் பத்திரமாக வைத்துப் பூட்ட, அது பல ஆண்டுகள் உள்ளேயே உறங்கியது.

பதினைந்து ஆண்டுகள் கழித்து ஒரு கோடைக்கால காலையில், எல்லையைக் குறிப்பதற்காக அரசு அதிகாரிகளின் வண்டிகள் அணிவகுத்து வந்தன. சர்வே அணி குறித்துவைத்திருந்த வரை படம் தொலைந்துவிட்டது. பதினைந்து வருடங்கள் முன்பு எல்லைக் குறியீட்டுக்காக அதிகாரிகள் வந்தபோது, மோட்டா சிங் அவர்களுடன் இருந்ததை சிறுவனாக வேடிக்கை பார்த்த இளைஞ ரொருவர் நினைவு வைத்திருந்தார். அவரைத் தேடி விரைந்த அதிகாரிகள் சந்தித்தது முழுவதுமாக பார்வையிழந்து, தன்னிலை மறந்து தளர்ந்திருந்த மோட்டா சிங்கைத்தான். ஆனால், குறிப்புகள் இருந்த அந்த நோட்டுப் புத்தகம் கண்டுபிடிக்கப்பட்டு, அந்த வரை படங்களை மீளுருவாக்கம் செய்ய தன் கையெழுத்தை அடையாளம் கண்டு உதவி செய்வதற்காக மோட்டாவும் உடன் அழைத்துச் செல்லப்பட்டார்.

மோட்டாவின் குறிப்புகள் இப்படித்தான் இருந்தன: 'கள்ளிச் செடியிலிருந்து பத்தடி, சிறு ஓடையிலிருந்து நான்கடி.' எந்தக் கள்ளிச்செடி? யாருக்கும் தெரியாது. அந்தச் சிற்றோடை இப்போது முற்றிலுமாகக் காய்ந்து வெறும் மணற்பரப்பாக மாறிவிட்டது. அங்கு எல்லைக்கோட்டை மறுபடி வரைய வேண்டும்.

சோட்டு இந்தக் கதையை விவரித்தபோது வட்டமாக கூட அமர்ந்து கேட்ட கிராமத்து மக்கள், சில விவரங்களை மறுத்தனர்.

'மோட்டா சிங்கிட்ட குதிரையில்ல, கழுதைதான் இருந்தது.'

'அவரு கண்திரையெல்லாம் போட்டுக்கல, அந்த கண்ணுல இருந்த ஓட்டை வழியா பார்த்தா அவர் மூளையே தெரியுமாம்.'

சிலர் அவர் குள்ளமாக இருப்பார் எனச் சொல்ல, மறுத்தவர்கள் அவர் நீள மீசையுடன் ஆஜானுபாகுவாய் இருந்தார் என்றார்கள். சில மக்கள் அதிகாரிகள் வந்தபோது அவர் உயிருடனே இல்லை என

சாதிக்க, வேறு சிலர் அவர் முழு சுய நினைவுடன் அருகேயிருந்து உதவியதாக மறுத்து வாதிட்டனர்.

எந்தக் கருத்துப்படி பார்த்தாலும், இந்தியாவும் பாகிஸ்தானும் பல ஆண்டுகளாக சில அடி நிலத்திற்காக — ஒரு புயலுக்குப் பின்னால் உருவான சிறு தீவுபோன்ற மணற்குன்றுக்காக — ஓயாமல் சண்டையிட்டிருக்கின்றன. இத்தனைக்கும் பன்னிரண்டு மைல்நீள அதிகாரபூர்வ எல்லை, ஒரு பார்வையிழந்த முதியவரின் நினை வடுக்குகளில் இருந்து பிறந்ததாய் இருக்கலாம்.

இதை பிரசாத்திடமும் பீமிடமும் சொல்லி முடித்தபோது, தலை யசைத்த பிரசாத், 'நடக்கறதுதான். எத்தனை நீள எல்லை இந்தியா விற்கு. சில இடங்களில் இந்தக் கோடுகள் இருக்க வேண்டியது போல் இருக்காதுதான்' என்றார்.

வேலியைச் சுட்டிக்காட்டிய பிரசாத், 'முப்பது வருஷத்துக்கு முன்ன இந்த வேலி கிடையாது. எழுபது வருடத்திற்கு முன் இந்த எல்லை கிடையாது. நூறு வருஷத்துக்கு முன்ன இந்தியாவே கிடையாது' என்றார்.

'விஷயங்கள் மாறும்தான்' தோளைக் குலுக்கினார். 'எங்க இன்னொரு கோடு வரைவோம், எங்க இன்னொரு எல்லை உருவாக்குவோம்ன்னு யாருக்கும் தெரியாதுல்ல? நடக்கும் சம்பவங்களை வச்சுப் பார்த்தா யாருக்குத் தெரியும்?' என்றவர் சிறிது யோசனைக்குப் பின், 'பாடினதுக்காக பாவம் அந்த முஸ்லிம் பையனை அடிச்சுக் கொன்னாங்க' என்று இஸ்லாமிய நாட்டுப்புறப் பாடகர் அஹ்மது ஃகானின் கொலையைப் பற்றிக் கூறினார். அவர் கொலையுண்டதைத் தொடர்ந்து, நாற்பது குடும்பங்கள் மங்கானியாரைவிட்டு வெளி யேறின. காவல்துறையில் புகாரளித்தற்காக ஊரைவிட்டு ஒதுக்கப் பட்ட அவர்களால் ஊருக்குத் திரும்ப இயலவேயில்லை. ஆனால், ஃகானைக் கொன்றவன் இன்னமும் ஊருக்குள் நன்றாக நடமாடிக் கொண்டிருக்கிறான். நாட்டில் பல்வேறு இடங்களில் இஸ்லாமிய மக்கள் அடித்து துன்புறுத்திக் கொல்லப்பட்டதன் பின்னணியில்தான் ஃகானும் கொல்லப்பட்டார்.

என்னுடைய பயணத் தொலைவு அதிகரிக்கஅதிகரிக்க பாதுகாப் பற்றவளாக உணர்ந்தேன். இப்பொழுது அதிக அளவிலான மக்கள், 'சில மாற்றங்கள் இருக்கத்தான் செய்யுது' எனச் சொல்லச்சொல்ல பயத்தை தெளிவாகத் தொட்டு உணர முடிந்தது.

இந்தியாவிற்கு வன்முறை புதிதல்ல. என்றாலும், அதனூடே வாழ்ந்தவர்களே, நிலைமை கடும் மோசமாக மாறியிருப்பதாகச் சொல்கிறார்கள். வன்முறை மரியாதைக்குரிய செயலாக இருக்கிறது. கொன்றவர்கள் தண்டனையின்றித் தப்பிப்பது மட்டுமல்ல, அவர்கள் மாலை மரியாதையுடன் நாயகர்களாகவும் சித்தரிக்கப்படுகிறார்கள். ஹார்வேர்ட் பல்கலைக்கழகத்தில் படித்த தொழில்நுட்ப வல்லுநரான ஜெயந்த் சின்ஹா — *வால்ஸ்ட்ரீட் ஜர்னல், தி நியூயார்க் டைம்ஸ், சி.என். என்.*-இல் தொடர்ந்து எழுதிவரும் மக்கள் பிரதிநிதியுமான அவர் — நிராயுதபாணியான இஸ்லாமியர் ஒருவரை எட்டு பேர் கூட்டாகச் சேர்ந்து அடித்துக்கொன்றவர்களைப் பாராட்டினார். சின்ஹா அவர்களுக்கு மாலையிட்டு மரியாதை செய்யும் புகைப்படம் அமெரிக்காவின் முன்னணி இதழ்களில் பிரசுரமானது.

‘கவனம் மொத்தமும் எல்லையில் குவிந்திருக்க உள்ளுக்குள் இருக்கும் வெறுப்பு நிரம்பிய மனிதர்களைக் கவனிக்க மறந்து விடுகிறோம். பொருத்தப்பட்டிருக்கும் இந்த அமைப்புகளை ஒருநாள் அகற்றுவோம். எல்லாச் சுவர்களும் ஒருநாள் விழுந்துதானே ஆகனும்’ என்றேன். சிறு முறைப்புடன் என்னைப் பார்த்தார் காவல்படை வீரர் பீம்.

‘இல்லை, நீங்க கேட்டது அத்தனையும் பொய்க்கதைகள்’ என்றவர் சற்று ஏளனமான தொனியில், ‘இந்த மக்கள் எந்நேரமும் பொய் சொல்வாங்க. உங்களை சந்தோஷப்படுத்தறதுக்காக ஏதோ புதுசா கதை சொல்லி இருக்கலாம்’ என்றார்.

‘இருக்கலாம், சாத்தியம் இருக்கு. ஆனா, அவங்க எனக்குப் பிடிச்ச கதைகளா உருவாக்கறதுல எனக்கு மகிழ்ச்சிதான்’ என்று கூறினேன்.

11
ஃபாஜில்கா
பதுங்குகுழியான எல்லைப்பகுதி

2016இல் மீண்டுமொருமுறை இந்திய இராணுவத் தளவாடங்கள் பாகிஸ்தானின் எல்லைப்பகுதியை நோக்கி நகர்த்தப்பட்டன. ஒரு தலைப்புச் செய்தி: 'இராணுவம் கண்ணி வெடிகளை புதைக்க இருக்கிறது. பஞ்சாப் எல்லையிலிருந்து 5 இலட்சம் மக்கள் பயிர்களை அப்படியே விட்டுவிட்டு இடம்பெயர்ந்தனர்' என்று கூறியது.[1]

'போரையொத்த பயிற்சி'க்காக தரன் தரன், ஃபரோஸ்பூர், குர்தாஸ்பூர், பத்தான்கோட், ஃபாஜில்கா, அமிர்தசரஸ்போன்ற எல்லை மாவட்டங்களில் வாழ்ந்த சுமார் ஐந்து இலட்சம் மக்கள் தங்கள்

வீடுகளில் இருந்து வெளியேற்றப்பட்டார்கள்.[2] கூடுதலான கண்ணி வெடிகளைப் புதைக்க, சர்வதேச எல்லையை ஒட்டிய கிராமங்கள், ஹஸ்ரேவாலா, ராஜோ கி கட்டி, மச்சிவாரா ஆகியவை முழுவதுமாக காலி செய்யப்பட்டன.[3] தடைசெய்யப்பட்ட ஆயுதங்களைக் கொண்டு எல்லையில், 'யாருக்குமற்ற பிரதேசம்' உருவாக்கப்பட்டது. வெளியேறிய மக்களால் ஊரிலுள்ள குருத்வாராக்கள் நிரம்பி வழிய, மீதிப்பேர் போக இடமின்றித் தவித்து நின்றனர்.

இது ஒன்றும் புதிதல்ல — போர்களின்போது கிராமங்கள் காலி செய்யப்பட, சுதந்திரமடைந்த இந்த எழுபது ஆண்டுகளில் கண்ணி வெடிகளைப் புதைப்பதற்காக பலமுறை இராணுவம் இந்தக் கிராமங்களுக்கு வந்து சென்றிருக்கிறது.[4] இப்பகுதியில் வாழும் மக்களுக்கு போர்களும், எல்லை தாண்டிய ஷெல் தாக்குதலும் வழக்கமான ஒன்றுதான்.

இந்தப் புதிய சுற்று நடவடிக்கைகள் 2001 டிசம்பர் 13ஆம் நாள் இந்திய நாடாளுமன்றத்தின் மீது நடந்த தாக்குதலுக்கான பின்விளைவுகள். அந்தத் தாக்குதலுக்குப் பதிலாக இந்தியா ஏவிய தாக்குதல்தான் ஆபரேஷன் பராக்ரம் — மேற்கு எல்லையில் இந்தியா மேற்கொண்ட மிகப் பெரிய இராணுவப் பயிற்சி. 2002 ஜனவரியில் தி நியூயார்க் டைம்ஸ் இதழ், 'பாகிஸ்தானுடனான 1,800 மைல் நீள எல்லை முழுவதும் கண்ணி வெடிகளைப் புதைக்கும் பணியில் இந்தியா ஈடுபட்டுள்ளது' எனத் தெரிவித்தது.[5] விளைநிலங்களில் கண்ணிகள் புதைக்கப்பட, மக்கள் அவரவர் நிலத்திலிருந்து வெளியேறும் கட்டாயத்திற்கு ஆளானார்கள்.[6] மேலும், 2002இல் தி கார்டியன் இதழ், பின்வருமாறு எழுதியது: 'இந்தியாவின் கொடிய பாதுகாப்புத் திட்டம்: 1,800 மைல் நீள கண்ணிவெடிக் களம்'.[7]

---

2. Ibid.

3. Ibid.

4. Human Rights Watch Backgrounder, 'Recent Landmine Use by India and Pakistan', May 2002, https://www.hrw.org/legacy/backgrounder/arms/ind-pak-landmines.pdf.

5. Somini Sengupta, 'India's Landmines Mean Bitter Harvest for Farmers', *The New York Times*, 4 January 2002, https://www.nytimes.com/2002/01/04/world/india-s-minefields-mean-bitter-harvest-for-farmers.html.

6. Ibid.

7. Simon Tisdall and Ewen MacAskill, 'India's Deadly Defence: The 1,800 Mile Long Minefield', *The Guardian*, 9 January 2002, https://www.theguardian.

1997இல் 122 நாடுகள் ஒப்புக்கொண்டு கண்ணிவெடி தடுப்பு உடன்படிக்கையில் கையெழுத்திட்ட பிறகு நடந்த உலகின் மிக முக்கிய கண்ணிவெடி புதைப்பு நடவடிக்கை இது.[8] இதற்கு கண்டனம் தெரிவித்து அன்றைய பிரதமர் அடல் பிகாரி வாஜ்பாயிக்கு கடிதமெழுதிய கண்ணிவெடி எதிர்ப்புச் செயற்பாட்டாளர்கள், 'பாகிஸ்தானுடனான எல்லை நெடுகிலும் இந்திய இராணுத்தினரால் மேற்கொள்ளப்படும் புதிய கண்ணிவெடி புதைப்பு நடவடிக்கைகளால் தாங்கள் மிகுந்த அதிருப்தி அடைந்திருப்பதாக'க் குறிப்பிட்டிருந்தனர். அன்றைய பாகிஸ்தான் பிரதமர், ஜெனரல் பர்வேஸ் முஷர்ரஃபுக்கும் இதேபோன்றதொரு கடிதம் அனுப்பப்பட்டது.

சுமார் ஒரு வருடம் நீடித்த ஆபரேஷன் பராக்ரம், 2002 அக்டோபர், நவம்பரில் நிறைவடைந்தது.

மிகப் பெரிய இழப்பையும் இடப்பெயர்ச்சியையும் ஏற்படுத்திய பின் தன் முகாமுக்குத் திரும்பியது இராணுவம். இராணுவ ஆக்கிரமிப்பிடம் வீடுகள், விளைநிலங்கள், விளைச்சல் ஆகிய அனைத்தையும் இழந்தனர் மக்கள். இதற்குமுன் நிகழ்ந்த போர்கள் இப்பகுதியில் நிலையற்ற சூழலை உருவாக்கியிருக்க, இந்தப் புதிய இராணுவ நடவடிக்கைகள் நிரந்தரப் போர்ச்சூழலை ஏற்படுத்தின. குடிமக்களும், வீரர்களும் ஒன்றுபோலத் தொடர்ச்சியாக கண்ணிவெடிகளுக்குப் பலியாகினர்.

'போர்ப் பயிற்சி'யின் மையப்புள்ளியான ஃபாஜில்காவில் செழிப்பான வயல்வெளியின் நடுவே இருந்தது அந்த பங்கர். அந்தக் காட்சி எனக்குத்தான் புதிராக இருந்தது. நான் தங்கியிருந்த வீட்டிலிருந்த குடும்பத்தினருக்கு அது அவர்களின் நிலப்பரப்போடு பொருந்திப்போன அமைப்பு.

'வேறென்ன எதிர்ப்பார்க்கறீங்க? நாம பாகிஸ்தானுக்கு ரொம்பப் பக்கத்துல இருக்கோம்' — எனக்குச் சொல்லப்பட்ட இந்தப் பதிலே உண்மையில் அவர்களுக்குப் போதுமானதாகவும் இருந்தது.

---

com/world/2002/jan/10/india.kashmir.

8. Human Rights Watch Backgrounder, 'Recent Landmine Use by India and Pakistan', May 2002, https://www.hrw.org/legacy/backgrounder/arms/ind-pak-landmines.pdf.

அன்று மாலை காலி பங்கர்களை படமெடுப்பதற்காக அந்தக் காலி மனைக்குச் சென்றேன். நான் சென்றபோது, நிலத்தின் வடக்கு மூலையில் வயது முதிர்ந்த, உயரமான பெண்ணொருவர் உட்கார்ந்திருந்தார்.

வெளுத்த முடியை இழுத்து கொண்டையாக முடிந்திருந்தவரின் முகம் நீண்டு, மெலிந்திருந்தது. ஒல்லியான, உறுதியான உடம்பு. தன் பாவாடைக்கு மேல் ஆண்களணியும் முழுக்கை சட்டையணிந்து, முழங்கைவரை சுருட்டிவிட்டிருந்தார்.

தன்னை சாரி பேகம் என அறிமுகப்படுத்திக்கொண்ட அந்த மூதாட்டிதான் அந்த மனையின் சொந்தக்காரர். பங்கரை புகைப்படம் எடுத்துக்கொள்ள அனுமதி கேட்டபோது உடனே ஒப்புக்கொண்டவர், 'ஜவான்லாம் போயிட்டாங்க. எத்தனை வேணுமோ எடுத்துக்கங்க. ஆனா, இவ்ளோ அசிங்கமா இருக்கு, இதப்போய் ஃபோட்டோ எடுத்துக்கறேங்கறீங்க?' என்றார்.

'இவ்வளவு அழகான கிராமத்துல இது மட்டும் அவலட்சணமா, வன்முறையின் அடையாளமா, பொருந்தாம நிக்குது' என்றேன். கடந்த நான்கு வருடமாக இந்திய எல்லைப்பகுதிகளில் சுற்றியலைந்ததையும், தன் மூடிய வேலிகளால் தேசம் உணர்த்த முயல்வது என்ன என்று புரிந்துகொள்ள முயன்றதையும், என் பயணத்தின் கடைசிக் கட்டத்தில் இருக்கிறேன் என்பதையும் விளக்கினேன்.

சாரி பேகம் சிரித்தார். 'எதுக்கு உங்களை இப்படி கஷ்டப்படுத்திக்கறீங்க' என்றவர் மீண்டும் சிரித்தார். 'நீங்க இங்க, எங்கிட்ட வந்திருக்கனும். உங்க வாழ்க்கையோட நாலு வருஷத்தை நான் காப்பாத்தி குடுத்திருப்பேன்'. தொடர்ந்து, 'எல்லாமும் ஒரே மாதிரிதான். இந்தியாவை தெரிஞ்சுக்க நான் நாடு முழுவதும் சுத்தவேண்டியதில்லை. மோசமான ஒரு திருமணம்; கொலை செய்யக்கூட தயங்காத சொந்தம்; பொறாமை பிடிச்ச அக்கம் பக்கம் — இது போதும் இந்த நாட்டைப் புரிந்துகொள்ள' என்றார்.

அந்தச் சிறு நிலத்தில் பயிர் செய்துகொண்டு தன் வாழ்வு முழுவதையும் அந்தக் கிராமத்திலேயே கழித்திருக்கிறார் பேகம். ஊரை விட்டு வெளியே வந்ததே இல்லை. ஆனாலும், உலகம் பற்றிய புரிதல் இருந்தது — வன்முறை மிக்க, மோசமான, பொறாமை பிடித்த உலகம். 'சிலசமயம் உலகத்தைப் புரிஞ்சுக்க அதைச் சுத்தி வர வேண்டிய அவசியம் இல்ல' என்றார்.

மேலும், 'நம்ப நாடு முடியற இடத்துல மட்டுமில்ல, எல்லா இடத்துலேயும் எல்லைகள் இருக்கு. நீங்க இந்த நாட்டுல ஒரு பொண்ணாயிருந்தா, அந்த எல்லைகள் உங்களுக்குள்ளேயும் இருக்கு' என்று கூறினார்.

பேகத்திடம் அந்தச் சிறு துண்டு நிலத்தைத் தவிர வேறெதுவும் கிடையாது. பிறந்தது, வளர்ந்தது, திருமணம் செய்தது, குழந்தைகள் பெற்றது என அனைத்தும் இங்கேயே நிகழ்ந்தன. வாழ்வின் நல்லதும் அல்லதும் இங்கேயே நடந்தன. நாற்பது வருடங்களுக்கு முன்பு நிலத்தை அளவை செய்ய வந்த சிலர், பாகிஸ்தானிய துருப்புகள் ஒருவேளை உள்ளே வருவதைத் தடுக்க, தற்காப்பிற்காக அங்கு பங்கர் அமைக்கப்படும் என்றனர். அவர் மறுத்தார். மீறி அவர்கள் பங்கர் அமைக்க வரும்போது, கத்தி, அலறி, தடுத்துப் பார்த்தார். எதுவும் பலனளிக்கவில்லை. முடிவு எடுத்தாகிவிட்டது. பேகம் தொடர்ந்து அலற, அவர் கணவரைக் கூப்பிட்டு அவளைக் கட்டுப்படுத்தச் சொல்லி உத்தவிட்டனர் இராணுவ வீரர்கள்.

இயல்பில் அமைதியான, பேகத்தைவிட இருபது வயது மூத்தவரான அவர் கணவர், அதுவரை பேகத்தை கைநீட்டியதில்லை. அன்று முதன்முறையாக முகத்தில் அறைந்தார்.

ஒரு மாதத்தில் பங்கர் அமைக்கும் வேலை முடிந்தது. ஆனால், பேகத்தின் கணவனுக்கு அவளை அடித்து அடக்குவது பிடித்துவிட, அடுத்த இருபது வருடங்கள், விஷச்சாராயத்தால் அவர் இறக்கும் வரை அடியும் உதையும் தொடர்ந்தன. ஒவ்வொரு முறையும் பாகிஸ்தான் ஷெல்லடிக்கும்போது, பேகத்தின் பங்கர்கள் இந்திய வீரர்களால் நிறைந்துவிடும். சிலர் நாகரிகமாக நடந்துகொண்டு பேகத்துக்கு இயன்றளவு உதவ, பெரும்பாலான வீரர்கள் முரட்டுத் தனமாகவே நடந்துகொண்டனர். அவரை ஒளிந்திருந்து வெறிப்பது, துன்புறுத்துவதுபோன்ற செய்கைகளால் இளம் வயதில் அவர்களை சமாளிப்பது இன்னும் கடினமாகவே இருந்தது பேகத்துக்கு.

'நான் எல்லைவரை போனதே இல்ல. வேலியெல்லாம் பார்த்ததும் இல்லை. வெறும் பாலைவனத்தையும் தடுப்பையும் பார்க்க அவ்வளவு தூரம் நடப்பாங்களா?'

பாகிஸ்தான் பற்றிய பேகத்தின் அபிப்ராயத்தை அறிய நினைத்தேன்.

'எனக்கு நடந்த கொடுமைகள் எல்லாம் இந்த ஊர்லதான் நடந்தது. எனக்கு தீமை செய்த மக்கள், வெறுப்பும் பொறாமையும் பிடிச்ச செயல்கள் எல்லாமே இங்கதான் நடந்தது — நான் பிறந்து, வளர்ந்த

இதே ஊர், இதே மக்கள்தான் எல்லாத்தையும் செஞ்சாங்க. பாகிஸ்தான் ஆளுக என்னை என்ன செஞ்சாங்க' என்று கேட்டார்.

அடுத்தநாள், பக்கத்து வீட்டின் கூடத்தில் அமர்ந்திருந்த என்னை, பேகம் மீண்டும் சந்திக்க விரும்புவதாகச் சொல்லி அழைத்துப்போக வந்தான் இளைஞன் ஒருவன். மறுபடி அந்த நிலத்துக்குச் செல்லவும் பேகம் என்னை அமரச்சொல்லி ஓர் அட்டிகையைக் காட்டினார் — தன் அம்மாவிடமிருந்து அவருக்குக் கிடைத்த ஒரே சீதனம். உட்கார்ந்து பேசப்பேச, அந்த பங்கரின் கதையைக் காட்டிலும் அவர் கதை பெரிதெனப் புரிந்தது. வன்முறையும் வலியும் நிரம்பிய எழுபது வருடங்களுக்கு முந்தைய கதையது.

பிரிவினை நெருங்கிக்கொண்டிருந்த நாள்களில் பேகத்தின் தந்தையும் கிராமத்திலிருந்த மற்ற நண்பர்களும் சேர்ந்து 'வேட்டைக் குழு'க்களை உருவாக்கினார்கள். சுற்றியுள்ள கிராமங் களிலிருந்த இஸ்லாமியர்களை மிரட்டி, அவர்கள் வீடுகளை உடைத்தும் அச்சுறுத்தியும் அவர்களை ஊரைவிட்டு வெளியேற வைத்தனர். ஊரே முடமாகியிருந்த காலத்தில் பேகத்தின் தந்தை வெளியேறிக்கொண்டிருந்த இஸ்லாமியக் குடும்பத்தின் 14 வயது பெண்ணைக் கடத்திக் கொண்டுவந்து வற்புறுத்தி திருமணமும் செய்துகொண்டார். அந்தக் கட்டாய கல்யாணத்தின் குழந்தைதான் 1948ஆம் ஆண்டின் கடைசியில் பிறந்த பேகம். சரியான பிறந்தேதி இன்றுவரை அறியப்படவில்லை.

பிரிவினையின் போது சுமார் ஒரு இலட்சம் பெண்கள் கற்பழிக்கப் பட்டதாக மதிப்பிடப்பட்டது. அது சமூகங்களை அச்சுறுத்தி, மிரட்டி வைப்பதற்காக திட்டமிட்டே நடத்தப்பட்டது. வன் முறைக்கும் அதிரச்சிக்குமான களமாகப் பெண்களின் உடல்கள் பயன்படுத்தப்பட்டன. சிலர் கடத்தப்பட்டு எல்லை தாண்டி அழைத்துவரப்பட்டனர். புதிதாகப் பொறுப்பேற்ற இந்திய, பாகிஸ்தானிய அரசுகள் தத்தம் நாட்டுப் பெண்களை மீட்டெடுக்க முயற்சிகளை மேற்கொண்டன. இஸ்லாமியப் பெண்கள் பாகிஸ் தானுக்கு அனுப்பப்பட, இந்து மற்றும் சீக்கியப் பெண்கள் இந்தியா விற்கு அழைத்துவரப்பட்டனர். அதிகாரபூர்வ எண்ணிக்கை குறித்த தகவல்கள் ஏதுமில்லை.

பேகத்தின் தாயும் அவ்வாறு 'மீட்கப்பட்டு' அழைத்துச் செல்லப் பட்டு அவர் குடும்பத்தினரிடம் ஒப்படைக்கப்பட்டார். பேகம் அப்போது ஒரு வயதுக் குழந்தை. அவள் அம்மாவைத் தேடி வந்த குடும்பத்தினரிடம் பேசி பேரம் முடிவானது. ஒரு தொகையைக்

கொடுத்து பேகத்தின் தாயை அவர்கள் பாகிஸ்தானுக்கு அழைத்துச் சென்றுவிட, பேகம் தனியே விடப்பட்டார்.

பேகத்துக்கு பத்து வயதாகும்போது, ஓர் ஆற்றங்கரையில் கொலையுண்டு கிடந்தார் அவரது தந்தை. அவர் இறப்பதற்கு சில நாள்கள் முன்பு, அவரைப் பற்றி விசாரித்துத் தேடி, இளைஞன் ஒருவன் ஊருக்குள் சுற்றிக்கொண்டிருந்தான். இரண்டு நாள்கள் கழித்து அவர் தந்தையின் 'வேட்டைக்குழு' நண்பர்கள் இருவர் கொல்லப்பட்டனர். பேகத்தின் வார்த்தையில் சொன்னால், 'நீதியை சமன்செய்ய' யாரோ திரும்பியிருக்கிறார்கள்.

மறந்துவிட்ட பழைய காயங்களையும் கீழ்த்தரமான ரகசியங்களையும் கிளறிவிட்டன இந்தச் சம்பவங்கள்.

பிரிவினைக்குப் பிறகான கொடூரமான காலகட்டத்தின் வாழும் சாட்சி பேகம். வெறுப்பையும், அதனால் விளைந்த சீரழிவையும் மக்களுக்கு நினைவுறுத்தும் அடையாளமாக அவர் இருந்தார். கொலைவெறிபிடித்த ஆண்களும் பெண்களும் மக்களை அவரவர் வீட்டிலிருந்து வெளியேற்றி, உயிரற்ற சடலங்களின் மீது நடனமாடினார்கள். சுதந்திரத்தை நோக்கிய நகர்வானது பேரழிவை நோக்கிய அணிவகுப்பாக, இலட்சக்கணக்கான மக்களை படுகொலை செய்ததாக அமைந்தது.

பிரிவினை இனப்படுகொலையாக முடிந்தது.

பேகத்துக்கு 15 வயதானபோது, அவரின் பாட்டி அவரைவிட இருபது வயது மூத்த விவசாயப் பணியாளர் ஒருவரை அவருக்குத் திருமணம் செய்துவைத்தார். இஸ்லாமியத் தாய்க்கும் கொலையாளித் தந்தைக்கும் பாலியல் வன்புணர்வினால் பிறந்த குழந்தைக்கு 'நல்ல வரன்கள்' அமைய வாய்ப்பில்லை.

திருமணத்தன்று, பேகத்தின் பாட்டி ஒரு சிறிய தங்க அட்டிகையை பேகத்திடம் கொடுத்தார். அவர் அம்மாவின் குடும்பத்தினர் கொடுத்த பணயத்தொகையில் வாங்கிய சிறு துண்டு நிலத்தையும் பேகத்திடம் கொடுத்தார். பேகத்தின் ஒரே சொத்தான அந்தச் சிறு துண்டு நிலத்திற்கான விலை அவர் அம்மாவின் விடுதலை.

கிராமத்திலிருந்த ஒருவருக்கும் பேகத்தின் அம்மாவின் பெயர் நினைவில்லை. புகுந்த வீட்டினர் வைத்து அழைத்த இந்துப் பெயர்தான் நினைவிலிருந்தது – சாதனா. பூட்டிய வீட்டுக்குள் சதா

அடைந்து கிடந்த ஒல்லியான, வெளிறிய பெண்ணாகத்தான் அந்தக் கிராமம் அவளை நினைவில் வைத்திருந்தது.

'எங்க அம்மா யாரு — தெரியாது. நான் பார்த்ததும் கிடையாது. எங்கோ எல்லைக்கு இந்தப் பக்கம் இருக்கிறாரா, அந்தப் பக்கம் இருக்கிறாரா, உயிரோடிருக்கிறாரா, இறந்துவிட்டாரா? — தெரியாது' என்றார் பேகம்.

பேகம், எந்த நாட்டைச் சேர்ந்தவர்? இந்தியாவா, பாகிஸ்தானா?

பிரிவினையையும் எல்லையின் அபாயங்களையும் உயிர்பிழைத்துக் கடந்தவர், வேறுபட்ட வாழ்வை வாழ்பவர், முற்றலும் மாறுபட்ட கதையைச் சொல்கிறார். அவர்கள் வாழ்வில் வன்முறை என்பது வேலியருகிலோ, பதுங்குகுழிகளிலோ இல்லை; அவர்களுடைய பிரபஞ்சத்தின் மையப்புள்ளியாக உள்ளது!

12
ஸ்ரீ கங்காநகர்

டிராக்டர் படையணி

35பிபி கிராமத்திலிருந்து நாகி கிராமம் போகும் வழியில் உள்ள சிறு எல்லைக் கிராமம், ஸ்ரீகங்காநகர். இப்பகுதியில் உள்ள கிராமங்கள் அனைத்தும் அங்குள்ள ஓடைகளின் பெயரில்தான் அழைக்கப்படுகின்றன. உதாரணத்திற்கு, பிபி கால்வாயின் கரையிலிருக்கும் 35வது கிராமம் 35பிபி. போர் நினைவகமாக இருந்து கோவிலாகி, இன்று மிக முக்கிய இந்து வழிபாட்டுத் தலமாக மாறிய இடம் நாகியில் உள்ளது. என்னுடைய பயணத்தின் வழியெங்கும் போர் நினைவகங்களும் கோவில்களும் எல்லைப்பகுதியின் அமைப்பாகவே பொருந்திவிட, அக்கோவில்களுடன் பிணைந்த கதைகள் இப்பகுதியின் உண்மையான வரலாறுகளாகவே ஆகி விட்டன.

நாகி கோவிலின் உட்சுவர்களில் ஆறு பெரிய பதாகைகள் இருக்க, அவற்றில் 1971 இந்தோ-பாகிஸ்தான் போரில் உயிர்த்தியாகம் செய்து, 'போர்நிறுத்தத்திற்குப் பிறகு பாகிஸ்தான் வென்ற பகுதிகளை மீண்டும் கைப்பற்றிய இந்திய இராணுவ வீரர்களுக்காக...' என்று எழுதியிருந்தது. அந்தப் பதாகைகளில், 'முக்கியமான குன்று' ஒன்றைக் கைப்பற்றும் சண்டையில் தீரத்துடன் போரிட்டு இருபத்தோரு வீரர்கள் உயிர்நீத்ததாகக் குறிப்பிடப்பட்டிருந்தது. ஒவ்வொரு வருடமும் குன்றுகள் மீது ஒளியைப் பாய்ச்சும் கண்கவர் நிகழ்வுகளை (light shows) ஏற்பாடு செய்து இந்நிகழ்வைக் கொண் டாடுகிறது இராணுவம்.

இதிலுள்ள முரணை யாரும் உணர்ந்தார்களா என்று தெரியவில்லை. இயல்பில், குன்றுகள் நிலையற்ற தன்மை கொண்டவை – காற்றின் தன்மைக்கேற்ப நகர்ந்து, சரிந்து, இடம்பெயர்ந்து, தம்மைத்தாமே மாற்றிக்கொள்பவை. ஒருவேளை அந்த வீரர்கள் சிறிது காலம் காத்திருந்திருந்தால், இப்படி நிலையற்ற தன்மைகொண்ட அமைப் பொன்றை மீட்டெடுக்க, 21 உயிர்களை தியாகம் செய்யவேண்டிய அவசியம் இருந்திருக்காது.

நிஜத்தில் நாகி போரைப் பற்றி வெகு சொற்பமே வெளியே தெரிந்திருக்கிறது. '60, '70களின் கொந்தளிப்பான சூழலை இன்னமும்

நினைவில் வைத்திருக்கும், வயதான உள்ளூர் மக்கள் சிலருக்கு இது தொடர்பான கதைகள் குழப்பமாக நினைவிலிருந்தன. அவற்றுள், உள்ளூர் விவசாயிகள் பற்றிய கதை ஒன்று மட்டும் தனித்து நின்றது. பாகிஸ்தானிய இராணுவம் எல்லையை நோக்கி முன்னேறி வருவதை அங்கு வேலை செய்துகொண்டிருந்த விவசாயிகள் கண்டனர். சுற்று வட்டாரத்தில் இந்திய இராணுவத்தினர் யாரு மற்ற நிலையில் ஒன்றுகூடிய விவசாயிகள் அனைவரும் தத்தம் டிராக்டரின் சைலன்சர்களைக் கழற்றிவிட்டு எல்லை நோக்கி ஓட்டிச் சென்றனர். சைலன்சர்கள் இல்லாத டிராக்டர்கள் இராணுவ பீரங்கிகள்போல உறும, அந்தச் சத்தமும் சலசலப்பும் இந்திய எல்லையை நோக்கி முன்னேறிக்கொண்டிருந்த பாகிஸ்தானியத் துருப்புகளைப் பின்வாங்கச் செய்தன. இந்த வீரச்செயல் நிகழ்ந்ததை அனைவரும் ஒப்புக்கொண்டாலும், நடந்த காலம் குறித்து வேறு பட்ட அபிப்ராயங்கள் உள்ளன. சிலர் இச்சம்பவம் குன்றுக்கான சண்டையை ஒட்டி நிகழ்ந்தது என்றும், வேறு சிலர் அதற்கு வெகு காலம் முன்பே நிகழ்ந்தது என்றும் சொல்கிறார்கள். ஆனால், நாகியில் உள்ள யாருக்கும் இத்தீரச்செயலைச் செய்தவர்களைப் பற்றிய விவரங்கள் தெரியவில்லை. ஐம்பது ஆண்டுகள் கடந்த நிலையில் அந்த விவசாயிகள் கிராமங்களைவிட்டு வெளியேறியோ, மரணித்தோ இருக்கக்கூடும். இதுவரை கேள்விப்பட்ட வதந்திகள், துணிச்சல்மிக்க மற்ற கதைகள் போலவே, உண்மை எங்கு தொடங்கியது, நாட்டுப்புற வழக்காறு எங்கு முடிகிறது என்று என்னால் கணிக்க முடியவில்லை.

நாகியில் என்னுடன் வந்த உள்ளூர் கிராமத் தலைவர் இச்சம்பவம் 1971ஆம் ஆண்டு நிகழ்ந்ததெனக் கூறினார். முன்னெற்றியில் வழுக்கையேற தன் அறுபதுகளில் இருந்த முதியவருக்கு எல்லையில் நிலமிருந்தது. அதனால் தன்னுடைய நலனுக்காகவும் இராணுவத்தினருடன் நெருக்கமாக இருந்து உதவிகள் செய்து வந்தார்.

விவசாயிகளின் டிராக்டர் நிகழ்வு குறித்து கோவிலின் பதாகைகளில் ஏன் ஒன்றுமே குறிப்பிடப்பட்டிருக்கவில்லை எனக் கேட்க, ‘கடைசில தான் ஆர்மிக்காரங்க காப்பாத்த வந்துட்டாங்களே, அப்புறம், இராணுவ நினைவிடத்துல குடிமக்களோட வீரத்தையெல்லாம் பிரஸ்தாபிக்கக் கூடாதுல்ல’, ‘சமயத்துல, நம்மை பாதுகாத்து பத்திரமா வச்சிருக்கறதுக்காக மொத்தப் புகழையும் அவங்களுக்கே குடுத்துடனும்’ என்றார்.

நாகியைவிட்டுக் கிளம்பும்போது, இந்த டிராக்டர் சம்பவம் ஒரு கட்டுக்கதை என்று முடிவே செய்துவிட்டேன். அங்கு நான் தங்கியிருந்த வீட்டின் குடும்பத் தலைவர் பண்டோ பாஜி, சுற்றியுள்ள கிராங்களில் உள்ள உறவினர்கள் சிலருக்கு இனிப்புகள் வழங்கச் சென்றபோது என்னையும் உடன் அழைத்துச் சென்றார். நான் என் நண்பர் அனீல் ப்ரார் குடும்பத்துடன் தங்கியிருந்தேன். அனீலின் குடும்பம், தங்கள் மாவட்டத்திலுள்ள கர்ப்பிணிகள் மற்றும் குடும்பத்தினருக்கான குழந்தைகள் நல மையத்தை நடத்திக் கொண்டிருந்தனர்.

ஒரு சிறு பயணமாகக் கிளம்பியது, குடும்ப உறுப்பினர்கள் ஒவ்வொருவரிடமும் பேசிக் கிளம்ப ஒரு நாள் ஆனது. அவர்களில் பலரைத் தன் காரில் வைத்து பக்கத்து கிராமத்திற்கு ஷட்டில் அடித்தார் பாஜி. கடைசி உறவினர்களை இறக்கிவிடும்போது, மாலையாகிவிட்டது.

ஓர் உறவுக்காரப் பெண்மணியை அவரின் வீட்டில் இறக்கிவிட்டு பைகளை உள்ளே எடுத்துச் செல்ல அவருக்கு உதவியவர், அடுத்த சில நிமிடங்களில் உற்சாகமாக 'கண்டுபுடிச்சிட்டோம், கண்டுபிடிச்சிட்டோம்' என்று சத்தமிட்டபடி வெளியே ஓடி வந்தார்.

அவர் தன் காரில் ஏற்றிவந்து இறக்கிவிட்ட பெண், அன்று பாகிஸ்தான் இராணுவத்தை விரட்டிய டிராக்டர் படையைச் சேர்ந்த விவசாயி ஒருவருடைய மகள்.

தன் வயதுக்கு மீறிய இளமையுடன், உயரமாக இருந்தார் ஜோஹிந்தர் சிங் சுஜ். அளவெடுத்துத் தைக்கப்பட்ட கால்சட்டை, நீள மழைக்கோட்டு, வெள்ளைத் தலைப்பாகை, அழகாகச் செதுக்கப்பட்ட கைத்தடியுடன் கச்சிதமாக வந்தமர்ந்தார். விடுமுறைக்காக வந்திருந்த பேரக்குழந்தைகள், கொள்ளுப்பேரக் குழந்தைகளால் வீடு கலகலவென நிரம்பி வழிய, தாங்கள் கேட்டேயிராத கதையைக் கேட்பதற்காக உற்சாகத்துடன் அவர்களும் அவரைச் சுற்றி அமர்ந்துகொண்டனர்.

நாங்கள் பேச உட்காரும்போது, சுஜ்ஜிடம் அவர் வயதைக் கேட்க, 'தொண்ணூத்தஞ்சு வயசாகுது. எம்பதுன்னு போட்டுக்க' என்று சிரித்தார்.

1965இன் இலையுதிர்காலத்தில் உள்ளூர் காவல்துறை அதிகாரி ஒருவர், டிராக்டர் வைத்திருந்த விவசாயிகள் அனைவரையும் எல்லைவரை வருமாறு அழைத்தார். அக்காலத்தில் அப்பகுதியில் இராணுவத்தினரின் முகாம் எதுவும் இருந்திருக்கவில்லை. குறைந்த

பட்சம் ஒருநாள் பயணிக்கக்கூடிய தொலைவில்தான் அடுத்திருந்த இராணுவ முகாம் இருந்தது. உதவிக்கான அழைப்பு வந்தபோது மாலையாகியிருந்தது. சுஜ்ஜும் அருகிலிருந்த இன்னும் இரண்டு விவசாயிகளும் தத்தம் டிராக்டரில் ஏறிப் புறப்பட்டனர். பக்கத்து ஊரின் எல்லையில் சுமார் இருபது டிராக்டர்கள் தயாராய் இருக்க, பாகிஸ்தானியத் துருப்புகள் முன்னேறிக்கொண்டிருந்த திசையில் எல்லையை நோக்கி நகரத் தொடங்கினர்.

டிராக்டர்களின் சைலன்சர்களைக் கழற்றிவிட, எஞ்சின்கள் அசுர சப்தமிடத் தொடங்கின. அரண்காவல் அளிப்பதைப் போல, U வடிவ அமைப்பில் சென்ற டிராக்டர்கள் நடுநிசியில் எல்லையை நெருங்கின. சைலன்சர் இல்லாத டிராக்டர்கள் 0.32-திறன்கொண்ட இரட்டைக் குழல் துப்பாக்கியால் வான் நோக்கிச் சுடுவதைப் போலச் சப்தமிட்டன. இறுதியில் பாகிஸ்தான் படைகள் கீழிறங்கி பின்வாங்கிச் சென்றனர்.

இந்தப் போர்நிகழ்ச்சி ஒருநாள் முழுவதும் நீடித்தது. இது பெரிய சாகசமாக இருந்தது, ‘டிராக்டர் படைப்பிரிவு’ பற்றிய கதை எங்கும் பரவியதால் அதில் ஈடுபட்ட ஆண்கள் உள்ளூரில் பிரபலங்களாக ஆனார்கள். பெரும்பாலான ஆண்கள் அதற்குச் சில வருடங்களுக்கு முன்புதான் மிக மோசமான பிரிவினைக் காலத்தைக் கடந்து வந்தவர்கள் என்று சுஜ் கூறினார்.

மேலும், ‘ஒவ்வொருவரும் குற்றவாளியாகவும் பாதிக்கப் பட்டவராகவும் இருந்தனர். எங்கள் குடும்பங்களைக் கண்முன் இழந்த நாங்கள், அதேபோன்று ஓர் இஸ்லாமியக் குடும்பம் கொல்லப்பட்டபோது, கண்களை இறுக மூடிக்கொண்டோம். அப்பொழுதெல்லாம், ‘கண்ணுக்கு கண்’ என்பதை ஏதோ ஒரு விதத்தில் நீதியென்றே நம்பினோம். அன்று எங்கள் கிராமத்தை அவர்கள் கைப்பற்றியிருந்தால் தங்கள் குடும்பங்களை இழந்ததற்காக பழிதீர்த்திருப்பார்கள்’ என்றார்.

தங்கள் யோசனை நன்றாகவே வேலை செய்ததாகக் கூறிய சுஜ், ‘மிகச் சாதாரணமான, ஆனால், துணிச்சலான யோசனை அது’ என்றார். டிராக்டர் படையெடுப்பு முடிந்த அடுத்தநாள் இராணுவம் வந்திறங்கியது. இந்நாட்டு மக்களிடம் ஏதுமில்லை — அதிகாரம், பணம், உரிமை எதுவும் கிடையாது. சும்மா பிழைச்சுக் கிடக்கறதுக்கே பெரியபெரிய திட்டமெல்லாம் போட்டுத்தான் காலம் தள்ள வேண்டியிருக்கு. அதில் பாதி நேரம் தோத்துதான் போவோம். எப்பவாவது ஜெயிக்கும்போது, அந்த வெற்றி அற்புதமா இருக்கு’ என்றார்.

ஆண்டுகள் செல்லச்செல்ல, டிராக்டர் படையணியின் கலகம் பலவகை நிகழ்வுகளோடு கலந்து, உருமாறி, அப்பகுதி நாட்டார் வழக்காறியலின் அங்கமாகவே மாறிவிட்டது. அதில் ஈடுபட்ட பெரும்பாலான ஆண்கள் இறந்துவிட, மீதமிருப்பவர்களில் சுஜ் மட்டும்தான் அப்பகுதியிலேயே வாழ்ந்துவருகிறார். இந்த நூலில் சொல்லப்பட்டிருக்கும் மேலும் பலரைப் போல, சுஜ்ஜின் கதையும் நாம் இன்று இந்தியா என்றழைக்கும் மிக மெல்லிய வெளிக்கு வெளியேதான் தொடங்குகிறது.

இன்றைய பாகிஸ்தானின் நான்கு மாகாணங்களில் ஒன்றான சிந்து மாகாணத்திலுள்ள ஹைதராபாத்தில் பிறந்தார் சுஜ். சிந்தி மக்களின் பூர்விகப் பிரதேசம். தான் பிறந்த ஊர், மாவட்டம் ஆகிய விவரங்களை சுஜ் சொல்ல, நான் குறித்துக்கொண்டேன்: தார்பார்கர் (மாவட்டம்), டிக்டி தேஹ்சில் (ஜில்லா), கிராமம் 202. இவற்றை குறித்துக்கொண்டிருக்கும்போது டிக்டியை நான் எழுதியதிலுள்ள தவறைச் சுட்டி திருத்தினார் சுஜ். நான் திருத்தி எழுதியவுடன் புன்னகைத்தார்.

'என் மண்ணைப் பற்றிய தகவல்கள் சரியா இருக்கான்னு பார்த்தேன்' என்றார். அங்கிருந்து வெளியேறி வந்து எழுபது வருடங்கள் ஆன பின்னரும் அவ்விடத்தைதான் அவருடைய இடமாக உணர்ந்தார். அவர் படித்த மீர் முஹம்மது ஹாஜி பக்ஷ் டண்டா ஜான் முஹம்மது பள்ளியையும் அப்பள்ளியில் தான் காதலித்த அழகான சிந்திப் பெண்ணையும் பற்றிக் கூறினார். சுஜ்ஜுக்கு அப்பெண்ணின் பெயர் மறந்துவிட்டாலும் அவள் முகம் இன்னமும் நினைவிலிருந்தது.

பிரிவினைக் கொலைகள் நிகழத் தொடங்கிய காலத்தில் சுஜ் தன் ஊரைவிட்டு வெளியேறினார். அனைத்து உடைமைகளையும் அப்படியே விட்டுவிட்டு வெளியேறியது குடும்பம் — மக்கள் வன்முறையைக் கைவிட்டு தன் இயல்பிற்குத் திரும்பிவிடுவார்கள்; தேசம் துண்டாகாது; என்றாவது ஒருநாள் ஊர் திரும்புவோம் என்ற நம்பிக்கையில். தன் வரலாற்றை வெகு அரிதாகத்தான் பேசியிருக்கிறார் சுஜ். அக்காலத்தை வாழ்ந்து கடந்தவர்கள் பெரும்பாலும் அதைப் பற்றிப் பேசுவதேயில்லை. இழந்தவர்களுக்காக இரங்குவதிலும், தங்கள் வாழ்வை மறுபடி முதலிலிருந்து தொடங்குவதிலும் அவர்கள் மும்முரமாய் இருந்தார்கள்.

'அனைத்தையும் எரித்தோ, புதைத்தோ விட்டோம் — எங்கள் நினைவுகளையும் சேர்த்து. இத்தனை வருஷங்களுக்குப் பிறகு, யார்

கவலைப்பட போறாங்க? இத்தனை காலத்துக்கப்பறம் என் ஞாபக சக்தியும் தவறுது' என்றார் சுஜ்.

தன்னுடன் சுஜ் எடுத்து வந்தது இரண்டே புத்தகங்கள்தாம் — சிந்தி மொழியில் எழுதப்பட்ட நடுநிலைப்பள்ளி புவியியல் மற்றும் அறிவியல் புத்தகங்கள்.

ஆசைஆசையாக அந்தப் புத்தகங்களை எடுத்துவந்து, தன் புவியியல் புத்தகத்திலிருந்த பிரிவினைக்கு முன்பான ஒருங்கிணைந்த இந்தியாவை 1936ஆம் ஆண்டின் வரைபடத்தில் காண்பித்தார். அதில் இந்தியாவையும் பாகிஸ்தானையும் பென்சிலால் கோடு போட்டு பிரித்திருந்த அவர், பிறகு இந்தியா, கிழக்கு பாகிஸ்தானிடையே மற்றொரு கோடை வரைந்திருந்தார்.

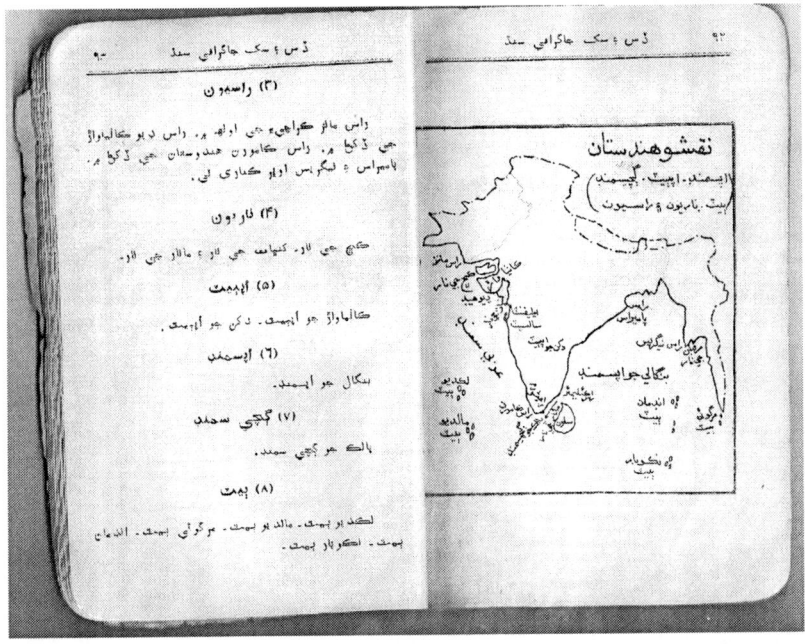

அடுத்த ஒரு மணி நேரத்திற்கு தன் ஊரைப் பற்றி — அதன் வீதிகள், மண்ணின் மணம், நிலப்பரப்பு என எல்லாவற்றையும் பகிர்ந்தார் சுஜ். பிரிவினைக்கு முன்பாக, ஒருங்கிணைந்த இந்தியத் துணைக்கண்டத்தை இணைக்கும் இரயில் நிலையங்களின் பெயர்களைக்கூட ஞாபகம் வைத்திருந்தார்: மீர்ப்பூர் ஃகாஸ், மீர்வாய்ஸ், குஷேலா, டிகி, டண்டா ஜான் முஹம்மது, ஜூடா கதம், ரோஷ்னா பாக், நுவாகோட், தொரானாரா, ஷாதி பெல்லி.

‘டிக்டியைவிட அழகான ஊர் இருக்க முடியாது. எனக்கு போய் பார்க்கனும்’ என்றவர், ‘என் கால் முட்டிகள் ரொம்ப மோசமாயிருக்கு. யார் என்னை அங்க கூட்டிப்போவா? ரொம்ப லேட்’ என்றார்.

நாங்கள் முடித்து எழும்போது, பேரப்பிள்ளைகளும் மற்றவர்களும் அருகில் இல்லை. ‘இந்தக் கதைகள் அவங்களுக்கு முக்கியமில்ல, அதுல விருப்பமும் இல்ல. இவங்களுக்கு தெரிஞ்சதெல்லாம் கஃபே, மால், சினிமா பாடல்கள் நிறைந்த இந்தியா மட்டும்தான்’ என்றார்.

கிளம்பும்போது வாசல்வரை உடன் நடந்து வந்த சுஜ், ‘இன்னும் சில விஷயங்களையும் இழந்துட்டோம். நான் சிந்தி, உருது, பார்சின்னு எல்லா மொழிகளும் பேசுவேன். இந்த மொழியெல்லாம் தனிமனிதர்களுடையது இல்லை; எங்க அத்தனை பேருக்கும் பொதுவானது. எங்க அம்மா பஞ்சாபி சாப்பாட்டை சமைச்சதா எனக்கு ஞாபகமேயில்லை. பல தலைமுறைகளாக பக்கத்து வீட்டுல குடியிருந்த சிந்தி முஸ்லிம் குடும்பத்தினருடைய தாக்கம்தான் அதுல நிறைய இருந்தது. இன்றைக்கு நீங்கள் நகரங்கள்ல இலட்சம் பேரைப் பார்த்தாலும் உங்களைப் போல் அல்லாத ஒருவரைப் பார்ப்பது சாத்தியமில்லை. மனசு சின்னதாகிடுச்சு. எங்க பிறந்தோம், என்ன மதம், என்ன மொழிங்கறதுதான் எல்லாத்தையும் முடிவு பண்ணுது. உருது இப்போ இஸ்லாமியர்களின் மொழியாகிடுச்சு. மக்களைப் போல, மொழியும் நாடுகடத்தப்பட்டு கெட்டோக்களில் உயிர்வாழுது. இனி பார்சி, படித்தவர்களின் மொழி இல்லை. யாரும் கற்க விரும்புவதும் இல்லை. இந்த எல்லைகள் நம் மனதைச் சுருக்கி, மொழிகளை மரணிக்கச் செய்து, மக்களை எதைப் பற்றியும் கவலையற்ற அற்பர்களாக்கிவிட்டது’ என்று கூறினார்.

இன்னமும் இந்தியா தேசமில்லை. அவள் தன்னைத்தானே மறுசீரமைத்துக்கொள்ளும் புதிர்.

13

அமிர்தசரஸும் நியூயார்க்கும்

பிரிக்கப்பட்ட வரலாறுகள்

எத்தனை கதைகளை உங்கள் வரலாற்றிடம் இழந்திருக்கிறோம்?

இந்தியாவின் எல்லைகளூடான என்னுடைய ஏழு வருடப் பயணம், பஞ்சாபின் அமிர்தசரஸில் 1919ஆம் ஆண்டு காலனித்துவப் படுகொலை நடந்த ஜாலியன்வாலாபாக்கில் நிறைவடைந்தது. பாகிஸ்தானுடனான எல்லையிலிருந்து பதினைந்து மைல் தொலைவில் உள்ள அமிர்தசரஸ் நகரம், பிரிவினைக்குப் பிறகு கலாச்சாரரீதியிலும், மக்கள்தொகை அடிப்படையிலும் பெரும் மாற்றத்தைச் சந்தித்தது. ஒரு குறுகலான சந்து நம்மை இட்டுச் செல்ல, ஆயுதங்களோ, பாதுகாப்போ அற்று நின்ற குடிமக்கள் படுகொலை செய்யப்பட்ட அவ்விடம் இன்றும் நன்கு நினைவுகூரப்பட்டுப் பராமரிக்கப்படுகிறது.

1919 ஏப்ரல் 13ஆம் தேதி – பஞ்சாபிகளின் அறுவடைத் திருவிழாவான பைசாகி திருவிழாவிற்காக இங்கு குழுமியிருந்த ஆண்கள், பெண்கள், குழந்தைகள்மீது தாக்குதல் நடத்த முடிவுசெய்த பிரிட்டிஷ் இராணுவத்தின் படைப்பகுதித் தளபதி ரெஜினால்ட் டயர், இந்தச் சிறு பாதை வழியாகத்தான் தன் துருப்புகளையும் துப்பாக்கிகளையும் எடுத்து வந்தார். இவ்விடத்திலிருந்து வெளியே செல்லும் ஒரே வழியையும் அடைத்துவிட்டு, எந்தவொரு எச்சரிக்கையும் இன்றி, நிராயுதபாணியான குடிமக்கள்மீது துப்பாக்கிச்சூடு நடத்த உத்தரவிட, தொடர்ந்த கலவரத்தில் ஆயிரக்கணக்கான மக்கள் கொல்லப்பட்டனர்.

பள்ளிப் பாடங்களில், திரும்பத்திரும்பப் பார்த்த நாடகங்களில், எழுதப்பட்ட கட்டுரைகளில் பார்த்தும், கேட்டும் இந்தக் கதை எனக்கு மனப்பாடமாகத் தெரியும். ஆனால், இந்தியாவின் வன்முறை நிறைந்த நீண்ட வரலாற்றில் எல்லாப் படுகொலைகளும் நினைவுகூரப்படுவதோ, பதிவுசெய்யப்படுவதோ, கற்பிக்கப்படுவதோ இல்லை.

இன்று அந்த இடம் சுற்றுலா பயணிகள், காதலர்கள், அழும் குழந்தைகள், பிளாஸ்டிக் துப்பாக்கிகளுடன் விளையாடும் குழந்

தைகள், ஆங்காங்கு நிறுத்தி செல்ஃபி எடுத்துக்கொள்பவர்கள் ஆகியோரால் நிரம்பி வழிகிறது. பூங்காவின் நடுவே நினைவுப் பலகை இருக்க, வலதுபக்கம் நூற்றுக்கணக்கானவர்கள் குதித்து உயிர்விட்ட கிணறு, ஒரு கண்ணாடித் தடுப்புக்குள் காட்சியளிக்கிறது.

இன்னும் கொஞ்சம் உள்ளே சென்றால், 'தியாகிகள் அருங்காட்சியகம்' இருந்தது — 'விடுதலைப் போராட்ட வீரர்'களின் மங்கி, வெடித்து, பூஞ்சை பிடித்து, கவனிப்பில்லாத புகைப்படங்களுடன் ஊசலாடும் நிலையில் — இந்த தேசத்தின் நினைவுகளைப் போல.

நன்றாகப் பேணி பராமரிக்கப்பட்ட, குண்டுகள் துளைத்த சுவரின் அருகேயிருந்த பதாகையில் பின்வருமாறு எழுதியிருந்தது:

> வரலாற்றுச் சிறப்புமிக்க இந்தச் சுவரில் இன்றும் சுலபமாக காணமுடிகிற குண்டு துளைத்த 36 அடையாளக்குறிகள், ஜெனரல் டயரின் உத்தரவின் பேரில் கூட்டத்தினரை நோக்கிச் சுடப்பட்டவை. மேலும், ரௌலட் சட்டத்தை எதிர்த்து கூடியிருந்தவர்கள்மீது டயர் துப்பாக்கிச்சூடு தொடங்குமுன், எந்தவித எச்சரிக்கையும் விடுக்கப்படவில்லை. ஆயிரத்து அறுநூற்று ஐம்பது சுற்றுகள் சுடப்பட்டன.

மிகுந்த ஏமாற்றத்துடன் அவ்விடத்தைவிட்டு நகர்ந்தேன். அருங் காட்சியகப் புகைப்படங்கள், பூங்கா, நினைவுப்பதாகை ஆகிய அனைத்தும் நிறுவப்பட்ட நோக்கத்திற்கு மாறான விளைவுகளை ஏற்படுத்திவிட்டதோ எனத் தோன்றியது. நினைப்பதற்குப் பதிலாக மறக்கச் சொல்லிக் கொடுத்துவிட்டதோ என்று தோன்றியது. கொல்லப்பட்டவர்களின் சந்ததிகள் என்ன ஆனார்கள்? அவர்கள் மரபுரீதியாக என்ன பெற்றார்கள்? கடந்த காலத்தின் எந்த அம்சங் களைப் பாதுகாத்து வைத்திருக்கிறோம்? அதை எப்படி இன்றைய தலைமுறைக்குக் கடத்துகிறோம்? எதிர்காலத் தலைமுறைக்கு என்ன விட்டுச்செல்கிறோம்?

ஜாலியன்வாலாபாக் சென்றுவந்து ஒரு வருடம் கழிந்த நிலையில் நியூயார்க்கில் வசிக்கும் பாகிஸ்தானியத் தோழி நடாஷா ஜாவீத், தன் கொள்ளுத்தாத்தாவின் தந்தை (எள்ளுத்தாத்தா) 1919 படு கொலையில் கொல்லப்பட்டதாக ட்வீட் செய்திருந்தார். இந்தத் தகவலை ஏற்றுக்கொள்ள முடியாமல் தடுமாறினாள் நடாஷா —

படுகொலையின் வன்முறை மட்டுமல்ல, அவள் குடும்பத்தின் மீது அது விடுத்துச் சென்ற வலி தாங்கவொணாததாக இருந்தது.

2019ஆம் ஆண்டு நவம்பர் மாத குளிர்கால இரவொன்றில் நடாஷாவின் வீட்டிற்குச் சென்றேன். நடாஷாவின் கணவர் தங்கள் மகன் கபீரை உறங்கவைத்துக்கொண்டிருக்க, நாங்கள் இருவரும் நான் மேற்கொள்ளவிருக்கும் இந்தியப் பயணம், இன்றைய சூழலில் பாதுகாப்பானதாக இருக்குமா என்று பேசிக்கொண்டிருந்தோம்.

'பிரிவினையின் படைத் தளபதி', 'வெறுப்பைத் தூண்டுபவர்' என்று பரவலாக அறியப்படும் இந்தியப் பிரதமர் நரேந்திர மோடி 2019 மே மாதம்தான் மீண்டும் பிரதமராகியிருந்தார். பதவியேற்ற சில மாதங்களில் அரசியலமைப்பிற்கு எதிரான பல சட்டங்கள் நிறைவேற்றப்பட்டன — காஷ்மீரில் சட்டப்பிரிவு 370ஐத் திரும்பப் பெற்றது, தனிமனிதனைப் பயங்கரவாதி எனச் சுலபமாக முத்திரையிடும் மாற்றங்களை ஊபா சட்டத்தில் கொண்டுவந்தது என்பன அவற்றில் சில.

இந்திய அரசியலமைப்புச் சட்டம் எழுதப்பட்ட பதாகையை உயர்த்திப் பிடித்த குற்றத்திற்காக ஜார்க்கண்ட்டின் குந்தி மாவட்டத்தில் 10,000க்கும் மேற்பட்டவர்கள் மீது தேசத்துரோக வழக்கு போடப்பட்டது. என்.ஆர்.சி. தீவிரமாக அமல்படுத்தப்படும் அசாமில், 'சட்டவிரோதமானவர்கள்' எனச் சுட்டப்படும் எவரையும் சிறையில் வைக்க ஏதுவாய் கட்டப்படும் எட்டு மிகப் பெரிய தடுப்பு முகாம்கள் கட்டி நிறைவடையும் நிலையில் உள்ளன. 2019இல் இதை எழுத அமரும்போது, அசாமின் ஒரு தடுப்பு முகாம்களில் உள்ள 26 பேர் ஏற்கனவே இறந்துவிட்டனர்.

2019இல் ஜாலியன்வாலாபாக் படுகொலை நடந்து நூறாண்டுகள் நிறைவடைந்திருந்தன. அதுபற்றிய பழைய செய்தித்தாள்கள், ஆவணங்கள், தனிநபர் நாள்குறிப்புகள், படுகொலைபற்றிய கடிதங்கள் ஆகிய அனைத்தையும் அலசிய பிறகு, எனக்கு ஒரு விஷயம் தெளிவானது: ஒரு நூற்றாண்டுத் தொலைவிலிருந்து பார்க்கும்போது, அன்றைய இந்தியாவுக்கும் இன்றைய இந்தியாவுக்கும் ஒத்த தன்மைகள் இருப்பதைப் புறக்கணிக்க இயலவில்லை.

தங்கள் குடும்ப வரலாறு குறித்து நடாஷாவும், அவள் அம்மாவும் அடிக்கடி பேசுவார்கள். இருந்தும், எள்ளுத்தாத்தாவின் மறைவின் காரணம், அன்று முற்றிலும் தற்செயலாகத்தான் வெளிப்பட்டது.

தன் அம்மாவுடன் பேசும்போதெல்லாம் தன் குடும்பத்தின் நான்கு தலைமுறைப் பெண்களின் செயல்பாடுகளையும் வாழ்வில் அவர்களின் தேர்வுகள் குறித்தும் புரிந்துகொள்ளத் தடுமாறியிருக் கிறாள் நடாஷா. தேவையேயில்லாமல் தங்களுடைய இடத்தை அத்துணை விருப்பத்துடன் விட்டுக்கொடுக்க வைத்தது எது? நடாஷாவின் பாட்டியும் அவருடைய தங்கைகளும் வசதியான குடும்பங்களில் திருமணம் செய்து, குழந்தைகள் பெற்று, சௌகரி யமான வாழ்வே வாழ்ந்தனர். என்றாலும், அவர்கள் சுமந்த இருண்ட, சோகத்துடன் கூடிய, அடிபணியும் வாழ்வின் வேர்களைப் புரிந்து கொள்ள சிரமப்பட்டாள் நடாஷா.

நடாஷா அடிக்கடி தன் அம்மாவிடம் கேட்கும் கேள்வி இது — ஏன் நானோ (அம்மாவின் அம்மா) ஒரு குறிப்பிட்ட முடிவை எடுத்தார்? ஏன் இவ்விதம் நடந்துகொண்டார்? தாத்தா முற்போக்கான குடும்பத்தைச் சேர்ந்தவர்; நானோவுக்கு நிறைய வாய்ப்புகள் இருந்தும் ஏன் பின்னணியில் மறைந்துபோனார்?

அவள் அம்மாவுடனான இந்த உரையாடல்களைப் பற்றி நடாஷா பேசும்போது, அவளின் வார்த்தைகளில் இருந்த விரக்தியையும் பதற்றத்தையும் புரிந்துகொள்ள முடிந்தது. தங்கள் குடும்பத்தின் வரலாற்றையும் நிதர்சனத்தையும் புரிந்துகொள்வதற்காக அநேகமாக மகள்கள் அனைவரும் கேட்பதுதான். நாங்கள் மனதில் தொடர்ந்து இந்தப் புதிர்களைச் சேகரிக்கிறோம்; எந்நேரமும் ஏதோ ஓர் உபகதை; கதையில் வெளித்தோன்றாத ஒரு கதாபாத்திரம்; விடுபட்ட ஏதோ ஒரு சிறு துண்டைப் பொருந்தச் செய்யும் உண்மைகள் எனத் தேடிக்கொண்டே இருக்கிறோம்.

பாட்டியும் அவருடைய தங்கைகளின் வாழ்வையும் அவர்கள் வாழ்ந்த காலச் சூழலோடு பொருத்திப் பார்த்து யதார்த்தத்தைப் புரிந்துகொள்ள வேண்டும் என்றார் நடாஷாவின் அம்மா மனோ — இழப்பு, குழப்பம், நெருக்கடி. அவர்கள் நம்முடைய மூதாதையர்கள் மட்டுமல்ல, கொந்தளிப்பான வரலாற்றின் தயாரிப்பும்கூட.

இதுபோன்ற தீவிர உரையாடலின் போது, ‘என் பாட்டியும் அவங்க தங்கையும் தன் பதின்வயதுகள்ல அப்பாவை இழந்த பிறகு ஆரம்பிச்சதுதான் இதெல்லாம்... ஜாலியன்வாலாபாக் படுகொலைல இறந்துபோனார் அவர்’. நடாஷாவிற்குத் தாள முடியாத அதிர்ச்சி. இது எப்படி இவ்வளவு நாள்களாகத் தெரியாமல் போனது?

1919ஆம் ஆண்டு, நடாஷாவின் எள்ளுத்தாத்தா மீர் அப்துல் ரஹீம் என்ற அந்த 23 வயது 'ஹக்கீமுக்கு' இளம் குடும்பமும் இருந்தது. பஞ்சாபில் அதிருப்தியும் ஒத்துழையாமையும் பரவலாகத் துளிர்க்கத் தொடங்கியிருந்த சமயம். இந்தியத் துணைக்கண்டத்தில் அப்போதுதான் பிறந்திருந்த விடுதலைப் போராட்ட இயக்கத்தில் மீர் அப்துல் ரஹீமுக்கு ஆர்வம் ஏற்பட்டது.

முதலாம் உலகப்போரின் போது, அரும்பத் தொடங்கியிருந்த அதிருப்தியைக் கட்டுப்படுத்த தொடர்ச்சியாக அவசரகாலச் சட்டங் களை அமல்படுத்தியது ஆங்கிலேய அரசு. போரின் முடிவில் இந்தச் சட்டங்கள் திரும்பப் பெறப்படும், தங்களுக்கு கூடுதல் அரசியல் சுயாட்சி வழங்கப்படும் என்று நம்பினார்கள் 'இந்தியர்கள்'. ஆனால், 1918ஆம் ஆண்டு காலனித்துவ இந்தியாவின் அரசிய லமைப்பு சீர்திருத்தங்களுக்கான உத்திகளைத் தொகுத்து பிரிட்டிஷ் பாராளுமன்றத்திடம் சமர்ப்பித்த மாண்டேகு செம்ஸ்போர்டு அறிக்கை, உள்ளாட்சி நிர்வாகத்தைக் கட்டுப்பாடுகளுடன் வரை யறுத்து அடக்குமுறை மிகுந்த போர்க்கால நடவடிக்கைகளை நீட்டித்தது.

1919 மார்ச் 10ஆம் தேதி அரச துரோக, புரட்சிகர செயல்பாடுகளுக்கு எதிரான ரௌலட் சட்டம் நிறைவேற்றப்பட்டது. அந்தச் சட்டத் திற்கான ஆலோசனைக் குழுத்தலைவரின் பெயரிலேயே அமல் படுத்தப்பட்ட இச்சட்டம், 'காலவரையற்ற தடுப்புக்காவல், வழக்கு விசாரணையற்ற சிறைக்காவல்' போன்ற அவசரக்காலச் சட்டங்களைக் காலவரையின்றி நீட்டித்தது.[1] 'அச்சுறுத்தும் புரட்சிகர தேசியவாதத்தை திறம்பட எதிர்கொள்ளவும், சோஷலிசத்தின் பரவலைச் சமாளிக்கவும் தீவிரமயமான இந்திய இராணுவ வீரர் களைக் கையாளவும் சட்டத்தின் ஆட்சியை இடைநிறுத்தி, பிரிட்டிஷ் அரசாங்கத்தின் நிர்வாகத்திற்கு முழு அதிகாரம் அளித்தது.[2]

புரட்சிக்கான அறைகூவல்கள், ஆங்கிலேயர்களுக்கு எதிரான போராட்டங்கள் எல்லா இடங்களிலும் வலுக்கத் தொடங்க,

---

1. The Anarchical and Revolutionary Crimes Act of 1919, Imperial Legislative Council, 18 March 1919.
2. Kim A. Wagner, 'Fear and Loathing in Amritsar: An Intimate Account of Colonial Crisis', itinerario, 42, Special Issue 1, April 2018, no. 15, https://www.cambridge.org/core/journals/itinerario/article/fear-and-loathing-in-amritsar-an-intimate-account-of-colonial-crisis/3E9032CFEE54F3B2ED7A062216EE5EB6/core-reader.

டாக்டர் சைஃபுத்தீன் கிச்லூ, டாக்டர் சத்யபால் ஆகிய பஞ்சாபின் தேசியவாதத் தலைவர்கள் முடியரசுக்கெதிராகவும் ரௌலட் சட்டத்திற்கு கண்டனம் தெரிவித்தும் கூட்டங்களில் உரையாற்றினர்.

போராட்டத்தின் உச்சத்தில் சுமார் 20,000 மக்கள் லாகூரின் வீதிகளில் திரண்டனர். அமிர்தசரஸில் உள்ளூர் தலைவர்கள் கைது செய்யப் பட்டு அவர்களின் இடங்களில் இருந்து வெளியேற்றப்படவும், இதனால் கனன்ற கோபமும் அதிருப்தியும் ஏப்ரல் 10ஆம் தேதி வன்முறைப் போராட்டமாக வெடித்தது. கட்டடங்கள் எரிக்கப்பட்டு, குடிமக்கள் கொல்லப்பட, கோபமடைந்த போராட்டக்காரர்களால் கிறிஸ்தவ மிஷனரிகள் உட்பட பல வெளிநாட்டு அலுவலர்கள் கொல்லப்பட்டனர். சட்டம் ஒழுங்கை நிலைநாட்ட அனுப்பப்பட்ட ஜெனரல் டயர் பிறப்பித்த உத்தரவு, எக்காரணத்திற்காகவும் பொதுமக்கள் ஓரிடத்தில் கூடுவதைத் தடை செய்தது.

அமிர்தசரஸின் கால்சா கல்லூரியின் முதல்வர் ஜெரார்டு வாத்தேனின் மனைவி மெலிசென்ட் வாத்தேன் தன்னுடைய ஏப்ரல் 11ஆம் தேதியிட்ட நாள்குறிப்பில், அமிர்தசரஸை 'விமானங்கள் வட்ட மிட்டன', ஆனால், 'குண்டுகள் எதுவும் வீசப்படவில்லை' எனக் குறிப்பிட்டிருந்தார்.³ அமிர்தசரஸின் மேல் வான்வழித் தாக்குதல் நிகழ்த்தப்பட்டதற்கான அதிகாரபூர்வ ஆவணங்கள் இல்லை என்றாலும், அமைதி குலைந்த பஞ்சாபில் கூட்டம் கூடிய ஏனைய இடங்களில் குண்டுகள் வீசப்பட்டன. பாகிஸ்தான் படுகொலைக்குப் பிறகு, தில்லி, பம்பாய், பஞ்சாப்போன்ற இடங்களில் 1919-1920க்குள் நடந்த கலகங்களை விசாரிப்பதற்காக அமைக்கப்பட்ட ஒழுங்கின்மை விசாரணைக்குழுவின் அறிக்கையில், ஒருங்கிணைந்த பஞ்சாப் மாகாணத்தின் குஜ்ரன்வாலாவில் வான்வழித் தாக்குதல் நடத்தப்பட்டதற்கான குறிப்புகள் இருக்கின்றன.⁴

இந்தக் கட்டுக்கடங்காத ஆவேசத்தால் தூண்டப்பட்டு, இந்தியாவின் மீதான ஆங்கிலேய ஆதிக்கத்திற்கு எதிராக வலுவான எண்ணம் கொண்டிருந்த ஆயிரக்கணக்கான ஆண்களுள் மீர் அப்துல் ரஹீமும் ஒருவர்.

---

3. Ibid., p. 7.

4. Committee on Disturbances in Bombay, Delhi, and the Punjab, *Report: Disorders Inquiry Committee 1919-1920*, Superintendent Government Printing, Calcutta, 1920.

ஏப்ரல் 13ஆம் தேதி மதியம் ஆண்கள், பெண்கள், குழந்தைகள் என அனைவரும் ஜாலியன்வாலாபாக்கில் கூடியிருந்தார்கள். பைசாகியை கொண்டாட பலரும் தலைவர்களின் பேச்சைக் கேட்கவும், எதிர்ப்பை பதிவுசெய்ய ஏனையோரும் கூடியிருந்தார்கள்.

கூர்கா, பலூச் வீரர்கள் கொண்ட ஜெனரல் டயரின் படைகள் வந்திறங்கியவுடன், பாகின் ஒரே வாயிலை எந்த அறிவிப்புமின்றி இழுத்து மூடி கூட்டத்தினரை நோக்கி சுடத் தொடங்கினர். துப்பாக்கிச் சூடு முடிந்தவுடன் இவ்விடத்தைவிட்டுக் கிளம்பிய படை, இறந்தவர்களையும் காயமடைந்தவர்களையும் அப்படியே விட்டுச் சென்றது.

விதி விளையாடிய அன்றுதான் ரஹீமும் ஜாலியன்வாலாபாக் சென்றிருந்தார். தொடையில் இருமுறை சுடப்பட்ட அவர், சில நாள்களுக்குப் பின்னர் உயிரிழந்தார்.

23 வயதில் சுடப்பட்டு இறந்த ரஹீமுக்கு, இருபதே வயது மனைவியும் மூன்று வயதும், ஒரு வயதுமான இரு குழந்தைகளும் இருந்தனர். அந்த நொடியிலிருந்து இந்தக் கதை நான்கு தலைமுறை பெண்களுடையதாக ஆனது. வேகமாக உருமாறிக்கொண்டிருந்த இந்தியத் துணைக்கண்டம், அதன் பல்வேறு எல்லைகள் — நில, அரசியல் மற்றும் பாலியல்ரீதியான எல்லைகள் — திரும்பத்திரும்ப அவர்களை பாதித்ததைப் பற்றியதானது.

பெரும் போராட்டத்திற்குப் பிறகு, அந்தக் குடும்பத்தின் பெருந்தலைகள், ரஹீமின் மனைவியும் குழந்தைகளும் வாழ அமிர்தசரஸில் ஒரு சின்னஞ்சிறு இடத்தை ஒதுக்கித் தந்தனர். அதற்குப் பிறகு அந்த இளம் விதவையின் வாழ்வு முழுவதும் தன் மகள்களை வளர்த்து, பாதுகாத்து, அவர்களுக்குப் பொருத்தமான வரன்களைத் தேடி திருமணம் செய்வதிலேயே கழிந்தது. இருபத்தோரு வயதில் விதவையாகி, மறுமணம் செய்துகொள்ளாமல், பொறுப்புகளின் சுமையில் வாடி வதங்கிப் போன அந்தப் பெண், எந்தச் சலனமுமின்றி ஒருநாள் இறந்தும் போனாள்.

ரஹீமின் மூத்த மகளான தன் கொள்ளுப் பாட்டியை 'படீ அம்மி' என்றழைப்பாள் நடாஷா. படீ அம்மிக்கு பதினாறு வயதாகும்போது, இளம் தொழிலதிபரான மியான் அப்துல் அஸீஸுடன் திருமணம் முடித்து அனுப்பப்பட்டாள். ஆங்கிலேய அபிமானியான மியான், அவர்களுக்கு பொருட்களை விநியோகிக்கும் தொழிலைச் செய்து வந்தார். இந்தியத் துணைக்கண்டத்தின் சுதந்திரப் போராட்டம்

உச்சத்தில் இருக்க, கொந்தளிப்பான அரசியல் சூழலில், ஆணாதிக்கக் கொடூரத்தின் இடையே, தந்தையின்றி தன் அம்மாவுடனும் தங்கை யுடனும் மட்டும் வளர்ந்த படீ அம்மியின் வாழ்க்கை எத்தனை நிலையற்றதாக இருந்திருக்கக் கூடும்? எங்கும் பாதுகாப்பில்லை, எதற்கும் உத்திரவாதமில்லை.

படீ அம்மிக்கும் அவளது இளம் கணவனுக்குமான உறவில் சம நிலை இருந்திருக்க வாய்ப்பேயில்லை என்பது நடாஷாவின் கருத்து. பேசவே பயந்த, வெகு குறைவாகவே பேசிய பெண்மணியாகவே அவள் நடாஷாவின் நினைவுகளில் பதிந்து போயிருந்தார். படீ அம்மிக்கு நான்கு மகள்களும் ஒரு மகனும் இருந்தனர். மூத்தவர் நடாஷாவின் பாட்டி நுஸ்ஹத் ஃகாஜா. படீ அம்மி திருமணமாகி குழந்தைகளுடன் இருக்க, எவருமற்று அநாதையான அவர் தங்கை ஃகாலாஜீயின் வாழ்க்கை வேறொரு வித நரகத்தில் உழன்றது. குடும்பத்தின் நெருங்கிய சொந்தத்தில் யாரோ ஒருவர் நடாஷாவைப் பாலியல்ரீதியாகத் துன்புறுத்தியதாக உறுதியாக நம்பினார் நடாஷா.

ஃகாலாஜீக்கு சிலமுறை திருமணம் நிச்சயமாகி, குடும்பத்தின ராலேயே முறிக்கப்பட்டிருக்கிறது. திருமணமாகாமல் படீ அம்மீயின் குடும்பத்தினருடனே தன் வாழ்நாளைக் கழித்தார் அவர். தனக்கென எதுவுமற்ற, தன்னைவிடப் பல வயது மூத்தவரால் பாலியல் வன்கொடுமைக்கு ஆளான தந்தையற்ற ஓர் இளம்பெண். அதைச் செய்தவர் குடும்பத்திற்குள் செல்வாக்கு மிக்கவராக இருந்திருக்க வேண்டும். அதனால்தான் இதைப் பற்றி யாரும் பேச முன்வந்ததே இல்லை என்று நம்பினாள் நடாஷா.

தன் அறுபதுகளில் இவ்வுலகை நீத்தார் ஃகாலாஜி.

'அவர் வெறுமே இறந்துபோனார். அவள் கதை வெறுமே அங்கு இருந்தது. அதுக்கு சாட்சி சொல்லவும் இப்போ யாருமில்லை' என்றாள் நடாஷா. 'யாரும் எதுவும் சொல்ல மாட்டாங்க. அது ஓர் இருண்ட ரகசியம், உங்க தனியறையில் உள்ள எலும்புக்கூடுபோல — யாரும் திறந்துப்பார்க்க விரும்ப மாட்டாங்க.'

நடாஷாவின் அம்மாவும் அவரின் தங்கைகளும் திரும்பத்திரும்பச் சொல்லப்பட்ட கதைகளின் வாயிலாக ஃகாலாஜியை நினைவில் வைத்திருந்தனர். அவர்களுடன் அவர் வாழ்ந்தது, குழந்தைகளிடம் அவர் காட்டிய பிரியம், அவர்களுக்காக சமைத்துக் கொடுத்தது போன்ற சிறு விவரணைகளில் அவர் நினைவிலிருந்தாள். ஆனால், ஃகாலாஜியின் நிறுத்தப்பட்ட திருமண நிச்சயங்கள், பல்வேறு

சமயங்களில் அவர் அனுபவித்த பாலியல் தொந்தரவுகள் பற்றிப் பேசப்பட்டதே இல்லை. துஷ்பிரயோகத்திற்கு அனுமதியுண்டு; அதுபற்றிப் பேசத்தான் அனுமதியில்லை.

கனத்த மௌனத்திற்கிடையேயும், நடாஷாவின் பாட்டி, அம்மா, சித்திகளுக்கு ஃகாலாஜியின் கதை தெரிந்திருந்தது. அதே வீட்டில் குழந்தைகளாக வளைய வந்த அவர்களுக்கு தங்கள் நிழல்களுக்கடியில் பேசக் கூடாத ரகசியம் ஒன்று பதுங்கியிருப்பது தெரிந்திருந்தது. சிறு பார்வைகள், கிசுகிசுப்பான குரல்கள், அழுகை, வேதனை என அனைத்தையும் பார்த்து வளர்ந்தவர்கள், ஒரு வார்த்தை பேசாமல் அமைதியாக, மௌனமாக இருப்பது எப்படி என்பதை நன்றாகவே கற்றுவைத்திருந்தனர். தங்களுக்கு நெருக்கமான, மிகப் பிடித்த ஒருவருக்கு இந்தக் கொடுமை நடக்கிறதென்று தெரிந்தும் எதுவுமே நடக்காததுபோல இருக்க வேண்டியிருந்தது. நடாஷாவின் பாட்டி இறந்த பிறகுதான் அம்மாவும் அவள் தங்கைகளும் ஃகாலாஜிக்கு நடந்த கொடுமைகளைப் பற்றி வெளிப்படையாகப் பேசத் தொடங் கினர்.

புரியாமலிருந்த புதிரின் துண்டுகள் ஒன்றாகச் சேரத் தொடங்கியது போல, தன் குடும்பத்தின் பெண்கள் எடுத்த விளங்கிக்கொள்ள முடியாத, கடினமான முடிவுகள் இப்போது நடாஷாவுக்குப் புரியத் தொடங்கின. வன்முறையின் கொடூர கணமொன்றில் பாதுகாப்பான வாழ்வு வாழ்வதன் உரிமையை இரு சிறுமிகளும் இழக்க, அந்த நொடியிலிருந்து உயிர் பிழைத்துக் கிடப்பதே பெரும் போராட்டமானது.

ரஹீமின் மரணம் என்ற ஒற்றை வன்முறைச் செயல், அவர் வாழ்விலிருந்த மூன்று பெண்களின் வாழ்வை அழித்ததோடு நில்லாமல், அதனால் எழுந்த பயம், பாதுகாப்பின்மை, இழப் புகள் அனைத்தும் வழிவழியாக அவர்களைப் பிணைக்கும் இழை களாயின. 'மரபுவழியாகக் கடத்தப்பட்ட இழப்புகள் ஆபத்தானவை — பெரும்பாலும் அவை விதியெனத் தவறாகப் புரிந்துகொள்ளப் படுகின்றன' என்றாள் நடாஷா.

நடாஷா பேசப்பேச இந்தப் புத்தகம் எழுதத் தொடங்கும்போது என்னிடம் தன் குடும்ப வரலாற்றைப் பகிர்ந்துகொண்ட மற்றொரு பாகிஸ்தானிய நண்பர் நினைவுக்கு வந்தார். அவருடைய குடும்பத்தி லுள்ள பெண்கள், எப்பொழுதும் கிளம்புவதற்கு முன்னறையில் தயாராக உள்ள பெட்டிகள்போலவே வாழ்ந்தனர். ஓர் இடத்தில் குடியேறி தங்கள் வாழ்வைச் சீரமைத்துக்கொள்ள அவர்களுக்கு

அமிர்தசரஸும் நியூயார்க்கும் ∗ 329

தைரியம் வந்ததே இல்லை. எத்தனை எல்லைகள் தாண்டினாலும், எத்தனை வீடுகள் மாறினாலும், எத்தனை முறை நீங்கள் வாழ்வை சீரமைத்துக்கொண்டாலும் உங்கள் பெட்டிகள் அங்கேயே இருக்கும். கண்ணுக்குத் தெரியாத சிறையைப் போல, உங்களைச் சுற்றி வட்டமாக எல்லையொன்று வரையப்பட்டிருக்கும்.

'புதிய தேசத்தின் குடிமக்களாக எல்லைகடந்து (இந்தியாவிலிருந்து பாகிஸ்தானுக்கு) வந்தோம். சர்வாதிகாரிகளும் வந்தனர். மறு படியும் பெட்டி, படுக்கைகளுடன் கிளம்பினோம்... இராணுவ சர்வாதிகாரத்தின் கீழ் வாழ்வதை உங்களால் புரிந்துகொள்ளவே முடியாது சுசித்ரா. நாங்கள் அனுபவித்த கொடுமையை எந்த நாடும் அனுபவிக்கவே கூடாது.'

ஜாலியன்வாலாபாக் நிகழ்வுக்குப் பிறகு அமிர்தசரஸில் நகரம் மிகப் பெரிய எழுச்சியை சந்தித்தது. படுகொலைக்குப் பிறகு, ஜெனரல் டயர் 'ஊர்ந்து செல்லும் உத்தரவு' ஒன்றைப் பிறப்பித்தார். அதன்படி, அமிர்தசரஸின் முக்கிய வீதிகளில் ஆங்கிலேயப் படைகள் ரோந்துப் பணியிலிருக்க, அந்த வீதிகளைக் கடக்கும் இந்தியர்கள் தங்கள் வயிற்றால் ஊர்ந்து செல்ல வேண்டும். மறுத்தவர்களுக்கு பொது இடங்களில் வைத்து கசையடிகள் வழங்கப்பட்டன. இதனால் வெடித்துக் கிளம்பிய கோபமும் சீற்றமும் 1920ஆம் ஆண்டு தொடங்கிய ஒத்துழையாமை இயக்கத்திற்கு உந்துசக்தியாக அமைந்தன. மகாத்மா காந்தி தலைமையேற்று நடத்திய அந்த இயக்கம், சட்டசபை, நீதிமன்றங்கள், பள்ளிகள் என அனைத்தையும் புறக்கணித்து ஆங்கிலேய ஆட்சிக்கெதிராக மக்கள் ஆதரவைத் திரட்டியது.

ஜாலியன்வாலாபாக் படுகொலை நடந்து இருபத்தெட்டு ஆண்டு களுக்குப் பிறகு, ஆகஸ்ட் 1947 பிரிவினையை நோக்கிய கலவர காலத்தில், நடாஷாவின் குடும்பம் அமிர்தசரஸிலிருந்து லாகூருக்குக் குடிபெயர்ந்தது. சிறு பிள்ளையாயிருந்த நடாஷாவின் பாட்டி நுஸ்ஹத், பரந்துபட்ட வன்முறைக்கும் பாலியல் பலாத்காரத்திற்கும் பயந்து பெண்கள் தற்கொலை செய்துகொண்ட கதைகளைக் கேட்டு வளர்ந்தாள். வாசலில் கலவரக் கும்பல் வந்து நின்றால், அவர்கள் 'அதற்கும் ஏதாவது செய்தாக வேண்டும்'.

பதினோரு வயதுகூட நிரம்பாத நுஸ்ஹத்திடம், சில மணி நேரத் துக்குள் பொருட்களை எடுத்துக்கொண்டு கிளம்ப வேண்டும் எனச் சொல்லப்பட்டது. தன் அறைக்கு ஓடியவள், ரேடியோவை தூக்கிக்கொண்டு வெளியே வந்தாள். மூன்று தலைமுறைகளைச்

சேர்ந்த பெண்களும் புதிய தேசம், புதிய குடியுரிமை, புதிய இருப்பிடம் நோக்கிப் புறப்பட்டனர். தங்களிடமிருந்த அனைத்தையும் மறுபடியும் இழந்தனர்.

வலுக்கட்டயமாக வெளியேற்றப்படும்போது, உங்கள் முன்னோர்கள் வாழ்ந்த நிலத்தை மட்டுமல்ல, அவர்களில் ஒரு பகுதியையும் சேர்த்தே இழக்கிறீர்கள். ஒவ்வொரு முறை புலம்பெயரும்போதும், உங்கள் வரலாற்றின் ஒரு பகுதியையும்; இறந்த முன்னோர்கள், அவர்களின் கல்லறைகள், நடந்த வீதிகள், அவர்கள் காலுக்குக் கீழிருந்த நிலம் ஆகிய அனைத்தையும் விட்டு வெளியேறுகிறீர்கள். புறப்பட்டவுடன் உங்களுக்குள் ஏதோ ஒரு வெற்றிடம் உண்டாக, நீங்கள் இல்லாத வெற்றிடத்தை, நீங்கள் விட்டுச் சென்ற உங்கள் ஊர் மறு ஆக்கம் செய்துகொள்ளும்.

பிரிவினைக்குப் பின்னான வன்முறை வற்றியும் பொங்கியும் வழிந்தோட, ஃகாலாஜி அனுபவித்த பாலியல் தொல்லைகள் மட்டும் மாறவேயில்லை. தன் மகள் துஷ்பிரயோகம் செய்யப் படுவது ரஹீமின் மனைவிக்குத் தெரியுமா? அதைத் தடுக்கவோ, இந்தக் கொடுங்கனவுக்கு முடிவுகட்டவோ அவர் ஏதாவது முயற்சி செய்தாரா? வீட்டுக்குள் நடக்கும் வன்முறையைப் பற்றித் தெரிந்தும் மூன்று தலைமுறையைச் சேர்ந்த பெண்களால் எப்படி அமைதியாக வாழ முடிந்தது? அந்தப் பெண்களும் அவர்களின் சந்ததிகளும் பிரிவினையால் நடந்த கிளர்ச்சிக்குப் பலியானது மட்டுமில்லை, ஆணாதிக்கத்தின் கீழும் அடிமைப்பட்டுக் கிடந்தார்கள். பிரிவினைக் குழப்பத்தால் ஆணாதிக்கத்தின் அடித்தளம் மேலும் உறுதியாக்கப் பட்டதே தவிர, அதற்கு எந்த பாதிப்புமில்லை.

ஆண்களின் மீதான பயம் அவர்களுக்கு மரபுரீதியாகவே கடத்தப் பட்டிருக்கும் என்றாள் நடாஷா. ஆனாலும், அந்தப் பயம், இழப்பு, உளைச்சல் எல்லாமும் உலகம் முழுக்கப் பொதுவானவை. நான் சந்தித்துப் பேசிய பல பெண்கள், குறிப்பாக இந்தப் புத்தகத்தில் இடம்பெற்றுள்ள பலர் இதே பயத்தை தங்களுக்குள் சுமந்து திரிகின்றனர். இந்தியா, பாகிஸ்தான், வங்கதேசம், பர்மா ஆகிய நாடுகளின் பெண்களும் வீட்டுக்குள் நடந்த கதைகளை திரும்பத் திரும்பத் தங்களுக்குள் பாடிக்கொள்ளும் பாணர்களாய் வரலாற்றில் தங்களை நிலைநிறுத்திக்கொண்டனர்.

‘பணரீதியாக, உணர்வுபூர்வமாக, பாலியல்ரீதியாக ஆணாதிக்கம் பெண்களுக்கு என்னவெல்லாம் செய்யும் என்பதை பெண்கள் அனுபவித்திருக்கின்றனர். எதெற்கெடுத்தாலும் பயப்படும் பெண்

ணொருத்தி உங்கள் அம்மாவாக இருந்து, அச்சம் அவளுக்கு வழிவழியாகக் கடத்தப்பட்டிருந்தால், அவளையுமறியாமல் அதை சிறிதளவாவது உங்களுக்குக் கடத்துவாள். உங்களிடமிருந்து மறைமுகமாக, உங்கள் மகளுக்கு...

2019ஆம் ஆண்டு ஏப்ரல் மாதம் ஜாலியன்வாலாபாக் படுகொலையின் நூற்றாண்டு நினைவு தினம் அனுசரிக்கப்பட்டது. நூறாண்டுகள் கழித்து அனுபவித்த அதிர்ச்சிகளை உடல் இன்னமும் நினைவில் வைத்திருக்குமா? சில வலிகளை கடத்தியிருக்குமா? நம் மூதாதையர்களின் கண்ணீரும் அச்சமும்தான் நம்மை வரலாற்றுடன் பிணைத்திருக்கிறதா? இந்த பயமும் வலியுமான சுழற்சி எப்போது முடியும்? பிரிவினையின் பிள்ளைகளான நம்மால் வரலாற்றை சுமக்கத்தான் இயலுமா? நம்முடைய வரலாற்றை எப்போதுமே நம்மால் ஆட்கொள்ள முடியாதா?

எங்கள் கொள்ளுப் பாட்டிகள், பாட்டிகள், சித்தி, அத்தைகளைக் காட்டிலும் நாம் நல்லநிலையில் இருக்கிறோமா என நடாஷாவும் நானும் பேசிக்கொண்டோம். 'கூடவே பிறந்து, அன்றாட வாழ்வின் ஒரு பகுதியாக இருந்த வன்முறையை சாட்சியாகவே கொண்டு வளர்ந்த பிறகு, அதிலிருந்து என்னை எப்படிப் பிரித்து வைப்பது' என்ற நடாஷா, சிறு மௌனத்திற்குப் பின், 'அதே சமயம், ஜாலியன்வாலாபாக் பற்றிப் பேச என் அம்மா ஏன் நீண்ட காலம் எடுத்துக்கொண்டார்?' என்று கேட்டாள்.

தன்னுடைய எள்ளுத்தாத்தா இறந்த விதம் பற்றியும், வரலாறு தன் மூதாதையருக்கு இழைத்த தீங்கு பற்றியும் அறிந்தவுடன், நடாஷாவிற்கு வரலாற்றின் மீதான கோபம் அதிகரித்ததாக அவள் என்னிடம் கூறினாள். 'அவங்க மனுஷங்க மாதிரியே நடத்தப்படல. பிரிவினையும் ஆணாதிக்கமும் உற்பத்தி செய்த விளைபொருட்கள் அவர்கள். அவங்களுக்கு எந்த உரிமையும் இல்லை. தங்கள் உரிமையைப் பத்தி அவங்களுக்கு புரிஞ்சுக்கக்கூட தெரியாது. இப்போ திரும்பிப் பார்க்கும்போது, என் அம்மா அவள் அம்மாவை எப்படி பார்த்திருப்பாள்? தொடர்ந்து அவள் எதிர்ப்பு தெரிவிக்க வேண்டிய அவசியமும் இருந்தது — ஆனால், யார் தவறு இது' என்றாள்.

நடாஷாவின் அம்மா மனோ ஜாவீத் தன் வளரிளம்பருவத்தில் வீட்டினுள் இருந்த ஆணாதிக்கத்தைத் தொடர்ந்து எதிர்த்தும் கேள்விகேட்டும் வந்திருக்கிறார். அவருடைய அம்மா நுஸ்ஹத்துடன் தொடர்ந்து முரண்பட்டே வந்திருக்கிறார். பணிவும் அடிபணிதலும் பெண்களிடமிருந்து மட்டுமே எதிர்பார்க்கப்பட்டபோது, அவள் அம்மாவின் எதிர்ப்பு, 'கீழ்படியாத சிந்தனை'யாகப் பார்க்கப்பட்டது. இந்த எதிர்ப்பு அவள் அம்மாவிற்கு தளைகளை உடைக்க அவசிய மானதாக இருக்க, அவள் பாட்டிக்கோ அச்சுறுத்தலாய் இருந்தது.

பிரிவினைக்கு முன் வாழ்ந்த அமிர்தசரஸுடன் அவள் குடும்பத்திற்கு நீண்ட, நெடிய தொடர்பிருந்தாலும், அவர்களால் அங்கு திரும்பிச் செல்ல முடியாது. 'லாகூரிலிருந்து அமிர்தசரஸ் எத்தனை தூரம் இருந்துவிடும்? ஐம்பது கிலோமீட்டருக்குள்தான் இருக்கும். என் பாட்டியால் அவள் வீட்டுக்குத் திரும்பிச் செல்லவே இயலவில்லை. எல்லாரும் இறந்தும் போயிட்டாங்க'. நடாஷாவும் அறுபதை நெருங்கிக்கொண்டிருக்கும் அவளது அம்மாவும் இன்றுவரை அமிர்தசரஸுக்குள் செல்லவே முடியவில்லை. 'என் அம்மாவால் அங்கு செல்லவே முடியவில்லை என்பதே ஒருவித வன்முறை தானே' என்றாள் நடாஷா.

பத்திரிகையாளர் குல்தீப் நய்யாருடனான பேட்டியொன்றில் எல்லைகள் ஆணையத்தின் தலைவர் சிரில் ராட்க்ளிஃப்: 'முதல்ல லாகூரை இந்தியாவுக்குத்தான் குடுத்தோம்.[5] ஏற்கனவே கல்கத்தாவும் இந்தியாவுக்குன்னு முடிவாகி இருந்தது. பிறகுதான் பெருநகரம்ன்னு பாகிஸ்தான்ல எதுவுமில்லைன்னு கவனிச்சோம். உடனே பாகிஸ் தானுக்கு[6] சாதகமா முடிவை மாத்திட்டோம்' என்று கூறினார்.

வெகு காலத்திற்கு தன் குடும்பத்தைப் போலவே இழப்புகளைச் சந்தித்த குடும்பங்களையோ, நண்பர்களையோ நடாஷாவின் அம்மாவால் சந்திக்க முடிந்ததேயில்லை. ஞாபகப்படுத்திக்கொள் ளவோ, அணைத்து ஆறுதலடையவோ வழியில்லை. கடந்த காலத்தைப் பற்றிய உரையாடல்கள் எல்லாம் தனிப்பட்டவை; நான்கு சுவர்களுக்குள் நிகழ்ந்தவை.

நடாஷாவின் பாட்டி பிரிவினையைப் பற்றிப் பெரிதாகப் பேசிய தில்லை. 'அப்படி அவள் பேசியபோது, ஒரு குற்றவுணர்ச்சியுடனே

5. Kuldip Nayar, *Scoop!: Inside Stories from the Partition to the Present*, HarperCollins Publishers, Noida, 2006, p. 34.

6. Ibid.

பேசினாள். அது அவளுடையதில்லை, தான் அதைப் பற்றி பேசவே கூடாதென்று நினைத்தாள்'. அவ்வளவு இரத்தம், இழப்புகளுக்குப் பின் அமிர்தசரஸை தன் இடமென்று சொல்வதையே துரோகமென நினைத்தாள். அதுவும், புது இடத்திற்காக அனைத்தையும் விட்டுக் கொடுத்துவிட்ட பிறகு, இன்னமும் பழையனவற்றை நினைத்து ஏங்கிக்கொண்டிருப்பது எந்த விதத்தில் நியாயம்?

அந்த மௌன வெளியை இட்டு நிரப்ப, நடாஷாவின் பாட்டி இந்தியக் கலைகளையும் சினிமாவையும் ஆரத் தழுவிக்கொண்டாள். பாகிஸ்தான் திரையரங்குகளில் வெளியான இந்தியத் திரைப் படங்களை ஒன்று விடாமல் பார்த்த அவள், அவை தடை செய்யப் பட்டபோது, திருட்டு கேசட்டுகள் வாங்கி வீட்டில் வைத்துப் பார்த்தாள். இந்தியத் திரைப்பாடல்களை மனப்பாடமாய் தெரிந்து வைத்திருந்தவள், திருமண வீடுகளில் அவற்றைப் பாடி, ஆடினாள் — அவள் பிள்ளைகளும் அவற்றை தங்களுடையதாக உணரும்வரை. நுஸ்ஹத் மணிக்கணக்காக இந்தியக் கலைகளை அலசி, ஆராய்ந்து விவாதிக்கும்போதெல்லாம், அவற்றை வெறும் கேளிக்கையாகவே நினைத்தாள் நடாஷா.

பின்னோக்கிப் பார்த்து இன்று யோசிக்கும்போது, சினிமா ஒரு நுண்ணோக்கிபோலப் பயன்பட்டிருக்கிறது. பிரிவினைக்கு சற்று முன்பு திடீரென அவளிடமிருந்து பிடுங்கப்பட்ட வாழ்வின் அருகே அவளை இட்டுச் சென்றது. பாலிவுட் உச்சநட்சத்திரம் அமிதாப்பச்சன் 1980களில் நடந்த படப்பிடிப்பின்போது விபத்தில் மோசமாக அடிபட்டுக் கிடக்க, 'அமிதாப்புக்காக பிரார்த்தனை செய்தாள்'. இளம் நடிகனான அமீர் ஃகானை ஆசையாக, 'என்னோட அமீர் ஃகான்' என்றே சொல்லிக்கொண்டாள்.

இன்றைய இந்தியாவில் நடக்கும் சம்பவங்கள் தன்னுடைய பாட்டிக்கு எவ்வளவு வருத்தத்தை ஏற்படுத்தியிருக்கும் என வருந்தினாள் நடாஷா. தங்களுக்கு உறுதி அளித்த விதமாக பாகிஸ்தான் இல்லை, அவள் அகமாகக் கொண்டாடிய இந்தியாவும் அதேபோன்றதொரு படுகுழியில் வீழ்வது, தன் நினைவுகளில் பதிந்திருக்கும் தன் தேசம் களவுபோனதுபோல உணர்ந்திருப்பாள்.

'இந்திய வரலாற்றோடு இன்று என் அம்மா தன்னை அடையாளப் படுத்திக்கொண்டால், அவள் என்னவாக இருப்பாள்? துரோகியாகவா? என்னவாக முத்திரை குத்தப்படுவாள்? பாகிஸ்தானின் துரோகி என்றா?

‘நம் வரலாறு வெறும் எல்லைக்கோடுகளால் பிரிக்கப்படுவது மனிதத் தன்மை அற்றதுன்னே தோணுது. என் உண்மைகள் கோட்டுக்கு அந்தப் பக்கம் இருக்க, பாகிஸ்தானிய கடவுச்சீட்டுடன் பிறந்ததால் அதைக்கூட என்னால் வெளிப்படையாகப் பகிர முடியாது. அந்த அடையாளமும் எத்தனை வெறுப்பு, வன்முறையால் உருவானது என்பதை வாழ்வின் இரண்டாம் பாதியில்தான் உணர்ந்தேன். உண்மையில் என்ன செய்யனும்ன்னுகூட புரியல, என்னோட கடந்த காலம் கோட்டுக்கு அந்தப் பக்கம்தான் என்னுடைய இருப்பு என்பதை உணர்த்தும்’ என்று கூறினாள் நடாஷா.

இதுதான் வன்முறையின் இறுதி அடுக்கு: ஒருவரின் வரலாற்றை வலுக்கட்டாயமாகப் பிடுங்கி, வெறுமையாக்கி, அதனிடமிருந்து அவரைப் பிரித்துவிடுவது. நடாஷாவுக்கும் அவள் குடும்பத்திற்கும் இந்தியா மட்டும் மறுக்கப்படவில்லை, நம் எல்லோருக்கும் இருபுறமும் பகிர்ந்துகொள்ளும் வரலாறும்தான் மறுக்கப்பட்டிருக்கிறது. எழுபது வருடங்கள் கழித்தும் பிரிவினையின் போதான மக்களின் வரலாற்றை எழுத்தாக்கம் செய்வதில் நாம் இன்னும் அதன் அருகில்கூடச் செல்லவில்லை. உயர்குடிகளின் அரசியல்-அரண்மனை சூழ்ச்சிகள், பெருங்கதையாடல்கள் என எல்லாமும் இருக்க, துண்டுகள் விடுபட்ட புதிர்போல மக்களின் வரலாறு மட்டும் முழுமையடையாமல் நிற்கிறது.

ஜாலியன்வாலாபாக்கில் எத்தனை பேர் உயிரிழந்தார்கள் என்ற எண்ணிக்கை இன்றுவரை தெரியாது. இறந்தவர்களில் பலபேரின் உடல்கள் அடையாளம் காணப்படவேயில்லை. சம்பவம் நிகழ்ந்தவுடன், படைத்தலைமையின் ஆட்சி அமல்படுத்தப்பட, மக்கள் இறந்தவர்களின் உடல்களை வாங்கிக்கொள்வதற்காகக்கூட வெளியே வர பயந்து ஒடுங்கினர். படுகொலையைத் தொடர்ந்து அதிகாரபூர்வமற்ற விசாரணைக் கமிஷன் ஒன்றை இந்திய தேசிய காங்கிரஸ் அமைக்க, பிரிட்டிஷ் அரசாங்கம் ஹன்டர் கமிட்டி எனும் கலவர விசாரணைக் குழு ஒன்றை அமைத்தது. பிரிட்டிஷாரின் அதிகாரபூர்வ எண்ணிக்கைப்படி இறந்தவர்களின் எண்ணிக்கை 379. ஆனால், உண்மையான எண்ணிக்கை அதிகமாக இருக்குமென்றே நம்பப்படுகிறது. அன்றைய கால்சா கல்லூரியின் முதல்வர் ஜெரார்ட் வாத்தேன், துப்பாக்கிச் சூடு நடந்த ஐந்து நாள்களுக்குள் எழுதிய கடிதத்தில் 1042 பேர் இறந்துவிட்டதாகக் குறிப்பிட்டிருக்கிறார்.

1964ஆம் ஆண்டு பிரதமர் அலுவலகம் மற்றொரு சர்வே நடத்தி மாண்டவர்களில் 388 நபர்களின் பெயர்களை வெளியிட்டது. அவற்றுள் ஏழு குடும்பங்கள் தற்பொழுது பாகிஸ்தானில் வசிக்கின்றன.

2018ஆம் ஆண்டு அமிர்தசரஸில் உள்ள பிரிவினை அருங்காட்சியகத்தின் முயற்சியால் மேலும் சில நபர்கள் அடையாளம் காணப்பட்டு, பெயர்களின் எண்ணிக்கை 547ஆக உயர்ந்தது. மீர் அப்துல் ரஹீம் உட்பட இன்னும் பல பெயர்கள் அடையாளம் காணப்படவில்லை.

தனித்தனித் தீவுகளாக ஆங்காங்கு கிளம்பிய எதிர்ப்புகள், இறந்தவர்களின் உடல்கள்மீது ஒன்றிணைந்து நாடுதழுவிய போராட்டமாக வெடித்தது. அந்த வன்முறையின் விளைவாக இந்தியா, பாகிஸ்தான் எனும் நாடுகள் பிறந்தன. பிரிவினையால் சுமார் 20 இலட்சம் மக்கள் பாதிக்கப்பட்டனர். இதோ, இந்தியத் துணைக்கண்டத்திலுள்ள நாம் வன்முறையையும் காயத்தையும் பூர்வீக சொத்தாகப் பெற்றிருக்கிறோம். ‘குணமடைவதற்குகூட அனுமதி கிடையாது’ என்றாள் நடாஷா.

நடாஷாவின் நான்கு தாத்தா, பாட்டிகளும் காஷ்மீரைச் சேர்ந்தவர்கள். ஒருபக்க தாத்தா பாட்டி பாகிஸ்தானின் காஷ்மீரிலிருந்து சியால்கோட் வந்தவர்கள். கொள்ளுத்தாத்தா ரஹீமின் குடும்பம் அமிர்தசரஸுக்கு இடம்பெயர்ந்தது. இந்தியச் சுதந்திரப் போராட்டத்தில் உயிரிழந்த காஷ்மீரி அவர்.

தன்னுடைய குடும்ப மரத்தை என் முன் விரித்த நடாஷா, ‘இது எத்தனை சிக்கலானது பார். இதிலிருக்கும் சிக்கலான அடுக்குகளை தோண்டத்தோண்ட மனசு ரொம்ப காயப்படும். ஏன்னா, சுத்தமா எனக்கு இல்லவே இல்லாத அடையாளம் என் மேல திணிக்கப்படுது. வரலாற்றின் இந்த அடுக்குகளை ஒவ்வொண்ணா பிரிச்சு, குளறுபடியான புலம்பெயர்தல்களைக் கூர்ந்து பார்த்தால், நாம வேறொரு அடையாளத்தோட, முற்றிலும் வேறொருத்தராவே ஆகிடறோம்’ என்று கூறினாள்.

ரஹீமைப் போல ஜாலியன்வாலாபாக்கில் அன்றிரவு உயிரிழந்தவர்கள் வரலாற்றின் எந்தப் பக்கங்களில் பொருந்திப் போவார்கள்?

ஜாலியன்வாலாபாக் எப்பொழுது இந்தியாவின் வரலாறானது?

‘இப்போ நான் ஜாலியன்வாலாபாக்கைப் பேசினால், எல்லாரும் அது என்னுடைய போராட்டம் இல்லேன்னு சொல்வாங்க. என்னை

துரோகின்னும் சொல்வாங்க. என் குடும்பம் இதைப் பத்தி பேசக் கூடாது. இன்னைக்கு எல்லையின் இரண்டு பக்கமும் இதையேதான் சொல்வாங்க'.

'பாகிஸ்தான்ல 1947க்கு முன்ன நடந்த எதுவும் பாகிஸ்தானிய வரலாறுல சேராது. அது இந்திய வரலாறு. தேசங்களை பிரிச்சிக் கிட்டப்போ, வரலாற்றையும் சேர்த்து கூறு போட்டுட்டாங்க', என்றாள் நடாஷா.

'70களிலும் எண்பதுகளிலும் பாகிஸ்தான் இஸ்லாமியமாக்கலைத் தொடங்கி, சிறுபான்மை மதத்தினரைக் குறிவைத்து சட்டங்களை இயற்றியது. 1981இல் ஜெனரல் ஸியாவுல் ஹக்கின் இராணுவச் சர்வாதிகார அரசு, 'தேசத்தின் பெருமைமிகு கடந்த காலம், நிகழ் காலத்தின் உற்சாகம், உறுதித்தன்மையின் மீது அசைக்க முடியாத நம்பிக்கை, பாகிஸ்தானின் நிலைத்த நீண்ட ஆயுள் ஆகியவற்றை உள்ளடக்கி' வரலாற்றை திருத்தியெழுதத் தொடங்கியது. அரசிய லமைப்பு புறந்தள்ளப்பட்டது; பாடப்புத்தகங்கள் திருத்தி எழுதப் பட்டன; பன்றி இறைச்சியும் மதுவும் உட்கொள்ளும் முஹம்மது அலி ஜின்னா, 'மரபுசார் மதக் கண்ணோட்டத்துடன் இறையச்ச முள்ள தேசத்தை உருவாக்க முனைந்த' பாகிஸ்தானின் முதல் கவர்னர் ஜெனரலாக மாற்றப்பட்டார்.[7] ஒருங்கிணைந்த இந்தியத் துணைக்கண்டத்தின் சுதந்திரப் போராட்ட வரலாறு இருட்டடிக்கப் பட்டு, புதிதாக 'பாகிஸ்தானிய இயக்கத்தின் நாயகர்கள்' உருவாக்கப் பட்டனர்.

ஏறக்குறைய நாற்பது வருடங்கள் கழித்து, அதே பாதையை தேர்ந்தெடுத்துள்ள இந்தியா, வரலாற்றை மாற்றியெழுதி, தன் குடிமக்களையும் மறுகுறியீடு செய்கிறது. மகாத்மா காந்தியை திட்டமிட்டுக் கொலை செய்தவனின் புகைப்படம் இப்பொழுது இந்திய நாடாளுமன்றத்தை அலங்கரிக்கிறது.

ஸியா ஆட்சியின் கீழிருந்த பாகிஸ்தானைப் பற்றிப் படிக்கும்போது, 1947ஆம் ஆண்டு ஆகஸ்ட் மாதம் 11ஆம் தேதி, பாகிஸ்தான் உருவாவதற்கு மூன்று நாள்களுக்கு முன்பு, மதச்சார்பற்ற பாகிஸ்தான் குறித்து ஜின்னா பேசிய பேச்சின் பதிவு மர்மமான முறையில் காணாமல் போயிருந்ததைக் கண்டறிந்தேன். பி.பி.சி. செய்தியறிக்கை: 'அடுத்தடுத்து பொறுப்பேற்ற இராணுவ அரசுகள் இந்தப் பேச்சை

---

7. Nadeem Paracha, 'Smokers' corner: the "religious card"', *Dawn*, 13 October 2019, https://www.dawn.com/news/1510546.

குறைத்து மதிப்பிட்டதுடன் அதிகாரபூர்வ ஆணவங்களிலிருந்து நீக்கவும் செய்தன' என்றது.[8] பாகிஸ்தான் ரேடியோவின் முன்னாள் இயக்குநர் முர்தஸா சோலங்கி, 'நம் வரலாற்றை வேண்டுமென்றே அழித்த குற்றவியல் வழக்கு அது'[9] என்றார்.

அந்த ஒலிநாடாக்களைத் தேடிய சோலங்கி, பி.பி.சி. ஆவணக் காப்பகத்தையும் டெல்லி ஏ.ஐ.ஆர்.-ஐயும் தொடர்புகொண்டு உதவி கேட்டார். முதலில் அந்த ஒலிப்பதிவு இருப்பதாக உறுதி கூறிய டெல்லி ஏ.ஐ.ஆர். அலுவலகம், பின்னர் இல்லை என மறுத்துவிட்டது.

ஆகஸ்ட் 11ஆம் தேதி பேசிய பேச்சுகள் இல்லையென்று மறுத்து விட்டாலும், 'ஜின்னா டேப்ஸ்' என இன்று அறியப்படும் வேறு இரண்டு ஒலிப்பதிவுகள் இருப்பதாக உறுதி செய்தது இந்தியா. மறைக்கப்பட்டது ஜின்னாவின் பேச்சுகள் மட்டுமல்ல, பிரிவினை யின் போதான மிக முக்கிய வரலாற்றாசிரியரான எழுத்தாளர் சாதத் ஹஸன் மண்ட்டோவின் ஆக்கங்களும் ஏ.ஐ.ஆர். ஆவணக் காப்பகத்தில் முடக்கி வைக்கப்பட்டுள்ளன. மண்ட்டோவின் சகோதரிவழி பேத்தியான வரலாற்றாசிரியர் ஆயிஷா ஜலால், தன் ஆய்வுக்காக இந்தப் பதிவுகளை பகிரக் கேட்டபோது, அப்படி யொன்று இல்லவே இல்லையென மறுக்கப்பட்ட செய்தியை வெளியிட்டது அவுட்லுக் வார இதழ். என்றாலும், தொடர் வினவல் களுக்குப் பின், மண்ட்டோவின் நாடகப் பதிவு தங்களிடம் இருப் பதாக ஒப்புக்கொண்டது ஏ.ஐ.ஆர்.[10]

அதைப் போலவே, இந்திய நடிகர்கள் திலீப்குமார், பிரித்விராஜ் கபூர் ஆகியோரின் பதிவுகள் பாகிஸ்தான் ஒளிபரப்பு ஆணையத்திடம் உள்ளது. குமாரும் (இயற்பெயர் யூசுஃப் ஃகான்), கபூரும் பாகிஸ் தானின் பெஷாவரில் பிறந்து, பின் மும்பைக்குக் குடிபெயர்ந் தவர்கள்.

'என் வரலாறு எல்லைக்கோட்டின் இருபுறமும் உள்ளது' என்ற நடாஷாவின் வரிகள் எத்துணை சத்தியமானவை!

---

8. Shahzeb Jillani, 'The Search for Jinnah's Vision of Pakistan', *BBC News*, 11 September 2013, https://www.bbc.com/news/world-asia-24034873.

9. Ibid.

10. Anuradha Raman, 'Clipped Speech', *Outlook*, 9 September 2013, https://magazine.outlookindia.com/story/clipped-speech/287634.

எழுபது வருடங்களுக்கு முன் இந்தியாவும் பாகிஸ்தானும் வெவ்வேறு பாதைகளைத் தேர்ந்தெடுத்துக்கொண்டன. ஆனால், இரு நாடுகளுக்கிடையிலான முக்கிய வேறுபாடு, இந்தியா தனக்கான அரசியல் சாசனத்தை வடிவமைத்தது; பாகிஸ்தான் செய்யவில்லை.

சுதந்திரம் பெற்றதற்குப் பிறகு ஒன்பது ஆண்டுகள் கழித்து 1956ஆம் ஆண்டு தன் முதல் அரசியலமைப்புச் சட்டத்தை வடிவமைத்தது பாகிஸ்தான். நிறைவேற்றும் நாளன்று இரு முக்கியக் கட்சிகள் நிராகரிக்க, அரசமைப்பை ரத்து செய்துவிட்டு தேசத்தின் முதல் திருமணச் சட்டத்தை அக்டோபர் 7ஆம் தேதி அமல்படுத்தியது பாகிஸ்தான். 1962ஆம் ஆண்டு இராணுவச் சர்வாதிகாரி ஜெனரல் அய்யூப் ஃகான் ஒரு செயலாக்க ஆணையின் மூலம் அரசியலமைப்புச் சட்டத்தை அமல்படுத்தினார். பாகிஸ்தானின் தற்போதைய அரசியல் சாசனம் மூன்றாவது முறையாக 1973ஆம் ஆண்டு அரசியலமைப்பு சபையால் அமல்படுத்தப்பட்டது. அது இன்றுவரை இரு முறை இடைநிறுத்தம் செய்யப்பட்டது. முதலில் ஜெனரல் ஸியாவுல் ஹக் 1977லிருந்து 1985வரை நிறுத்திவைக்க, பின்பு ஜெனரல் பர்வேஸ் முஷர்ரஃப் 1999லிருந்து 2002ஆம் ஆண்டுவரை தடைசெய்தார்.

'முதல் நாளிலிருந்தே ஜனநாயகத்தை நிறுவுவதுதான் எங்கள் அரசியல் போராட்டமாக இருந்தது. இந்தியர்களைப் போல எங்களுக்கு ஜனநாயகம் கிடைக்கவில்லை. ஜனநாயகத்திற்காக இன்னமும் போராடிக்கொண்டு மட்டுமே இருக்கும் தேசம் நாங்கள். நினைவுதெரிந்த நாளிலிருந்து இந்தப் போராட்டம் மட்டுமே எங்களுடையதாக இருக்கிறது' என்றார் நடாஷா. ஸியா பதவியேற்றபோது, பெண்களுக்கு எதிரான பாரபட்சமான சட்டங்களை அமல்படுத்தினார். 1984ஆம் ஆண்டு அமல்படுத்தப்பட்ட சான்றுச் சட்டம் (law of evidence) ஆண்களின் சாட்சியத்தைக் காட்டிலும் பெண்களின் சட்டபூர்வ சாட்சியம் அரைவாசிதான் மதிப்புடையது என்றது. இதை எதிர்த்து வீதிக்கு வந்து தங்கள் துப்பட்டாவை எரித்து எதிர்ப்பைப் பதிவு செய்த பாகிஸ்தானியப் பெண்கள், லாகூர் உயர்நீதிமன்றத்தை நோக்கிப் படையெடுத்து புதிய சட்டத்திற்கெதிராகக் குரல் எழுப்பினர். கொந்தளிப்பான அந்த நாள்களில் எதிர்ப்பு தெரிவித்த பெண்களை அடித்தும் தாக்கியும் லத்தியடி நடத்தியும் துன்புறுத்தினர். அரசியல் சாசனமும் குடிமைச் சமூகமும் இல்லாமல், எதிர்ப்புக் குரல்கள் திட்டமிட்டு சுத்திகரிப்பு செய்யப்பட்ட நிலையில், 'அவர்களை நோக்கி எறிவதற்கு உடல்களைத் தவிர வேறொன்றும் இல்லை' என்றாள் நடாஷா.

'இந்தியர்களுக்கு அந்தப் போராட்டம் இல்லை. அரசியலமைப்புச் சட்டம், சிவில் சமூகம் எல்லாமும் உங்களுக்கு மிகச் சுலபமாகக் கிடைத்தன. நிறுவனங்கள், கொள்கைத் திட்டங்கள், எல்லாவற்றையும்விட மிக உயரியதாகக் கருதப்பட்ட அரசியல் சாசனம் அனைத்தும் உங்களுக்குக் கிடைத்தன. எங்களுக்கு அவை எப்பொழுதுமே கிடைத்ததில்லை. நம்பி அணுகுவதற்கு ஒரு நீதித்துறையோ, சார்ந்திருக்க நிறுவனங்களோ, பாதுகாப்போ, எதுவுமே இருந்ததில்லை. உங்களிடம் மாணவர் இயக்கங்கள் உண்டு, எங்களிடம் இல்லை. ஸியா செய்த முதல் விஷயம் அதுதான். எல்லாவற்றையும் கலைத்தார். எங்கிட்ட இருந்ததெல்லாம் நாங்க, எங்க உடல்கள். எங்க உடல்களை வரிசையில் வைத்து, தீக்கு தின்னக் கொடுத்தோம், தெரியுமா? தைரியமாக வெளியே வந்து பேசுவதற்கான பரிசு, உன் வாழ்க்கையும் குடும்பமும்தான்.'

இன்றுவரை நிலையான சமூக அமைப்பிற்கு எதிராகக் குரல் கொடுக்கும் மாணவர்களும் சமூகச் செயல்பாட்டாளர்களும் சுற்றிவளைக்கப்பட்டு தூக்கிச் செல்லப்படுவர். திரும்ப வருவார்களா, எப்பொழுது வருவார்கள் ஆகிய கேள்விகளுக்கு யாரிடமும் பதில் கிடையாது. ஆண்டுகள் பல கடந்தும் இன்னமும் நீதிமன்றத்திற்கு வெளியே காத்திருக்கும் குடும்பங்கள் நிறைய. பாகிஸ்தானில் காணாமல் போனவர்களின் எண்ணிக்கை கணக்கிலடங்காதது.

பாகிஸ்தான் மட்டுமல்ல, 2016ஆம் ஆண்டு அக்டோபர் 15ஆம் தேதி, இந்துமத தேசியவாதக் குழுவான ராஷ்டிரிய சுயம்சேவக் சங்கத்தின் (ஆர்.எஸ்.எஸ்.) வலதுசாரி மாணவர் இயக்கமான அகில பாரதிய வித்யார்த்தி பரிஷத்தின் உறுப்பினர்களுடன் நடந்த சிறு பிரச்சினைக்குப் பின் புதுதில்லி ஜவஹர்லால் நேரு பல்கலைக்கழக மாணவர் நஜீப் அஹ்மது சந்தேகத்துக்கிடமான சூழ்நிலையில் காணாமல் போனார். நான்கு வருடங்கள் கழிந்த நிலையில் (இந்நூல் வெளியாகும்வரை) நஜீபின் அம்மா ஃபாத்திமா நஃபீஸ் இன்னமும் காத்துக்கொண்டிருக்கிறார்.

இந்தியப் பேராசியர் ஜி.என். சாய்பாபா (இடுப்பிற்கு கீழே செயல்திறன் இல்லாதவர்) மாவோவின் புத்தகங்களை வைத்திருந்த தற்காக இன்னமும் சிறையில் இருக்கிறார்.[11] அறிஞரும் பகுத்தறி வாளருமான எம்.எம். கல்புர்கி 2015, ஆகஸ்ட் 30ஆம் தேதி

---

11. பேராசிரியர் ஜி.என். சாய்பாபா (1967-2024) 2024ஆம் ஆண்டு மார்ச் மாதம் விடுதலை செய்யப்பட்டார். உடல்நலக் குறைவால் மருத்துவமனையில் அனுமதிக்கப்பட்டவர் அதே ஆண்டு அக்டோபர் மாதம் மறைந்தார். (ப.ஆ).

அவரின் வீட்டு வாசலில் பைக்கில் வந்த இரு நபர்களால் சுட்டுக் கொல்லப்பட்டார். பத்திரிகையாளர் கௌரி லங்கேஷ் 2017, செப்டம்பர் 5ஆம் தேதி இதே முறையில் கொல்லப்பட்டார். ஆர்.எஸ்.எஸ்., பி.ஜே.பி., சங் பரிவார் வலதுசாரி அமைப்புகளை எதிர்த்தற்கான பரிசு அது.

அமெரிக்காவில் மோடியை சிலாகிக்கும் இந்தியர்களைச் சந்திக்கும் போது, சீசாவில் இருக்கும் பூதம் வெளியே வந்தால் திரும்பவும் அதை உள்ளே அடைக்கவே முடியாது எனச் சொல்ல நினைத்தாள் நடாஷா. 'அவங்ககிட்ட எப்படி சொல்றதுன்னு தெரியல — உங்க அரசியல் சாசனமும் நிறுவனங்களும் ரொம்ப முக்கியம். அத்தனையும் வடிகால்ல வடியவிட்டுட்டு இருக்கீங்க. அதைத் திருப்பவே முடியாது. மொத்தமா வடிஞ்சதுக்கப்பறம் அதனால் ஏற்படும் அதிர்ச்சியும் இடைவிடாத சண்டையும் மட்டும்தான் மிஞ்சும். நோக்கம், தொலைநோக்குன்னு ஒண்ணுமே இருக்காது' என்று கூறினாள்.

ஒருகாலத்தில் நடாஷாவின் கற்பனைக்கெட்டாத நிலப்பரப்பாக இருந்த இந்தியா இன்று இல்லை. 2019 தேர்தலுக்கு முன், தி டெலிகிராஃப் செய்தி நிறுவனம் தன் தலையங்கத்தில், நிறுவனங்களின் சிதைவு, மறைவு குறித்து, 'தேர்தல் மற்றும் ஜனநாயகம் உள் வாங்குவதன் ஆரம்ப அறிகுறி இது' என்று எழுதியது.[12] பெரும் எண்ணிக்கையிலான சமீபத்திய தீர்ப்புகள் மற்றும் மனித உரிமைப் போராளிகள், அறிஞர்கள், சமூக ஆர்வலர்களின் சிறைவைப்பு, 'சட்டபூர்வ நெருக்கடிக்கு உள்ளாகியிருக்கும் உச்சநீதிமன்றத்தின்'[13] நிலையை உறுதிசெய்வதாக பலரும் நம்புகின்றனர். எளிதில் வளைந்து கொடுக்கும் செய்தி நிறுவனங்களை[14] தனி

---

12. The Editorial Board, 'Institutional erosion is an early symptom of the implosion of democracy—and elections', *The Telegraph*, 11 April 2019, https://www.telegraphindia.com/opinion/institutional-erosion-is-an-early-symptom-of-the-implosion-of-democracy-and-elections/cid/1688523.

13. Anuj Bhuwania, 'The crisis of legitimacy plaguing the Supreme Court in Modi era is now hidden in plain sight', *Scroll*, 1 December 2020, https://scroll.in/article/979818/the-crisis-of-legitimacy-plaguing-the-supreme-court-in-modi-era-is-now-hidden-in-plain-sight.

14. Reporters Without Borders, 'Media Ownership Monitor: Who owns the media in India?' 29 May 2019, https://rsf.org/en/news/media-ownership-monitor-who-owns-media-india; Archis Mohan, 'BJP richest political party

போர்ப்படை[15] வைத்திருக்கும் உலகின் பணக்கார கட்சியான பா.ஜ.க கட்டுப்படுத்துகிறது. காஷ்மீர், வன்முறையால் ஊமை யாக்கப்பட்டிருக்கிறது.[16] உலகின் மிகப் பெரிய ஜனநாயகம் இன்று இந்து ராஷ்டிரம்.[17] சமீபத்திய சி.ஏ.ஏ., என்.ஆர்.சி., தேசிய மக்கள்தொகைப் பதிவேடு ஆகியன ஏற்கனவே இந்த மாற்றத்தை செயல்படுத்திவிட்டன.

இந்தியா முழுவதும் மாணவர்களால் ஒருங்கிணைக்கப்பட்ட எதிர்ப்புப் பேரணிகளில், 'ஆஸாதி', 'ஆஸாதி' என்ற சுதந்திர முழக்கம் ஒலிக்கும் தருணங்கள் நம்பிக்கை சேர்க்கின்றன. அந்த நம்பிக்கையின் நுனியைப் பற்றிக்கொண்டே புதிய தொடக்கங் களுக்கான சாத்தியத்தை எதிர்நோக்கிக் காத்திருக்கிறேன்!

நடாஷாவின் வீட்டிலிருந்து கிளம்பிய அன்றிரவு அன்பாலும் இழப்பாலும் என்னுடைய மனம் கனத்திருந்தது. நடாஷா என்மீது அன்பு காட்டி, அவளுடைய கதையை எடுத்துரைத்து, அருகமர்ந்து எங்களின் வாழ்வையும், எங்களையும், இருளடைந்த கடந்த காலத்தை எவ்வாறு நமது நிகழ்காலத்துடன் சமரசப்படுத்துவது என்பதையும் உணரச்செய்தாள். நாங்கள் பகிர்ந்துகொண்ட இழந்து விட்ட வரலாறுகள் பற்றிய நிரம்பிவழியும் உணர்வுகளுடன், இதே உரையாடலை லாகூரிலோ, சென்னையிலோ அருகமர்ந்து நிகழ்த்த முடியாததை எண்ணியபடி விடைபெற்றேன்.

---

with Rs 10.03 billion income in FY17: ADR', *Business Standard*, 11 April 2018, https://www.business-standard.com/article/politics/bjp-richest-political-party-with-rs-10-03-billion-income-in-fy17-adr-118041001008_1.html.

15. Shoaib Daniyal, 'RSS boast that it could mobilise a militia is a sign of how violent India has become', *Scroll*, 13 February 2018, https://scroll.in/article/868493/the-daily-fix-rss-boast- that-it-could-mobilise-a-militia-is-a-sign-of-how-violent-india-has-become.

16. Jammu Kashmir Coalition of Civil Society, 'Kashmir's Internet Siege', August 2020, https://jkccs.net/report-kashmirsinternet-siege/.

17. Parvathi Benu, 'India is already a Hindu Rashtra: What Subramanian Swamy had to say about the Indian politics and the Constitution', Edex Live, 9 January 2020, https://www.edexlive.com/news/2020/jan/09/india-is-already-a-hindu-rashtra-what-subramanian-swamy-had-to-say-about-the-indian-politics-and-th-9848.html.

பாகிஸ்தான் செல்வதற்கான விசா இன்றுவரை எனக்கு வழங்கப் படவேயில்லை. அந்தப் பயணமின்றி இந்தப் புத்தகம் முழுமை யடையாது. நடாஷாவின் குடும்பம் அமிர்தசரஸுக்குத் திரும்ப இயலவேயில்லை, காஷ்மீரைப் பார்த்ததேயில்லை. எத்தனை இடங்களில் பஞ்சாபியான ஒரு காஷ்மீரியும், தன் இடம் எதுவென்ற தெளிவில்லாத ஒரு தமிழரும் தங்களை அந்நியப்படுத்தும் எல்லைகள் குறித்த உரையாடலை நிகழ்த்த முடியும்? மிகச் சிலரால் மட்டுமே இயலும்!

ஆனால், இந்த எல்லைகளை உடைத்து, நமக்கு மறுக்கப்பட்டதை மீட்டெடுத்து நம் பிள்ளைகளுக்கு வழங்கும் கடமை நமக்கிருக்கிறது.

அன்றிரவு வீடு திரும்பும்போது மணி பதினொன்று. மூன்று வயது மீராவிடம் சென்று முத்தமிட்டேன்.

ஊரின் இன்னொரு பக்கம் உறங்கிக்கொண்டிருக்கும் நடாஷாவின் கபீரையும் நினைத்துக்கொண்டேன்.

நமக்காக இல்லையென்றாலும், எழுபது வருடங்களாக வரலாற் றையும் குடும்பங்களையும் பிரித்து வைக்கும் இந்த வெறுப்பை நம் பிள்ளைகளுக்காக சுத்தி செய்யக் கடமைப்பட்டிருக்கிறோம், மீராவிற்காகவும் கபீருக்காகவும்.

‘நடுநிசி எல்லைகள்’ நூல் பற்றிய தங்களின் வாசிப்பு அனுபவத்தையும், உடன்பாடான / முரண்பாடான கருத்துகளையும் எழுத்தாளரிடமும், மொழிபெயர்ப்பாளரிடமும், சக வாசகர்களிடமும் பகிர்ந்துகொள்ள விரும்புவோர் மேலுள்ள QR Codeஐ ஸ்கேன் செய்து வாட்ஸ்அப் குழுமத்தில் இணைந்துகொள்ளுங்கள்.

❖ ❖ ❖

நூலின் உள்ளடக்கம், உருவாக்கம், வடிவமைப்பு ஆகியவை பற்றிய தங்களின் மதிப்புமிக்க ஆலோசனைகளையும் கருத்துகளையும் வரவேற்கிறோம். நூலில் தகவல், எழுத்து, வாக்கியப் பிழைகள் தென்படின், அவசியம் எங்களுக்குத் தெரிவித்துதவ வேண்டுகிறோம். எங்களிடமிருந்து வாங்கிய பிரதியில் கடும் உற்பத்திக் குறைபாடு இருப்பின் மாற்றுப் பிரதி உங்களுக்குக் கிடைக்க ஏற்பாடு செய்வோம்.

மின்னஞ்சல்: seermainoolveli@gmail.com
வாட்ஸ்அப்: +91 80721 23326